ಬಸವ ಭಾಷೆಯ ಚಲನಶೀಲತೆ

ವಿನಯ್ ಎಸ್ ಶಿರಹಟ್ಟಿಮಠ

OrangeBooks Publication

www.orangebooks.in

OrangeBooks Publication

1st Floor, Rajhans Arcade, Mall Road, Kohka, Bhilai, Chhattisgarh 490020
Website: **www.orangebooks.in**

First Edition, 2025

ISBN: 978-93-6554-317-9

Price: Rs. 300.00

Printed in India

॥ ಓಂ ಶ್ರೀ ಗುರು ಬಸವಲಿಂಗಾಯ ನಮಃ ॥

866666

ಶುಭಹಾರೈಕೆಗಳು

ಭಕ್ತಿ ಸುಭಾಷೆಯ ನುಡಿಯ ನುಡಿವೆ, ನುಡಿದಂತೆ ನಡೆವೆ
ನಡೆಯೊಳಗೆ ನುಡಿಯ ಪೂರೈಸುವೆ
ಮೇಲೆ ತೂಗುವ ತ್ರಾಸು ಕಟ್ಟಳೆ ನಿಮ್ಮ ಕೈಯಲ್ಲಿ
ಒಂದು ಜವೆ ಕೊರತೆಯಾದಡೆ
ಎನ್ನನ್ನದ್ದಿ ನೀನೆದ್ದು ಹೋಗು, ಕೂಡಲಸಂಗಮದೇವಾ ॥

– ವಿಶ್ವಗುರು ಬಸವಣ್ಣನವರು (ಸ.ವ.ಸಂ–01: ವ.ಸಂ–441)

'ಬಸವಭಾಷೆ' – ಪುಸ್ತಕದ ಲೇಖಕರು, ಶರಣರಾದ ವಿನಯ ಎಸ್. ಶಿರಹಟ್ಟಿಮಠ, ಹೆಸರೇ ಸೂಚಿಸುವಂತೆ ಗುರು ಬಸವಣ್ಣನವರು ತಮ್ಮ ವಚನಗಳಲ್ಲಿ, ತಮ್ಮ ಮೇಲಿನ ವೈಯಕ್ತಿಕ ನಂಬಿಕೆಯೊಂದಿಗೆ ತಾವು ನಂಬಿದ ಸೃಷ್ಟಿಕರ್ತ ಲಿಂಗದೇವನ ಮೇಲಿನ ಅಪಾರವಾದ ನಂಬಿಕೆಯಿಂದ ಬಳಸಿರುವ ಆನೆ, ನಿಮ್ಮಾಣೆ, ಪ್ರಮಥರಾಣೆ, ರಾಣಿವಾಸದಾಣೆ, ತಲೆದಂಡ ಎಂಬುದಲ್ಲದೆ ತತ್ತ್ವನಿಷ್ಠೆಗಾಗಿ ತಮಗೆ ಅತ್ಯಂತ ಪ್ರೀತಿಪಾತ್ರರಾದ ಚನ್ನಬಸವಣ್ಣನಾಣೆ, ಮಡಿವಾಳ ಮಾಚಿದೇವರಾಣೆ ಎಂದೂ ಸಹ ಬಳಸಿದ್ದಾರೆ. ಇಂಥ ಪ್ರತಿಜ್ಞಾಬದ್ಧವಾದ ಮಾತುಗಳನ್ನೇ ಆರಿಸಿಕೊಂಡು ವಿನಯ ಅವರು 'ಬಸವಭಾಷೆ' ಎಂಬ ಹೆಸರಿನಲ್ಲಿ ಪುಸ್ತಕ ಬರೆದಿರುವುದು ನಿಜಕ್ಕೂ ಅಭಿನಂದನಾರ್ಹ. ಏಕೆಂದರೆ ಬಹುಮುಖ ವ್ಯಕ್ತಿತ್ವದ ಗುರು ಬಸವಣ್ಣನವರನ್ನು ಇದುವರೆಗೂ ಧರ್ಮಪಿತರು, ವಿಶ್ವಗುರು, ಸಮಾಜ ಸುಧಾರಕರು, ಮಹಾಮಾನವತಾವಾದಿ, ದಲಿತೋದ್ಧಾರಕ, ಇದೀಗ ಕರ್ನಾಟಕ ಸಾಂಸ್ಕೃತಿಕ ನಾಯಕ ಎಂದೆಲ್ಲಾ ಗುರುತಿಸಿ ಸ್ತುತಿಸಲಾಗುತ್ತಿತ್ತು. ಆದರೆ ಶರಣ ವಿನಯ ಅವರು ಇನ್ನು ಒಂದು ಹೆಜ್ಜೆ ಮುಂದೆ ಹೋಗಿ, ತಮ್ಮ ವಿಶೇಷ ಚಿಂತನೆಗೆ ಗುರು ಬಸವಣ್ಣನವರು ತಮ್ಮ ವಚನಗಳಲ್ಲಿ ಪ್ರಯೋಗಿಸಿರುವ ಆಣೆಯಂಥ ಪ್ರತಿಜ್ಞಾಪೂರ್ವಕ ಮಾತುಗಳನ್ನೇ ಆರಿಸಿಕೊಂಡು, ಸತ್ಯನಿಷ್ಠೆ, ಪ್ರಾಮಾಣಿಕತೆ, ನೈತಿಕಶುದ್ಧತೆ, ಸಮಾಜಸೇವೆ, ಕಾಯಕ, ದಾಸೋಹ, ಆತ್ಮಸ್ಥೈರ್ಯ, ಪಾವಿತ್ರ್ಯತೆ, ಕರ್ತವ್ಯ ಮುಂತಾದ ಆನೇಕ ಸದ್ಗುಣ-ಸದ್ಭಾವಗಳಿಂದ ಕೂಡಿದ ಸಂಪತ್ಭರಿತ ಮೌಲ್ಯಗಳ ಮೂರ್ತರೂಪದಲ್ಲಿ ನಮ್ಮ ಮುಂದೆ ಕಟೆದು ನಿಲ್ಲಿಸಿದ್ದಾರೆ ಎಂದರೆ ಅತಿಶಯೋಕ್ತಿಯಲ್ಲ !!. ಈ ಜಗತ್ತನ್ನು ಸೃಷ್ಟಿಸಿದ ಬ್ರಹ್ಮಾಂಡದೊಡೆಯನಾದ ಲಿಂಗದೇವನಿಗೆ ಸವಾಲು ಹಾಕುವಂತಿರುವ ಈ ವಚನಗಳು ಜನಸಾಮಾನ್ಯರಿಗೆ ಭಯ, ಭ್ರಾಂತ, ಸುಳ್ಳು, ಮೂಢನಂಬಿಕೆ ಸಂಬಂಧಗಳ ನಡುವಿನ ಅಪನಂಬಿಕೆ, ಖಿನ್ನತೆ, ಸಾವುನೋವು, ರೋಗರುಜಿನಗಳು ಮುಂತಾದ ಭವದುಃಖಗಳ ವಿರುದ್ಧ ಹೋರಾಡುವ ಮಾನಸಿಕ ಧೈರ್ಯ, ಆತ್ಮಸ್ಥೈರ್ಯದ ಜತೆಗೆ, ಪ್ರವಾಹದ ವಿರುದ್ಧ ಈಜಿ, ಸುರಕ್ಷಿತವಾಗಿ ದಡ ಸೇರುವ ಶಕ್ತಿಯನ್ನು

ಬಸವಣ್ಣನವರು, ತಮ್ಮ ವಚನಗಳಲ್ಲಿ ಅಡಗಿಸಿಟ್ಟಿರುವುದನ್ನು ತಮ್ಮ ಪುಸ್ತಕದಲ್ಲಿ ಅತ್ಯಂತ ಸರಳವಾಗಿ ನಿರೂಪಿಸಿದ್ದಾರೆ.

ಜರ್ಮನಿಯಲ್ಲಿ ಜರುಗಲಿರುವ ಮೇ31, 2025ನೇ ಸಾಲಿನ ಬಸವ ಜಯಂತಿ ಉತ್ಸವದಲ್ಲಿ ಈ ಪುಸ್ತಕವನ್ನು ಬಿಡುಗಡೆ ಮಾಡುತ್ತಿರುವ ವಿಷಯ ತಿಳಿದು ಬಹಳ ಸಂತೋಷವಾಯಿತು. ಈ ಶುಭ ಸಂದರ್ಭದಲ್ಲಿ ಲಿಂಗೈಕ್ಯ ಶರಣ ಸಿದ್ಧಯ್ಯ ಪುರಾಣಿಕರ 'ಭುವಿಯ ಬೆಳಕು' ಬಸವಣ್ಣನವರ ಕುರಿತು ಬರೆದ ಕವನದ ಸಾಲುಗಳು ನೆನಪಾಗುತ್ತಿದೆ.

ಬಸವನ ಬೆಳಕೆ ಎಲ್ಲಾಡಿ ಬಂದೆ ?
ಭಾರತವೆಲ್ಲಾ ಸುತ್ತಾಡಿ ಬಂದೆ.
ಬಸವನ ಬೆಳಕೆ ಎಲ್ಲಿಗೆ ಮುಂದೆ ?
ವಿಶ್ವವೆಲ್ಲವು ನನ್ನದೆ ಎಂದೆ.
ಹೊರಡುವೆ ನಾನು ಹೊರಡುವೆ ಮುಂದೆ !

ಬರುವುದು ವಿಶ್ವವು ನನ್ನಯ ಹಿಂದೆ !– ಎಂಬಂತೆ ಇದೀಗ ಬಸವಣ್ಣನವರು ವಚನಗಳ ರೂಪದಲ್ಲಿ ಕೊಟ್ಟಿರುವ ಸಾಮಾಜಿಕ, ಜಾಗತಿಕ, ಮಾನವೀಯ, ನೈತಿಕ ಮೌಲ್ಯಗಳು ಹಿಂದಿಗಿಂತಲೂ ಈಗ ಹೆಚ್ಚು ಪ್ರಸ್ತುತವಾಗುತ್ತಿವೆ ಎಂಬ ಸತ್ಯ ಗೋಚರವಾಗುತ್ತಿದೆ.

'ಸತಿಪತಿಗಳೊಂದಾದ ಭಕ್ತಿ ಹಿತವಾಗಿಪ್ಪುದು ಶಿವಂಗೆ' ಎಂಬ ಶರಣವಾಣಿಯಂತೆ ವಿನಯ ಎಸ್. ಶಿರಹಟ್ಟಿಮಠ ಅವರ ಎಲ್ಲಾ ಸಾಧನೆ–ಸತ್ಕಾರ್ಯಗಳಿಗೂ ಅವರ ಶ್ರೀಮತಿಯವರಾದ ಶರಣೆ ಶಿಲ್ಪ ವಿ. ಶಿರಹಟ್ಟಿಮಠ ಅವರ ಸಂಪೂರ್ಣ ಸಹಕಾರದೊಂದಿಗೆ ಸಾಧ್ಯವಾಗುತ್ತಿರುವುದು ಇಂದಿನ ಯುವಪೀಳಿಗೆಗೆ ಅನುಕರಣೀಯವಾದ ಆದರ್ಶವಾಗಿರುವುದು ಶ್ಲಾಘನೀಯ. ಇವರು 'ವಿನಶಿ ಫೌಂಡೇಶನ್' ಹೆಸರಿನಲ್ಲಿ ಶರಣ ಸಂಸ್ಕೃತಿ ಪರಂಪರೆಯನ್ನು ಪ್ರಚಾರ ಮಾಡಲು ಸಂಕಲ್ಪಿಸಿರುವುದು ಸಂತೋಷದಾಯಕ. ಇವರ ಈ ಸೇವೆ ಹೀಗೆ ನಿರಂತರವಾಗಿ ಮುಂದುವರಿಯಲಿ, ಶರಣ ಪರಂಪರೆಯನ್ನು ಕುರಿತು ಬರೆಯುವ ಪುಸ್ತಕಗಳು ಇವರಿಂದ ಹೆಚ್ಚು ಹೆಚ್ಚಾಗಿ ಪ್ರಚಾರವಾಗಲಿ. ಸೃಷ್ಟಿಕರ್ತ ಲಿಂಗದೇವ ಹಾಗೂ ಧರ್ಮಪಿತ ಗುರು ಬಸವಣ್ಣನವರ ಕರುಣೆ ಇವರ ಮೇಲಿರಲಿ ಎಂದು ಹೃತ್ಪೂರ್ವಕವಾಗಿ ಹಾರೈಸುತ್ತೇನೆ.

ಕ್ಯಾಂಪ್ : ಕೂಡಲ ಸಂಗಮ ಸುಕ್ಷೇತ್ರ
ದಿನಾಂಕ: 10–05–2025.

ಶುಭ ಹಾರೈಕೆಗಳೊಂದಿಗೆ
ಪೂಜ್ಯ ಶ್ರೀ ಮಹಾಜಗದ್ಗುರು ಮಾತೆ ಗಂಗಾದೇವಿ,
ಪೀಠಾಧ್ಯಕ್ಷರು, ಬಸವ ಧರ್ಮ ಪೀಠ.

ಬಸವ ಭಾಷೆ ವಚನಗಳ ಪ್ರಸ್ತುತತೆಯ ಉದ್ದೇಶ ಮತ್ತು ಸಾಮಾಜಿಕ ಆಯಾಮ

ಹನ್ನೆರಡನೆಯ ಶತಮಾನದಲ್ಲಿ ಮೊಳಗಿದ ಬಸವಣ್ಣನವರ ವಚನಗಳ ಸಂದೇಶಗಳು ಕೇವಲ ಆ ಕಾಲಕ್ಕೆ ಸೀಮಿತವಾಗದೆ, ಒಂಬತ್ತು ಶತಮಾನಗಳ ನಂತರವೂ, ಇಂದಿನ ಆಧುನಿಕ ಸಮಾಜದ ಸಂಕೀರ್ಣ ಸವಾಲುಗಳಿಗೆ ದಾರಿದೀಪವಾಗಿ ನಿಲ್ಲುವ ಸಾಮರ್ಥ್ಯವನ್ನು ಹೊಂದಿವೆ. ಬಸವಣ್ಣನವರು ತಮ್ಮ ವಚನಗಳ ಮೂಲಕ ಮಾಡಿದ "ಭಾಷೆಗಳು" (ಪ್ರತಿಜ್ಞೆಗಳು, ದೃಢನಿಲುವುಗಳು) ಮತ್ತು "ಆಣೆ ಪ್ರಮಾಣಗಳು" (ಗಂಭೀರವಾದ ಮಾತುಗಳು, ಬದ್ಧತೆಗಳು) ಕೇವಲ ಉಪದೇಶಗಳಲ್ಲ, ಅವು ಬಸವಣ್ಣನವರು ಮತ್ತು ಇತರ ಶರಣರು ಬದುಕಿ ತೋರಿಸಿದ ಜೀವನ ಸಿದ್ಧಾಂತಗಳು.

ಬಸವಣ್ಣನವರ ವಚನಗಳು ಹಲವಾರು 'ಆಣೆ-ಪ್ರಮಾಣ'ಗಳನ್ನು, ಅಂದರೆ ನೈತಿಕ ಸೂತ್ರಗಳನ್ನು ಒಳಗೊಂಡಿವೆ. ಇವು ವ್ಯಕ್ತಿಯ ಆಧ್ಯಾತ್ಮಿಕ ಉನ್ನತಿಗೆ ಮತ್ತು ಸಮಾಜದ ಸ್ವಾಸ್ಥ್ಯಕ್ಕೆ ಮಾರ್ಗದರ್ಶನ ನೀಡುತ್ತವೆ. ಕೆಲವು ಪ್ರಮುಖ ಉದಾಹರಣೆಗಳು:

1. **ಕೊಲುವೆನೆಂಬ ಭಾಷೆ ದೇವನದು, ಗೆಲುವೆನೆಂಬ ಭಾಷೆ ಭಕ್ತನದು**
2. **ಮುಟ್ಟಿ ಪರಧನ-ಪರಸತಿಯರಿಗೆಳಸಿದಡೆ ಮ್ಮಾಚಾರಕ್ಕೆ ದೂರ**
3. **ಇಂದಿಂಗೆ ನಾಳಿಂಗೆ ಬೇಕೆಂದೆನಾದಡೆ ನಿಮ್ಮಾಣೆ, ನಿಮ್ಮ ಪ್ರಮಥರಾಣೆ**
4. **ಎಲೆ ದೇವಾ, ಅನ್ಯಕ್ಕೆ ಆಸೆ ಮಾಡಿದೆನಾದಡೆ ನಿಮ್ಮಾಣೆ, ನಿಮ್ಮ ಪ್ರಮಥರಾಣೆ ಕೂಡಲಸಂಗಮದೇವಾ.**

ಇಂದಿನ ಸಮಾಜವು ಸಾಮಾಜಿಕ ನ್ಯಾಯ, ಸಮಾನತೆ, ಮತ್ತು ಮಾನವ ಹಕ್ಕುಗಳಂತಹ ವಿಷಯಗಳಲ್ಲಿ ಗಂಭೀರ ಸವಾಲುಗಳನ್ನು ಎದುರಿಸುತ್ತಿದೆ. ಜಾತಿ, ಧರ್ಮ, ಲಿಂಗ, ಮತ್ತು ಆರ್ಥಿಕ ಸ್ಥಿತಿಯ ಆಧಾರದ ಮೇಲೆ ತಾರತಮ್ಯಗಳು ಇನ್ನೂ ಜೀವಂತವಾಗಿವೆ. ಇಂತಹ ಸಂದರ್ಭದಲ್ಲಿ, **"ಭಕ್ತರಲ್ಲಿ ಕುಲವನರಸಿದರೆ ನಿಮ್ಮ ರಾಣಿವಾಸದಾಣೆ!"** ಎಂಬ ಬಸವಣ್ಣನವರ ವಾಣಿಯು ಸಾಮಾಜಿಕ ಸಾಮರಸ್ಯ ಮತ್ತು ಒಳಗೊಳ್ಳುವಿಕೆಯ ಮಹತ್ವವನ್ನು ಒತ್ತಿಹೇಳುತ್ತದೆ.

ವಚನಗಳು ಪ್ರತಿಪಾದಿಸಿದ ಜಾತಿರಹಿತ, ವರ್ಗ ರಹಿತ ಸಮಾಜದ ಕಲ್ಪನೆಯು ಇಂದಿನ ವಿಭಜಿತ ಸಮಾಜಕ್ಕೆ ಅತ್ಯಂತ ಅವಶ್ಯಕವಾದ ಆದರ್ಶವಾಗಿದೆ.

ಲಿಂಗ ಸಮಾನತೆಯ ವಿಷಯದಲ್ಲಿ, ವಚನಕಾರರ ದೃಷ್ಟಿಕೋನವು ಇಂದಿಗೂ ಕ್ರಾಂತಿಕಾರಕವಾಗಿದೆ. ಮಹಿಳೆಯರನ್ನು ಸಮಾನವಾಗಿ ಕಾಣಬೇಕು, ಅವರಿಗೆ ಶಿಕ್ಷಣ ಮತ್ತು

ಅಭಿವ್ಯಕ್ತಿ ಸ್ವಾತಂತ್ರ್ಯ ನೀಡಬೇಕು ಎಂಬ ಅವರ ನಿಲುವು , ಇಂದಿನ ಮಹಿಳಾ ಸಬಲೀಕರಣದ ಹೋರಾಟಗಳಿಗೆ ಬಲ ತುಂಬುತ್ತದೆ. "**ಪರವಧುವನು ಮಹಾದೇವಿಯೆಂಬೆ**" ಎಂದು ಸಾರುವ ಮೂಲಕ, ಮಹಿಳೆಯರ ಬಗೆಗಿನ ಕಾಮದಂತಹ ಸಹಜ ಪ್ರವೃತ್ತಿಯನ್ನು ಭಕ್ತಿಯ ಕಡೆಗೆ ತಿರುಗಿಸಿ, ಅದನ್ನು ಗೆಲ್ಲುವ ಉಪಾಯವನ್ನು ಈ ವಚನದಲ್ಲಿ ಕಾಣಬಹುದು.

ವೈಚಾರಿಕತೆ, ವೈಜ್ಞಾನಿಕ ಮನೋಭಾವ ಮತ್ತು ವಿಮರ್ಶಾತ್ಮಕ ಚಿಂತನೆಯನ್ನು ಬೆಳೆಸುವಲ್ಲಿ ಬಸವಣ್ಣನವರು ಮಹತ್ವದ ಪಾತ್ರ ವಹಿಸುತ್ತಾರೆ. ಮೂಢನಂಬಿಕೆಗಳು, ಕಂದಾಚಾರಗಳು ಮತ್ತು ಅರ್ಥಹೀನ ಸಂಪ್ರದಾಯಗಳನ್ನು ಪ್ರಶ್ನಿಸುವ ಬಸವಣ್ಣನವರ ಧೈರ್ಯ , ಇಂದಿನ ಸಮಾಜದಲ್ಲಿಯೂ ವಿವೇಚನಾಯುಕ್ತ ನಿರ್ಧಾರಗಳನ್ನು ಕೈಗೊಳ್ಳಲು ಮತ್ತು ಶೋಷಣೆಯಿಂದ ಮುಕ್ತರಾಗಲು ದಾರಿ ತೋರಿಸುತ್ತದೆ.

ವಚನಗಳ ಪ್ರಸ್ತುತತೆಯ ಉದ್ದೇಶವು ಕೇವಲ ಅವುಗಳನ್ನು ಸ್ಮರಿಸುವುದಷ್ಟೇ ಅಲ್ಲ, ಬದಲಾಗಿ ಅವುಗಳ ವಿಮರ್ಶಾತ್ಮಕ ಅಧ್ಯಯನ ನಡೆಸಿ, ಸಮಕಾಲೀನ ಸವಾಲುಗಳಿಗೆ ಸೃಜನಾತ್ಮಕವಾಗಿ ಅನ್ವಯಿಸುವ ಮೂಲಕ ಹೊಸ ಸಾಮಾಜಿಕ ಸಂವಾದವನ್ನು ಹುಟ್ಟುಹಾಕುವುದು ಮತ್ತು ಕ್ರಿಯಾಶೀಲತೆಗೆ ಪ್ರೇರೇಪಿಸುವುದಾಗಿದೆ. ಮಹಾತ್ಮರ ತತ್ವ ಸಿದ್ಧಾಂತಗಳನ್ನು ಕೇವಲ ಚೌಕಟ್ಟಿಗೆ ಸೀಮಿತಗೊಳಿಸದೆ, ವಿಶಾಲ ಮನಸ್ಸಿನಿಂದ ನೋಡುವ ಅಗತ್ಯವಿದೆ. ಸಾಹಿತ್ಯದ ಪುನರ್ ಮೌಲ್ಯಮಾಪನವು ಕಾಲಕಾಲಕ್ಕೆ ಆಗುತ್ತಲೇ ಇರಬೇಕು, ಇದು ವಚನಗಳಿಗೂ ಅನ್ವಯಿಸುತ್ತದೆ.

ಒಟ್ಟಾರೆಯಾಗಿ, ಬಸವಣ್ಣನವರ ಈ ಆಣೆ ಪ್ರಮಾಣಗಳು ಕೇವಲ ಭಾವನಾತ್ಮಕ ಅಭಿವ್ಯಕ್ತಿಗಳಲ್ಲ, ಅವು ಅವರ ಆಳವಾದ ನಂಬಿಕೆಗಳು, ಸಾಮಾಜಿಕ ಕಳಕಳಿ ಮತ್ತು ನೈತಿಕ ಬದ್ಧತೆಗಳನ್ನು ಪ್ರತಿಬಿಂಬಿಸುತ್ತವೆ.

ಇಂದಿನ ಯುಗದಲ್ಲಿ ಮೌಲ್ಯಗಳು ಕ್ಷೀಣಿಸುತ್ತಿರುವ ಸಂದರ್ಭದಲ್ಲಿ, ಈ ಪ್ರಮಾಣಗಳು ನಮಗೆ ಸತ್ಯನಿಷ್ಠೆ, ಸಮಾನತೆ, ನೈತಿಕತೆ ಮತ್ತು ಬದ್ಧತೆಯ ಮಹತ್ವವನ್ನು ನೆನಪಿಸುತ್ತವೆ. ಅವು ವೈಯಕ್ತಿಕ ಮತ್ತು ಸಾಮಾಜಿಕ ಜೀವನದಲ್ಲಿ ಉತ್ತಮ ಮೌಲ್ಯಗಳನ್ನು ಅಳವಡಿಸಿಕೊಳ್ಳಲು ನಮಗೆ ಪ್ರೇರಣೆ ನೀಡುತ್ತವೆ. ಹೀಗಾಗಿ, ಈ ಆಣೆಗಳು ಇಂದಿಗೂ ಪ್ರಸ್ತುತವಾಗಿವೆ ಮತ್ತು ಮನುಷ್ಯರಿಗೆ ಮಾರ್ಗದರ್ಶನ ನೀಡುವ ಶಕ್ತಿಯನ್ನು ಹೊಂದಿವೆ.

ಶಿಲ್ಪಾ.ವಿ.ಶಿರಹಟ್ಟಿಮಠ

ವಿನ್ ಶಿ ಫೌಂಡೇಶನ್

ಬರೆದವನ ಬಿನ್ನಹ

12ನೇ ಶತಮಾನದ ವಚನ ಚಳುವಳಿಯು ಕನ್ನಡ ಸಾಹಿತ್ಯ, ಸಂಸ್ಕೃತಿ ಮತ್ತು ಸಮಾಜದ ಮೇಲೆ ಅಳಿಸಲಾಗದ ಪ್ರಭಾವ ಬೀರಿದೆ. ಈ ಚಳುವಳಿಯ ನೇತಾರ, ಕ್ರಾಂತಿಯೋಗಿ ಬಸವಣ್ಣನವರ ವಚನಗಳು ಕೇವಲ ತಾತ್ವಿಕ ಚಿಂತನೆಗಳಲ್ಲ,ಅವು ಅವರ ವೈಯಕ್ತಿಕ ಅನುಭಾವ, ಸಾಮಾಜಿಕ ಕಳಕಳಿ ಮತ್ತು ಅಚಲವಾದ ನೈತಿಕ ನಿಲುವುಗಳ ಪ್ರತಿಬಿಂಬಗಳಾಗಿವೆ. ಅನೇಕ ವಚನಗಳಲ್ಲಿ ಬಸವಣ್ಣನವರು ತಮ್ಮ ಜೀವನದ ಆದರ್ಶಗಳನ್ನು, ತಾವು ಅನುಸರಿಸಬೇಕೆಂದು ಬಯಸಿದ ತತ್ತ್ವ ಗಳನ್ನು ದೃಢವಾದ ಸಂಕಲ್ಪಗಳ ಅಥವಾ ಪ್ರತಿಜ್ಞೆಗಳ ರೂಪದಲ್ಲಿ ವ್ಯಕ್ತಪಡಿಸಿದ್ದಾರೆ.

ಈ ಕೃತಿಯಲ್ಲಿ ಬಸವಣ್ಣನವರ ವಚನಗಳಲ್ಲಿ ಕಂಡುಬರುವ ಪ್ರತಿಜ್ಞೆಗಳು, ಶಪಥಗಳು ಮತ್ತು ದೃಢವಾದ ಬದ್ಧತೆಗಳನ್ನು ಗುರುತಿಸಿ, ವಿಶ್ಲೇಷಿಸುವ ಗುರಿಯನ್ನು ಹೊಂದಿದೆ. ನಿರ್ದಿಷ್ಟವಾಗಿ, ನಡೆ-ನುಡಿಯ ಏಕತೆ, ಸಾಮಾಜಿಕ ಸಮಾನತೆ, ಕಾಯಕ, ದಾಸೋಹ, ಸತ್ಯಸಂಧತೆ ಮುಂತಾದ ತಾತ್ವಿಕ ಮೌಲ್ಯಗಳಿಗೆ ಬಸವಣ್ಣನವರು ಹೇಗೆ ಬದ್ಧರಾಗಿದ್ದರು, ಈ ಪ್ರತಿಜ್ಞೆಗಳ ಸಂದರ್ಭ (ಯಾರಿಗೆ ಸಂಬೋಧನೆ, ತಪ್ಪಿದರೆ (ಆಗುವ ಪರಿಣಾಮಗಳು), ಶರಣ ತತ್ತ್ವ ಶಾಸ್ತ್ರದಲ್ಲಿ ಅವುಗಳ ಮಹತ್ವ ಮತ್ತು ವಿವಿಧ ವಚನಗಳಲ್ಲಿನ ಬದ್ಧತೆಗಳ ಸ್ವರೂಪ ಹಾಗೂ ತೀವ್ರತೆಯನ್ನು ತುಲನಾತ್ಮಕವಾಗಿ ಪರಿಶೀಲಿಸಲಾಗುವುದು.

ಶರಣ ತತ್ತ್ವ ಶಾಸ್ತ್ರದಲ್ಲಿ 'ಪ್ರತಿಜ್ಞೆ'ಯ ಪಾತ್ರ ಮತ್ತು ಮಹತ್ವ:

ಬಸವಣ್ಣನವರ ವಚನಗಳಲ್ಲಿ ಪ್ರತಿಜ್ಞೆಗಳು, ಶಪಥಗಳು ಮತ್ತು ದೃಢವಾದ ಬದ್ಧತೆಗಳು ಕೇಂದ್ರ ಸ್ಥಾನವನ್ನು ಪಡೆದಿವೆ. ನಡೆ-ನುಡಿಯ ಏಕತೆ, ಸಾಮಾಜಿಕ ಸಮಾನತೆ, ನೈತಿಕ ಆಚರಣೆ, ಕಾಯಕ-ದಾಸೋಹ ಮತ್ತು ಅಚಲವಾದ ಭಕ್ತಿ ಇವುಗಳ ಮೂಲಕ ವ್ಯಕ್ತವಾಗುವ ಈ ಬದ್ಧತೆಗಳು ಬಹುಮುಖಿಯಾಗಿವೆ. ಅವು ವೈಯಕ್ತಿಕ ಆತ್ಮಸಾಕ್ಷಿಯಿಂದ ಹಿಡಿದು, ಶರಣ ಸಮುದಾಯದ ತತ್ತ್ವ ಗಳಿಗೆ ಮತ್ತು ನೇರವಾಗಿ ದೇವರಿಗೂ ಸಲ್ಲಿಸುವ ಹೊಣೆಗಾರಿಕೆಯನ್ನು ಒಳಗೊಂಡಿವೆ.

'ವಚನ' ಎಂಬ ಪದವೇ 'ಪ್ರಮಾಣ' ಅಥವಾ 'ಮಾತುಕೊಟ್ಟಂತೆ' ಎಂಬ ಅರ್ಥವನ್ನು ಹೊತ್ತಿರುವುದರಿಂದ, ಶರಣರ ವಚನಗಳು ಕೇವಲ ಅಮೂರ್ತ ತತ್ತ್ವಗಳು ಮಾತ್ರವಲ್ಲ, ಬದಲಾಗಿ ಅವು ಬದುಕಿ ತೋರಿಸಿದ ಸತ್ಯಗಳಿಗೆ ಮತ್ತು ಬದ್ಧತೆಗಳಿಗೆ ಸಾಕ್ಷಿಯಾಗಿವೆ. ಅವು ಅನುಭವದಿಂದ ಹುಟ್ಟಿದ 'ಪ್ರಮಾಣ'ಗಳಾಗಿವೆ.

ಬಸವಣ್ಣನವರ ವಚನಗಳಲ್ಲಿನ ಈ ಬದ್ಧತೆಗಳು ಕೇವಲ ವೈಯಕ್ತಿಕ ನಿಷ್ಠುರತೆಗಳಲ್ಲ,ಅವು ಶರಣ ಚಳುವಳಿಯ ಮೂಲಭೂತ ತತ್ತ್ವಗಳಾದ ಸತ್ಯ (ನಡೆ-ನುಡಿ), ಸಾಮಾಜಿಕ ನ್ಯಾಯ

ಮತ್ತು ಸಮಾನತೆ, ಭಕ್ತಿ, ಸದಾಚಾರ (ಸರಿಯಾದ ನಡತೆ), ಮತ್ತು ಅನುಭಾವಗಳ ಮೂರ್ತರೂಪಗಳಾಗಿವೆ. ಈ ಪ್ರತಿಜ್ಞೆಗಳು ಶರಣರ ಜೀವನ ವಿಧಾನದ ತಿರುಳನ್ನು ಪ್ರತಿನಿಧಿಸುತ್ತವೆ.

ಈ ಬದ್ಧತೆಗಳು ಬಸವಣ್ಣನವರ ಚಿಂತನೆಯಲ್ಲಿ ನೀತಿಶಾಸ್ತ್ರ, ಸಾಮಾಜಿಕ ನ್ಯಾಯ ಮತ್ತು ಆಧ್ಯಾತ್ಮಿಕತೆಗಳು ಹೇಗೆ ಆಳವಾಗಿ ಹೆಣೆದುಕೊಂಡಿವೆ ಎಂಬುದನ್ನು ತೋರಿಸುತ್ತವೆ. ಸಾಮಾಜಿಕ ಸಮಾನತೆಯಂತಹ ಕ್ರಾಂತಿಕಾರಿ ವಿಚಾರಗಳನ್ನು ಕೇವಲ ಘೋಷಣೆಗಳಾಗಿ ಉಳಿಸದೆ, ಅವುಗಳನ್ನು 'ದ್ರೋಹ' ಮತ್ತು ಶಪಥಗಳ ಮೂಲಕ ಉಲ್ಲಂಘಿಸಲಾಗದ ಬದ್ಧತೆಗಳನ್ನಾಗಿ ಪರಿವರ್ತಿಸಿದ್ದು ಶರಣ ಚಳುವಳಿಯ ಅನನ್ಯತೆಯಾಗಿದೆ.

ಆಧುನಿಕ ಪ್ರಸ್ತುತತೆ:

ಪ್ರಾಮಾಣಿಕತೆ, ಸಮಾನತೆ, ಸಾಮಾಜಿಕ ನ್ಯಾಯ, ಕಾಯಕ ಗೌರವ ಮತ್ತು ವೈಯಕ್ತಿಕ ಹೊಣೆಗಾರಿಕೆಯಂತಹ ಬಸವಣ್ಣನವರ ಬದ್ಧತೆಗಳು ಎಂಟುನೂರು ವರ್ಷಗಳ ನಂತರವೂ ಇಂದಿನ ಸಮಾಜಕ್ಕೆ ಅತ್ಯಂತ ಪ್ರಸ್ತುತವಾಗಿವೆ. ವೈಯಕ್ತಿಕ ಮತ್ತು ಸಾಮಾಜಿಕ ಜೀವನದಲ್ಲಿ ನೈತಿಕ ಮೌಲ್ಯಗಳು ಕುಸಿಯುತ್ತಿರುವ ಈ ಕಾಲಘಟ್ಟದಲ್ಲಿ, ಬಸವಣ್ಣನವರ ವಚನಗಳಲ್ಲಿನ ದೃಢವಾದ ಬದ್ಧತೆಗಳು ನಮಗೆ ದಾರಿದೀಪವಾಗಬಲ್ಲವು. ಬಸವಣ್ಣನವರ ಜೀವನದ ನಡೆ ಮತ್ತು ವಚನಗಳಲ್ಲಿನ ಅಭಿವ್ಯಕ್ತಿ ಸಾರ್ವಕಾಲಿಕ ಮೌಲ್ಯಗಳನ್ನು ಎತ್ತಿಹಿಡಿಯುತ್ತವೆ.

ಈ ಲೋಕದವರಿಗೆ ಆ ಲೋಕದ ಹುಚ್ಚು ಬಿಡಿಸಿ ಈ ಲೋಕವನ್ನೇ ದೇವಲೋಕವನ್ನಾಗಿ ಮಾರ್ಪಡಿಸುವ ದಾರಿಯನ್ನು ತೋರಿದ್ದಾರೆ ಬಸವಣ್ಣನವರು! ಅವರಿಗೆ ಈ ಲೋಕದ ಬಗ್ಗೆ ಅದೇನು ಆಸಕ್ತಿಯೋ, ಆಸ್ಥೆಯೋ "ಅಯ್ಯಾ, ಏಳೇಳು ಜನ್ಮದಲ್ಲಿ ಶಿವಭಕ್ತನಾಗಿ ಬಾರದಿರ್ದೊಡೆ ನಿಮ್ಮಾಣೆ, ನಿಮ್ಮ ಪ್ರಮಥರಾಣೆ!" ಎಂದು ಆಣೆಯಿಟ್ಟುಕೊಂಡು ಹೋಗಿದ್ದಾರೆ. ಈ ಆಣೆಯನ್ನವರು ನಡೆಸಿಕೊಡಲಿ! ಅಥವಾ, ಅವರ ತತ್ತ್ವಗಳನ್ನು ಜೀವಂತಗೊಳಿಸಿ ನಾವು ನಡೆಸಿಕೊಡೋಣ.

"ಎಲ್ಲ ಬಲ್ಲಿದನಯ್ಯಾ ಕಲ್ಯಾಣದ ಬಸವಯ್ಯಾ
ಚೆಲ್ಲಿದನು ತಂದು ಶಿವಬೆಳಕ ನಾಡೊಳಗೆ
ಸೊಲ್ಲೆತ್ತಿ ಜನವು ಹಾಡುವದು.!"

ಶರಣ ಸಂಸ್ಕೃತಿ ಪ್ರಸಾರ ಮಾಡಲು ಕಂಕಣಬದ್ಧವಾಗಿರುವ ವಿನಶಿ ಫೌಂಡೇಶನ್-ನ ಸಂಸ್ಥಾಪಕರಾದ ನನ್ನ ವಿಚಾರಪತ್ನಿ ಶಿಲ್ಪಾ.ವಿ. ಶಿರಹಟ್ಟಿಮಠ 'ಬಂದುದನರಿದು ಬಳಸುವಳು,ಬಂದುದ ಪರಿಣಾಮಿಸುವಳು,ಬಂಧು ಬಳಗವ ಮರೆಸುವಳು, ದುಗ್ಗಳೆಯ ತಂದು ಬದುಕಿದೆನು ಕಾಣಾ ರಾಮನಾಥ' ಎಂಬ ಜೇಡರ ದಾಸಿಮಯ್ಯನವರ ವಚನದಂತೆ

ನನ್ನೆಲ್ಲಾ ಚಟುವಟಿಕೆಗಳ ಜೊತೆಯಲ್ಲಿ ಹೆಜ್ಜೆ ಹಾಕುತ್ತಾ ಕೃತಿಯ ಪ್ರಕಟಣೆಯನ್ನು ವಿನಶಿ ಫೌಂಡೇಶನ್ನಿಂದ ಹೊರತರುವ ಜವಾಬ್ದಾರಿಯನ್ನು ಹೊತ್ತಿರುವದು ನನ್ನ ಜೀವನದ ಸಂತಸದ ಕ್ಷಣ.

ನಮ್ಮ ವಿನಂತಿಗೆ ಒಗೊಟ್ಟು ಬಸವ ಧರ್ಮದ ಪೀಠಾಧ್ಯಕ್ಷರಾದ್ ಪೂಜ್ಯ ಶ್ರೀ ಮಹಾಜಗದ್ಗುರು ಮಾತೆ ಗಂಗಾದೇವಿಯವರು ತಮ್ಮ ಕೆಲಸಗಳ ಒತ್ತಡದಲ್ಲಿಯೂ ಶುಭ ಹಾರೈಕೆಯನ್ನು ದಯಪಾಲಿಸಿದ್ದಾರೆ, ಅವರಿಗೂ ನನ್ನ ಹೃತ್ಪೂರ್ವಕ ಶರಣಾರ್ಥಿಗಳು.

ನನ್ನ ಪ್ರಥಮ ಕೃತಿಯನ್ನು ಹೊರತರಲು ಅಂಬೆಗಾಲಿಡುತ್ತಿರುವಾಗ ನನ್ನನ್ನು ಹುರಿದುಂಬಿಸಿದಲ್ಲದೇ, ಪುಸ್ತಕದ ಕರಡು ಪ್ರತಿಯನ್ನು ತಿದ್ದಿದ ಮತ್ತು ವೈಚಾರಿಕವಾಗಿ ನನ್ನನ್ನು ತಿದ್ದುತ್ತಾ ಬಂದಿರುವ ನನ್ನ ಪ್ರೀತಿಯ ಶಿಕ್ಷಾ ಗುರುಗಳಾದ ಪ್ರೊ ಡಾ ಎಸ್ ವಿ ಪಾಟೀಲರಿಗೆ ಶರಣು ಶರಣಾರ್ಥಿಗಳು

ಈ ಕೃತಿಯನ್ನು ಬರೆಯಲು ನನ್ನ ತಂದೆ ತಾಯಿ ಶ್ರೀ ಶಂಕರಯ್ಯಾ ಎಫ್ ಶಿರಹಟ್ಟಿಮಠ ಮತ್ತು ಶ್ರೀಮತಿ ಶೋಭಾ ಎಸ್ ಶಿರಹಟ್ಟಿಮಠ ಪ್ರೋತ್ಸಾಹ ಮತ್ತು ಸ್ಪೂರ್ತಿಯೇ ಕಾರಣ. ನನ್ನ ಈ ಕನಸನ್ನು ನನಸಾಗಿಸಲು ನೀವು ನೀಡಿದ ಬೆಂಬಲಕ್ಕೆ ನಾನು ಸದಾ ಚಿರಋಣಿ. ನಿಮ್ಮಿಬ್ಬರ ಪ್ರೀತಿ ಮತ್ತು ಮಾರ್ಗದರ್ಶನವಿಲ್ಲದೆ ಇದು ಸಾಧ್ಯವಾಗುತ್ತಿರಲಿಲ್ಲ.

ಇಂಥ ಒಂದು ಪುಸ್ತಕವನ್ನು ಬರೆದಿರುವದಾಗಿ ಪೋಲಂಡ್ನಲ್ಲಿ ನೆಲೆಸಿರುವ ನಮ್ಮ ಭಾವ ಮತ್ತು ಸಹೋದರಿ (ಶೀಲಾ ಮತ್ತು ಪಂಚಾಕ್ಷರಿ ಲಕ್ಕೇಶ್ವರಮಠ)ಗೆ ತಿಳಿಸಿದಾಗ ನನ್ನಲ್ಲಿ ನಂಬಿಕೆಯಿಟ್ಟು,ಸದಾ ನನ್ನ ಜೊತೆಗಿದ್ದು ಪ್ರೇರಣೆಯ ಮಾತುಗಳನ್ನು ಹೇಳಿ ಜರ್ಮನಿಯಲ್ಲಿ ನಡೆಯುವ ಬಸವ ಜಯಂತಿ ಕಾರ್ಯಕ್ರಮದಲ್ಲಿ ಪುಸ್ತಕ ಬಿಡುಗಡೆ ಮಾಡುತ್ತಿರುವ ನಿಮಗೆ ಶರಣು ಶರಣಾರ್ಥಿಗಳು. ಈ ಪುಸ್ತಕ ಕೇವಲ ನನ್ನದಲ್ಲ, ಇದು ನಿಮ್ಮೆಲ್ಲರ ಹಾರೈಕೆ ಮತ್ತು ಬೆಂಬಲದ ಫಲ.

ನಿಮಗೆ ನನ್ನ ತುಂಬು ಹೃದಯದ ಧನ್ಯವಾದಗಳು.

ಕನ್ನಡ ಸಾಹಿತ್ಯವನ್ನು ಪ್ರವೇಶಿಸುತ್ತಿರುವ ಈ ಕೃತಿಯನ್ನು ಶರಣ ಬಂಧುಗಳು
ಆತ್ಮೀಯತೆಯಿಂದ ಬರಮಾಡಿಕೊಳ್ಳುವರೆಂಬ ವಿಶ್ವಾಸವಿದೆ.

ಸಕಲಜೀವಾತ್ಮರಿಗೆ ಲೇಸಾಗಲೆಂದು, ಅನ್ನದಾತನಿಗೆ/ಕಾಯಕ ಜೀವಿಗಳಿಗೆ
ಜಯವಾಗಲೆಂದು ಪ್ರಾರ್ಥಿಸುತ್ತ,ಬಸವಾದಿ ಶರಣರಿಗೆ ಶರಣು ಶರಣಾರ್ಥಿಗಳು.

ವಿನಯ ಶಿರಹಟ್ಟಿಮಠ
ಸೋಹಂ ಎಂದೆನಿಸದೆ ದಾಸೋಹಂ ಎಂದೆನಿಸಯ್ಯಾ
+91-9742267547

ಒಳಪುಟಗಳಲ್ಲಿ....

1. ಮನಕ್ಕೆ ನಾಚದ ವಚನ, ವಚನಕ್ಕೆ ನಾಚದ ಮನ 12

2. ನಡೆ ನುಡಿ ಹುಸಿಯುಂಟಾದರೆ, ಕೂಡಲಸಂಗನ ತೋರಿದ ಚೆನ್ನಬಸವಣ್ಣನಾಣೆ! 18

3. ಭಕ್ತರಲ್ಲಿ ಕುಲವನರಸಿದರೆ ನಿಮ್ಮ ರಾಣಿವಾಸದಾಣೆ! 27

4. ಎನ್ನವರೆಂದಡೆ ಜನ್ನಕ್ಕೆ ನಡೆವರೆ, ಎನ್ನವರಲ್ಲ, ಕೂಡಲಸಂಗಾ ನಿಮ್ಮಾಣೆ ... 34

5. ಒಡೆನಯ್ಯಾ, ಬೇಡೆನಯ್ಯಾ, ಕೂಡಲಸಂಗಮದೇವಾ! 38

6. ಬೇಡಿದವರಿಗಿಲ್ಲೆನ್ನದಿರು, ಕಂಡಾ, ಮನವೇ, ನಾಡ ಮಾತು ಬೇಡ, ಸೆರಗೊಡ್ಡಿಬೇಡು ಕೂಡಲಸಂಗನ ಶರಣರಾ. 43

7. ನಿಮ್ಮ ಮುಟ್ಟಿ ಪರಧನ-ಪರಸತಿಯರಿಗೆಳಸಿದಡೆ ನಿಮ್ಮಾಚಾರಕ್ಕೆ ದೂರ ... 50

8. ಕೂಡಲಸಂಗಮದೇವರ ಮುಂದೆ ಭಾಷೆಪ್ರಸಾದವನಿಕ್ಕಲಮ್ಮೆನಯ್ಯಾ, ಚೆನ್ನಬಸವಣ್ಣಾ. 54

9. ನಿಮಗೆತ್ತಿದ ಕರವ ಅನ್ಯರಿಗೆ ಮುಗಿದಡೆ ಅಘೋರ ನರಕವಯ್ಯಾ. ಈ ಭಾಷೆಗೆ ತಪ್ಪಿದಡೆ ತಲೆದಂಡ ತಲೆದಂಡ!! 59

10. ಭಾಷೆ ತಪ್ಪಿದ ಬಳಿಕ ದೇವಾ, ಬಲ್ಲಿದ ಭಕ್ತನೇನ ಮಾಡುವನಯ್ಯಾ 65

11. ಜಂಗಮರೂಪಾಗಿ ಸಂಗಯ್ಯ ಬಂದಾನೆಂದು ಎಂದೆಂದೂ ನಾನು ಮಂಚವನೇರದ ಭಾಷೆ. 71

12. ಲಿಂಗ-ಜಂಗಮ-ಪ್ರಸಾದಕಲ್ಲದೆ ಬಾಯ್ದೆರೆಯೆನೆಂಬುದೆನ್ನ ಭಾಷೆ. 77

13. ಪವಿತ್ರಲಿಂಗಕ್ಕೆ ಅಪವಿತ್ರವ ಕೊಡಲೊಲ್ಲೆನೆಂಬುದೆನ್ನ ಭಾಷೆ 82

14. ಭಾಷೆ ತಪ್ಪಿದಲ್ಲದೆ ದಾರಿದ್ರ್ಯವಿಲ್ಲ 88

15. ಕೊಲುವೆನೆಂಬ ಭಾಷೆ ದೇವನದು,
ಗೆಲುವೆನೆಂಬ ಭಾಷೆ ಭಕ್ತನದು. 93

16. ಇಂದಿಂಗೆ ನಾಳಿಂಗೆ ಬೇಕೆಂದೆನಾದಡೆ ನಿಮ್ಮಾಣೆ,
ನಿಮ್ಮ ಪ್ರಮಥರಾಣೆ. 99

17. ಆ ನಿಮ್ಮ ಹಾರೆನು, ಮಾನವರ ಬೇಡೆನು. ಆಣೆ ನಿಮ್ಮಾಣೆ,
ಕೂಡಲಸಂಗಮದೇವಾ. 104

18. ಹಲ್ಲು ಹತ್ತಿ ನಾಲಗೆ ಹೊರಳದಿದ್ದಲ್ಲಿ
ಮನವೆರಡಾದಡೆ ಆಣೆ, ನಿಮ್ಮಾಣೆ 110

19. ತನು ತೆರಳಿದಡೆ ಭಾವ ಒಸರಿಸಿದಡೆ ಆಣೆ ನಿಮ್ಮಾಣೆ 115

20. ಎಲ್ಲಿ ನೋಡಿದಡಲ್ಲಿ ಮನವಳಸಿದಡೆ ಆಣೆ, ನಿಮಾಣೆ,
ನಿಮ್ಮ ಪ್ರಮಥರಾಣೆ 120

21. ಆಶಾಪಾಶ ಎನ್ನಲ್ಲುಳ್ಳಡೆ ಕೂಡಲಸಂಗಾ ನಿಮ್ಮಾಣೆ 124

22. ಎಲೆ ದೇವಾ, ಅನ್ಯಕ್ಕೆ ಆಸೆ ಮಾಡಿದೆನಾದಡೆ ನಿಮ್ಮಾಣೆ, ನಿಮ್ಮ
ಪ್ರಮಥರಾಣೆ ಕೂಡಲಸಂಗಮದೇವಾ 129

23. ನಿಮ್ಮ ಪುರಾತನರ ಪ್ರಸಾದವಲ್ಲದೆ ಕೊಂಡಡೆ ನಿಮ್ಮಾಣೆ 136

24. ನೀ ಕೊಟ್ಟ ದ್ರವ್ಯವ ನಿಮಗಲ್ಲದೆ ಮತ್ತೊಂದಕ್ಕೆ ಮಾಡೆನು,
ನಿಮ್ಮಾಣೆ ಕೂಡಲಸಂಗಮದೇವಾ 141

25. ಸಯದಾನ ಸವೆಯಿತ್ತೆಂದು ಬೆದರಿದೆನಾದಡೆ, ನಿಮ್ಮಾಣೆ,
ನಿಮ್ಮ ಪ್ರಮಥರಾಣೆ 147

26. ಮನಭೀತಿ ಮನಶಂಕೆಗೊಂಡೆನಾದಡೆ ನಿಮ್ಮಾಣೆ,
ನಿಮ್ಮ ಪುರಾತನರಾಣೆ 152

1. ಮನಕ್ಕೆ ನಾಚದ ವಚನ, ವಚನಕ್ಕೆ ನಾಚದ ಮನ

ವಚನ :

"ಮನಕ್ಕೆ ನಾಚದ ವಚನ,ವಚನಕ್ಕೆ ನಾಚದ ಮನ!
ಕುಂದ ಹೆಚ್ಚ ನುಡಿವೆ
ಒಂದು ಮಾತಿನ ಗೆಲ್ಲ-ಸೋಲಕ್ಕೆ ಹಿಡಿದು ಹೋರುವೆ:
ಕೂಡಲಸಂಗನ ಶರಣರೆನ್ನಾಳ್ದರೆಂಬೆ!"

ಈ ವಚನದಲ್ಲಿ ಬಸವಣ್ಣನವರು ಮಾನವ ಸಹಜ ದೌರ್ಬಲ್ಯಗಳಾದ ಮನಸ್ಸು ಮತ್ತು ಮಾತಿನ ಅಪ್ರಾಮಾಣಿಕತೆ, ಅತಿಯಾದ ಮಾತುಗಾರಿಕೆ, ಮತ್ತು ವಾದಮಾಡಿ ಗೆಲ್ಲುವ ಹಠ ಇವುಗಳನ್ನು ತಮ್ಮಲ್ಲಿರುವುದಾಗಿ ಒಪ್ಪಿಕೊಳ್ಳುತ್ತಾರೆ. ಆದಾಗ್ಯೂ, ತಾವು ಕೂಡಲಸಂಗಮದೇವನ ಶರಣರಿಗೆ ಸೇರಿದವರು ಎಂದು ಹೇಳಿಕೊಳ್ಳುವ ಮೂಲಕ, ಶರಣರ ಸಹವಾಸ ಮತ್ತು ಅವರ ಮಾರ್ಗದರ್ಶನದಿಂದ ತಮ್ಮನ್ನು ತಿದ್ದಿಕೊಳ್ಳುವ ಮತ್ತು ಆಧ್ಯಾತ್ಮಿಕವಾಗಿ ಮುನ್ನಡೆಯುವ ಆಕಾಂಕ್ಷೆಯನ್ನು ವ್ಯಕ್ತಪಡಿಸುತ್ತಾರೆ. ಇದು ಕೇವಲ ಆತ್ಮವಿಮರ್ಶೆಯಲ್ಲದೆ, ಶರಣ ಸಂಕುಲದ ಮಹತ್ವ ಮತ್ತು ಅವರ ಒಡೆತನಕ್ಕೆ ಸೇರುವುದರ ಶ್ರೇಷ್ಠತೆಯನ್ನೂ ಸಾರುತ್ತದೆ.

➔ **"ಮನಕ್ಕೆ ನಾಚದ ವಚನ, ವಚನಕ್ಕೆ ನಾಚದ ಮನ!"**

ಮನಸ್ಸುತಾನು ಆಡಿದ ಮಾತಿಗೆ ನಾಚುವುದಿಲ್ಲ,ಅಥವಾ ಹೊಣೆಗಾರಿಕೆ ತೋರುವುದಿಲ್ಲ. ಹಾಗೆಯೇ, ಆಡಿದ ಮಾತು ಮನಸ್ಸಿಗೆ ನಾಚುವುದಿಲ್ಲ, ಅಂದರೆ ಆ ಮಾತುಗಳು ಮನಸ್ಸಿನ ನಿಜವಾದ ಬದ್ಧತೆಯನ್ನು ಅಥವಾ ಸ್ಥಿತಿಯನ್ನು ಬಿಂಬಿಸಬೇಕೆಂದೇನಿಲ್ಲ. ಇಲ್ಲಿ ಒಂದು ರೀತಿಯ ಅಸಂಗತತೆ, ದಂದ್ವ ಸ್ಥಿತಿಯನ್ನು ಸೂಚಿಸಲಾಗಿದೆ.

ಈ ವಚನವು ಪ್ರಾರಂಭದಲ್ಲಿಯೇ ಮನಸ್ಸಿನ ಸಹಜವಾದ ಅಸಂಗತತೆಯನ್ನು, ಸಮಗ್ರತೆಗೆ ಅದು ತೋರುವ ಪ್ರತಿರೋಧವನ್ನು ಒಪ್ಪಿಕೊಳ್ಳುವ ಮೂಲಕ ಗಮನ ಸೆಳೆಯುತ್ತದೆ. ಇದು ಕೇವಲ ದೂರುಗಾರಿಕೆಯಲ್ಲ, ಬದಲಾಗಿ ಒಂದು ಕಠೋರ ವಾಸ್ತವದ ಪ್ರಾಮಾಣಿಕ ನಿರೂಪಣೆ.

ಈ ರೀತಿಯ ಸದೃಢವಾದ್ ಪ್ರಾಮಾಣಿಕತೆಯೇ ಶರಣರ ಒಂದು ಮೌಲ್ಯವಾಗಿದೆ.

- **ಮನಕ್ಕೆ ನಾಚದ ವಚನ:** ನಾನು ಆಡುವ ಮಾತು (ವಚನ) ಹೇಗಿರಬೇಕೆಂದರೆ, ಅದನ್ನು ಆಡಿದ ನಂತರ ನನ್ನ ಮನಸ್ಸಾಕ್ಷಿಗೆ (ಮನಕ್ಕೆ) ನಾಚಿಕೆಯಾಗಬಾರದು, ಸಂಕೋಚವಾಗಬಾರದು. ಅಂದರೆ, ನನ್ನ ಮಾತುಗಳು ಸತ್ಯ, ಪ್ರಾಮಾಣಿಕತೆ ಮತ್ತು ನನ್ನ ನಂಬಿಕೆಗಳಿಗೆ ಅನುಗುಣವಾಗಿರಬೇಕು.
- **ವಚನಕ್ಕೆ ನಾಚದ ಮನ:** ಹಾಗೆಯೇ, ನನ್ನ ಮನಸ್ಸು (ಆಲೋಚನೆಗಳು, ಭಾವನೆಗಳು) ಹೇಗಿರಬೇಕೆಂದರೆ, ನಾನು ಆಡಿದ ಮಾತುಗಳನ್ನು ಕೇಳಿ ಅಥವಾ ಆ ಮಾತುಗಳ ಬದ್ಧತೆಯನ್ನು ನೆನೆದು ಅದಕ್ಕೆ ನಾಚಿಕೆ ಪಡುವಂತಿರಬಾರದು. ಅಂದರೆ, ನನ್ನ ಮನಸ್ಸು ಕೂಡ ಶುದ್ಧವಾಗಿರಬೇಕು, ಕಪಟತನದಿಂದ ಮುಕ್ತವಾಗಿರಬೇಕು.

➔ **"ಕುಂದ ಹೆಚ್ಚ ನುಡಿವೆ."**

- **ಕುಂದ: ಕೊರತೆ, ದೋಷ, ತಪ್ಪು.**
- **ಹೆಚ್ಚು: ಅಧಿಕ, ಶ್ರೇಷ್ಠತೆ, ಒಳ್ಳೆಯತನ, ಗುಣ.**
- **ನುಡಿವೆ: ಮಾತನಾಡುತ್ತೇನೆ.**

ಈ ಸಾಲು ಮಾತಿನ ಮೇಲಿನ ಹಿಡಿತವಿಲ್ಲದಿರುವುದನ್ನು, ಇದು ಇತರರಲ್ಲಿ ಅಥವಾ ತನ್ನಲ್ಲಿಯೇ ತಪ್ಪುಗಳನ್ನು ಹುಡುಕುವ, ಅಥವಾ ಸಂಯಮವಿಲ್ಲದೆ ಮಾತನಾಡುವ ಮನಸ್ಸಿನ ಲಕ್ಷಣವಾಗಿರಬಹುದು. ಇದು ಶರಣರು ಪ್ರತಿಪಾದಿಸುವ ಅಳತೆಯ, ಸತ್ಯವಾದ, ಹಿತವಾದ ಮತ್ತು ಮಿತವಾದ 'ಸುಭಾಷೆ'ಗೆ (ಉತ್ತಮ ಮಾತು) ವ್ಯತಿರಿಕ್ತವಾಗಿದೆ. ಈ ಸಾಲನ್ನು ಮನಸ್ಸು ನಕಾರಾತ್ಮಕ ವಿಷಯಗಳ ಮೇಲೆ ಗಮನಹರಿಸಿ ವ್ಯಕ್ತಪಡಿಸುವುದು ಎಂದು ವಿಶ್ಲೇಷಿಸುತ್ತದೆ.

ಈ ಸಾಲು, ಮನಸ್ಸು ಸಮತೋಲಿತ, ಸಹಾನುಭೂತಿಯುತ ಅಥವಾ ಸತ್ಯವಾದ ಅಭಿವ್ಯಕ್ತಿಯ ಬದಲು ದೋಷಗಳು ('ಕುಂದು') ಮತ್ತು ಅತಿರೇಕಗಳ ('ಹೆಚ್ಚು') ಮೇಲೆ ಗಮನಹರಿಸುವ ಪ್ರವೃತ್ತಿಯ ಬಗ್ಗೆ ಸ್ವಯಂ-ಅರಿವನ್ನು ಬಹಿರಂಗಪಡಿಸುತ್ತದೆ. ಇದು ಶರಣರ ಸಂವಾದಗಳಲ್ಲಿ ಮತ್ತು ಅನುಭವ ಮಂಟಪದ ಚರ್ಚೆಗಳಲ್ಲಿ ನಿರೀಕ್ಷಿತವಾದ ಸಾವಧಾನದ ಸಂವಹನಕ್ಕೆ ವಿರುದ್ಧವಾಗಿದೆ.

➔ "ಒಂದು ಮಾತಿನ ಗೆಲ್ಲ-ಸೋಲಕ್ಕ ಹಿಡಿದು ಹೋರುವೆ:"

'ಒಂದು ಮಾತು' ಎಂದರೆ ಒಂದು ವಿಷಯ, ಒಂದು ಅಂಶ ಅಥವಾ ಕೇವಲ ಒಂದು ಶಬ್ದ. 'ಗೆಲ್ಲ-ಸೋಲಕ್ಕೆ' ಎಂದರೆ ಗೆಲುವಿಗಾಗಿ ಅಥವಾ ಸೋಲನ್ನು ತಪ್ಪಿಸುವುದಕ್ಕಾಗಿ. 'ಹಿಡಿದು ಹೋರುವೆ' ಎಂದರೆ ಪಟ್ಟುಹಿಡಿದು ಹೋರಾಡುತ್ತೇನೆ, ವಾದಿಸುತ್ತೇನೆ. ಅಂದರೆ, ಕೇವಲ ಒಂದು ಮಾತಿನ ಜಯಾಪಜಯಕ್ಕಾಗಿ ಮನಸ್ಸು ವಾದಕ್ಕಿಳಿಯುತ್ತದೆ, ಹೋರಾಡುತ್ತದೆ.

ಇದು ಅಹಂಕಾರದ ('ಅಹಂ') ಪ್ರವೃತ್ತಿಯನ್ನು – ತಾನೇ ಸರಿ ಎಂದು ಸಾಧಿಸುವ ಹಠವನ್ನು – ಸ್ಪಷ್ಟವಾಗಿ ತೋರಿಸುತ್ತದೆ. ಇದು ಶರಣರ 'ಸತ್ಯಾನ್ವೇಷಣೆ'ಯ ಆಶಯಕ್ಕೆ ವಿರುದ್ಧವಾಗಿದೆ. ಅನುಭವ ಮಂಟಪವು ಅಹಂಕಾರಯುತ ವಾದವಿವಾದಗಳ ವೇದಿಕೆಯಾಗಿರಲಿಲ್ಲ, ಬದಲಾಗಿ ಅದು ಸಮಾನಸಂಕ್ಮದರ ನಡುವೆ ನಡೆಯುತ್ತಿದ್ದ ಸತ್ಯಶೋಧನೆಯ ಮತ್ತು ಅನುಭಾವದ ಹಂಚಿಕೆಯ ತಾಣವಾಗಿತ್ತು. ಮನಸ್ಸು ತನ್ನ ವಾದವನ್ನು ಗೆಲ್ಲಲು ಹೋರಾಡುವ ಪ್ರವೃತ್ತಿಯನ್ನು ಗುರುತಿಸುತ್ತದೆ. ಇಲ್ಲಿ"ವಾದ ಟಗರ ಹೋರಾಟವಯ್ಯ" (ವಾದವು ಟಗರುಗಳ ಕಾಳಗದಂತೆ) ಎಂಬ ಮಾತು ಅಹಂಕಾರ ಪ್ರೇರಿತ ವಿವಾದಗಳ ನಿರರ್ಥಕತೆಯನ್ನು ಸೂಚಿಸುತ್ತದೆ.

"ಒಂದು ಮಾತಿನ ಗೆಲ್ಲ-ಸೋಲಕ್ಕೆ ಹಿಡಿದು ಹೋರುವೆ" ಎಂದು ಒಪ್ಪಿಕೊಳ್ಳುವ ಮೂಲಕ, ಬಸವಣ್ಣನವರು ಅಹಂಕಾರದ ಗೆಲುವಿನ ಬಯಕೆಯು ನಿಜವಾದ ತಿಳುವಳಿಕೆಗೆ ಮತ್ತು ಅನುಭವ ಮಂಟಪದ ಸಹಕಾರಿ ಮನೋಭಾವಕ್ಕೆ ಪ್ರಮುಖ ಅಡಚಣೆಯಾಗಿದೆ ಎಂದು ಸೂಚಿಸುತ್ತಾರೆ.

➔ "ಕೂಡಲಸಂಗನ ಶರಣರೆನ್ನಾಳ್ವರೆಂಬೆ!"

ಬಸವಣ್ಣನವರು ತಾವು ಯಾರಿಗೆ ಅಧೀನ, ಯಾರ ಆಳ್ವಿಕೆಗೆ ಒಳಪಟ್ಟವರು ಎಂದರೆ, ಅದು ಕೂಡಲಸಂಗಮದೇವನ ಶರಣರಿಗೆ. ಲೌಕಿಕ ರಾಜರು ಅಥವಾ ಅಧಿಕಾರಿಗಳಲ್ಲ, ಬದಲಾಗಿ ಶರಣ ಸಮುದಾಯದ ತತ್ತ್ವಗಳು, ಆದರ್ಶಗಳು ಮತ್ತು ಆ ಶರಣರೇ ನನ್ನನ್ನು ಆಳುವವರು ಎಂದು ಹೆಮ್ಮೆಯಿಂದ ಘೋಷಿಸುತ್ತಾರೆ. ಶರಣರು ನನಗೆ ಒಡೆಯರು, ನಾನವರ ಗುಲಾಮ ಎಂದು ನಾಚಿಕೆಯಿಲ್ಲದೆ ಘೋಷಣೆಗಳನ್ನು ಕೂಗುತ್ತೇನೆ-ಎಂದು ಬಸವಣ್ಣನವರು ತಮಗೆ ತಾವೇ ಹೆಮ್ಮೆ ಪಡುತ್ತಿರುವರು.

"ಶರಣರೆನ್ನಾಳ್ವರೆಂಬೆ" ಎಂಬುದು ಒಂದು ಘೋಷಣೆ ('ಎಂಬೆ') - ತನ್ನನ್ನು ರೂಪಿಸುವ ಶರಣ ತತ್ತ್ವಗಳು ಮತ್ತು ಸಮುದಾಯದ ಮಾರ್ಗದರ್ಶನಕ್ಕೆ ತನ್ನನ್ನು ಒಪ್ಪಿಸಿಕೊಳ್ಳುವ ಪ್ರಜ್ಞಾಪೂರ್ವಕ ನಿರ್ಧಾರವನ್ನು ಸೂಚಿಸುತ್ತದೆ.

ತಾತ್ಪರ್ಯ:

ಬಸವಣ್ಣನವರು ತಮ್ಮ ಮನಸ್ಸನ್ನು ಸೂಕ್ಷ್ಮವಾಗಿ ಗಮನಿಸಿ ವಿಶ್ಲೇಷಿಸುತ್ತಿದ್ದಾರೆ. ಮನಸ್ಸು ಏನೇನು ಮಾಡುತ್ತದೆ, ಏನೇನು ಯೋಚಿಸುತ್ತದೆ. ಸುಮ್ಮನಿರುವ ಸ್ವಭಾವ ಅದರದಲ್ಲ. ಸದಾ ಏನಾದರೂ ಯೋಚಿಸುವ ಅಭ್ಯಾಸ ಅದಕ್ಕೆ. ಈ ಅಭ್ಯಾಸ ಎಷ್ಟು ಆಳವಾದದ್ದು ಎಂದರೆ ಅನೇಕ ಸಲ ವ್ಯಕ್ತಿ ಅದನ್ನು ಗುರುತಿಸುವುದೂ ಇಲ್ಲ. ಗುರುತಿಸಿದಾಗ ಅದು ಯೋಚಿಸುವುದೇ ಬೇರೆ, ಮತ್ತು ತಾನು ಮಾತಾಡುವುದೇ ಬೇರೆ ಎಂದು ತಿಳಿದುಬರುತ್ತದೆ. ಮಾತಿಗೂ ಮತ್ತು ಅದರ ಯೋಚನೆಗೂ ಏನೇನೂ ಸಂಬಂಧವಿಲ್ಲ ಎಂಬುದು ಅರಿವಿಗೆ ಬರುತ್ತದೆ. ಮನಸ್ಸು ಮತ್ತು ವಚನದ ಈ ಅಸಂಬಂದ್ಧತೆ ವ್ಯಕ್ತಿತ್ವದಲ್ಲಿಯ ಒಂದು ಕೊರತೆ.

ಮನಸ್ಸು ಬೇಡವಾದದ್ದೆನ್ನೆಲ್ಲ ಯೋಚಿಸುತ್ತದೆ. ಆದರೆ, ಬಾಯಿಯಿಂದ ತನ್ನಲ್ಲಿ ಯಾವ ಕೆಟ್ಟ ಗುಣಗಳೂ ಇಲ್ಲವೆಂಬಂತೆ ಮಧುರವಾದ ನುಡಿಗಳು ಹೊರಹೊಮ್ಮುತ್ತವೆ. ನಮ್ಮ ಮಾತುಗಳನ್ನು ಕೇಳಿದವರು ನಮ್ಮ ಕೆಟ್ಟ ಮನವನ್ನು, ಅದು ಯೋಚಿಸುತ್ತಿರುವ ಕೀಳು ವಿಚಾರಗಳನ್ನು ಊಹಿಸಲೂ ಆರರು. ಅವರು ನಮ್ಮನ್ನು ನಮ್ಮ ಮಾತುಗಳಿಂದ ಒಳ್ಳೆಯವರೆಂದೇ ನಂಬುತ್ತಾರೆ. ಅಂತಹ ಕೆಟ್ಟ ಮನಸ್ಸಿಗೆ ನುಡಿಯು ನಾಚದು. ಅಯ್ಯೋ ನನ್ನ ಮನಸ್ಸು ಯೋಚಿಸುತ್ತಿರುವುದೇ ಬೇರೆ, ನಾನು ಅದಕ್ಕೆ ತದ್ವಿರುದ್ಧವಾಗಿ ನುಡಿಯುತ್ತಿದ್ದೇನೆ ಎಂದು ಅದು ನಾಚುವುದಿಲ್ಲ. ಅದೇ ರೀತಿಯಾಗಿ ನುಡಿಗಳಿಗೆ ಮನಸ್ಸು ತಾನು ನಾಚದು. ನುಡಿಗಳಲ್ಲಿ ನಾವು ಹೇಳುವುದೊಂದು ಮನಸ್ಸು ತಾನು ಯೋಚಿಸುವುದು ಇನ್ನೊಂದು. ಮಾತುಗಳು ಕೆಟ್ಟಮಾತಾಡಬೇಡ ಎಂಬ ಉಪದೇಶ ಕೊಡುತ್ತವೆ. ಆದರೆ ಮನಸ್ಸು ಕೆಟ್ಟದ್ದನ್ನೇ ಯೋಚಿಸುತ್ತದೆ. ವಚನಕ್ಕೆ ಮನಸ್ಸು ನಾಚದು. ಅಯ್ಯೋ ನಾನು ಹೇಳಿದಂತೆ ನಡೆಯುತ್ತಲಿಲ್ಲ, ಎಂದು ಮರುಗದು. ತಾನು ಹೇಳುವುದೇ ಬೇರೆ ಮತ್ತು ಮನಸ್ಸಿನಲ್ಲಿ ಯೋಚಿಸುತ್ತಿರುವುದೇ ಬೇರೆ.

ಈ ಅಸಂಬದ್ಧತೆ ವ್ಯಕ್ತಿತ್ವದ ಒಂದು ಕೊರತೆ. ಇದರಿಂದ ನಾನು ಬೇಕಾದುದಕ್ಕಿಂತ ಹೆಚ್ಚು ಮಾತಾಡುತೇ_ನೆ ಎನ್ನುತ್ತಾರೆ ಬಸವಣ್ಣನವರು. ಮಾತಿನ ಚಟಕ್ಕೆ ಬಿದ್ದು ನಾನು ಅರಿವೇ ಇರದ ಯಾವುದೋ ಒಂದು ಮಾತಿಗಾಗಿ, ನನ್ನ ಮಾತೇ ಸರಿಯೆಂದು

ಚರ್ಚೆಯಲ್ಲಿ ಗೆಲ್ಲುವುದಕ್ಕಾಗಿ ವಾದಕ್ಕಿಳಿಯುತೇ_ನೆ, ಇಷ್ಟೇ ಅಲ್ಲದೆ, ಕೂಡಲಸಂಗಮನ ಶರಣರು ನನ್ನ ಒಡೆಯರು, ಎಂದು ಹೇಳಿಕೊಳ್ಳುತೇ_ನೆ, ಎನ್ನುತ್ತಾರೆ. ಆ ಒಡೆಯರಂತೆ ನಡೆಯುವುದಿಲ್ಲ ನಾನು.

ಅಂತಹ ಮಹಾ ವ್ಯಕ್ತಿಗಳ ಗುಣಗಳು ನನ್ನಲ್ಲಿ ಎಳ್ಳನಿತೂ ಇಲ್ಲ ಎಂದು ತಮ್ಮ ನಡತೆಯ ಬಗ್ಗೆ ಯೋಚಿಸುತ್ತಿದ್ದಾರೆ.

ಇಂದಿನ ಯುಗಕ್ಕೆ ಬಸವಣ್ಣನವರ ಈ ವಚನದ ಪ್ರಸ್ತುತತೆ:

ಬಸವಣ್ಣನವರ ಸಂದೇಶವು ಸಾರ್ವಕಾಲಿಕವಾಗಿದೆ. ಪ್ರಾಮಾಣಿಕತೆ, ರಚನಾತ್ಮಕ ಸಂವಾದ, ಸ್ವಯಂ-ಅರಿವು ಮತ್ತು ನೈತಿಕ ಬದ್ಧತೆಯ ಸವಾಲುಗಳು ಇಂದಿನ ಜಗತ್ತಿನಲ್ಲಿಯೂ ಅತ್ಯಂತ ಪ್ರಸ್ತುತವಾಗಿವೆ. ಈ ವಚನವು ಕೇವಲ ಒಂದು ಐತಿಹಾಸಿಕ ಪಠ್ಯವಾಗಿ ಉಳಿಯದೆ,ನಮ್ಮ ಅಂತರಂಗವನ್ನು ಪರಿಶೀಲಿಸಿಕೊಳ್ಳಲು, ನಮ್ಮ ದೌರ್ಬಲ್ಯಗಳನ್ನು ಒಪ್ಪಿಕೊಳ್ಳಲು ಮತ್ತು ಉನ್ನತ ತತ್ತ್ವಗಳಿಗೆ ಬದ್ಧರಾಗಿ ಬದುಕಲು ನಮ್ಮನ್ನು ಪ್ರೇರೇಪಿಸುವ ಒಂದು ಜೀವಂತ ಮಾರ್ಗದರ್ಶಿಯಾಗಿದೆ.

1. **ಪ್ರಾಮಾಣಿಕತೆ ಮತ್ತು ಸಮಗ್ರತೆಯ ತುರ್ತು (ಮನಕ್ಕೆ ನಾಚದ ವಚನ, ವಚನಕ್ಕೆ ನಾಚದ ಮನ!):**

ಇಂದು ರಾಜಕೀಯ,ವ್ಯಾಪಾರ, ಸಾಮಾಜಿಕ ಮಾಧ್ಯಮಗಳು ಮತ್ತು ವೈಯಕ್ತಿಕ ಸಂಬಂಧಗಳಲ್ಲಿಯೂ ಮಾತು ಮತ್ತು ಕೃತಿಯ ನಡುವೆ ದೊಡ್ಡ ಅಂತರವನ್ನು ಕಾಣುತ್ತೇವೆ. ಭರವಸೆಗಳು ಈಡೇರುವುದಿಲ್ಲ, ಹೇಳಿಕೆಗಳು ಕಪಟತನದಿಂದ ಕೂಡಿರುತ್ತವೆ (hypocrisy). ಸಾಮಾಜಿಕ ಮಾಧ್ಯಮಗಳಲ್ಲಿ ಕಾಣುವ ವ್ಯಕ್ತಿತ್ವಕ್ಕೂ ನಿಜ ಜೀವನಕ್ಕೂ ಸಂಬಂಧವಿರುವುದಿಲ್ಲ. ಮನಸ್ಸಾಕ್ಷಿಗೆ ಒಪ್ಪಿಗೆಯಾಗದ ಮಾತುಗಳನ್ನು ಆಡಬಾರದು, ಆಡಿದ ಮಾತುಗಳಿಗೆ ಮನಸ್ಸು ನಾಚುವಂತಿರಬಾರದು ಎನ್ನುವ ತತ್ತ್ವವು ಇಂದಿನ ಕಪಟ ಜಗತ್ತಿನಲ್ಲಿ ಸತ್ಯಸಂಧತೆ ಮತ್ತು ಪಾರದರ್ಶಕತೆಯ ಮಹತ್ವವನ್ನು ಎತ್ತಿ ಹಿಡಿಯುತ್ತದೆ. ಇದು ವಿಶ್ವಾಸಾರ್ಹತೆಯನ್ನು ನಿರ್ಮಿಸಲು ಅತ್ಯಗತ್ಯ.

2. **ನಿರ್ಭೀತ ಮತ್ತು ಸತ್ಯನಿಷ್ಠ ಮಾತು (ಕುಂದ ಹೆಚ್ಚ ನುಡಿವೆ):**

'ಸುಳ್ಳು ಸುದ್ದಿ' (fake news), ಪಕ್ಷಪಾತದ ವರದಿಗಾರಿಕೆ, ತಪ್ಪು ಮಾಹಿತಿಗಳ ಹಾವಳಿ ಹೆಚ್ಚಾಗಿದೆ. ಜನರು ಸತ್ಯವನ್ನು ಹೇಳಲು, ತಪ್ಪುಗಳನ್ನು ಒಪ್ಪಿಕೊಳ್ಳಲು ಅಥವಾ ಇತರರ/ತಮ್ಮದೇ ಕೊರತೆಗಳನ್ನು (ಕುಂದ) ಮತ್ತು ಶ್ರೇಷ್ಠತೆಯನ್ನು (ಹೆಚ್ಚ) ನಿಷ್ಪಕ್ಷಪಾತವಾಗಿ ಹೇಳಲು ಹಿಂಜರಿಯುತ್ತಾರೆ. ಸತ್ಯವನ್ನು ಎದುರಿಸುವ ಮತ್ತು ಹೇಳುವ ಮನೋಭಾವವನ್ನು ಬೆಳೆಸಿಕೊಳ್ಳಲು ಇದು ದಾರಿ ತೋರಿಸುತ್ತದೆ.

3. ರಚನಾತ್ಮಕ ಸಂವಾದ ಮತ್ತು ವಾದ:

"ಗೆಲ್ಲ-ಸೋಲಕ್ಕೆ" ಹೋರಾಡುವ ಮನಸ್ಥಿತಿಯ ವಿಮರ್ಶೆಯು ಇಂದಿನ ಧ್ರುವೀಕೃತ ರಾಜಕೀಯ ಮತ್ತು ಸಾಮಾಜಿಕ ಚರ್ಚೆಗಳು, ಸಾಮಾಜಿಕ ಮಾಧ್ಯಮಗಳಲ್ಲಿನ ವಾಗ್ವಾದಗಳು, ಮತ್ತು ಭಿನ್ನಾಭಿಪ್ರಾಯಗಳ ನಡುವೆ ರಚನಾತ್ಮಕ ಸಂವಾದವನ್ನು ನಡೆಸುವಲ್ಲಿನ ಕಷ್ಟಗಳಿಗೆ ನೇರವಾಗಿ ಸಂಬಂಧಿಸಿದೆ. ಕೇವಲ ಗೆಲುವಿಗಿಂತ ತಿಳುವಳಿಕೆಯನ್ನು ಅರಸುವ ಮೌಲ್ಯವನ್ನು ಇದು ಒತ್ತಿಹೇಳುತ್ತದೆ.

4. ಆದರ್ಶಗಳಿಗೆ ಮತ್ತು ಸಮುದಾಯಕ್ಕೆ ನಿಷ್ಠೆ(ಕೂಡಲಸಂಗನ-ಶರಣರೆನ್ನಾಳ್ವರೆಂಬೆ!):

ಇಂದು ಜಗತ್ತು ಅಧಿಕಾರ, ಹಣ, ಸ್ವಾರ್ಥ, ಸಂಕುಚಿತ ರಾಷ್ಟ್ರೀಯತೆ ಅಥವಾ ಧಾರ್ಮಿಕ ಗುರುತುಗಳಿಂದ ಹೆಚ್ಚು ಪ್ರಭಾವಿತವಾಗಿದೆ.

ನೈತಿಕ ಮೌಲ್ಯಗಳು ಮತ್ತು ಆದರ್ಶಗಳಿಗಿಂತ ಇವುಗಳಿಗೆ ಹೆಚ್ಚು ಪ್ರಾಮುಖ್ಯತೆ ಸಿಗುತ್ತಿದೆ. ಈ ವಚನವು ಲೌಕಿಕ ಅಧಿಕಾರಕ್ಕಿಂತ ಶ್ರೇಷ್ಠವಾದ ನೈತಿಕ ತತ್ತ್ವಗಳಿಗೆ, ಸಮಾನತೆ, ಕರುಣೆ, ಸತ್ಯದಂತಹ ಮೌಲ್ಯಗಳನ್ನು ಆಧರಿಸಿದ ಸಮುದಾಯಕ್ಕೆ (ಇಲ್ಲಿ 'ಶರಣರು') ಬದ್ಧರಾಗಿರುವುದನ್ನು ಸಾರುತ್ತದೆ. ವ್ಯಕ್ತಿಗಳು ಮತ್ತು ಸಮಾಜವು ಕೇವಲ ಅಧಿಕಾರ ಅಥವಾ ಸ್ವಾರ್ಥದ ಬದಲಾಗಿ ಉನ್ನತ ಆದರ್ಶಗಳು ಮತ್ತು ನೈತಿಕ ಚೌಕಟ್ಟುಗಳಿಂದ ಮಾರ್ಗದರ್ಶನ ಪಡೆಯಬೇಕು ಎಂದು ಇದು ಸೂಚಿಸುತ್ತದೆ.

2. ನಡೆ ನುಡಿ ಹುಸಿಯುಂಟಾದರೆ, ಕೂಡಲಸಂಗನ ತೋರಿದ ಚೆನ್ನಬಸವಣ್ಣನಾಣೆ!

ವಚನ:

"ಕಳ್ಳ, ಬಂದಿಕಾರ, ಹಾವಾಡಿಗ, ಹಾದರಿಗ,
ಬಂಟನೋಲೆಯಕಾರನೆಂದೆನಾದರೆ,
ನೀ ಮುಂತಾಗಿ ಬಂದ ಭಕ್ತರ ನೀಯೆನ್ನದಿದ್ದರೆ,
ಅದೇ ದ್ರೋಹ. ನಡೆ ನುಡಿ ಹುಸಿಯುಂಟಾದರೆ,
ಕೂಡಲಸಂಗನ ತೋರಿದ ಚೆನ್ನಬಸವಣ್ಣನಾಣೆ!"

ಈ ವಚನವು ಶರಣ ಚಳುವಳಿಯ ಹಲವು ಪ್ರಮುಖ ತಾತ್ವಿಕ ಮತ್ತು ನೈತಿಕ ವಿಚಾರಗಳನ್ನು ಅತ್ಯಂತ ತೀಕ್ಷ್ಣವಾಗಿ ಮತ್ತು ಸ್ಪಷ್ಟವಾಗಿ ಪ್ರತಿಪಾದಿಸುತ್ತದೆ.

(a) ಸಾಮಾಜಿಕ ಸಮಾನತೆ ಮತ್ತು ಒಳಗೊಳ್ಳುವಿಕೆ:

ಈ ವಚನದ ಪ್ರಮುಖ ಸಂದೇಶವೇ ಸಾಮಾಜಿಕ ಸಮಾನತೆ ಮತ್ತು ಸರ್ವರನ್ನೂ ಒಳಗೊಳ್ಳುವ ತತ್ತ್ವ. ಕಳ್ಳ, ಬಂದಿಕಾರ, ಹಾವಾಡಿಗ, ಹಾದರಿಗ, ಬಂಟ, ಒಲೆಯಕಾರ – ಹೀಗೆ ಸಮಾಜದ ವಿವಿಧ ಸ್ತರಗಳ, ಅದರಲ್ಲೂ ವಿಶೇಷವಾಗಿ ನೈತಿಕವಾಗಿ, ಸಾಮಾಜಿಕವಾಗಿ ಅಥವಾ ವೃತ್ತಿಪರವಾಗಿ ಕೀಳಾಗಿ ಕಾಣಲ್ಪಡುತ್ತಿದ್ದ ವ್ಯಕ್ತಿಗಳನ್ನು ಹೆಸರಿಸಿ , ಅವರು ಭಕ್ತರಾದಾಗ ಅವರನ್ನು ಶಿವನ ಸ್ವರೂಪವೆಂದೇ ಕಾಣಬೇಕು ಎಂದು ಬಸವಣ್ಣನವರು ಪ್ರತಿಪಾದಿಸುತ್ತಾರೆ. ಇದು ಅಂದಿನ ಸಮಾಜದಲ್ಲಿ ಆಳವಾಗಿ ಬೇರೂರಿದ್ದ ಜಾತಿ, ಕುಲ, ವೃತ್ತಿ ಮತ್ತು ನಡತೆಯ ಆಧಾರದ ಮೇಲಿನ ಶ್ರೇಣೀಕರಣವನ್ನು ಸಂಪೂರ್ಣವಾಗಿ ನಿರಾಕರಿಸುವ ಕ್ರಾಂತಿಕಾರಿ ನಿಲುವಾಗಿದೆ. ಶರಣ ಚಳುವಳಿಯು ಮೂಲತಃ ಒಂದು ಒಳಗೊಳ್ಳುವಿಕೆಯ ಚಳುವಳಿಯಾಗಿತ್ತು; ಅದು ಬ್ರಾಹ್ಮಣರಿಂದ ಹಿಡಿದು ಅಸ್ಪೃಶ್ಯರೆನಿಸಿಕೊಂಡವರವರೆಗೆ, ಪುರುಷರು ಮತ್ತು ಮಹಿಳೆಯರು, ವಿವಿಧ ಕಾಯಕದ ಜನರನ್ನು ಒಂದೇ ವೇದಿಕೆಯಲ್ಲಿ ತಂದಿತು.

ಬಸವಣ್ಣನವರ ಈ ವಚನವು ಆ ಒಳಗೊಳ್ಳುವಿಕೆಯ ತತ್ತ್ವವನ್ನು ಅದರ ಪರಾಕಾಷ್ಠೆಗೆ ಕೊಂಡೊಯ್ಯುತ್ತದೆ. ಕೇವಲ ಸಮಾನವಾಗಿ ಕಾಣುವುದಷ್ಟೇ ಅಲ್ಲ,ಅವರಲ್ಲಿ ದಿವ್ಯತ್ವವನ್ನು ಕಾಣುವುದು ಶರಣ ಧರ್ಮದ ಉದಾತ್ತ ನಿಲುವಾಗಿತ್ತು.

ಇದು ವ್ಯಕ್ತಿಯ ಮೌಲ್ಯವನ್ನು ಅವನ ಜನ್ಮ ಅಥವಾ ಲೌಕಿಕ ಸ್ಥಿತಿಗತಿಗಳಿಂದ ನಿರ್ಧರಿಸದೆ, ಅವನ ಭಕ್ತಿ, ಅರಿವು ಮತ್ತು ಸದಾಚಾರಗಳಿಂದ ನಿರ್ಧರಿಸುವ ಮಾನವೀಯ ಮತ್ತು ಆಧ್ಯಾತ್ಮಿಕ ದೃಷ್ಟಿಕೋನವಾಗಿದೆ.

(b) 'ದ್ರೋಹ'ದ ಪರಿಕಲ್ಪನೆ:

ವಚನದಲ್ಲಿ "ಅದೇ ದ್ರೋಹ" ಎಂಬ ಮಾತು ಅತ್ಯಂತ ಗಂಭೀರವಾದ ನೈತಿಕ ಮತ್ತು ಆಧ್ಯಾತ್ಮಿಕ ಹೊಣೆಗಾರಿಕೆಯನ್ನು ಸೂಚಿಸುತ್ತದೆ. ಭಕ್ತರನ್ನು ಅವರು ಯಾವುದೇ ಹಿನ್ನೆಲೆಯಿಂದ ಬಂದಿರಲಿ – ಶಿವ ಸ್ವರೂಪರೆಂದು ಪರಿಗಣಿಸದಿರುವುದು 'ದ್ರೋಹ' ಎಂದು ಬಸವಣ್ಣ ಸ್ಪಷ್ಟಪಡಿಸುತ್ತಾರೆ. ಈ ದ್ರೋಹವು ಹಲವು ಆಯಾಮಗಳನ್ನು ಹೊಂದಿದೆ:

1. **ವ್ಯಕ್ತಿಗೆ ದ್ರೋಹ:** ಭಕ್ತನಾದ ವ್ಯಕ್ತಿಯ ಮಾನವ ಘನತೆಯನ್ನು ಮತ್ತು ಅವನ ಆಧ್ಯಾತ್ಮಿಕ ಸ್ಥಿತಿಯನ್ನು ನಿರಾಕರಿಸುವುದು.
2. **ಶರಣ ತತ್ತ್ವಗಳಿಗೆ ದ್ರೋಹ:** ಸಮಾನತೆ, ಕಾಯಕಕ್ಕೆ ಗೌರವ, ಭಕ್ತಿಯ ಶ್ರೇಷ್ಠತೆ ಮುಂತಾದ ಶರಣ ಚಳುವಳಿಯ ಮೂಲಭೂತ ತತ್ತ್ವಗಳನ್ನೇ ಉಲ್ಲಂಘಿಸಿದಂತೆ.
3. **ದೇವರಿಗೆ ದ್ರೋಹ:** 'ನೀಯೆನ್ನದಿದ್ದರೆ' (ನಿನ್ನ ಸ್ವರೂಪವೆಂದು ತಿಳಿಯದಿದ್ದರೆ) ಎಂಬ ಮಾತು ಭಕ್ತನನ್ನು ನೇರವಾಗಿ ದೇವರೊಂದಿಗೆ ಸಮೀಕರಿಸುತ್ತದೆ. ಆದ್ದರಿಂದ, ಭಕ್ತನ ತಿರಸ್ಕಾರವು ದೇವರ ತಿರಸ್ಕಾರವೇ ಆಗುತ್ತದೆ.
4. **ಆತ್ಮಸಾಕ್ಷಿಗೆ ದ್ರೋಹ:** ಸಮಾನತೆಯ ತತ್ತ್ವವನ್ನು ಒಪ್ಪಿಕೊಂಡ ನಂತರವೂ, ಆಚರಣೆಯಲ್ಲಿ ತಾರತಮ್ಯ ತೋರುವುದು ತನ್ನ ಆತ್ಮಸಾಕ್ಷಿಗೆ ಮತ್ತು ತಾನು ಹಿಡಿದ ಶರಣ ಮಾರ್ಗಕ್ಕೆ ಮಾಡುವ ವಂಚನೆಯಾಗುತ್ತದೆ. 'ದ್ರೋಹ' ಎಂಬ ಪದದ ಬಳಕೆಯು ತಾರತಮ್ಯದ ಗಂಭೀರತೆಯನ್ನು ಒತ್ತಿಹೇಳುತ್ತದೆ. ಇದು ಕೇವಲ ಸಾಮಾಜಿಕ ತಪ್ಪು ಅಥವಾ ಅನುಚಿತ ವರ್ತನೆಯಲ್ಲ; ಇದು ಶರಣ ಧರ್ಮದ ಅಡಿಪಾಯವನ್ನೇ ಅಲ್ಲಾಡಿಸುವ, ಸಮುದಾಯದ ನೈತಿಕ ಮತ್ತು ಆಧ್ಯಾತ್ಮಿಕ ಒಗ್ಗಟ್ಟಿಗೆ ಅಪಾಯವನ್ನುಂಟು ಮಾಡುವ ಮೂಲಭೂತ ನಂಬಿಕೆಯ ಉಲ್ಲಂಘನೆಯಾಗಿದೆ. ಶರಣ ತತ್ತ್ವಗಳ ಪಾಲನೆಯಲ್ಲಿ ಯಾವುದೇ ರಾಜಿ ಇಲ್ಲ ಎಂಬುದನ್ನು ಈ ಪದದ ಬಳಕೆ ಸೂಚಿಸುತ್ತದೆ.

(c) ನಡೆ ಮತ್ತು ನುಡಿಯ ಸತ್ಯಸಂಧತೆ:

"ನಡೆ ನುಡಿ ಹುಸಿಯುಂಟಾದರೆ... ಚೆನ್ನಬಸವಣ್ಣನಾಣೆ!" ಎಂಬ ವಚನದ ಭಾಗವು ಶರಣರು 'ನಡೆ' ಮತ್ತು 'ನುಡಿ'ಯ ನಡುವಿನ ಪ್ರಾಮಾಣಿಕತೆಗೆ (ಸತ್ಯಸಂಧತೆಗೆ) ನೀಡುತ್ತಿದ್ದ ಪರಮೋಚ್ಚ ಪ್ರಾಮುಖ್ಯತೆಯನ್ನು ಎತ್ತಿ ತೋರಿಸುತ್ತದೆ. ಬಾಯಲ್ಲಿ ಉದಾತ್ತ ತತ್ತ್ವಗಳನ್ನು ಹೇಳುವುದು, ಆದರೆ ಆಚರಣೆಯಲ್ಲಿ ಅದಕ್ಕೆ ವಿರುದ್ಧವಾಗಿ ವರ್ತಿಸುವುದು ಶರಣ ಧರ್ಮದಲ್ಲಿ ಅಕ್ಷಮ್ಯ ಅಪರಾಧ. ಈ ವಚನವು, ಸಾಮಾಜಿಕ ಸಮಾನತೆಯ ತತ್ತ್ವವನ್ನು ಒಪ್ಪಿಕೊಳ್ಳುವುದು ಕೇವಲ ಬೌದ್ಧಿಕ ಅಥವಾ ಮೌಖಿಕ ಒಪ್ಪಿಗೆಯಲ್ಲ, ಅದು ದೈನಂದಿನ ನಡವಳಿಕೆಯಲ್ಲಿ, ಇತರರೊಂದಿಗೆ ವ್ಯವಹರಿಸುವ ರೀತಿಯಲ್ಲಿ ಪ್ರಾಮಾಣಿಕವಾಗಿ ಪ್ರತಿಫಲಿಸಬೇಕು ಎಂದು ಆಗ್ರಹಿಸುತ್ತದೆ.

(d) ಚೆನ್ನಬಸವಣ್ಣನವರ ಮೇಲಿನ ಆಣೆ ಮತ್ತು ಕೂಡಲಸಂಗಮನನ್ನು 'ತೋರಿಸಿದ' ಅವರ ಪಾತ್ರ:

ವಚನದ ಕೊನೆಯಲ್ಲಿ ಬರುವ ಚೆನ್ನಬಸವಣ್ಣನವರ ಮೇಲಿನ ಆಣೆಯು ಹಲವು ಮಹತ್ವದ ಸಂಗತಿಗಳನ್ನು ಸೂಚಿಸುತ್ತದೆ. 'ಕೂಡಲಸಂಗನ ತೋರಿದ ಚೆನ್ನಬಸವಣ್ಣ' ಎಂಬ ಉಲ್ಲೇಖವು ಚೆನ್ನಬಸವಣ್ಣನವರು ಬಸವಣ್ಣನವರಿಗೆ ಪರತತ್ತ್ವದ ಸ್ವರೂಪವನ್ನು, ಶಿವಾನುಭವದ ಮಾರ್ಗವನ್ನು, ಲಿಂಗಾಂಗ ಸಾಮರಸ್ಯದ ತತ್ತ್ವವನ್ನು ಅಥವಾ ಶರಣ ಧರ್ಮದ ಗಹನವಾದ ವಿಚಾರಗಳನ್ನು ಅರುಹಿಕೊಟ್ಟ ವ್ಯಕ್ತಿ ಎಂಬುದನ್ನು ಸೂಚಿಸುತ್ತದೆ. ಇಂತಹ ಪ್ರೀತಿಪಾತ್ರ ಶಿಷ್ಯನ ಮೇಲೆ ಆಣೆ ಇಡುವುದು, ಬಸವಣ್ಣನವರು ತಾವು ಮಾಡುತ್ತಿರುವ ಪ್ರತಿಜ್ಞೆಯ ಮೌಲ್ಯವನ್ನು ಮತ್ತು ಚೆನ್ನಬಸವಣ್ಣನವರ ಉನ್ನತ ಸ್ಥಾನವನ್ನು ಏಕಕಾಲದಲ್ಲಿ ಎತ್ತಿ ತೋರಿಸುತ್ತದೆ.

ಬಸವಣ್ಣನವರು ತಮ್ಮ ಕ್ರಾಂತಿಕಾರಿ ಸಾಮಾಜಿಕ ನಿಲುವಿಗೆ (ಎಲ್ಲ ಹಿನ್ನೆಲೆಯ ಭಕ್ತರನ್ನೂ ಶಿವನೆಂದು ಕಾಣುವುದು) ಮತ್ತು ನೈತಿಕ ಬದ್ಧತೆಗೆ (ನಡೆ-ನುಡಿ ಒಂದಾಗಿರುವುದು) ತಮ್ಮದೇ ಆದ ಆಧ್ಯಾತ್ಮಿಕ ಅನುಯಾಯಿಗಳನ್ನು ಸಾಕ್ಷಿಯಾಗಿ ಮತ್ತು ಪ್ರಮಾಣವಾಗಿ ಇಡುತ್ತಿದ್ದಾರೆ.

➔ **"ಕಳ್ಳ, ಬಂದಿಕಾರ, ಹಾವಾಡಿಗ, ಹಾದರಿಗ,"**

ಈ ಸಾಲಿನಲ್ಲಿ ಬರುವ ಪದಗಳ ಅರ್ಥ ಹೀಗಿದೆ:

ಕಳ್ಳ - ಕಳವು ಮಾಡುವವನು;

ಬಂದಿಕಾರ - ದರೋಡೆಕೋರ, ದರೋಡೆಕೋರ, ಅಥವಾ ಸೆರೆಯಾಳು;

ಹಾವಾಡಿಗ - ಹಾವುಗಳನ್ನು ಹಿಡಿದು ಆಡಿಸುವವನು;

ಹಾದರಿಗ - ವ್ಯಭಿಚಾರಿ, ಅನೈತಿಕ ನಡತೆಯುಳ್ಳವನು.

ಈ ಪದಗಳ ಆಯ್ಕೆಯು ಆಕಸ್ಮಿಕವಲ್ಲ. ಬಸವಣ್ಣನವರು ಉದ್ದೇಶಪೂರ್ವಕವಾಗಿಯೇ ಸಮಾಜದ ಅತ್ಯಂತ ಕೆಳಸ್ತರದ,ತಿರಸ್ಕೃತ ಮತ್ತು ನೈತಿಕವಾಗಿ ಖಂಡನೆಗೆ ಒಳಗಾದ ಗುಂಪುಗಳನ್ನು ಇಲ್ಲಿ ಹೆಸರಿಸುತ್ತಿದ್ದಾರೆ. ಇದು ಕೇವಲ ಜಾತಿ ಆಧಾರಿತ ತಾರತಮ್ಯವನ್ನು ಮಾತ್ರವಲ್ಲ, ವೃತ್ತಿ,ನಡತೆ ಮತ್ತು ಸಾಮಾಜಿಕ ಸ್ಥಿತಿಗತಿಗಳ ಆಧಾರದ ಮೇಲೆ ನಡೆಯುವ ಎಲ್ಲ ರೀತಿಯ ತಾರತಮ್ಯವನ್ನೂ ಅವರು ವಿರೋಧಿಸುತ್ತಿದ್ದರು ಎಂಬುದನ್ನು ಸ್ಪಷ್ಟಪಡಿಸುತ್ತದೆ. ಶರಣ ಚಳುವಳಿಯ ಮೂಲ ಆಶಯವೇ ಸಾಮಾಜಿಕ ಸಮಾನತೆಯ ಸ್ಥಾಪನೆ. ಭಕ್ತಿಯ ಮಾರ್ಗದಲ್ಲಿ ಎಲ್ಲರಿಗೂ ಸಮಾನ ಅವಕಾಶವಿದೆ, ಅವರ ಸಾಮಾಜಿಕ ಅಥವಾ ನೈತಿಕ ಹಿನ್ನೆಲೆಗೆ ಯಾವುದೇ ಅಡೆತಡೆಯಾಗಬಾರದು ಎಂಬ ಕ್ರಾಂತಿಕಾರಿ ಸಂದೇಶವನ್ನು ಈ ಸಾಲು ನೀಡುತ್ತದೆ. ಇದು ಬಸವಣ್ಣನವರ ಒಳಗೊಳ್ಳುವಿಕೆಯ ತತ್ತ್ವದ (principle of inclusion) ವಿಸ್ತಾರ ಮತ್ತು ಆಳವನ್ನು ತೋರಿಸುತ್ತದೆ.

➔ **"ಬಂಟನೋಲೆಯಕಾರನೆಂದೆನಾದರೆ-"**

(ಬಂಟರನ್ನು) ಸೇವಕ ಅಥವಾ ಓಲೆಕಾರ (ಸಂದೇಶವಾಹಕ) ಎಂದು ನಾನು ಪರಿಗಣಿಸಿದರೆ ಅಥವಾ ಕರೆದರೆ, ಈ ಸಾಲು ಹಿಂದಿನ ಸಾಲಿನ ವಿಚಾರವನ್ನು ಮುಂದುವರಿಸುತ್ತದೆ. 'ಬಂಟ' ಎಂದರೆ ಸಾಮಾನ್ಯವಾಗಿ ಸೇವಕ ಎಂಬ ಅರ್ಥ. 'ಓಲೆಯಕಾರ' ಎಂದರೆ ಓಲೆಗಳನ್ನು (ತಾಳೆಗರಿಯ ಪತ್ರಗಳು) ಹೊತ್ತು ಸಾಗಿಸುವ ಸಂದೇಶವಾಹಕ.

ಮೊದಲ ಸಾಲಿನಲ್ಲಿ ನೈತಿಕ ಮತ್ತು ಸಾಮಾಜಿಕವಾಗಿ ತಿರಸ್ಕೃತ ಗುಂಪುಗಳನ್ನು ಹೆಸರಿಸಿದರೆ, ಈ ಸಾಲಿನಲ್ಲಿ ಸಮಾಜದಲ್ಲಿ ನಿರ್ದಿಷ್ಟ ಸೇವಾ ವೃತ್ತಿಗಳನ್ನು ನಿರ್ವಹಿಸುತ್ತಿದ್ದವರನ್ನು ಹೆಸರಿಸಲಾಗಿದೆ.

ಇದರ ಆಂತರ್ಯವೆಂದರೆ, ಬಸವಣ್ಣನವರ ದೃಷ್ಟಿಯಲ್ಲಿ ಕೇವಲ ನೈತಿಕ ಅಥವಾ ಸಾಮಾಜಿಕ ಕಾರಣಗಳಿಗಾಗಿ ಮಾತ್ರವಲ್ಲ, ವ್ಯಕ್ತಿಗಳು ನಿರ್ವಹಿಸುವ ವೃತ್ತಿಯ ಆಧಾರದ ಮೇಲೂ ಅವರನ್ನು ಕೀಳಾಗಿ ಕಾಣುವುದು ಅಥವಾ ತಾರತಮ್ಯ ಮಾಡುವುದು ತಪ್ಪು.

'ಬಂಟ' ಅಥವಾ 'ಓಲೆಯಕಾರ'ನಂತಹ ವೃತ್ತಿಗಳನ್ನು ಮಾಡುವವರೂ ಸಹ ಭಕ್ತರಾದಾಗ, ಅವರ ವೃತ್ತಿಯ ಕಾರಣಕ್ಕಾಗಿ ಅವರನ್ನು ಕೀಳಾಗಿ ಪರಿಗಣಿಸಬಾರದು ಎಂಬುದು ಇಲ್ಲಿನ ಸ್ಪಷ್ಟ ಸಂದೇಶ. ಇದು ಕಾಯಕ ತತ್ತ್ವದ ಸಾಮಾಜಿಕ ಸಮಾನತೆಯ ಆಯಾಮವನ್ನು ಮತ್ತಷ್ಟು ಬಲಪಡಿಸುತ್ತದೆ.

➔ **"ನೀ ಮುಂತಾಗಿ ಬಂದ ಭಕ್ತರ ನೀಯೆನ್ನದಿದ್ದರೆ,"**

ನೀನು (ಶಿವ/ಕೂಡಲಸಂಗಮ) ಆದಿಯಾಗಿ,ಈ ಹಿಂದೆ ಹೇಳಿದಂತಹ (ಕಳ್ಳ, ಬಂದಿಕಾರ ಇತ್ಯಾದಿ) ಹಿನ್ನೆಲೆಗಳಿಂದ ಬಂದಿರುವ ಭಕ್ತರನ್ನು, 'ನೀನು' (ಅಂದರೆ, ಶಿವನೇ) ಎಂದು ನಾನು ತಿಳಿಯದಿದ್ದರೆ/ಪರಿಗಣಿಸದಿದ್ದರೆ, ಇದು ವಚನದ ಹೃದಯ ಭಾಗ. ಇಲ್ಲಿ ಬಸವಣ್ಣನವರು ತಮ್ಮ ನಿಲುವನ್ನು ಅತ್ಯಂತ ಸ್ಪಷ್ಟವಾಗಿ ಮತ್ತು ಸದೃಢವಾಗಿ ಪ್ರತಿಪಾದಿಸುತ್ತಾರೆ. ಯಾವುದೇ ಸಾಮಾಜಿಕ ಹಿನ್ನೆಲೆಯಿಂದ, ಯಾವುದೇ ವೃತ್ತಿಯಿಂದ, ಅಥವಾ ಎಂತಹದೇ ಹಿಂದಿನ ನಡತೆಯಿಂದ ಬಂದಿರಲಿ, ಒಮ್ಮೆ ಅವರು ಶರಣ ದೀಕ್ಷೆ ಪಡೆದು ಭಕ್ತರಾದರೆ, ಅವರನ್ನು ಸಾಮಾನ್ಯ ಮನುಷ್ಯರಂತೆ ನೋಡುವುದಲ್ಲ, ಬದಲಿಗೆ ಸಾಕ್ಷಾತ್ ಶಿವನ ಸ್ವರೂಪವೆಂದೇ ಪರಿಗಣಿಸಬೇಕು.

ಕಳ್ಳ, ಹಾದರಿಗ, ಹಾವಾಡಿಗನಂತಹ ವ್ಯಕ್ತಿಗಳು ಭಕ್ತರಾದಾಗ, ಅವರನ್ನು ಕೇವಲ ಸಹಮಾನವರಂತೆ ನೋಡುವುದಷ್ಟೇ ಅಲ್ಲ, ಸಾಕ್ಷಾತ್ 'ನೀನು' (ಶಿವ) ಎಂದೇ ಪರಿಗಣಿಸಬೇಕು. ಹೀಗೆ ಪರಿಗಣಿಸದಿರುವುದು ಕೇವಲ ಸಾಮಾಜಿಕ ತಪ್ಪಲ್ಲ, ಅದೊಂದು ಗಂಭೀರವಾದ ಆಧ್ಯಾತ್ಮಿಕ ದ್ರೋಹ ಅಥವಾ ಅಪರಾಧವಾಗುತ್ತದೆ. ಇದು ಶರಣ ತತ್ತ್ವದಲ್ಲಿ ಹಾಸುಹೊಕ್ಕಾಗಿರುವ 'ಜಂಗಮವೇ ಲಿಂಗ ಸ್ವರೂಪ' (ಚಲಿಸುವ ಭಕ್ತನೇ ದೇವರ ರೂಪ) ಎಂಬ ಉದಾತ್ತ ಪರಿಕಲ್ಪನೆಯನ್ನು ಪ್ರತಿಧ್ವನಿಸುತ್ತದೆ.

ಇದು ಕೇವಲ ಸಾಮಾಜಿಕ ಸಮಾನತೆಯ ಘೋಷಣೆಯಲ್ಲ, ಇದು ಆಧ್ಯಾತ್ಮಿಕ ಸಮಾನತೆಯ ಉತ್ತುಂಗದ ಪ್ರತಿಪಾದನೆಯಾಗಿದೆ.

➔ **"ಅದೇ ದ್ರೋಹ. ನಡೆ ನುಡಿ ಹುಸಿಯುಂಟಾದರೆ,"**

ವಿವಿಧ ಹಿನ್ನೆಲೆಗಳಿಂದ ಬಂದ ಭಕ್ತರನ್ನು ಶಿವಸ್ವರೂಪರೆಂದು ಪರಿಗಣಿಸದಿರುವುದೇ ದ್ರೋಹ. (ಅಥವಾ/ಮತ್ತು) ನನ್ನ ನಡತೆಯಲ್ಲಿ ಮತ್ತು ಮಾತುಗಳಲ್ಲಿ ಸುಳ್ಳುತನ / ವಂಚನೆ ಕಂಡುಬಂದರೆ, ಈ ಸಾಲು 'ದ್ರೋಹ' ಎಂಬ ಪದಕ್ಕೆ ನಿರ್ದಿಷ್ಟವಾದ ಮತ್ತು ಗಂಭೀರವಾದ ಅರ್ಥವನ್ನು ನೀಡುತ್ತದೆ. ಭಕ್ತರನ್ನು ಅವರ ಸಾಮಾಜಿಕ ಅಥವಾ ನೈತಿಕ ಹಿನ್ನೆಲೆಯ ಕಾರಣ ನೀಡಿ ತಿರಸ್ಕರಿಸುವುದು,ಕೀಳಾಗಿ ಕಾಣುವುದು ಅಥವಾ ಅವರಲ್ಲಿ ದಿವ್ಯತ್ವವನ್ನು ಕಾಣಲು ನಿರಾಕರಿಸುವುದೇ 'ದ್ರೋಹ'. ಈ ದ್ರೋಹವು ಕೇವಲ ಆ ನಿರ್ದಿಷ್ಟ ವ್ಯಕ್ತಿಗೆ ಮಾಡುವ ಅನ್ಯಾಯವಲ್ಲ, ಬದಲಿಗೆ ಶರಣ ಧರ್ಮದ ಮೂಲ ತತ್ತ್ವಗಳಿಗೆ, ಆ ತತ್ತ್ವಗಳನ್ನು ಸಾರಿದ ಕೂಡಲಸಂಗಮನಿಗೆ ಮತ್ತು ಶರಣ ಸಮುದಾಯಕ್ಕೆ ಮಾಡುವ ದ್ರೋಹವಾಗಿದೆ. ಸಾಲಿನ ಎರಡನೇ ಭಾಗವು ಈ 'ದ್ರೋಹ'ವನ್ನು 'ನಡೆ ನುಡಿ'ಯ ಪ್ರಾಮಾಣಿಕತೆಗೆ ನೇರವಾಗಿ ಸಂಬಂಧ ಕಲ್ಪಿಸುತ್ತದೆ. ಅಂದರೆ, ಬಾಯಲ್ಲಿ ಎಲ್ಲ ಭಕ್ತರೂ

ಸಮಾನರು, ಎಲ್ಲರೂ ಶಿವಸ್ವರೂಪಿಗಳು ಎಂದು 'ನುಡಿದು', ಆದರೆ ತನ್ನ 'ನಡೆ'ಯಲ್ಲಿ (ಆಚರಣೆಯಲ್ಲಿ, ವ್ಯವಹಾರದಲ್ಲಿ) ತಾರತಮ್ಯ ತೋರಿದರೆ, ಅದು 'ನಡೆ ನುಡಿ ಹುಸಿ' (ಮಾತು ಮತ್ತು ಕೃತಿಯಲ್ಲಿನ ಸುಳ್ಳುತನ) ಆಗುತ್ತದೆ.

ಈ ಅಪ್ರಾಮಾಣಿಕತೆಯೇ ದ್ರೋಹಕ್ಕೆ ಸಮಾನ ಎಂದು ಬಸವಣ್ಣ ಪ್ರತಿಪಾದಿಸುತ್ತಾರೆ. ಇಲ್ಲಿ 'ದ್ರೋಹ'ದ ಪರಿಕಲ್ಪನೆಯು ರಾಜಕೀಯ ಅಥವಾ ವೈಯಕ್ತಿಕ ವಲಯಗಳನ್ನು ಮೀರಿ, ನೈತಿಕ ಮತ್ತು ಆಧ್ಯಾತ್ಮಿಕ ಆಯಾಮವನ್ನು ಪಡೆದುಕೊಳ್ಳುತ್ತದೆ.

ಇದು ಶರಣ ಚಳುವಳಿಯ ಆಧಾರ ಸಂ್ಭಗಳಾದ ಸಮಾನತೆ ಮತ್ತು ಸತ್ಯಸಂಧತೆಗೆ ಬಗೆಯುವ ದ್ರೋಹವಾಗಿದೆ. ಸಾಮಾಜಿಕ ಸಮಾನತೆಯ ತತ್ತ್ವವನ್ನು ಕೇವಲ ಬಾಯಿಮಾತಿನಲ್ಲಿ ಒಪ್ಪಿಕೊಂಡರೆ ಸಾಲದು,ಅದನ್ನು ಪ್ರಾಮಾಣಿಕವಾಗಿ ಆಚರಣೆಗೆ ತರಬೇಕು, ಇಲ್ಲದಿದ್ದರೆ ಅದು ಆತ್ಮವಂಚನೆಯಾಗುತ್ತದೆ ಮತ್ತು ಶರಣ ಧರ್ಮಕ್ಕೆ ಮಾಡುವ ದ್ರೋಹವಾಗುತ್ತದೆ ಎಂಬುದು ಇದರ ಗಟ್ಟಿಯಾದ ಸಂದೇಶ.

➔ **"ಕೂಡಲಸಂಗನ ತೋರಿದ ಚೆನ್ನಬಸವಣ್ಣನಾಣೆ!"**

(ನಾನು ಮೇಲೆ ಹೇಳಿದಂತೆ ನಡೆದುಕೊಳ್ಳದಿದ್ದರೆ) ನನಗೆ ಕೂಡಲಸಂಗಮನನ್ನು (ಶಿವನನ್ನು / ಪರತತ್ತ್ವ ವನ್ನು) ತೋರಿಸಿಕೊಟ್ಟ (ಅರಿವು ಮೂಡಿಸಿದ) ಚೆನ್ನಬಸವಣ್ಣನ ಮೇಲೆ ಆಣೆ!

ಇದು ವಚನದ ಮುಕ್ತಾಯದ ಅತ್ಯಂತ ಶಕ್ತಿಯುತವಾದ ಪ್ರತಿಜ್ಞಾ ವಾಕ್ಯ. ಬಸವಣ್ಣನವರು ತಮ್ಮ ಮಾತಿಗೆ ತಾವು ಸಂಪೂರ್ಣವಾಗಿ ಬದ್ಧರಾಗಿರುವುದಾಗಿಯೂ, ಮೇಲೆ ವಿವರಿಸಿದಂತೆ ಯಾವುದೇ ಹಿನ್ನೆಲೆಯಿಂದ ಬಂದ ಭಕ್ತರಲ್ಲಿ ತಾರತಮ್ಯ ಮಾಡುವುದಿಲ್ಲವೆಂದೂ,ಮತ್ತು ತಮ್ಮ ನಡೆ- ನುಡಿಯಲ್ಲಿ ಸತ್ಯವಂತರಾಗಿರುತೇ್ತನೆಂದೂ ತಮ್ಮ ಅತ್ಯಂತ ಆಪ್ತರೂ, ಮಾರ್ಗದರ್ಶಕರೂ,ಸೋದರಳಿಯನೂ ಆದ ಚೆನ್ನಬಸವಣ್ಣನವರ ಮೇಲೆ ಆಣೆ ಇಟ್ಟು ಪ್ರಮಾಣ ಮಾಡುತ್ತಾರೆ.

'ಕೂಡಲಸಂಗನ ತೋರಿದ' ಎಂಬ ವಿಶೇಷಣವು ಕೇವಲ ಭೌತಿಕವಾಗಿ ತೋರಿಸುವುದನ್ನು ಸೂಚಿಸುವುದಿಲ್ಲ, ಬದಲಿಗೆ ಕೂಡಲಸಂಗಮನೆಂಬ ಪರತತ್ತ್ವದ ಅರಿವನ್ನು / ಅನುಭಾವವನ್ನು / ಜ್ಞಾನದ ಮಾರ್ಗವನ್ನು ಬಸವಣ್ಣನವರಿಗೆ ತೋರಿಸಿಕೊಟ್ಟವರು ಚೆನ್ನಬಸವಣ್ಣ ಎಂಬ ಆಳವಾದ ಅರ್ಥವನ್ನು ಧ್ವನಿಸುತ್ತದೆ. ಇಂತಹ ಜ್ಞಾನಿಯ ಮೇಲೆ ಆಣೆ ಇಡುವುದು, ಬಸವಣ್ಣನವರು ತಾವು ಪ್ರತಿಪಾದಿಸುತ್ತಿರುವ ತತ್ತ್ವಗಳಿಗೆ ಮತ್ತು ತಮ್ಮ ಪ್ರತಿಜ್ಞೆಗೆ ನೀಡುವ ಪರಮೋಚ್ಚ ಪ್ರಾಮುಖ್ಯತೆಯನ್ನು ತೋರಿಸುತ್ತದೆ.

ತಾತ್ಪರ್ಯ:

ಈ ವಚನವು ಶರಣ ಚಳುವಳಿಯ ಕ್ರಾಂತಿಕಾರಿ ಆಶಯವಾದ 'ಸಕಲ ಜೀವಾತ್ಮರಿಗೆ ಲೇಸನ್ನೇ ಬಯಸುವ' ಮತ್ತು 'ಜಾತಿ, ಕುಲ, ವೃತ್ತಿಗಳನ್ನು ಮೀರಿ ನಿಲ್ಲುವ' ತತ್ತ್ವವನ್ನು ಬಲವಾಗಿ ಪ್ರತಿಪಾದಿಸುತ್ತದೆ. ವ್ಯಕ್ತಿಯ ಹಿಂದಿನ ಜೀವನ, ಸಮಾಜದಲ್ಲಿ ಆತನಿಗಿದ್ದ ಸ್ಥಾನಮಾನ ಅಥವಾ ವೃತ್ತಿ ಏನೇ ಇರಲಿ, ಒಮ್ಮೆ ಆತ ದಿವ್ಯತ್ವವನ್ನು ಅರಸಿ ಶರಣಾದರೆ, ಆತನನ್ನು ಸಂಪೂರ್ಣವಾಗಿ ಸ್ವೀಕರಿಸಬೇಕು, ಹಳೆಯ ಪೂರ್ವಾಗ್ರಹಗಳಿಂದ ಆತನನ್ನು ಅಳೆಯಬಾರದು, ಆತನನ್ನು 'ದೇವರ ಭಕ್ತ' ಎಂದು ಒಪ್ಪಿಕೊಳ್ಳಬೇಕು. ಹಾಗೆ ಒಪ್ಪಿಕೊಳ್ಳದಿರುವುದು ದೇವರಿಗೆ ಮತ್ತು ಶರಣ ಧರ್ಮಕ್ಕೆ ಮಾಡುವ ದೊಡ್ಡ ದ್ರೋಹ.

ಈ ತತ್ತ್ವಕ್ಕೆ ಮತ್ತು ತಮ್ಮ ವೈಯಕ್ತಿಕ ಸತ್ಯಸಂಧತೆಗೆ ಬದ್ಧರಾಗಿರುವುದಾಗಿ ಬಸವಣ್ಣ ತಮ್ಮ ಶಿಷ್ಯ ಚೆನ್ನಬಸವಣ್ಣನ ಮೇಲೆ ತೀವ್ರವಾದ ಆಣೆ ಇಡುತ್ತಾರೆ. ಇದು ಒಳಗೊಳ್ಳುವಿಕೆ, ಕ್ಷಮೆ ಮತ್ತು ಮಾನವೀಯ ಘನತೆಯ ಶ್ರೇಷ್ಠ ಸಂದೇಶವಾಗಿದೆ.

ಇಂದಿನ ಯುಗಕ್ಕೆ ಬಸವಣ್ಣನವರ ಈ ವಚನದ ಪ್ರಸ್ತುತತೆ:

1. ಸಾಮಾಜಿಕ ಒಳಗೊಳ್ಳುವಿಕೆ ಮತ್ತು ತಾರತಮ್ಯ ನಿವಾರಣೆ:

ಇಂದಿನ ಸಮಾಜದಲ್ಲಿಯೂ ಜಾತಿ, ಧರ್ಮ, ವರ್ಗ, ಲಿಂಗ, ಪ್ರಾದೇಶಿಕತೆ, ಭಾಷೆ, ಲೈಂಗಿಕ ದೃಷ್ಟಿಕೋನ ಮುಂತಾದ ಹಲವು ಆಧಾರಗಳ ಮೇಲೆ ತಾರತಮ್ಯ ಮತ್ತು ಬಹಿಷ್ಕಾರಗಳು ಮುಂದುವರೆದಿವೆ. ಕಳ್ಳ, ಹಾವಾಡಿಗ, ಹಾದರಿಗರಂತಹ ಅಂಚಿಗೆ ತಳ್ಳಲ್ಪಟ್ಟವರನ್ನೂ ಶಿವಸ್ವರೂಪರೆಂದು ಕಾಣಬೇಕೆಂಬ ಬಸವಣ್ಣನವರ ಸಂದೇಶವು,ಯಾವುದೇ ವ್ಯಕ್ತಿಯನ್ನು ಅವನ ಹಿನ್ನೆಲೆ, ವೃತ್ತಿ, ನಡತೆ ಅಥವಾ ಗುರುತಿನ ಆಧಾರದ ಮೇಲೆ ಕೀಳಾಗಿ ಕಾಣಬಾರದು ಎಂಬ ಸಾರ್ವತ್ರಿಕ ಮಾನವೀಯ ಮೌಲ್ಯವನ್ನು ಪ್ರತಿಪಾದಿಸುತ್ತದೆ. ವ್ಯಕ್ತಿಯ ಹಿಂದಿನ ಜೀವನ ಹೇಗೇ ಇರಲಿ, ಆತ ಸತ್ಯಮಾರ್ಗದಲ್ಲಿ ಕಾಯಕನಿರತನಾಗಿ ಬಂದಿದ್ದರೆ ('ನೀ ಮುಂತಾಗಿ ಬಂದ ಭಕ್ತರು'), ಆತನನ್ನು ಆತನ ಹಿಂದಿನ ಹಣೆಪಟ್ಟಿಯಿಂದ ಕರೆಯದೆ, ಈಗಿನ ಸ್ಥಿತಿಯಲ್ಲಿ ಸ್ವೀಕರಿಸಬೇಕು ಎನ್ನುವ ಸಂದೇಶ ಇಂದಿನ ತಾರತಮ್ಯ ತುಂಬಿದ ಸಮಾಜಕ್ಕೆ ಅತ್ಯಗತ್ಯವಾಗಿದೆ. ತಪ್ಪು ಮಾಡಿದವರು, ಅದರಲ್ಲೂ ವಿಶೇಷವಾಗಿ ಶಿಕ್ಷೆ ಅನುಭವಿಸಿ ಬಂದವರು (ಉದಾ: ಮಾಜಿ ಕೈದಿಗಳು) ಸಮಾಜಕ್ಕೆ ಮರಳಲು ಪ್ರಯತ್ನಿಸಿದಾಗ ತೀವ್ರವಾದ ಸಾಮಾಜಿಕ ಕಳಂಕವನ್ನು (stigma) ಎದುರಿಸುತ್ತಾರೆ.

ಅವರನ್ನು ಮತ್ತೆ 'ಕಳ್ಳ' ಅಥವಾ 'ಅಪರಾಧಿ' ಎಂದೇ ನೋಡಲಾಗುತ್ತದೆ, ಅವರಿಗೆ ಎರಡನೇ ಅವಕಾಶ ಸಿಗುವುದು ಕಷ್ಟ. ಪರಿವರ್ತನೆಗೊಂಡ ವ್ಯಕ್ತಿಗಳನ್ನು ಸಮಾಜವು

ಮತ್ತೆ ಒಳಗೊಳ್ಳುವ (inclusive) ಮಹತ್ವವನ್ನು ಸಾರುತ್ತದೆ. ಎಲ್ಲರನ್ನೂ, ಅವರ ಹಿಂದಿನ ಬದುಕನ್ನು ಲೆಕ್ಕಿಸದೆ, ಪ್ರಸ್ತುತದಲ್ಲಿ ಸ್ವೀಕರಿಸುವ ಮನೋಭಾವವನ್ನು ಬೆಳೆಸಿಕೊಳ್ಳಲು ಇದು ಪ್ರೇರಣೆ ನೀಡುತ್ತದೆ. ಇದು ಪುನರ್ವಸತಿ ಮತ್ತು ಎರಡನೇ ಅವಕಾಶಗಳ ಪ್ರಾಮುಖ್ಯತೆಯನ್ನು ಒತ್ತಿ ಹೇಳುತ್ತದೆ.

ಇದು ಆಧುನಿಕ ಪ್ರಜಾಪ್ರಭುತ್ವದ ಆಶಯಗಳಾದ ಸಮಾನತೆ, ಸಾಮಾಜಿಕ ನ್ಯಾಯ ಮತ್ತು ಮಾನವ ಹಕ್ಕುಗಳ ಪರಿಕಲ್ಪನೆಗಳೊಂದಿಗೆ ನೇರವಾಗಿ ಅನುರಣಿಸುತ್ತದೆ ಮತ್ತು ಎಲ್ಲರನ್ನೂ ಒಳಗೊಳ್ಳುವ ಸಮಾಜ ನಿರ್ಮಾಣಕ್ಕೆ ಈ ವಚನವು ಸ್ಫೂರ್ತಿಯಾಗಿದೆ.

2. ವೈವಿಧ್ಯಮಯ ಸಮಾಜದಲ್ಲಿ ಸಹಬಾಳ್ವೆ:

ಮಹಾನಗರಗಳಲ್ಲಿ ವಿವಿಧ ಭಾಷೆ, ಸಂಸ್ಕೃತಿ, ಪ್ರಾದೇಶಿಕ ಹಿನ್ನೆಲೆಯ ಜನರು ಒಟ್ಟಿಗೆ ಬದುಕುತ್ತಾರೆ. ಆದರೆ, ಇಲ್ಲಿಯೂ ಭಾಷೆ, ಪ್ರಾದೇಶಿಕತೆ, ವೃತ್ತಿ ಆಧಾರಿತ ಕೀಳರಿಮೆ ಅಥವಾ ಪೂರ್ವಾಗ್ರಹಗಳು ಕಂಡುಬರುತ್ತವೆ. ಕೆಲಸದ ಸ್ಥಳಗಳಲ್ಲಿಯೂ (workplace inclusivity) ಹಿನ್ನೆಲೆಯ ಆಧಾರದ ಮೇಲೆ ತಾರತಮ್ಯ ನಡೆಯುವ ಸವಾಲುಗಳಿವೆ.

ಈ ವಚನವು ಯಾವುದೇ ಹಿನ್ನೆಲೆಯನ್ನು ಲೆಕ್ಕಿಸದೆ ವ್ಯಕ್ತಿಯನ್ನು ಗೌರವಿಸುವ ತತ್ತ್ವವನ್ನು ಬೋಧಿಸುತ್ತದೆ. ಇದು ವೈವಿಧ್ಯತೆಯನ್ನು ಗೌರವಿಸುವ ಮತ್ತು ಎಲ್ಲರನ್ನೂ ಒಳಗೊಳ್ಳುವ ಸಮಾಜವನ್ನು ನಿರ್ಮಿಸಲು ಬೇಕಾದ ಮನಸ್ಥಿತಿಯನ್ನು ನೀಡುತ್ತದೆ. 'ನೀಯೆನ್ನದಿದ್ದರೆ ಅದೇ ದ್ರೋಹ' ಎಂಬ ಮಾತು, ಯಾರನ್ನೇ ಆಗಲಿ ಹೊರಗಿಡುವುದು ಅಥವಾ ಕೀಳಾಗಿ ಕಾಣುವುದು ಸಮುದಾಯಕ್ಕೆ ಮಾಡುವ ಅಪಚಾರ ಎಂದು ಎಚ್ಚರಿಸುತ್ತದೆ.

3. ಡಿಜಿಟಲ್ ಯುಗದಲ್ಲಿನ ತೀರ್ಪುಗಾರಿಕೆ ('ಕ್ಯಾನ್ಸಲ್ ಕಲ್ಚರ್'):

ಆನ್ಲೈನ್ ಜಗತ್ತಿನಲ್ಲಿ, ವ್ಯಕ್ತಿಗಳು ಮಾಡಿದ ಹಳೆಯ ತಪ್ಪುಗಳನ್ನು ಕೆದಕಿ, ಅವರನ್ನು ಶಾಶ್ವತವಾಗಿ ಹಣೆಪಟ್ಟಿ ಹಚ್ಚಿ, ಸಾರ್ವಜನಿಕವಾಗಿ ಅವಮಾನಿಸುವ ಪ್ರವೃತ್ತಿ ('ಕ್ಯಾನ್ಸಲ್ ಕಲ್ಚರ್') ಹೆಚ್ಚುತ್ತಿದೆ. ಈ ವಚನವು ಕ್ಷಮೆ, ಸ್ವೀಕಾರ ಮತ್ತು ವ್ಯಕ್ತಿಯ ವರ್ತಮಾನದ ಬದ್ಧತೆಯ ಮೇಲೆ ಗಮನ ಹರಿಸಲು ಹೇಳುತ್ತದೆ. ಇದು ಡಿಜಿಟಲ್ ಯುಗದ ಕಠಿಣ ತೀರ್ಪುಗಾರಿಕೆಗೆ ವಿರುದ್ಧವಾಗಿ, ಮಾನವೀಯ ಸಹಾನುಭೂತಿ ಮತ್ತು ಬದಲಾವಣೆಗೆ ಅವಕಾಶ ನೀಡುವ ದೃಷ್ಟಿಕೋನವನ್ನು ನೀಡುತ್ತದೆ.

4. ನಡೆ-ನುಡಿಯ ಪ್ರಾಮಾಣಿಕತೆ:

ರಾಜಕೀಯ, ಸಾಮಾಜಿಕ, ವ್ಯಾವಹಾರಿಕ, ಧಾರ್ಮಿಕ ಮತ್ತು ವೈಯಕ್ತಿಕ ಜೀವನದಲ್ಲಿ ಪ್ರಾಮಾಣಿಕತೆ, ಸತ್ಯಸಂಧತೆ ಮತ್ತು ನೈತಿಕತೆಯ ಕೊರತೆಯು ಇಂದು ದೊಡ್ಡ ಸವಾಲಾಗಿದೆ. ನಾಯಕರು ಮತ್ತು ಸಾಮಾನ್ಯ ಜನರು ಆಡುವ ಮಾತುಗಳಿಗೂ ಅವರ ನಡವಳಿಕೆಗಳಿಗೂ ಅಂತರ ಹೆಚ್ಚುತ್ತಿದೆ. ಇಂತಹ ಸಂದರ್ಭದಲ್ಲಿ, "ನಡೆ ನುಡಿ ಹುಸಿಯುಂಟಾದರೆ... ಆಣೆ!" ಎಂಬ ಬಸವಣ್ಣನವರ ಕಠಿಣ ನಿಲುವು, ಮಾತು ಮತ್ತು ಕೃತಿಯಲ್ಲಿ ಪ್ರಾಮಾಣಿಕತೆಯನ್ನು ಕಾಪಾಡಿಕೊಳ್ಳುವ ನೈತಿಕ ಹೊಣೆಗಾರಿಕೆಯನ್ನು ನೆನಪಿಸುತ್ತದೆ. ಇದು ಸಾರ್ವಜನಿಕ ಜೀವನದಲ್ಲಿ ಪಾರದರ್ಶಕತೆ ಮತ್ತು ಜವಾಬ್ದಾರಿಯನ್ನು ಉತ್ತೇಜಿಸಲು ಪ್ರೇರಣೆ ನೀಡುತ್ತದೆ.

5. 'ದ್ರೋಹ'ದ ಪರಿಕಲ್ಪನೆ:

ತಾರತಮ್ಯವನ್ನು 'ದ್ರೋಹ' ಎಂದು ಪರಿಗಣಿಸಿರುವ ಬಸವಣ್ಣನವರು, ಸಮಾನತೆಯ ಹಕ್ಕನ್ನು ಉಲ್ಲಂಘಿಸುವುದು ಎಷ್ಟು ಗಂಭೀರವಾದ ಅಪಚಾರ ಎಂಬುದನ್ನು ನಮಗೆ ಮನವರಿಕೆ ಮಾಡಿಕೊಡುತ್ತಾರೆ. ಇದು ಕೇವಲ ಕಾನೂನಿನ ಉಲ್ಲಂಘನೆಯಲ್ಲ, ಅದೊಂದು ನೈತಿಕ ಮತ್ತು ಮಾನವೀಯ ದ್ರೋಹ. ಸಾಮಾಜಿಕ ಅನ್ಯಾಯದ ವಿರುದ್ಧ ಹೋರಾಡಲು ಮತ್ತು ಸಮಾನತೆಯ ಮೌಲ್ಯಗಳನ್ನು ಎತ್ತಿಹಿಡಿಯಲು ಈ ಪರಿಕಲ್ಪನೆಯು ನೈತಿಕ ಬಲವನ್ನು ನೀಡುತ್ತದೆ. ಒಟ್ಟಿನಲ್ಲಿ, ಈ ವಚನವು ಕೇವಲ ಧಾರ್ಮಿಕ ಸಹಿಷ್ಣುತೆಯ ಪಾಠವಲ್ಲ. ಇದು ಇಂದಿನ ಜಟಿಲ ಸಮಾಜದಲ್ಲಿ ನಾವು ಹೇಗೆ ಬದುಕಬೇಕು, ಇತರರನ್ನು ಹೇಗೆ ನೋಡಬೇಕು ಎಂಬುದಕ್ಕೆ ಒಂದು ನೈತಿಕ ದಿಕ್ಸೂಚಿಯಾಗಿದೆ. ಪೂರ್ವಾಗ್ರಹಗಳನ್ನು ಮೀರಿ, ಎಲ್ಲರನ್ನೂ ಮಾನವೀಯ ಘನತೆಯಿಂದ ಕಾಣುವ, ಒಳಗೊಳ್ಳುವ ಮತ್ತು ಕ್ಷಮಿಸುವ ಸಮಾಜವನ್ನು ನಿರ್ಮಿಸಲು ಇದು ಅತ್ಯಂತ ಪ್ರಸ್ತುತವಾದ ಮತ್ತು ಶಕ್ತಿಯುತವಾದ ಸಂದೇಶವನ್ನು ನೀಡುತ್ತದೆ.

3. ಭಕ್ತರಲ್ಲಿ ಕುಲವನರಸಿದರೆ ನಿಮ್ಮ ರಾಣಿವಾಸದಾಣೆ!

ವಚನ :

“ದೇವಸಹಿತ ಭಕ್ತ ಮನೆಗೆ ಬಂದರೆ
ಕಾಯಕವಾವುದೆಂದು ಬೆಸಗೊಂಡರೆ
ನಿಮ್ಮಾಣೆ! ನಿಮ್ಮ ಪುರಾತರಾಣೆ! ತಲೆದಂಡ! ತಲೆದಂಡ!!
ಕೂಡಲಸಂಗಮದೇವಾ,
ಭಕ್ತರಲ್ಲಿ ಕುಲವನರಸಿದರೆ ನಿಮ್ಮ ರಾಣಿವಾಸದಾಣೆ!”

ಈ ವಚನವು ಶರಣ ಧರ್ಮದ ಹಲವಾರು ಪ್ರಮುಖ ತಾತ್ವಿಕ ಮತ್ತು ನೈತಿಕ ವಿಚಾರಗಳನ್ನು ಅತ್ಯಂತ ಬಲವಾಗಿ ಪ್ರತಿಪಾದಿಸುತ್ತದೆ.

- **ಭಕ್ತನ ದಿವ್ಯತೆ (Divinity of the Devotee):**

'ದೇವಸಹಿತ ಭಕ್ತ' ಎಂಬ ಉಕ್ತಿಯು ಶರಣರ ಒಂದು ಮೂಲಭೂತ ನಂಬಿಕೆಯನ್ನು ಒತ್ತಿಹೇಳುತ್ತದೆ: ನಿಜವಾದ ಭಕ್ತನು ದೇವರ ಸ್ವರೂಪವೇ ಆಗಿದ್ದಾನೆ. ಅವನು ಕೇವಲ ದೇವರನ್ನು ಪೂಜಿಸುವವನಲ್ಲ, ಬದಲಾಗಿ ತನ್ನ ಸಾಧನೆಯ ಮೂಲಕ, ಇಷ್ಟಲಿಂಗ ಧಾರಣೆಯ ಮೂಲಕ, ಷಟ್ಸ್ಥಲ ಮಾರ್ಗದಲ್ಲಿ ಮುನ್ನಡೆಯುವ ಮೂಲಕ ದಿವ್ಯತ್ವವನ್ನು ತನ್ನಲ್ಲೇ ಮೈಗೂಡಿಸಿಕೊಂಡವನು. ಅವನಲ್ಲಿ ಶಿವನು ನೆಲೆಸಿರುವುದರಿಂದ, ಅವನನ್ನು ಲೌಕಿಕವಾದ ಕಾಯಕ ಅಥವಾ ಕುಲದ ಅಳತೆಗೋಲಿನಿಂದ ಅಳೆಯುವುದು ಅಸಾಧ್ಯ ಮತ್ತು ಅನುಚಿತ. ಇದು ವ್ಯಕ್ತಿಯ ಮೌಲ್ಯವನ್ನು ಅವನ ಹುಟ್ಟು ಅಥವಾ ವೃತ್ತಿಯಿಂದ ನಿರ್ಧರಿಸುವ ಅಂದಿನ ಸಾಮಾಜಿಕ ವ್ಯವಸ್ಥೆಗೆ ನೀಡಿದ ನೇರ ಸವಾಲಾಗಿತ್ತು. ವ್ಯಕ್ತಿಯ ನಿಜವಾದ ಗುರುತು ಅವನ ಆಧ್ಯಾತ್ಮಿಕ ಸ್ಥಿತಿಯೇ ಹೊರತು ಅವನ ಸಾಮಾಜಿಕ ಹಿನ್ನೆಲೆಯಲ್ಲ ಎಂಬ ಕ್ರಾಂತಿಕಾರಿ ತಾತ್ವಿಕ ನಿಲುವನ್ನು ಇದು ಪ್ರತಿಪಾದಿಸುತ್ತದೆ.

- **ಕಾಯಕದ ಘನತೆ ಮತ್ತು ಸಮಾನತೆ (Dignity and Equality of Kayaka):**

ಈ ವಚನವು, ಕಾಯಕದ ಆಧಾರದ ಮೇಲೆ ಭಕ್ತನನ್ನು ಅಳೆಯುವುದನ್ನು ಅಥವಾ ತಾರತಮ್ಯ ಮಾಡುವುದನ್ನು ಘೋರ ಅಪರಾಧವೆಂದು ಪರಿಗಣಿಸುತ್ತದೆ. ಶರಣರ ಪ್ರಕಾರ, ಕಾಯಕದ ಮೂಲಕವೇ ವ್ಯಕ್ತಿ ದೇವರನ್ನು ಅರಿಯಲು ಮತ್ತು ಅನುಭವಿಸಲು ಸಾಧ್ಯ. ಆದ್ದರಿಂದ, ಭಕ್ತನ ಕಾಯಕವನ್ನು ವಿಚಾರಿಸುವುದು ಕೇವಲ ಸಾಮಾಜಿಕ ತಾರತಮ್ಯವಲ್ಲ, ಅದು ಅವನ ಆಧ್ಯಾತ್ಮಿಕ ಪಯಣವನ್ನೇ ಕಡೆಗಣಿಸಿದಂತೆ.

- **ಜಾತಿ (ಕುಲ) ನಿರಾಕರಣೆ (Rejection of Caste/Kula):**

'ಭಕ್ತರಲ್ಲಿ ಕುಲವನರಸಿದರೆ ನಿಮ್ಮ ರಾಣಿವಾಸದಾಣೆ!' ಎಂಬ ತೀವ್ರವಾದ ಪ್ರತಿಜ್ಞೆಯು ಈ ನಿರಾಕರಣೆಯ ಆಳ ಮತ್ತು ಬದ್ಧತೆಯನ್ನು ತೋರಿಸುತ್ತದೆ. ಶರಣರ ದೃಷ್ಟಿಯಲ್ಲಿ, ಜಾತಿಯ ಸಂಕೋಲೆಗಳನ್ನು ಕಳಚದೆ ವ್ಯಕ್ತಿಯು ಆಧ್ಯಾತ್ಮಿಕವಾಗಿ ವಿಮೋಚನೆಗೊಳ್ಳಲು ಸಾಧ್ಯವಿಲ್ಲ. ಜಾತಿ ನಿರಾಕರಣೆಯು ಕೇವಲ ಸಾಮಾಜಿಕ ಸುಧಾರಣೆಯಾಗಿರಲಿಲ್ಲ, ಅದು ಆತ್ಮೋದ್ಧಾರದ ಮಾರ್ಗವೂ ಆಗಿತ್ತು.

- **ತಾರತಮ್ಯದ ಘೋರ ಪರಿಣಾಮ (Grave Consequence of Discrimination):**

ಭಕ್ತರಲ್ಲಿ ಕಾಯಕ ಅಥವಾ ಕುಲದ ಆಧಾರದ ಮೇಲೆ ತಾರತಮ್ಯ ಮಾಡುವುದನ್ನು ಬಸವಣ್ಣನವರು ಕೇವಲ ಸಣ್ಣ ತಪ್ಪೆಂದು ಪರಿಗಣಿಸುವುದಿಲ್ಲ. ಅದಕ್ಕೆ 'ತಲೆದಂಡ'ದಂತಹ ಅತ್ಯಂತ ಕಠಿಣ ಶಿಕ್ಷೆಯನ್ನು ವಿಧಿಸಬೇಕಾಗುತ್ತದೆ ಎಂಬುದು ಅವರ ನಿಲುವು.

'ತಲೆದಂಡ'ದ ಉಲ್ಲೇಖವು, ಇಂತಹ ತಾರತಮ್ಯವು ವ್ಯಕ್ತಿಯ ಆಧ್ಯಾತ್ಮಿಕ ಪ್ರಗತಿಯನ್ನೇ ನಾಶಪಡಿಸುತ್ತದೆ, ಅವನ ಅರಿವಿನ 'ಶಿರಸ್ಸನ್ನು' ಕತ್ತರಿಸುತ್ತದೆ ಎಂಬ ಸಾಂಕೇತಿಕ ಅರ್ಥವನ್ನೂ ಧ್ವನಿಸಬಹುದು.

ತಾರತಮ್ಯ ಮಾಡುವ ಕೃತ್ಯವು ಶರಣ ಧರ್ಮದ ಆತ್ಮಸಾಕ್ಷಿಗೇ ಬಗೆಯುವ ದ್ರೋಹ ಎಂಬ ಭಾವನೆಯನ್ನು ಇದು ವ್ಯಕ್ತಪಡಿಸುತ್ತದೆ.

➔ **"ದೇವಸಹಿತ ಭಕ್ತ ಮನೆಗೆ ಬಂದರೆ"**

'ದೇವಸಹಿತ ಭಕ್ತ' ಎಂದರೆ ಕೇವಲ ಭಕ್ತನು ದೇವರ ಜೊತೆಯಲ್ಲಿ ಬಂದಿದ್ದಾನೆ ಎಂದಲ್ಲ. ಶರಣರ ತತ್ತ್ವದ ಪ್ರಕಾರ,ನಿಜವಾದ ಭಕ್ತನು ದೇವರ ಸ್ವರೂಪವೇ ಆಗಿರುತ್ತಾನೆ.

ದೇವಸ್ವರೂಪಿಯಾದ, ಪರಮ ಪೂಜನೀಯನಾದ ಒಬ್ಬ ಭಕ್ತನ ಆಗಮನವನ್ನು ದೇವರ ಆಗಮನದಷ್ಟೇ ಪವಿತ್ರವಾಗಿ ಕಾಣಬೇಕು ಎಂಬ ಭಾವನೆ ಇಲ್ಲಿದೆ.

ಈ ಸಾಲು ಕೇವಲ ಅತಿಥಿ ಸತ್ಕಾರದ ನಿಯಮವನ್ನು ಹೇಳುತ್ತಿಲ್ಲ, ಬದಲಾಗಿ ಶರಣರ ಆಶಯದಂತೆ, ಭಕ್ತನೊಬ್ಬನ ಆಧ್ಯಾತ್ಮಿಕ ಪ್ರಗತಿಯನ್ನು ಮನಗಂಡು, ಅವನಿಗೆ ಅತ್ಯುನ್ನತವಾದ ಮತ್ತು ಪೂಜ್ಯನೀಯವಾದ ಗೌರವವನ್ನು ಸಲ್ಲಿಸಬೇಕು ಎಂಬುದನ್ನು ಇದು ದೃಢಪಡಿಸುತ್ತದೆ."

➔ **"ಕಾಯಕವಾವುದೆಂದು ಬೆಸಗೊಂಡರೆ"**

ಇಲ್ಲಿ, ಮನೆಗೆ ಬಂದ ದೇವಸ್ವರೂಪಿ ಭಕ್ತನ ಕಾಯಕವನ್ನು, ಅಂದರೆ ಅವನ ಸಾಮಾಜಿಕ ಹಿನ್ನೆಲೆ ಅಥವಾ ವೃತ್ತಿಯನ್ನು ಕುರಿತು ವಿಚಾರಿಸುವುದು ತಪ್ಪು ಎಂದು ಬಸವಣ್ಣ ಸ್ಪಷ್ಟವಾಗಿ ಹೇಳುತ್ತಾರೆ. ಇಲ್ಲಿ ಮನೆಗೆ ಬಂದ ಪೂಜ್ಯ ಅತಿಥಿಯನ್ನು, ಆತನ ಭಕ್ತಿ, ಜ್ಞಾನ ಅಥವಾ ಅನುಭಾವವನ್ನು ಗೌರವಿಸುವ ಬದಲು, ಆತನ ಲೌಕಿಕ ವೃತ್ತಿ ಯಾವುದು ಎಂದು ಕೇಳುವುದು ಅಗೌರವದ ಸೂಚಕ. ಇದು ಆ ಭಕ್ತನನ್ನು ಕೇವಲ ಅವನ ವೃತ್ತಿಯಿಂದ ಅಳೆಯುವ, ಸಾಮಾಜಿಕ ಸ್ಥಾನಮಾನವನ್ನು ತಿಳಿಯಲು ಯತ್ನಿಸುವ ಸಂಕುಚಿತ ಮನೋಭಾವವನ್ನು ತೋರಿಸುತ್ತದೆ.

'ದೇವಸಹಿತ'ನಾಗಿ ಬಂದ ಭಕ್ತನ ದೈವಿಕತೆಯನ್ನು ಮರೆತು, ಲೌಕಿಕ ವಿವರಗಳನ್ನು ಕೆದಕುವುದು ತಪ್ಪು ಎಂಬುದು ಬಸವಣ್ಣನವರ ನಿಲುವು. ಇದು ಸಮಾಜದಲ್ಲಿ ಬೇರೂರಿದ್ದ ಶ್ರೇಣೀಕೃತ ವ್ಯವಸ್ಥೆಯ ಮತ್ತು ತಾರತಮ್ಯದ ಮನೋಭಾವದ ಪ್ರತೀಕವಾಗಿದೆ. ಭಕ್ತನು ತನ್ನ ಕಾಯಕದ ಮೂಲಕವೇ ದೈವವನ್ನು ಕಾಣುತ್ತಾನೆ. ಅಂತಹ ಕಾಯಕವನ್ನು ಪ್ರಶ್ನಿಸುವುದು, ಅವನ ಆಧ್ಯಾತ್ಮಿಕ ಮಾರ್ಗವನ್ನೇ ಪ್ರಶ್ನಿಸಿದಂತೆ ಮತ್ತು ಶರಣರ ಸಮಾನತೆಯ ತತ್ತ್ವಕ್ಕೆ ಮಾಡಿದ ಅಪಚಾರವಾಗುತ್ತದೆ.

➔ **"ನಿಮ್ಮಾಣೆ! ನಿಮ್ಮ ಪುರಾತರಾಣೆ! ತಲೆದಂಡ! ತಲೆದಂಡ!!":**

ಇದು ಬಸವಣ್ಣನವರ ಅತ್ಯಂತ ತೀಕ್ಷ್ಣವಾದ ಪ್ರತಿಜ್ಞೆ ಮತ್ತು ಸ್ವಯಂ-ಶಾಪ.

- **ನಿಮ್ಮಾಣೆ!** ಕೂಡಲಸಂಗಮದೇವಾ, ನಿನ್ನಾಣೆಗೂ (ನಿನ್ನ ಮೇಲೆ ಆಣೆ ಇಟ್ಟು ಹೇಳುತ್ತೇನೆ).
- **ನಿಮ್ಮ ಪುರಾತರಾಣೆ!** ನಿನ್ನ ಪರಮ ಭಕ್ತರಾದ ಪೂರ್ವಿಕರ, ಪುರಾತನ ಶರಣರಾಣೆಗೂ! ಇದು ಶರಣ ಪರಂಪರೆಯ ಮೇಲೆ, ಹಿರಿಯ ಭಕ್ತರ ಮೇಲೆ ಇಡುವ ಆಣೆ. ಇದು ವಚನದ ಗಂಭೀರತೆಯನ್ನು ಹೆಚ್ಚಿಸುತ್ತದೆ.
- **ತಲೆದಂಡ! ತಲೆದಂಡ!!:** ನನಗೆ ತಲೆದಂಡ ಆಗಲಿ! ನನಗೆ ಮರಣದಂಡನೆ ವಿಧಿಸಿದಂತೆ ಆಗಲಿ! ಇದು ತನಗೆ ತಾನೇ ವಿಧಿಸಿಕೊಳ್ಳುವ ಅತ್ಯಂತ ಘೋರ ಶಿಕ್ಷೆ. ಅಂತಹ ಭಕ್ತನನ್ನು ಕುರಿತು ಕಾಯಕವೇನೆಂದು ಕೇಳುವ ಅಲ್ಪತನಕ್ಕೆ ತನ್ನ ತಲೆಯನ್ನೇ ಕಳೆದುಕೊಳ್ಳಲು ಸಿದ್ಧವಿರುವಷ್ಟು ಗಂಭೀರ ಅಪರಾಧ ಎಂದು ಭಾವಿಸುತ್ತಾರೆ. 'ತಲೆದಂಡ' ಎಂಬ ಪುನರಾವರ್ತನೆ ಅದರ ದೃಢ ಸಂಕಲ್ಪ ಮತ್ತು ಭಾವೋದ್ವೇಗವನ್ನು ತೋರಿಸುತ್ತದೆ.

ಲಿಂಗಸ್ವರೂಪಿಯಾದ ಭಕ್ತನನ್ನು ಕುರಿತು ಅವನ ಕಾಯಕವೇನೆಂದು ಕೇಳುವ ಸಣ್ಣತನಕ್ಕೆ ಕೂಡಲಸಂಗಮನಾಣೆಗೂ, ಪುರಾತನ ಶರಣರಾಣೆಗೂ ನನಗೆ ತಲೆದಂಡ ಆಗಲಿ! ಎಂದು ಬಸವಣ್ಣನವರು ದೃಢ ಸಂಕಲ್ಪ ಮಾಡುತ್ತಾರೆ. ಭಕ್ತನಲ್ಲಿ ಕಾಯಕವನ್ನು (ಮತ್ತು ಅದರ ಮೂಲಕ ಜಾತಿಯನ್ನು) ವಿಚಾರಿಸುವುದು ಎಷ್ಟು ಗಂಭೀರ ಅಪರಾಧ ಎಂಬುದನ್ನು ಇದು ಹೇಳುತ್ತದೆ.

➔ **"ಕೂಡಲಸಂಗಮದೇವಾ,":** ದೇವರನ್ನು ಸಂಬೋಧಿಸಿ, ಮತ್ತೊಂದು ಸಂಬಂಧಿತ ವಿಷಯವನ್ನು ಹೇಳುತ್ತಾರೆ.

➔ **"ಭಕ್ತರಲ್ಲಿ ಕುಲವನರಸಿದರೆ":**

ಭಕ್ತರಲ್ಲಿ ಕುಲವನ್ನು (ಜಾತಿ, ವಂಶ, ಗೋತ್ರ) ಹುಡುಕಿದರೆ ಅಥವಾ ವಿಚಾರಿಸಿದರೆ.

ಇದು ವಚನದ ಎರಡನೆಯ, ಮತ್ತು ಅಷ್ಟೇ ಪ್ರಮುಖವಾದ, ನಿಷೇಧವನ್ನು ಪ್ರತಿಪಾದಿಸುತ್ತದೆ. ಕಾಯಕವನ್ನು ಕೇಳುವುದು ಹೇಗೆ ತಪ್ಪೋ, ಅದೇ ರೀತಿ ಭಕ್ತನ ಜಾತಿ ಅಥವಾ ಕುಲವನ್ನು ವಿಚಾರಿಸುವುದೂ ಸಹ ಘೋರ ಅಪರಾಧವಾಗಿದೆ.

'ಕುಲವನರಸುವುದು' ಎಂದರೆ ವ್ಯಕ್ತಿಯನ್ನು ಅವನ ಆಧ್ಯಾತ್ಮಿಕ ಸಾಧನೆ, ಅವನ ಭಕ್ತಿ, ಅವನ ಅರಿವುಗಳಿಂದ ಅಳೆಯದೆ, ಕೇವಲ ಅವನ ಹುಟ್ಟಿನಿಂದ ಬಂದ ಸಾಮಾಜಿಕ ಹಣೆಪಟ್ಟಿಯಿಂದ ಅಳೆಯುವುದು. ಇದು ಶರಣ ಧರ್ಮದ ಮೂಲಾಧಾರವಾದ ಸಮಾನತೆಯ ತತ್ತ್ವಕ್ಕೆ ಮತ್ತು 'ಇವನಾರವ ಎನ್ನದೆ ಇವ ನಮ್ಮವ' ಎಂಬ ಬಸವಣ್ಣನವರ ಧ್ಯೇಯವಾಕ್ಯಕ್ಕೆ ಮಾಡುವ ಅಪಚಾರವಾಗಿದೆ.

➔ **"ನಿಮ್ಮ ರಾಣಿವಾಸದಾಣೆ!"**

ಇದು ವಚನದಲ್ಲಿನ ಅತ್ಯಂತ ವಿಶಿಷ್ಟವಾದ ಮತ್ತು ಗಂಭೀರವಾದ ಆಣೆಯಾಗಿದೆ.

ದೇವರ 'ರಾಣಿವಾಸ'ದ ಮೇಲೆ ಆಣೆ ಇಡುವುದೆಂದರೆ, ವಿಷಯದ ಪಾವಿತ್ರ್ಯತೆ ಮತ್ತು ಗಂಭೀರತೆಯನ್ನು ಅತ್ಯುನ್ನತ ಮಟ್ಟಕ್ಕೆ ಕೊಂಡೊಯ್ಯುವುದು. ಭಕ್ತರಲ್ಲಿ ಕುಲವನ್ನು ಅರಸುವುದು ಎಷ್ಟು ದೊಡ್ಡ ಅಪಚಾರ ಮತ್ತು ಪಾಪವೆಂದರೆ, ಅದು ಸಾಕ್ಷಾತ್ ದೇವರ ಅತ್ಯಂತ ಪವಿತ್ರವಾದ ಆಂತರಿಕತೆಗೆ, ಅವನ 'ರಾಣಿವಾಸ'ಕ್ಕೆ ಮಾಡಿದ ಅಪಚಾರಕ್ಕೆ ಸಮ ಎಂದು ಬಸವಣ್ಣನವರು ಭಾವಿಸುತ್ತಾರೆ.

ತಾತ್ಪರ್ಯ: ಈ ವಚನವು ಶರಣ ಸಮುದಾಯದಲ್ಲಿ ಸಾಮಾಜಿಕ ಸಮಾನತೆಯ ತತ್ತ್ವವನ್ನು ಅತ್ಯಂತ ಉಗ್ರವಾಗಿ ಪ್ರತಿಪಾದಿಸುತ್ತದೆ. ಮನೆಗೆ ಬಂದ ಲಿಂಗಸ್ವರೂಪಿ ಭಕ್ತನನ್ನು, ಅವನ ವೃತ್ತಿ ಅಥವಾ ಕಾಯಕದಿಂದ ಅಳೆಯುವುದು ಘೋರ ಅಪರಾಧ, ಅದು ತಲೆದಂಡಕ್ಕೆ ಅರ್ಹವಾದ ತಪ್ಪು. ಹಾಗೆಯೇ, ಭಕ್ತರ ನಡುವೆ ಜಾತಿ (ಕುಲ) ವಿಚಾರಿಸುವುದು ಶರಣ ಧರ್ಮದ ಮೂಲ ತತ್ತ್ವಕ್ಕೆ ಮತ್ತು ದೇವರ ಪಾವಿತ್ರ್ಯಕ್ಕೆ ಮಾಡುವ ದೊಡ್ಡ ದ್ರೋಹವಾಗಿದೆ.

ಬಸವಣ್ಣನವರು ಈ ತತ್ತ್ವಗಳನ್ನು ಕೇವಲ ಹೇಳದೆ, ಅವುಗಳನ್ನು ಉಲ್ಲಂಘಿಸದಿರುವ ಬಗ್ಗೆ ಅತ್ಯಂತ ಗಂಭೀರವಾದ, ಉನ್ನತವಾದ ಆಣೆಗಳನ್ನು ('ನಿಮ್ಮಾಣೆ', 'ಪುರಾತರಾಣೆ', 'ರಾಣಿವಾಸದಾಣೆ') ಇಡುವುದರ ಮೂಲಕ, ಈ ತತ್ತ್ವಗಳ ಪಾಲನೆಯ ಗಂಭೀರತೆಯನ್ನು ಮತ್ತು ತಮ್ಮ ಅಚಲವಾದ ಬದ್ಧತೆಯನ್ನು ಸಾರಿದ್ದಾರೆ. ಇದು ಸಮಾನತೆ, ಗೌರವ ಮತ್ತು ಮಾನವೀಯ ಘನತೆಗೆ ನೀಡಿದ ಉನ್ನತ ಸ್ಥಾನವನ್ನು ತೋರಿಸುತ್ತದೆ.

ಇಂದಿನ ಯುಗಕ್ಕೆ ಬಸವಣ್ಣನವರ ಈ ವಚನದ ಪ್ರಸ್ತುತತೆ :

1. ವೃತ್ತಿ/ಸ್ಥಾನಮಾನದ ಆಧಾರದ ಮೇಲಿನ ತಾರತಮ್ಯಕ್ಕೆ ವಿರೋಧ:

ಆಧುನಿಕ ಸಮಾಜದಲ್ಲಿ,ವಿಶೇಷವಾಗಿ ನಗರಗಳಲ್ಲಿ,ವ್ಯಕ್ತಿಯನ್ನು ಅವನ/ಅವಳ ವೃತ್ತಿ, ಅಧಿಕಾರ ಸಂಪತ್ತು, ವಾಸಿಸುವ ಸ್ಥಳ ಅಥವಾ ಹೊಂದಿರುವ ವಸ್ತುಗಳ ಆಧಾರದ ಮೇಲೆ ಅಳೆಯುವ, ಗೌರವಿಸುವ ಪ್ರವೃತ್ತಿ ಹೆಚ್ಚಾಗಿದೆ. ಮೊದಲ ಪರಿಚಯದಲ್ಲಿಯೇ ಒಬ್ಬರ 'ಸ್ಟೇಟಸ್' ತಿಳಿಯಲು 'ನೀವೇನು ಕೆಲಸ ಮಾಡುತ್ತೀರಿ?' ಎಂಬ ಪ್ರಶ್ನೆ ಸಾಮಾನ್ಯ. ಇದು ವ್ಯಕ್ತಿಗಳ ನಡುವೆ ಕೃತಕವಾದ ಶ್ರೇಣೀಕರಣವನ್ನು ಸೃಷ್ಟಿಸುತ್ತದೆ. ಮನೆಗೆ ಬಂದ ಗೌರವಾನ್ವಿತ ವ್ಯಕ್ತಿಯನ್ನು ('ದೇವಸಹಿತ ಭಕ್ತ'), ಆತನ 'ಕಾಯಕ' ಯಾವುದೆಂದು ಕೇಳಿ ಅಳೆಯುವುದನ್ನು 'ತಲೆದಂಡ'ಕ್ಕೆ ಅರ್ಹವಾದ ತಪ್ಪು ಎಂದು ಬಸವಣ್ಣ ಖಂಡಿಸುತ್ತಾರೆ. ಇದು, ವ್ಯಕ್ತಿಯ ಅಂತರ್ಗತ ಮೌಲ್ಯವನ್ನು, ಅವನ ಗುಣವನ್ನು, ಅಥವಾ (ಶರಣರ ಸಂದರ್ಭದಲ್ಲಿ) ಭಕ್ತಿಯನ್ನು ಗೌರವಿಸಬೇಕೇ ಹೊರತು, ಅವನ ಲೌಕಿಕ ಸ್ಥಾನಮಾನವನ್ನಲ್ಲ ಎಂಬ ಬಲವಾದ ಸಂದೇಶವನ್ನು ನೀಡುತ್ತದೆ. ಇಂದಿನ ಸಮಾಜದಲ್ಲಿ ವ್ಯಕ್ತಿಗಳನ್ನು ಅವರ ವೃತ್ತಿಯ ಆಧಾರದ ಮೇಲೆ ತೀರ್ಮಾನಿಸುವ ಮತ್ತು ಗೌರವದಲ್ಲಿ ತಾರತಮ್ಯ ಮಾಡುವ ಮನೋಭಾವದ ವಿರುದ್ಧ ಇದೊಂದು ಎಚ್ಚರಿಕೆಯಾಗಿದೆ.

2. ಜಾತಿ ವಿಚಾರಣೆಯ ಕಠಿಣ ನಿಷೇಧ:

ಕಾನೂನಿನ ಮೂಲಕ ಅಸ್ಪೃಶ್ಯತೆ ಮತ್ತು ಜಾತಿ ತಾರತಮ್ಯವನ್ನು ನಿಷೇಧಿಸಲಾಗಿದ್ದರೂ, ಜಾತಿ ವ್ಯವಸ್ಥೆಯ ಪ್ರಭಾವ ಸಮಾಜದಲ್ಲಿ ಇನ್ನೂ ಜೀವಂತವಾಗಿದೆ. ವಿವಾಹದ ಸಂದರ್ಭಗಳಲ್ಲಿ, ಸಾಮಾಜಿಕ ಸಂವಹನಗಳಲ್ಲಿ, ಕೆಲವೊಮ್ಮೆ ಪರೋಕ್ಷವಾಗಿ (ಉಪನಾಮ,ಊರು ಇತ್ಯಾದಿ ಕೇಳುವ ಮೂಲಕ) ಜಾತಿಯನ್ನು ತಿಳಿಯುವ ಪ್ರಯತ್ನಗಳು ನಡೆಯುತ್ತಲೇ ಇರುತ್ತವೆ.

"ಭಕ್ತರಲ್ಲಿ ಕುಲವನರಸಿದರೆ ನಿಮ್ಮ ರಾಣಿವಾಸದಾಣೆ!" ಎಂಬ ವಚನದ ಭಾಗವು ಜಾತಿ ವಿಚಾರಣೆಯನ್ನು ಸಂಪೂರ್ಣವಾಗಿ ಮತ್ತು ಅತ್ಯಂತ ಕಠಿಣವಾಗಿ ನಿರಾಕರಿಸುತ್ತದೆ. ಇದು ಕೇವಲ ಸೌಜನ್ಯದ ಮಾತಲ್ಲ,ಜಾತಿಯನ್ನು ವಿಚಾರಿಸುವುದೇ ದೈವಿಕ ಪಾವಿತ್ರ್ಯಕ್ಕೆ ಮಾಡುವ ಅಪಚಾರ ಎಂಬ ಸಂದೇಶವನ್ನು ನೀಡುತ್ತದೆ. ಇದು, ಮಾನವ ಸಂಬಂಧಗಳು ಜಾತಿ, ಕುಲಗಳ ಎಲ್ಲೆಯನ್ನು ಮೀರಬೇಕು ಮತ್ತು ಸಮಾನತೆಯ ನೆಲೆಯಲ್ಲಿರಬೇಕು ಎಂಬ ಆಶಯವನ್ನು ಅತ್ಯಂತ ಬಲವಾಗಿ ಪ್ರತಿಪಾದಿಸುತ್ತದೆ.

3. ಆಚರಣೆಯಲ್ಲಿ ಸಮಾನತೆ:

ನಾವು ಸಂವಿಧಾನಾತ್ಮಕವಾಗಿ ಸಮಾನತೆಯನ್ನು ಒಪ್ಪಿಕೊಂಡಿದ್ದರೂ, ದೈನಂದಿನ ವ್ಯವಹಾರಗಳಲ್ಲಿ, ನಮ್ಮ ಮನೆಗಳಲ್ಲಿ ('ಮನೆಗೆ ಬಂದರೆ') ಇತರರನ್ನು ಕಾಣುವ ರೀತಿಯಲ್ಲಿ ಈ ಸಮಾನತೆ ಪೂರ್ಣವಾಗಿ ಪ್ರತಿಫಲಿಸುತ್ತಿದೆಯೇ ಎಂಬ ಪ್ರಶ್ನೆ ಉದ್ಭವಿಸುತ್ತದೆ. ಈ ವಚನವು ಸಮಾನತೆಯನ್ನು ಕೇವಲ ಸೈದ್ಧಾಂತಿಕವಾಗಿ ಅಲ್ಲ, ಆಚರಣೆಯಲ್ಲಿ ತರಬೇಕೆಂದು ಒತ್ತಾಯಿಸುತ್ತದೆ. ಮನೆಗೆ ಬಂದ ಅತಿಥಿಯನ್ನು ಯಾವುದೇ ಸಾಮಾಜಿಕ ಭೇದವಿಲ್ಲದೆ ಗೌರವಿಸಬೇಕೆಂಬುದು ಇದರ ಆಶಯ. ಇದು ನಮ್ಮದೇ ಪೂರ್ವಾಗ್ರಹಗಳನ್ನು ಪ್ರಶ್ನಿಸಲು ಮತ್ತು ಎಲ್ಲರನ್ನೂ ಸಮಾನವಾಗಿ ಕಾಣುವ ನಡವಳಿಕೆಯನ್ನು ರೂಢಿಸಿಕೊಳ್ಳಲು ಪ್ರೇರೇಪಿಸುತ್ತದೆ.

4. ತಾರತಮ್ಯದ ಗಂಭೀರತೆ:

ವಚನದಲ್ಲಿನ ಪ್ರಬಲ ಆಣೆಗಳು ("ನಿಮ್ಮಾಣೆ! ನಿಮ್ಮ ಪುರಾತರಾಣೆ! ತಲೆದಂಡ!! ನಿಮ್ಮ ರಾಣಿವಾಸದಾಣೆ!")ತಾರತಮ್ಯದ ಕೃತ್ಯವನ್ನು ಬಸವಣ್ಣನವರು ಎಷ್ಟು ಗಂಭೀರವಾಗಿ ಪರಿಗಣಿಸಿದ್ದರು ಎಂಬುದನ್ನು ಒತ್ತಿಹೇಳುತ್ತವೆ. ಜಾತಿಯನ್ನು ಕೇಳುವುದು ಅಥವಾ ಭಕ್ತನನ್ನು ಅವನ ಹಿನ್ನೆಲೆಯ ಆಧಾರದ ಮೇಲೆ ನಿರ್ಣಯಿಸುವುದು ಒಂದು ಸಣ್ಣ ಅಪರಾಧವಾಗಿರಲಿಲ್ಲ; ಅದು ಶರಣ ಮಾರ್ಗದ ಮೂಲಭೂತ ತತ್ತ್ವಗಳಿಗೆ ಮಾಡಿದ ದ್ರೋಹವಾಗಿತ್ತು. ಆಧುನಿಕ ಸಂದರ್ಭದಲ್ಲಿ, ಇದು ಪೂರ್ವಾಗ್ರಹ ಮತ್ತು ತಾರತಮ್ಯದೊಂದಿಗೆ ಸಂಬಂಧಿಸಿದ ನೈತಿಕ ಹಾನಿ ಮತ್ತು ನೈತಿಕ ದಿವಾಳಿತನವನ್ನು ಎತ್ತಿ ತೋರಿಸುತ್ತದೆ. 'ತಲೆದಂಡ'ವನ್ನು ನಮ್ಮ ಆತ್ಮಸಾಕ್ಷಿಯ ಮರಣ ಅಥವಾ ಅಂತಹ ತಾರತಮ್ಯದ ಆಚರಣೆಗಳಲ್ಲಿ ತೊಡಗಿದಾಗ ನಮ್ಮ ನಿಜವಾದ ಆಧ್ಯಾತ್ಮಿಕ ಅಸ್ಮಿತೆಯ ನಷ್ಟಕ್ಕೆ ರೂಪಕವಾಗಿ ನೋಡಬಹುದು.

ಕೊನೆಯದಾಗಿ, ಬಸವಣ್ಣನವರ ಈ ವಚನವು ಇಂದಿನ ಜಗತ್ತಿಗೆ ಒಂದು ಪ್ರಬಲ ಜ್ಞಾಪನೆಯಾಗಿದೆ. ಮನುಷ್ಯನ ನಿಜವಾದ ಮೌಲ್ಯ ಅವನ ಜಾತಿ, ವೃತ್ತಿ, ಸಂಪತ್ತು ಅಥವಾ ಸಾಮಾಜಿಕ ಸ್ಥಾನಮಾನದಲ್ಲಿ ಇಲ್ಲ, ಬದಲಿಗೆ ಅವನ ಅಂತರಂಗ ಮತ್ತು ವ್ಯಕ್ತಿತ್ವದಲ್ಲಿದೆ ಎಂಬುದನ್ನು ಇದು ಹೇಳುತ್ತದೆ. ಪೂರ್ವಾಗ್ರಹ ಮತ್ತು ತಾರತಮ್ಯದ ಗೋಡೆಗಳನ್ನು ಒಡೆದು ಹಾಕಿ, ಸಮಾನತೆ, ಗೌರವ ಮತ್ತು ಪ್ರತಿಯೊಬ್ಬ ವ್ಯಕ್ತಿಯಲ್ಲಿನ ದೈವಿಕ ಕಿಡಿಯನ್ನು ಗುರುತಿಸುವ ಮೂಲಕ ನ್ಯಾಯಯುತ ಮತ್ತು ಮಾನವೀಯ ಸಮಾಜವನ್ನು ನಿರ್ಮಿಸಲು ಇದು ಒಂದು ಪ್ರಮುಖ ಮಾರ್ಗದರ್ಶಿಯಾಗಿದೆ. ಇದರ ಸಂದೇಶವು ಎಂದೆಂದಿಗೂ ಪ್ರಸ್ತುತವಾಗಿದೆ.

4. ಎನ್ನವರೆಂದಡೆ ಜನ್ನಕ್ಕೆ ನಡೆವರೆ, ಎನ್ನವರಲ್ಲ, ಕೂಡಲಸಂಗಾ ನಿಮ್ಮಾಣೆ

ವಚನ:

"ಆದಿಯಲಾಗಲಿ, ವೇದದಲಾಗಲಿ, ಶಾಸ್ತ್ರದಲಾಗಲಿ, ಸಮಯದಲಾಗಲಿ.
ಎನ್ನವರೆನ್ನೆನು, ಎನ್ನವರೆನ್ನೆನು.
ಎನ್ನವರೆಂದಡೆ ಸಂಗಾ ನಿಮ್ಮಲ್ಲಿಗೆ ದೂರ.
ಎನ್ನವರೆಂದಡೆ ಜನ್ನಕ್ಕೆ ನಡೆವರೆ
ಎನ್ನವರಲ್ಲ, ಕೂಡಲಸಂಗಾ ನಿಮ್ಮಾಣೆ."

ಈ ವಚನದಲ್ಲಿ ಬಸವಣ್ಣನವರು ಸಾಮಾಜಿಕ ಮತ್ತು ಧಾರ್ಮಿಕ ಸಂಬಂಧಗಳನ್ನು ಕುರಿತು ಕ್ರಾಂತಿಕಾರಿ ನಿಲುವನ್ನು ವ್ಯಕ್ತಪಡಿಸುತ್ತಾರೆ. ವ್ಯಕ್ತಿಗಳನ್ನು ಅವರ ಕುಲ, ವೇದ-ಶಾಸ್ತ್ರ ಪಾಂಡಿತ್ಯ ಅಥವಾ ಅವರು ಅನುಸರಿಸುವ ಸಾಂಪ್ರದಾಯಿಕ ಧಾರ್ಮಿಕ ಆಚರಣೆಗಳ ಆಧಾರದ ಮೇಲೆ 'ನನ್ನವರು' ಎಂದು ಪರಿಗಣಿಸುವುದನ್ನು ಅವರು ಸಂಪೂರ್ಣವಾಗಿ ತಿರಸ್ಕರಿಸುತ್ತಾರೆ. ಹೀಗೆ ಬಾಹ್ಯ ಗುರುತುಗಳ ಆಧಾರದ ಮೇಲೆ ಜನರನ್ನು ವಿಂಗಡಿಸುವುದು ಅಥವಾ ಸಂಬಂಧ ಬೆಳೆಸುವುದು ದೇವರ ಸಾಮಿಪ್ಯದಿಂದ ದೂರ ಮಾಡುತ್ತದೆ ಮತ್ತು ಜನನ-ಮರಣಗಳ ಚಕ್ರದಲ್ಲಿ ಸಿಲುಕಿಸುತ್ತದೆ ಎಂದು ಅವರು ಪ್ರತಿಪಾದಿಸುತ್ತಾರೆ. ನಿಜವಾದ 'ಶರಣ' ಅಥವಾ 'ದೇವರಿಗೆ ಹತ್ತಿರದವನು' ಆಗಲು ಭಕ್ತಿ, ನಡೆ-ನುಡಿಗಳ ಶುದ್ಧತೆ, ಕಾಯಕ ನಿಷ್ಠೆ ಮತ್ತು ಅನುಭವ ಮುಖ್ಯವೇ ಹೊರತು ಬಾಹ್ಯ ಆಚರಣೆಗಳಲ್ಲ ಎಂಬುದು ಇದರ ತಿರುಳು. 'ನಿಮ್ಮಾಣೆ' ಎಂದು ಹೇಳುವ ಮೂಲಕ ಈ ನಿಲುವಿನ ದೃಢತೆಯನ್ನು ಒತ್ತಿ ಹೇಳುತ್ತಾರೆ.

➔ **ಆದಿಯಲಾಗಲಿ, ವೇದದಲಾಗಲಿ, ಶಾಸ್ತ್ರದಲಾಗಲಿ, ಸಮಯದಲಾಗಲಿ.** :

ವ್ಯಕ್ತಿಯು ಯಾವುದೇ ಉನ್ನತ ಕುಲದಲ್ಲಿ ಹುಟ್ಟಿರಲಿ (ಆದಿಯಲ್ಲಿ), ಯಾವುದೇ ವೇದಗಳನ್ನು ಅಧ್ಯಯನ ಮಾಡಿರಲಿ (ವೇದದಲಾಗಲಿ), ಯಾವುದೇ ಶಾಸ್ತ್ರಗಳಲ್ಲಿ ಪಾಂಡಿತ್ಯ ಹೊಂದಿರಲಿ (ಶಾಸ್ತ್ರದಲಾಗಲಿ), ಅಥವಾ ಯಾವುದೇ ನಿರ್ದಿಷ್ಟ ಧಾರ್ಮಿಕ ಸಂಪ್ರದಾಯಕ್ಕೆ ಸೇರಿರಲಿ (ಸಮಯದಲಾಗಲಿ) - ಇವು ಯಾವುದೂ ಮುಖ್ಯವಲ್ಲ.

➔ **"ಎನ್ನವರೆನ್ನೆನು, ಎನ್ನವರೆನ್ನೆನು.":**

ಯಾರೇ ಆಗಲಿ, ಅವರು ಆದಿಯಿಂದ (ಮೂಲದಿಂದ, ಬಹುಶಃ ಕುಲ/ಗೋತ್ರದಿಂದ) ಬಂದವರಾಗಿರಲಿ, ವೇದಗಳನ್ನು ಬಲ್ಲವರಾಗಿರಲಿ, ಶಾಸ್ತ್ರಗಳನ್ನು ತಿಳಿದವರಾಗಿರಲಿ, ಅಥವಾ ಸ್ಥಾಪಿತ ಧಾರ್ಮಿಕ ಸಂಪ್ರದಾಯಗಳನ್ನು (ಸಮಯ) ಅನುಸರಿಸುವವರಾಗಿರಲಿ. ಈ ಕಾರಣಗಳಿಗಾಗಿ ಅವರನ್ನು 'ನನ್ನವರು' ಎಂದು ನಾನು ಕರೆಯಲಾರೆ, ಖಂಡಿತವಾಗಿಯೂ 'ನನ್ನವರು' ಎಂದು ಕರೆಯಲಾರೆ. (ಇಲ್ಲಿ ಪುನರುಕ್ತಿ ಒತ್ತು ನೀಡಲು ಬಳಕೆಯಾಗಿದೆ).

➔ **"ಎನ್ನವರೆಂದಡೆ ಸಂಗಾ ನಿಮ್ಮಲ್ಲಿಗೆ ದೂರ.":**

ಒಂದು ವೇಳೆ ನಾನು ಇಂತಹ ಬಾಹ್ಯ ಲಕ್ಷಣಗಳನ್ನು ಆಧರಿಸಿ ಅವರನ್ನು 'ನನ್ನವರು' ಎಂದು ಭಾವಿಸಿದರೆ, ಆಗ ನಾನು ಕೂಡಲಸಂಗಮದೇವರಾದ ನಿಮ್ಮಿಂದ ದೂರವಾದಂತೆ ಎಂದು ತಮ್ಮ ಆರಾಧ್ಯ ದೈವದ ಜೊತೆಗಿನ ತಮ್ಮ ಭಕ್ತಿ ಸಂಬಂಧವನ್ನು ಒತ್ತಿ ಹೇಳುತ್ತಾರೆ. ಲೌಕಿಕ ಸಂಬಂಧಗಳಿಗಿಂತ ಭಕ್ತಿ ಸಂಬಂಧವೇ ಅವರಿಗೆ ಮುಖ್ಯ ಎಂಬುದು ಇಲ್ಲಿ ವ್ಯಕ್ತವಾಗುತ್ತದೆ.

➔ **"ಎನ್ನವರೆಂದಡೆ ಜನ್ನಕ್ಕೆ ನಡೆವರೆ":**

ಯಾರು ನನ್ನವರು ಎಂದು ನಾನು ಹೇಳಿದಾಗ ಅವರು 'ಜನ್ನಕ್ಕೆ ನಡೆವರೆ?' ಅಂದರೆ ಯಜ್ಞ-ಯಾಗಾದಿ ಕರ್ಮಗಳನ್ನು ಮಾಡುವವರಾಗಿದ್ದರೆ ಅಥವಾ ಕೇವಲ ಸಂಪ್ರದಾಯಗಳನ್ನು ಕುರುಡಾಗಿ ಪಾಲಿಸುವವರಾಗಿದ್ದರೆ, ಅವರನ್ನು ನಾನು ನನ್ನವರು ಎಂದು ಒಪ್ಪುವುದಿಲ್ಲ. ಇಲ್ಲಿ 'ಜನ್ನ' ಎಂಬ ಪದವು ಬಾಹ್ಯಾಚರಣೆಗಳು ಮತ್ತು ವೈದಿಕ ಕರ್ಮಕಾಂಡಗಳನ್ನು ಸೂಚಿಸುತ್ತದೆ. ಬಸವಣ್ಣನವರು ಆಂತರಿಕ ಶುದ್ಧತೆ ಮತ್ತು ಶರಣ ತತ್ತ್ವದ ಆಚರಣೆಗಳಿಗೆ ಹೆಚ್ಚು ಮಹತ್ವ ನೀಡಿದರು.

➔ **ಎನ್ನವರಲ್ಲ, ಕೂಡಲಸಂಗಾ ನಿಮ್ಮಾಣೆ.** :

ಕೇವಲ ಕುಲ, ವೇದ, ಶಾಸ್ತ್ರ, ಸಂಪ್ರದಾಯಗಳನ್ನು ಆಧರಿಸಿ ಗುರುತಿಸಿಕೊಳ್ಳುವವರು ನನ್ನವರಲ್ಲ. ಕೂಡಲಸಂಗಮದೇವ, ಇದು ನಿನ್ನಾಣೆ (ನಿನ್ನ ಮೇಲೆ ಆಣೆ) ಎಂದು ಅತ್ಯಂತ ಖಚಿತವಾಗಿ ಹೇಳುತ್ತಾರೆ. ಇದು ಅವರ ನಿಲುವಿನ ದೃಢತೆಯನ್ನು ತೋರಿಸುತ್ತದೆ. ನಿಜವಾದ ಶರಣನು ಬಾಹ್ಯ ಭೇದಗಳನ್ನು ಮೀರಿದವನು ಎಂಬುದು ಅವರ ನಿಲುವು.

ತಾತ್ಪರ್ಯ: ಈ ವಚನದ ಒಟ್ಟಾರೆ ಸಾರಾಂಶವೆಂದರೆ, ಕೇವಲ ಹುಟ್ಟಿನಿಂದಲೋ, ಶಾಸ್ತ್ರಾಧ್ಯಯನದಿಂದಲೋ ಅಥವಾ ಸಂಪ್ರದಾಯಗಳ ಆಚರಣೆಯಿಂದಲೋ ಯಾರೂ ಶ್ರೇಷ್ಠರಾಗುವುದಿಲ್ಲ ಅಥವಾ ಅವರ 'ತಮ್ಮವರು' ಆಗುವುದಿಲ್ಲ. ನಿಜವಾದ 'ತಮ್ಮವರು' ಎಂದರೆ ಕೂಡಲಸಂಗಮದೇವನಲ್ಲಿ ಭಕ್ತಿ ಇಟ್ಟು, ಶರಣ ತತ್ತ್ವದಂತೆ ಜೀವಿಸುವವರು ಎಂಬುದು ಅವರ ಸ್ಪಷ್ಟ ಸಂದೇಶ. ಇದು ಅಂದಿನ ಸಮಾಜದಲ್ಲಿ ಆಳವಾಗಿ ಬೇರೂರಿದ್ದ ಜಾತಿ ವ್ಯವಸ್ಥೆ ಮತ್ತು ಕರ್ಮಕಾಂಡಗಳ ಪ್ರಾಮುಖ್ಯತೆಯನ್ನು ನಿರಾಕರಿಸುವ ಕ್ರಾಂತಿಕಾರಿ ನಿಲುವಾಗಿದೆ.

ಇಂದಿನ ಯುಗಕ್ಕೆ ಬಸವಣ್ಣನವರ ಈ ವಚನದ ಪ್ರಸ್ತುತತೆ :

ಜಾತಿಭೇದ, ಧರ್ಮಸಂಘರ್ಷ, ಮೌಢ್ಯ, ಮತ್ತು ಮೇಲ್ನೋಟದ ಸಂಬಂಧಗಳು ಪ್ರಬಲವಾಗಿರುವ ಇಂದಿನ ಸಮಾಜದಲ್ಲಿ ಈ ವಚನದ ಮೌಲ್ಯಗಳು ಸಮಾಜವನ್ನು ಸುಧಾರಿಸಲು, ಸಮಾನತೆಯನ್ನು ಉತ್ತೇಜಿಸಲು ಮತ್ತು ನಿಜವಾದ ಮಾನವೀಯ ಹಾಗೂ ಆಧ್ಯಾತ್ಮಿಕ ಮೌಲ್ಯಗಳನ್ನು ಎತ್ತಿಹಿಡಿಯಲು ದಾರಿದೀಪವಾಗಿವೆ. ಇದು ಎಲ್ಲ ಕಾಲಕ್ಕೂ ಅನ್ವಯಿಸುವ ಸಾರ್ವತ್ರಿಕ ಮೌಲ್ಯಗಳನ್ನು ಸಾರುವ ವಚನವಾಗಿದೆ.

1. ಜಾತಿ, ಮತ, ಧರ್ಮಗಳ ತಾರತಮ್ಯ ನಿರಾಕರಣೆ:

ಬಸವಣ್ಣನವರು ತಮ್ಮ ವಚನದಲ್ಲಿ ವ್ಯಕ್ತಿಯನ್ನು ಆತನ ಹುಟ್ಟು (ಆದಿ), ಯಾವ ಗ್ರಂಥಗಳನ್ನು ಓದಿದ್ದಾನೆ (ವೇದ, ಶಾಸ್ತ್ರ) ಅಥವಾ ಯಾವ ಸಂಪ್ರದಾಯಕ್ಕೆ ಸೇರಿದವನು (ಸಮಯ) ಎಂಬುದರಿಂದ ಅಳೆಯಬಾರದು ಎಂದು ಸ್ಪಷ್ಟವಾಗಿ ಹೇಳುತ್ತಾರೆ. ಇಂದಿಗೂ ನಮ್ಮ ಸಮಾಜದಲ್ಲಿ ಜಾತಿ, ಧರ್ಮ, ವರ್ಗ, ಪ್ರದೇಶ ಇತ್ಯಾದಿ ಆಧಾರದ ಮೇಲೆ ತಾರತಮ್ಯಗಳು ನಡೆಯುತ್ತಿವೆ. ಈ ವಚನವು ಅಂತಹ ಎಲ್ಲಾ ತಾರತಮ್ಯಗಳನ್ನು ಖಂಡಿಸುತ್ತದೆ ಮತ್ತು ಮಾನವರೆಲ್ಲರೂ ಸಮಾನರು ಎಂಬ ಸಂದೇಶವನ್ನು ನೀಡುತ್ತದೆ.

2. ಬಾಹ್ಯಾಚರಣೆಗಳಿಗಿಂತ ಆಂತರಿಕ ಶುದ್ಧತೆಗೆ ಮಹತ್ವ:

ಕೇವಲ ಯಜ್ಞ, ಯಾಗಾದಿಗಳನ್ನು ಮಾಡುವುದು (ಜನ್ನಕ್ಕೆ ನಡೆವರೆ) ಅಥವಾ ಬಾಹ್ಯ ಸಂಪ್ರದಾಯಗಳನ್ನು ಪಾಲಿಸುವುದು ಮುಖ್ಯವಲ್ಲ ಎಂದು ಬಸವಣ್ಣ ಹೇಳುತ್ತಾರೆ. ವ್ಯಕ್ತಿಯ ಆಂತರಿಕ ನಡವಳಿಕೆ, ನೈತಿಕತೆ ಮತ್ತು ಸದ್ಗುಣಗಳು ಮುಖ್ಯ ಎಂಬುದನ್ನು ಇದು ಒತ್ತಿ ಹೇಳುತ್ತದೆ. ಇಂದಿಗೂ ಅನೇಕ ಕಡೆ ಕೇವಲ ಆಚರಣೆಗಳಿಗೆ ಜೋತುಬಿದ್ದು ಮೌಢ್ಯಗಳಿಗೆ ಪ್ರಾಮುಖ್ಯತೆ ನೀಡಲಾಗುತ್ತದೆ. ವಚನವು ಇಂತಹ ಕುರುಡು ಆಚರಣೆಗಳನ್ನು ಪ್ರಶ್ನಿಸಲು ಪ್ರೇರೇಪಿಸುತ್ತದೆ.

3. ನಿಜವಾದ ಮಾನವೀಯ ಸಂಬಂಧಗಳ ಮಹತ್ವ:

ಬಸವಣ್ಣನವರು ತಮ್ಮವರು ಯಾರೆಂದರೆ ಕೇವಲ ತೋರಿಕೆಯ ಅಥವಾ ಸಂಪ್ರದಾಯಬದ್ಧ ಸಂಬಂಧಗಳಿಗೆ ಬೆಲೆ ಕೊಡದೆ, ಆಧ್ಯಾತ್ಮಿಕವಾಗಿ ಹತ್ತಿರಾದವರು ಮತ್ತು ಶರಣ ತತ್ತ್ವ ವನ್ನು ಪಾಲಿಸುವವರು ಎಂದು ಹೇಳುತ್ತಾರೆ. ಇಂದಿನ ಜಗತ್ತಿನಲ್ಲಿ ಸಂಬಂಧಗಳು ಹೆಚ್ಚಾಗಿ ಸ್ವಾರ್ಥ, ಲಾಭ ಅಥವಾ ಬಾಹ್ಯ ಸ್ವರೂಪಗಳ ಮೇಲೆ ಆಧಾರಿತವಾಗಿರುತ್ತವೆ. ಈ ವಚನವು ನೈಜವಾದ, ಆಳವಾದ ಮತ್ತು ಮೌಲ್ಯಾಧಾರಿತ ಮಾನವ ಸಂಬಂಧಗಳ ಮಹತ್ವವನ್ನು ಸಾರುತ್ತದೆ.

4. ವಿಶ್ವಮಾನವ ಸಂದೇಶ:

'ನನ್ನವರು' ಎಂಬುದು ಸಂಕುಚಿತ ಭಾವನೆಯನ್ನು (ಕೇವಲ ಜಾತಿ, ಧರ್ಮ, ದೇಶದ ಆಧಾರದ ಮೇಲೆ) ಮೀರಿ, ವಿಶಾಲವಾದ ಮಾನವೀಯ ನೆಲೆಯಲ್ಲಿ ಎಲ್ಲರನ್ನೂ ಕಾಣುವಂತೆ ಈ ವಚನ ಪ್ರೇರೇಪಿಸುತ್ತದೆ. ಜಾಗತೀಕರಣದ ಈ ಯುಗದಲ್ಲಿ, ಸಂಕುಚಿತ ರಾಷ್ಟ್ರೀಯತೆ, ಧಾರ್ಮಿಕ ಮೂಲಭೂತವಾದಗಳು ಹೆಚ್ಚುತ್ತಿರುವಾಗ, ಈ ವಚನದ ವಿಶ್ವಮಾನವ ಸಂದೇಶವು ಹೆಚ್ಚು ಅರ್ಥಪೂರ್ಣವಾಗಿದೆ. ಇದು 'ವಸುಧೈವ ಕುಟುಂಬಕಂ' ಎಂಬ ಭಾವನೆಗೆ ಅನುಗುಣವಾಗಿದೆ.

5. ದೈವಿಕ/ಆಧ್ಯಾತ್ಮಿಕ ಒಡೆತನಕ್ಕೆ ಒತ್ತು:

ಲೌಕಿಕ ಗುರುತುಗಳಿಗಿಂತ ಭಕ್ತಿಯ ಮಾರ್ಗದಲ್ಲಿ ತಮ್ಮನ್ನು ತಾವು ಸಮರ್ಪಿಸಿಕೊಂಡವರೇ ನಿಜವಾದ ಬಂಧುಗಳು ಎಂಬುದು ಬಸವಣ್ಣನವರ ಅಭಿಮತ. ಇದು ಆಧ್ಯಾತ್ಮಿಕ ಪ್ರಗತಿಗೆ ಒತ್ತು ನೀಡುತ್ತದೆ ಮತ್ತು ಭೌತಿಕ/ಲೌಕಿಕ ಸಂಗತಿಗಳ ಮಿತಿಯನ್ನು ಎತ್ತಿ ತೋರಿಸುತ್ತದೆ.

5. ಒಡೆನಯ್ಯಾ, ಬೇಡೆನಯ್ಯಾ, ಕೂಡಲಸಂಗಮದೇವಾ.

ವಚನ :

"ಒಡುವಾತ ಲೆಂಕನಲ್ಲ, ಬೇಡುವಾತ ಭಕ್ತನಲ್ಲ:
ಒಡಲಾಗದು ಲೆಂಕನು, ಬೇಡಲಾಗದು ಭಕ್ತನು.
ಒಡೆನಯ್ಯಾ, ಬೇಡೆನಯ್ಯಾ,
ಕೂಡಲಸಂಗಮದೇವಾ."

ಈ ವಚನವು ನಿಷ್ಠೆ, ಧೈರ್ಯ, ಸ್ವಾಭಿಮಾನ, ಕಾಯಕ ನಿಷ್ಠೆ ಮತ್ತು ಆತ್ಮವಿಶ್ವಾಸದ ಮಹತ್ವವನ್ನು ಸಾರುತ್ತದೆ. ನಿಜವಾದ ಸೇವಕನು (ಲೆಂಕ) ಪಲಾಯನ ಮಾಡಲಾರ, ನಿಜವಾದ ಭಕ್ತನು (ಭಕ್ತ) ಬೇಡಲಾರ ಎಂಬ ಆದರ್ಶಗಳನ್ನು ಮುಂದಿಟ್ಟು, ತಾನು ತನ್ನ ಜೀವನದಲ್ಲಿ ಈ ಎರಡೂ ತತ್ತ್ವ ಗಳನ್ನು ಪಾಲಿಸುವುದಾಗಿ - ಅಂದರೆ, ಎಂದಿಗೂ ಜವಾಬ್ದಾರಿಯಿಂದ ಓಡಿಹೋಗುವುದಿಲ್ಲ ಮತ್ತು ಎಂದಿಗೂ ಸ್ವಾಭಿಮಾನ ಕಳೆದುಕೊಂಡು ಬೇಡುವುದಿಲ್ಲ - ಎಂದು ಬಸವಣ್ಣನವರು ದೃಢವಾಗಿ ಪ್ರತಿಜ್ಞೆ ಮಾಡುತ್ತಾರೆ. ಇದು ಸವಾಲುಗಳನ್ನು ಎದುರಿಸುವ ಧೈರ್ಯ ಮತ್ತು ಸ್ವಾವಲಂಬಿ, ಘನತೆಯುತ ಬದುಕಿನ ಆದರ್ಶವನ್ನು ಎತ್ತಿಹಿಡಿಯುತ್ತದೆ.

ಈ ವಚನವು ಬಸವಣ್ಣನವರು ಒಬ್ಬ ನಿಜವಾದ ಶರಣನ ಅಥವಾ ಭಕ್ತನ ಗುಣಲಕ್ಷಣಗಳನ್ನು ಅತ್ಯಂತ ಸರಳ ಮತ್ತು ನೇರ ನುಡಿಗಳಲ್ಲಿ ವಿವರಿಸುತ್ತಾರೆ.

➔ **" ಒಡುವಾತ ಲೆಂಕನಲ್ಲ, ಬೇಡುವಾತ ಭಕ್ತನಲ್ಲ:**

'ಲೆಂಕ' ಎಂದರೆ ಸೇವಕ, ನಿಷ್ಠಾವಂತ ಅನುಯಾಯಿ, ಆಳು, ಅಥವಾ ದೇವರಿಗೆ/ತನ್ನ ಗುರಿಗೆ ಸಂಪೂರ್ಣ ಬದ್ಧನಾದ ವ್ಯಕ್ತಿ. 'ಒಡುವಾತ' ಎಂದರೆ ಕಷ್ಟ ಬಂದಾಗ, ಜವಾಬ್ದಾರಿ ಎದುರಾದಾಗ ಅಥವಾ ಸತ್ಯವನ್ನು ಎದುರಿಸಲಾಗದೆ ಓಡಿಹೋಗುವವನು, ಪಲಾಯನ ಮಾಡುವವನು. ಬಸವಣ್ಣನವರ ಪ್ರಕಾರ, ಹೀಗೆ ಓಡಿಹೋಗುವವನು ನಿಜವಾದ 'ಲೆಂಕ'ನಲ್ಲ. ನಿಜವಾದ ಲೆಂಕನು ಧೈರ್ಯ, ನಿಷ್ಠೆ ಮತ್ತು ಬದ್ಧತೆಯಿಂದ ಇರುತ್ತಾನೆ. ಇದರರ್ಥ 'ಲೆಂಕ'ನು ಸ್ಥಿರವಾಗಿರಬೇಕು, ಕರ್ತವ್ಯ ಅಥವಾ ಅಪಾಯದಿಂದ ಪಲಾಯನ ಮಾಡಬಾರದು.

'ಭಕ್ತ' ಎಂದರೆ ದೇವರಲ್ಲಿ ಶ್ರದ್ಧೆಯುಳ್ಳವನು. 'ಬೇಡುವಾತ' ಎಂದರೆ ಯಾಚಿಸುವವನು, ಭಿಕ್ಷೆ ಬೇಡುವವನು, ಇತರರನ್ನು ಅವಲಂಬಿಸುವವನು. ಬಸವಣ್ಣನವರ ಪ್ರಕಾರ, ನಿಜವಾದ ಭಕ್ತನು ಹೀಗೆ ಬೇಡುವುದಿಲ್ಲ. ಏಕೆಂದರೆ, ಆತನು ಕಾಯಕದಲ್ಲಿ (ದುಡಿಮೆಯಲ್ಲಿ) ನಂಬಿಕೆ ಇಟ್ಟಿರುತ್ತಾನೆ (ಕಾಯಕವೇ ಕೈಲಾಸ), ಸ್ವಾಭಿಮಾನಿಯಾಗಿರುತ್ತಾನೆ ಮತ್ತು ದೇವರಲ್ಲಿ ಸಂಪೂರ್ಣ ಭರವಸೆ ಇಟ್ಟಿರುತ್ತಾನೆ (ದೇವರು ತನ್ನನ್ನು ಸಲಹುತ್ತಾನೆ ಎಂಬ ನಂಬಿಕೆ). ಆದ್ದರಿಂದ, ಬೇಡುವ ಸ್ಥಿತಿ ನಿಜವಾದ ಭಕ್ತನ ಲಕ್ಷಣವಲ್ಲ. ತನ್ನನ್ನೇ ಸಮರ್ಪಿಸಿಕೊಂಡಾಗ ಬೇಡುವ ಪ್ರಶ್ನೆಯೇ ಬರುವದಿಲ್ಲ. ಅವನೇ ಭಕ್ತ.

➔ **"ಒಡಲಾಗದು ಲೆಂಕನು, ಬೇಡಲಾಗದು ಭಕ್ತನು."**

ಈ ಸಾಲು ಮೊದಲನೇ ಸಾಲಿನ ಅರ್ಥವನ್ನು ಇನ್ನಷ್ಟು ದೃಢಪಡಿಸುತ್ತದೆ. ನಿಜವಾದ ಲೆಂಕನಿಗೆ ಓಡಿಹೋಗಲು ಸಾಧ್ಯವೇ ಇಲ್ಲ (ಒಡಲಾಗದು), ಅದು ಅವನ ಸ್ವಭಾವಕ್ಕೆ ವಿರುದ್ಧ. ಅವನ ನಿಷ್ಠೆ ಮತ್ತು ಧೈರ್ಯ ಅವನನ್ನು ತಡೆಯುತ್ತದೆ. ಹಾಗೆಯೇ, ನಿಜವಾದ ಭಕ್ತನಿಗೆ ಬೇಡಲು ಸಾಧ್ಯವೇ ಇಲ್ಲ (ಬೇಡಲಾಗದು), ಅವನ ಸ್ವಾಭಿಮಾನ, ಕಾಯಕ ನಿಷ್ಠೆ ಮತ್ತು ದೇವರ ಮೇಲಿನ ನಂಬಿಕೆ ಅವನನ್ನು ಬೇಡುವ ಸ್ಥಿತಿಗೆ ಇಳಿಸುವುದಿಲ್ಲ.

ಲೆಂಕನಿಗೆ ಧೈರ್ಯ, ಸ್ಥಿರತೆ, ನಿಷ್ಠೆ ಮತ್ತು ಭಕ್ತನಿಗೆ ಆತ್ಮಗೌರವ, ನಂಬಿಕೆ, ಸ್ವಾವಲಂಬನೆಯಂತಹ ಅಂತರ್ಗತ ಗುಣಗಳನ್ನು ಒತ್ತಿಹೇಳುತ್ತದೆ. ಈ ಗುಣಗಳು ಆಂತರಿಕವಾಗಿರುವುದರಿಂದ, ವಿರುದ್ಧವಾದ ಕ್ರಿಯೆಗಳು ಅವರ ಗುರುತಿಗೆ ಹೊಂದಿಕೆಯಾಗುವುದಿಲ್ಲ.

➔ **"ಒಡೆನಯ್ಯಾ, ಬೇಡೆನಯ್ಯಾ,"**

ಹೇ ಕೂಡಲಸಂಗಮದೇವನೇ, ನಾನು (ಕಷ್ಟಗಳಿಗೆ, ಜವಾಬ್ದಾರಿಗಳಿಗೆ, ಸತ್ಯಕ್ಕೆ ಹೆದರಿ) ಓಡಿಹೋಗುವುದಿಲ್ಲ. ನಾನು ನಿಷ್ಠಾವಂತ ಲೆಂಕನಂತೆ ಧೈರ್ಯದಿಂದ, ಸ್ಥಿರವಾಗಿ ನಿಲ್ಲುತ್ತೇನೆ.

ನಾನು ಯಾರ ಮುಂದೆಯೂ ಕೈಚಾಚಿ ಬೇಡುವುದಿಲ್ಲ. ನಾನು ಕಾಯಕ ಮಾಡಿ ಸ್ವಾಭಿಮಾನದಿಂದ ಬದುಕುತ್ತೇನೆ ಮತ್ತು ನಿನ್ನಲ್ಲಿ ಸಂಪೂರ್ಣ ಭರವಸೆ ಇಡುತ್ತೇನೆ.

ಇದು ಬಸವಣ್ಣನವರ ವೈಯಕ್ತಿಕ ಘೋಷಣೆ ಮತ್ತು ಬದ್ಧತೆ. ಹಿಂದಿನ ಸಾಲುಗಳಲ್ಲಿ ವ್ಯಾಖ್ಯಾನಿಸಲಾದ ಆದರ್ಶಗಳನ್ನು ಅವರು ತಮ್ಮೊಳಗೆ ಅಳವಡಿಸಿಕೊಂಡು ತಮಗೆ ತಾವೇ ಅನ್ವಯಿಸಿಕೊಳ್ಳುತ್ತಾರೆ.

➔ **"ಕೂಡಲಸಂಗಮದೇವಾ."**

ಕೂಡಲ ಸಂಗಮ ದೇವರನ್ನು ಸ್ಮರಿಸುತ್ತಾ, "ನಾನು ನಿನ್ನಲ್ಲಿ ನಿಲ್ಲುವೆ, ಬೇರೆ ಯಾವುದರಿಗೂ ವಿಧೇಯನಾಗುವುದಿಲ್ಲ" ಎಂದು ಘೋಷಿಸುತ್ತಾರೆ.

ತಾತ್ಪರ್ಯ:

ಈ ವಚನವು ಧೈರ್ಯ ಮತ್ತು ಆತ್ಮಗೌರವವನ್ನು ಪರೋಕ್ಷವಾಗಿ ಜೋಡಿಸುತ್ತದೆ. ಓಡಿಹೋಗುವುದು ಭಯದಿಂದ ಉಂಟಾಗುತ್ತದೆ, ಆದರೆ ಬೇಡುವುದು ಸ್ವಾಭಿಮಾನದ ಕೊರತೆ ಅಥವಾ ಸಂವೃತ ಸಾಮರ್ಥ್ಯದಲ್ಲಿ ನಂಬಿಕೆಯಿಲ್ಲದಿರುವುದರಿಂದ ಉಂಟಾಗುತ್ತದೆ. ಇವೆರಡನ್ನೂ ತಿರಸ್ಕರಿಸುವ ಮೂಲಕ, ಬಸವಣ್ಣನವರು ಧೈರ್ಯ ಮತ್ತು ಆತ್ಮಗೌರವವನ್ನು ಆದರ್ಶ ಸೇವೆ (ಲೆಂಕ) ಮತ್ತು ಆದರ್ಶ ಭಕ್ತಿ (ಭಕ್ತ) ಎರಡಕ್ಕೂ ಮೂಲಭೂತ ನೈತಿಕ ಅವಶ್ಯಕತೆಗಳಾಗಿ ಸ್ಥಾಪಿಸುತ್ತಾರೆ.

'ಲೆಂಕ' (ಸಾಮಾಜಿಕ-ರಾಜಕೀಯ ಪಾತ್ರ) ಮತ್ತು 'ಭಕ್ತ' (ಆಧ್ಯಾತ್ಮಿಕ ಪಾತ್ರ) ಒಂದೇ ನೈತಿಕ ಚೌಕಟ್ಟಿನಲ್ಲಿ ಜೊತೆಯಾಗಿರುವುದು, ಲೌಕಿಕ ಕರ್ತವ್ಯಗಳು ಮತ್ತು ಆಧ್ಯಾತ್ಮಿಕ ಅನ್ವೇಷಣೆಗಳನ್ನು ಸಂಯೋಜಿಸುವ ಶರಣ ತತ್ತ್ವವನ್ನು ಎತ್ತಿ ತೋರಿಸುತ್ತದೆ. ಸಮಗ್ರತೆ, ಧೈರ್ಯ ಮತ್ತು ಆತ್ಮಗೌರವದ ಒಂದೇ ತತ್ತ್ವಗಳು ಎರಡೂ ಕ್ಷೇತ್ರಗಳಿಗೆ ಅನ್ವಯಿಸುತ್ತವೆ. ಈ ರಚನೆಯು ಶರಣರ ಪ್ರಮುಖ ತತ್ತ್ವವಾದ ಸಾಮಾಜಿಕ-ಆಧ್ಯಾತ್ಮಿಕ ಏಕೀಕರಣವನ್ನು ಪ್ರತಿಬಿಂಬಿಸುತ್ತದೆ, ಅಲ್ಲಿ ನೈತಿಕ ನಡವಳಿಕೆಯು ವಿಭಿನ್ನ ಜೀವನ ಪಾತ್ರಗಳಾದ್ಯಂತ ಏಕೀಕೃತವಾಗಿದೆ.

ಇಂದಿನ ಯುಗಕ್ಕೆ ಬಸವಣ್ಣನವರ ಈ ವಚನದ ಪ್ರಸ್ತುತತೆ :

1) ಸವಾಲುಗಳನ್ನು ಎದುರಿಸುವಿಕೆ:

ವಚನದಲ್ಲಿ ಬರುವ "ಓಡುವಾತ ಲೆಂಕನಲ್ಲ" ಎಂಬ ಸಾಲು ಇಂದಿನ ವೇಗದ ಮತ್ತು ಸ್ಪರ್ಧಾತ್ಮಕ ಜಗತ್ತಿನಲ್ಲಿ ಅತ್ಯಂತ ಪ್ರಸ್ತುತ. ವೈಯಕ್ತಿಕ ಜೀವನದಲ್ಲಿ, ವೃತ್ತಿ ಕ್ಷೇತ್ರದಲ್ಲಿ ಅಥವಾ ಸಾಮಾಜಿಕ ಕೆಲಸಗಳಲ್ಲಿ ಸಮಸ್ಯೆಗಳು, ಕಷ್ಟಗಳು ಬಂದಾಗ ಅನೇಕರು ಸುಲಭವಾಗಿ ಜವಾಬ್ದಾರಿಯಿಂದ ಅಥವಾ ಕಠಿಣ ಪರಿಸ್ಥಿತಿಯಿಂದ 'ಓಡಿ ಹೋಗಲು' ಪ್ರಯತ್ನಿಸುತ್ತಾರೆ. ಆದರೆ ನಿಜವಾದ ಬಂಟ ಅಥವಾ ಕರ್ತವ್ಯನಿಷ್ಠ ವ್ಯಕ್ತಿ ಕಷ್ಟಗಳಿಗೆ ಬೆನ್ನು ತೋರಿಸದೆ ದೃಢವಾಗಿ ನಿಲ್ಲಬೇಕು ಎಂಬುದನ್ನು ವಚನ ತಿಳಿಸುತ್ತದೆ. ಯಾವುದೇ ಗುರಿಯನ್ನು ಸಾಧಿಸಲು ಅಥವಾ ಸಮಾಜಕ್ಕೆ ಕೊಡುಗೆ ನೀಡಲು ಸ್ಥಿರತೆ ಮತ್ತು ನಿರಂತರ ಪ್ರಯತ್ನದ ಅಗತ್ಯವನ್ನು ಇದು ಒತ್ತಿಹೇಳುತ್ತದೆ.

ಇಂದಿನ ವೇಗದ ಮತ್ತು ಸ್ಪರ್ಧಾತ್ಮಕ ಜಗತ್ತಿನಲ್ಲಿ (ಉದಾಹರಣೆಗೆ, ನಗರಗಳ ಉದ್ಯೋಗ ಸಂಸ್ಕೃತಿ), ಅನೇಕರು ಸವಾಲುಗಳು, ಒತ್ತಡಗಳು ಅಥವಾ ವೈಫಲ್ಯಗಳನ್ನು ಎದುರಿಸಿದಾಗ ಸುಲಭವಾಗಿ ಜವಾಬ್ದಾರಿಯಿಂದ ನುಣುಚಿಕೊಳ್ಳುವ, ಕೆಲಸ ಬದಲಾಯಿಸುವ ಅಥವಾ ಸಮಸ್ಯೆಯಿಂದ ಪಲಾಯನ ಮಾಡುವ ಪ್ರವೃತ್ತಿ ಕಂಡುಬರುತ್ತದೆ. ವೈಯಕ್ತಿಕ ಜೀವನದಲ್ಲಿಯೂ ಕಷ್ಟಗಳನ್ನು ಎದುರಿಸುವ ಬದಲು ಅವುಗಳಿಂದ ದೂರ ಸರಿಯುವ ಮನೋಭಾವ ಕಾಣಬಹುದು.

"ಒಡೆನಯ್ಯಾ" ಎಂಬ ಬಸವಣ್ಣನವರ ಪ್ರತಿಜ್ಞೆಯು, ಎಂತಹ ಕಷ್ಟ ಬಂದರೂ, ಸವಾಲು ಎದುರಾದರೂ ಧೈರ್ಯದಿಂದ, ಸ್ಥಿರವಾಗಿ ನಿಲ್ಲುವ (resilience) ಮಹತ್ವವನ್ನು ಸಾರುತ್ತದೆ. ಇದು ವೃತ್ತಿಪರ ಬದ್ಧತೆ (professional commitment), ವೈಯಕ್ತಿಕ ಜೀವನದಲ್ಲಿ ಸ್ಥೈರ್ಯ ಮತ್ತು ಸಾಮಾಜಿಕ ಜವಾಬ್ದಾರಿಗಳನ್ನು ಹೊತ್ತುಕೊಳ್ಳುವ ಪ್ರಾಮುಖ್ಯತೆಯನ್ನು ನೆನಪಿಸುತ್ತದೆ. ಸಮಸ್ಯೆಗಳಿಗೆ ಬೆನ್ನು ತೋರಿಸುವ ಬದಲು ಅವುಗಳನ್ನು ಎದುರಿಸುವ ಧೈರ್ಯವನ್ನು ಇದು ಪ್ರೇರೇಪಿಸುತ್ತದೆ.

2. ಸ್ವಾಭಿಮಾನ, ಸ್ವಾವಲಂಬನೆ ಮತ್ತು ಕಾಯಕದ ಘನತೆ ('ಬೇಡೆನಯ್ಯಾ'):

ಆರ್ಥಿಕ ಅಸಮಾನತೆ, ನಿರುದ್ಯೋಗದ ಸಮಸ್ಯೆಗಳು ಇರುವ ಸಮಾಜದಲ್ಲಿ, ಕೆಲವೊಮ್ಮೆ ಅನಿವಾರ್ಯವಾಗಿ ಅಥವಾ ಕೆಲವೊಮ್ಮೆ ಮನೋಭಾವದಿಂದಾಗಿ ಇತರರನ್ನು ಅವಲಂಬಿಸುವ ಅಥವಾ ಯಾಚಿಸುವ ಸ್ಥಿತಿ ಉಂಟಾಗಬಹುದು. ಆದರೆ, ಅದೇ ಸಮಯದಲ್ಲಿ, ಸ್ವಾವಲಂಬನೆ ಮತ್ತು ದುಡಿಮೆಯ ಘನತೆಯ ಬಗ್ಗೆ ಸಮಾಜದಲ್ಲಿ ದೊಡ್ಡ ಚರ್ಚೆಯೂ ಇದೆ.

"ಬೇಡುವಾತ ಭಕ್ತನಲ್ಲ" ಎಂಬುದು ಕೇವಲ ಆಧ್ಯಾತ್ಮಿಕ ಕ್ಷೇತ್ರಕ್ಕೆ ಸೀಮಿತವಲ್ಲ. ಇಂದಿನ ಜಗತ್ತಿನಲ್ಲಿ ಅನೇಕರು ಅಡ್ಡದಾರಿಗಳಲ್ಲಿ ಅಥವಾ ತಮ್ಮ ಸ್ವಾಭಿಮಾನವನ್ನು ಕಳೆದುಕೊಂಡು ಬೇರೆಯವರನ್ನು ಅವಲಂಬಿಸಿ ಬದುಕಲು ಪ್ರಯತ್ನಿಸುತ್ತಾರೆ. ಲೌಕಿಕ ಲಾಭಕ್ಕಾಗಿ, ಹಣಕ್ಕಾಗಿ ಅಥವಾ ಸ್ಥಾನಮಾನಕ್ಕಾಗಿ ಬೇಡುವ ಪ್ರವೃತ್ತಿ ಹೆಚ್ಚಾಗಿದೆ. ನಿಜವಾದ ವ್ಯಕ್ತಿ ತನ್ನ ಪರಿಶ್ರಮದಿಂದ ಬದುಕಬೇಕು, ಸ್ವಾಭಿಮಾನದಿಂದ ಬಾಳಬೇಕು ಮತ್ತು ಅನ್ಯರ ಮುಂದೆ ಲೌಕಿಕ ವಿಷಯಗಳಿಗಾಗಿ ಕೈ ಚಾಚಬಾರದು ಎಂಬುದನ್ನು ಈ ಸಾಲು ಬಲವಾಗಿ ಪ್ರತಿಪಾದಿಸುತ್ತದೆ. ಇದು ಸ್ವಾವಲಂಬನೆ ಮತ್ತು ಆತ್ಮಗೌರವದ ಮಹತ್ವವನ್ನು ಸಾರುತ್ತದೆ.

"ಬೇಡೆನಯ್ಯಾ" ಎಂಬ ಪ್ರತಿಜ್ಞೆಯು ಕೇವಲ ಭಿಕ್ಷಾಟನೆಯ ನಿರಾಕರಣೆಯಲ್ಲ, ಅದು ಸ್ವಾಭಿಮಾನದ ಸಂಕೇತ. ಕಾಯಕದ ಮೂಲಕ (ದುಡಿಮೆಯಿಂದ) ಬದುಕುವ, ಸ್ವಾವಲಂಬನೆಯನ್ನು ಸಾಧಿಸುವ ಆದರ್ಶವನ್ನು ಇದು ಎತ್ತಿಹಿಡಿಯುತ್ತದೆ ('ಕಾಯಕವೇ ಕೈಲಾಸ'). ಇದು ಅನಗತ್ಯ ಅವಲಂಬನೆಯನ್ನು ತಿರಸ್ಕರಿಸಿ, ಸ್ವಂತ ಶಕ್ತಿಯಿಂದ ಬದುಕುವ ಘನತೆಯನ್ನು ಗೌರವಿಸಲು ಹೇಳುತ್ತದೆ. ಪ್ರತಿಯೊಬ್ಬರೂ ತಮ್ಮ ಸಾಮರ್ಥ್ಯಕ್ಕೆ ತಕ್ಕಂತೆ ದುಡಿದು, ಆತ್ಮಗೌರವದಿಂದ ಬದುಕಬೇಕು ಎಂಬ ಸಂದೇಶ ಇಂದಿಗೂ ಅತ್ಯಂತ ಪ್ರಸ್ತುತ. ಇದು ಕಾಯಕದ ಘನತೆಯನ್ನು (dignity of labour) ಮತ್ತು ಆತ್ಮವಿಶ್ವಾಸವನ್ನು ಹೆಚ್ಚಿಸುತ್ತದೆ.

3. ಬಸವಣ್ಣನವರ ವೈಯಕ್ತಿಕ ಪ್ರತಿಜ್ಞೆ:

ಕೊನೆಯ ಸಾಲುಗಳಲ್ಲಿ ಬಸವಣ್ಣನವರು "ಒಡೆನಯ್ಯಾ, ಬೇಡೆನಯ್ಯಾ" ಎಂದು ತಮಗೆ ತಾವೇ ಹೇಳಿಕೊಳ್ಳುವುದು ಅತ್ಯಂತ ಮಹತ್ವದ್ದು. ಇದು ಕೇವಲ ಉಪದೇಶವಲ್ಲ/ ಇದು ಕೇವಲ ತಾತ್ವಿಕ ಹೇಳಿಕೆಯಲ್ಲ, ತಾನು ಕೂಡ ಈ ತತ್ತ್ವ ಗಳನ್ನು ಅಳವಡಿಸಿಕೊಂಡು ಜೀವಿಸುತ್ತೇನೆ ಎಂಬ ವೈಯಕ್ತಿಕ ಬದ್ಧತೆಯ ಘೋಷಣೆ. ಇದು ಇಂದಿನ ನಾಯಕರಿಗೆ ಮತ್ತು ವ್ಯಕ್ತಿಗಳಿಗೆ ತಮ್ಮ ನುಡಿಗಳಿಗೆ ತಾವೇ ಬದ್ಧರಾಗಿರಬೇಕು ಎಂಬುದಕ್ಕೆ ಮಾದರಿಯಾಗಿದೆ.

ಬಸವಣ್ಣನವರು ತಮ್ಮ ಜೀವನ ಮತ್ತು ಕಾರ್ಯಾಚರಣೆಯಲ್ಲಿ ನಿಜವಾದ ಲೆಂಕ ಮತ್ತು ಭಕ್ತನ ಆದರ್ಶಗಳನ್ನು ಮೂರ್ತೀಕರಿಸಲು ಪ್ರತಿಜ್ಞೆ ಮಾಡುತ್ತಾರೆ. ಅವರು ಸವಾಲುಗಳನ್ನು ನೇರವಾಗಿ ಎದುರಿಸಲು ಮತ್ತು ಪಲಾಯನ ಅಥವಾ ಬೇಡುವಿಕೆಯ ಬದಲು ತಮ್ಮ ತತ್ತ್ವ ಗಳು ಮತ್ತು ಭಕ್ತಿ ಸಂಪರ್ಕದ ಮೇಲೆ ಅವಲಂಬಿತರಾಗಲು ಬದ್ಧರಾಗುತ್ತಾರೆ.

5. ಬೇಡಿದವರಿಗಿಲ್ಲೆನ್ನದಿರು, ಕಂಡಾ, ಮನವೇ, ನಾಡ ಮಾತು ಬೇಡ, ಸೆರಗೊಡ್ಡಿ ಬೇಡು ಕೂಡಲಸಂಗನ ಶರಣರಾ.

ವಚನ:

"ಆಡಿ ಅಳುಪದಿರಾ, ಲೇಸಮಾಡಿ ಮರುಗದಿರಾ,
ಎಲೆ ಮನವೇ: ಕೂಡಿ ತಪ್ಪದಿರಾ,
ಬೇಡಿದವರಿಗಿಲ್ಲೆನ್ನದಿರು, ಕಂಡಾ, ಮನವೇ.
ನಾಡ ಮಾತು ಬೇಡ, ಸೆರಗೊಡ್ಡಿ ಬೇಡು ಕೂಡಲಸಂಗನ ಶರಣರಾ."

ಈ ವಚನವು ಮನುಷ್ಯನ ಮನಸ್ಸು ಹೇಗೆ ವರ್ತಿಸಬೇಕು ಎಂಬುದರ ಕುರಿತು ಸ್ಪಷ್ಟವಾದ ಮಾರ್ಗದರ್ಶನ ನೀಡುತ್ತದೆ. ಮಾಡಿದ ಕಾರ್ಯಗಳ ಬಗ್ಗೆ ಅತಿಯಾಗಿ ಚಿಂತಿಸದಿರುವುದು, ಒಳ್ಳೆಯ ಕಾರ್ಯಗಳಿಗೆ ಫಲ ನಿರೀಕ್ಷಿಸದಿರುವುದು, ಸಜ್ಜನರ ಸಂಗವನ್ನು ಬಯಸುವುದು, ದಾನಧರ್ಮ ಮಾಡುವುದು, ಮತ್ತು ಲೌಕಿಕ ವ್ಯಾಮೋಹಗಳನ್ನು ತೊರೆದು ದೈವಿಕ ಮಾರ್ಗದಲ್ಲಿ ಶರಣಾಗತಿಯಾಗುವುದು - ಇವು ಈ ವಚನದ ಮುಖ್ಯ ಸಂದೇಶಗಳು. ಬಸವಣ್ಣನವರು ತಮ್ಮ ಮನಸ್ಸಿಗೇ ಈ ನೀತಿಗಳನ್ನು ಹೇಳಿಕೊಳ್ಳುವ ಮೂಲಕ, ಪ್ರತಿಯೊಬ್ಬ ವ್ಯಕ್ತಿಯೂ ತನ್ನ ಅಂತರಂಗವನ್ನು ತಾನೇ ತಿದ್ದಿಕೊಳ್ಳಬೇಕು ಮತ್ತು ಶರಣ ಮಾರ್ಗದಲ್ಲಿ ನಡೆಯಬೇಕು ಎಂಬುದನ್ನು ಉಪದೇಶಿಸಿದ್ದಾರೆ.

ಈ ವಚನದ ಸಂದರ್ಭವನ್ನು ಗಮನಿಸಿದಾಗ, ಇದು ಹೊರಗಿನಿಂದ ಹೇರಲ್ಪಟ್ಟ ನಿಯಮಗಳಿಗಿಂತ ಹೆಚ್ಚಾಗಿ, ವ್ಯಕ್ತಿಯ ಅಂತರಂಗದೊಂದಿಗೆ ನಡೆಸುವ ಸಂಭಾಷಣೆಯಾಗಿದೆ. ಇದು ಆತ್ಮಾವಲೋಕನ, ಸ್ವಯಂ-ಶಿಸ್ತು ಮತ್ತು ಸ್ವಯಂ-ಸುಧಾರಣೆಯ ಅಗತ್ಯವನ್ನು ಒತ್ತಿಹೇಳುತ್ತದೆ.

➔ ಆಡಿ ಅಳುಪದಿರಾ, ಲೇಸಮಾಡಿ ಮರುಗದಿರಾ:

ಬಸವಣ್ಣನವರು ಮನಸ್ಸಿಗೆ ಮೊದಲನೆಯದಾಗಿ ಹೇಳುವ ನೀತಿಯೆಂದರೆ, ಯಾವುದೇ ಕಾರ್ಯವನ್ನು ಮಾಡುವ ಮುನ್ನ ಚೆನ್ನಾಗಿ ಯೋಚಿಸಿ ಮಾಡು, ಒಮ್ಮೆ ಮಾಡಿದ ಮೇಲೆ ಅದರ ಬಗ್ಗೆ ಚಿಂತಿಸಿ ಅಥವಾ ಪಶ್ಚಾತ್ತಾಪ ಪಟ್ಟುಕೊಳ್ಳಬೇಡ. ಹಾಗೆಯೇ, ಒಂದು ಒಳ್ಳೆಯ ಕೆಲಸ ಮಾಡಿದರೆ ಅದರ ಬಗ್ಗೆ ದುಃಖ ಪಡಬಾರದು. ಮಾಡಿದ ಒಳ್ಳೆಯ ಕೆಲಸದಿಂದ ಏನನ್ನೂ ನಿರೀಕ್ಷಿಸಬಾರದು, ಹಾಗು ಪ್ರತಿಫಲ ಸಿಗಲಿಲ್ಲ ಎಂದು ಮರುಗಬಾರದು. ಕರ್ತವ್ಯ ನಿಷ್ಠೆ ಮತ್ತು ಫಲದ ನಿರಾಸಕ್ತಿಯ ಭಾವ ಇಲ್ಲಿ ವ್ಯಕ್ತವಾಗಿದೆ.

- **"ಆಡಿ ಅಳುಪದಿರಾ":**

ಈ ಸಾಲಿಗೆ ಎರಡು ರೀತಿಯ ಅರ್ಥಗಳನ್ನು ಕಲ್ಪಿಸಬಹುದು. ಮೊದಲನೆಯದಾಗಿ, "ಮಾತನಾಡಿ ಆಯಾಸಗೊಳ್ಳದಿರು" ಅಥವಾ "ಕಾರ್ಯವೆಸಗಿ ದಣಿಯದಿರು". ಅಂದರೆ, ಮಾತನಾಡುವಾಗ ಅಥವಾ ಕೆಲಸ ಮಾಡುವಾಗ ಮಿತಿಯನ್ನು ಅರಿತು, ಅನಗತ್ಯವಾಗಿ ಶಕ್ತಿಯನ್ನು ವ್ಯಯಿಸಿ ಬಳಲಬೇಡ. ಎರಡನೆಯದಾಗಿ, "ಹೆಮ್ಮೆಪಟ್ಟು ಮಾತನಾಡಿ ಅಥವಾ ಕಾರ್ಯ ಮಾಡಿ ನಂತರ ವಿಷಾದಪಡಬೇಡ". ಇದು ಸ್ಥಿರತೆ, ಸಮಚಿತ್ತತೆ ಮತ್ತು ಮಿತವಾದದ ಮಹತ್ವವನ್ನು ಸೂಚಿಸುತ್ತದೆ. ಅತಿಯಾದ ಉತ್ಸಾಹ ಅಥವಾ ಹೆಮ್ಮೆಯಿಂದ ಮಾಡಿದ ಕೆಲಸಗಳು ಅಥವಾ ಆಡಿದ ಮಾತುಗಳು ನಂತರ ದಣಿವು, ನಿರಾಸಕ್ತಿ ಅಥವಾ ಪಶ್ಚಾತ್ತಾಪಕ್ಕೆ ಕಾರಣವಾಗಬಹುದು. ಆದ್ದರಿಂದ, ಮಾತಿನಲ್ಲಿ ಮತ್ತು ಕೃತಿಯಲ್ಲಿ ಸಮತೋಲನ ಮತ್ತು ಸ್ಥಿರತೆಯನ್ನು ಕಾಪಾಡಿಕೊಳ್ಳಬೇಕು.

- **"ಲೇಸಮಾಡಿ ಮರುಗದಿರಾ":**

"ಒಳ್ಳೆಯದನ್ನು ಮಾಡಿ ನಂತರ ಅದರ ಬಗ್ಗೆ ವಿಷಾದಿಸಬೇಡ/ಕೊರಗಬೇಡ" ಎಂಬುದು ಇದರ ನೇರವಾದ ಅರ್ಥ. ಇದು ಅತ್ಯಂತ ಮಹತ್ವದ ನೈತಿಕ ಬೋಧನೆ. ನಾವು ಇತರರಿಗೆ ಮಾಡುವ ಸಹಾಯ, ಉಪಕಾರ ಅಥವಾ ಯಾವುದೇ ಒಳ್ಳೆಯ ಕೆಲಸವನ್ನು ನಿಸ್ವಾರ್ಥ ಭಾವದಿಂದ ಮಾಡಬೇಕು. ಮಾಡಿದ ಉಪಕಾರಕ್ಕೆ ಪ್ರತಿಯಾಗಿ ಏನನ್ನೂ ನಿರೀಕ್ಷಿಸಬಾರದು.

ಒಂದು ವೇಳೆ ಒಳ್ಳೆಯದನ್ನು ಮಾಡಿದ್ದರಿಂದ ನಮಗೇನಾದರೂ ನಷ್ಟವಾದರೂ ಅಥವಾ ನಿರೀಕ್ಷಿತ ಫಲ ಸಿಗದಿದ್ದರೂ ಅದರ ಬಗ್ಗೆ ಕೊರಗಬಾರದು, ಪಶ್ಚಾತ್ತಾಪ ಪಡಬಾರದು.

➔ **"ಕೂಡಿ ತಪ್ಪದಿರಾ, ಬೇಡಿದವರಿಗಿಲ್ಲೆನ್ನದಿರು, ಕಂಡಾ, ಮನವೇ":**

ಎರಡನೆಯದಾಗಿ, ಶರಣರ ಸಂಗವನ್ನು ಎಂದಿಗೂ ಕಳೆದುಕೊಳ್ಳಬೇಡ ಎಂದು ಮನಸ್ಸಿಗೆ ಸೂಚಿಸುತ್ತಾರೆ. ಸಜ್ಜನರ ಅಥವಾ ಶಿವಶರಣರ ಸಹವಾಸವು ಆಧ್ಯಾತ್ಮಿಕ ಪ್ರಗತಿಗೆ ಅತ್ಯಗತ್ಯ ಎಂಬುದನ್ನು ಇದು ಹೇಳುತ್ತದೆ. ಜೊತೆಗೆ, ಸಹಾಯಕ್ಕಾಗಿ ನಿನ್ನನ್ನು ಬೇಡಿ ಬಂದವರಿಗೆ ಎಂದಿಗೂ "ಇಲ್ಲ" ಎಂದು ಹೇಳಬೇಡ ಎಂದು ಮನಸ್ಸಿಗೆ ಬುದ್ಧಿವಾದ ಹೇಳುತ್ತಾರೆ. ಇದು ದಾಸೋಹ ಮತ್ತು ಔದಾರ್ಯದ ಮಹತ್ವವನ್ನು ಸಾರುತ್ತದೆ. ಬೇಡಿ ಬಂದವರಿಗೆ ಇಲ್ಲ ಎಂದರೆ ಅದು ದೊಡ್ಡ ಪಾಪ ಎಂಬುದು ಶರಣರ ನಂಬಿಕೆ.

- **"ಕೂಡಿ ತಪ್ಪದಿರಾ":**

"ಇತರರೊಂದಿಗೆ ಸೇರಿ ತಪ್ಪು ಮಾಡಬೇಡ" ಅಥವಾ "ಸಂಘದಲ್ಲಿ/ಗುಂಪಿನಲ್ಲಿದ್ದಾಗ ತಪ್ಪು ದಾರಿಗೆ ಹೋಗಬೇಡ" ಎಂಬ ಎಚ್ಚರಿಕೆಯನ್ನು ಈ ಸಾಲು ನೀಡುತ್ತದೆ. ಇದು ಸಂಗದೋಷದ ಅಪಾಯವನ್ನು ಸೂಚಿಸುತ್ತದೆ. ಕೆಟ್ಟವರ ಸಹವಾಸದಿಂದ ಅಥವಾ ಸಮೂಹ ಒತ್ತಡಕ್ಕೆ ಮಣಿದು ವ್ಯಕ್ತಿ ತಪ್ಪುಗಳನ್ನು ಮಾಡುವ ಸಾಧ್ಯತೆ ಹೆಚ್ಚು. ಶರಣರು ಸತ್ಸಂಗಕ್ಕೆ, ಅಂದರೆ ಒಳ್ಳೆಯವರ, ಜ್ಞಾನಿಗಳ, ಅನುಭಾವಿಗಳ ಒಡನಾಟಕ್ಕೆ ಹೆಚ್ಚಿನ ಮಹತ್ವ ನೀಡಿದ್ದಾರೆ.

ಕೆಟ್ಟವರೊಂದಿಗೆ ಸೇರಿ ತಪ್ಪುಗಳನ್ನು ಮಾಡುವುದರಿಂದ ನೈತಿಕ ಮತ್ತು ಆಧ್ಯಾತ್ಮಿಕ ಪತನ ಖಚಿತ. ಸಮಾಜದಲ್ಲಿ ಸಮತೋಲನ ತಪ್ಪಲು ಇಂತಹ ತಪ್ಪುಗಳೂ ಕಾರಣವಾಗಬಹುದು.

- **"ಬೇಡಿದವರಿಗಿಲ್ಲೆನ್ನದಿರು":**

" ನ್ಯಾಯಯುತ ಸಹಾಯವನ್ನು ಕೇಳಿ ಬಂದವರಿಗೆ ಅಥವಾ ಯಾಚಕರಿಗೆ ಇಲ್ಲ ಎಂದು ಹೇಳಬೇಡ" ಎಂಬುದು ಇದರ ಅರ್ಥ. ಇದು ಬಸವಣ್ಣನವರ ಕ್ರಾಂತಿಕಾರಿ ತತ್ತ್ವಗಳಲ್ಲಿ ಒಂದಾದ 'ದಾಸೋಹ'ದ ನೇರವಾದ ಪ್ರತಿಪಾದನೆಯಾಗಿದೆ.

'ಕಾಯಕವೇ ಕೈಲಾಸ' ಎಂದು ನಂಬಿದ್ದ ಶರಣರು, ತಾವು ಕಾಯಕದಿಂದ ಪ್ರಾಮಾಣಿಕ ವಾಗಿ ಸಂಪಾದಿಸಿದ್ದರಲ್ಲಿ ಒಂದು ಭಾಗವನ್ನು ಸಮಾಜದ ಅಗತ್ಯವಿರುವವರಿಗೆ, ಗುರು-ಲಿಂಗ-ಜಂಗಮಕ್ಕೆ ಮೀಸಲಿಡಬೇಕೆಂದು ನಂಬಿದ್ದರು. 'ದಾಸೋಹ'ವೆಂದರೆ ಕೇವಲ ಅನ್ನದಾನವಲ್ಲ, ಅದು ಜ್ಞಾನದಾನ, ಅಭಯದಾನ, ಸೇವಾದಾನವೂ ಹೌದು. ಅಗತ್ಯವಿರುವವರಿಗೆ ತಮ್ಮಲ್ಲಿರುವುದನ್ನು ಹಂಚಿಕೊಳ್ಳುವ ಉದಾತ್ತ ಮನೋಭಾವವೇ ದಾಸೋಹ. ಈ ಸಾಲು ಆ ತತ್ತ್ವ ವನ್ನು ಮನಸ್ಸಿಗೆ ನೇರವಾಗಿ ಬೋಧಿಸುತ್ತದೆ.

➔ **"ನಾಡ ಮಾತು ಬೇಡ, ಸೆರಗೊಡ್ಡಿ ಬೇಡು ಕೂಡಲಸಂಗನ ಶರಣರಾ":**

ಅಂತಿಮವಾಗಿ, ಮನಸ್ಸೇ, ಈ ಲೌಕಿಕ ಪ್ರಪಂಚದ ವ್ಯರ್ಥ ಮಾತುಗಳು, ಹರಟೆಗಳು, ವಿವಾದಗಳು ನಿನಗೆ ಬೇಡ ಎಂದು ಹೇಳುತ್ತಾರೆ. ಬದಲಿಗೆ, ನಿನ್ನ ಅಹಂಕಾರ ಮತ್ತು ಲೌಕಿಕಾಸಕ್ತಿಗಳನ್ನು ಸಂಪೂರ್ಣವಾಗಿ ತೊರೆದು, ವಿನಮ್ರನಾಗಿ ಕೂಡಲಸಂಗಮದೇವನ ಶರಣರ ಬಳಿ ನಿನ್ನ ಅಂತರಂಗದ ಶುದ್ಧಿಗಾಗಿ, ಆಧ್ಯಾತ್ಮಿಕ ಉನ್ನತಿಗಾಗಿ ಬೇಡಿಕೋ ಎಂದು ಸೂಚಿಸುತ್ತಾರೆ. ಶರಣರಲ್ಲಿ ಶರಣಾಗತಿಯಾಗಿ, ಅವರ ಅನುಗ್ರಹವನ್ನು ಪಡೆದುಕೊಳ್ಳುವುದೇ ನಿಜವಾದ ಜೀವನ ಮಾರ್ಗ ಎಂಬುದನ್ನು ಇದು ತಿಳಿಸುತ್ತದೆ. 'ಸೆರಗೊಡ್ಡಿ ಬೇಡುವುದು' ಎಂಬ ಕ್ರಿಯೆಯು ಸಂಪೂರ್ಣ ನಿಸ್ವಾರ್ಥತೆ ಮತ್ತು ದೈವಿಕ ಅಥವಾ ಗುರು ಕೃಪೆಯ ಮೇಲಿನ ಅವಲಂಬನೆಯ ಸಂಕೇತವಾಗಿದೆ.

- **"ನಾಡ ಮಾತು ಬೇಡ":**

"ಊರವರ ಮಾತಿಗೆ, ಲೋಕಾಭಿಪ್ರಾಯಕ್ಕೆ, ಅಥವಾ ಲೋಕದ ವದಂತಿಗಳಿಗೆ ಕಿವಿಗೊಡಬೇಡ" ಎಂಬುದು ಇದರ ತಾತ್ಪರ್ಯ. ಸಾಧಕನು ತನ್ನ ಆಧ್ಯಾತ್ಮಿಕ ಪಯಣದಲ್ಲಿ ಮುನ್ನಡೆಯುವಾಗ ಸಮಾಜದಿಂದ ಟೀಕೆ, ಹೊಗಳಿಕೆ, ನಿಂದೆ, ಸ್ತುತಿಗಳು ಸಹಜವಾಗಿ ಬರುತ್ತವೆ. ಇವುಗಳಿಗೆ ಅತಿಯಾಗಿ ಕಿವಿಗೊಟ್ಟು, ಮನಸ್ಸನ್ನು ವಿಚಲಿತಗೊಳಿಸಿಕೊಳ್ಳಬಾರದು.

ಲೌಕಿಕ ಅಭಿಪ್ರಾಯಗಳ ಬಗ್ಗೆ ನಿರ್ಲಿಪ್ತತೆಯನ್ನು ಬೆಳೆಸಿಕೊಳ್ಳಬೇಕು. ಮನಸ್ಸಿನ ಶಾಂತಿಯನ್ನು ಕಾಪಾಡಿಕೊಂಡು, ತನ್ನ ಗುರಿಯತ್ತ (ಶಿವಾನುಸಂಧಾನ ಅಥವಾ ಆತ್ಮಕಲ್ಯಾಣ) ಗಮನವನ್ನು ಕೇಂದ್ರೀಕರಿಸಬೇಕು. ಲೌಕಿಕ ವಿಷಯಗಳಿಂದ, ಬಂಧನಗಳಿಂದ ದೂರವಿರಬೇಕೆಂಬ ಶರಣರ ಆಶಯ ಇಲ್ಲಿ ವ್ಯಕ್ತವಾಗಿದೆ.

- **"ಸೆರಗೊಡ್ಡಿ ಬೇಡು ಕೂಡಲಸಂಗನ ಶರಣರಾ":**

"ಅತ್ಯಂತ ವಿನಯದಿಂದ, ದೈನ್ಯತೆಯಿಂದ ಕೂಡಲಸಂಗಮದೇವನ ಶರಣರ ಸಹವಾಸವನ್ನು, ಅವರ ಕೃಪೆಯನ್ನು ಬೇಡು" ಎಂದು ಈ ಸಾಲು ಹೇಳುತ್ತದೆ. 'ಸೆರಗೊಡ್ಡಿ ಬೇಡುವುದು' ಎಂಬುದು ದೈನ್ಯತೆಯ, ವಿನಯದ ಮತ್ತು ಶರಣಾಗತಿಯ ಪರಮಾವಧಿಯ ಸಂಕೇತ. ಆಧ್ಯಾತ್ಮಿಕ ಉನ್ನತಿಗೆ, ಜ್ಞಾನ ಪ್ರಾಪ್ತಿಗೆ ಮತ್ತು ಮುಕ್ತಿಗೆ ಶರಣರ, ಅಂದರೆ ಅನುಭಾವಿಗಳ, ಸಂತರ, ಜ್ಞಾನಿಗಳ ಸಹವಾಸ (ಸತ್ಸಂಗ) ಅತ್ಯಗತ್ಯ ಎಂಬುದು ಶರಣರ ದೃಢವಾದ ನಂಬಿಕೆಯಾಗಿತ್ತು.

ಲೌಕಿಕವಾದ 'ನಾಡ ಮಾತು'ಗಳನ್ನು ತ್ಯಜಿಸಿ, ಅಹಂಕಾರವನ್ನು ತೊರೆದು, ವಿನೀತ ಭಾವದಿಂದ ಶರಣರ ಮಾರ್ಗದರ್ಶನವನ್ನು, ಅವರ ಕೃಪಾಶೀರ್ವಾದವನ್ನು ಯಾಚಿಸಬೇಕು. ಬಸವಣ್ಣನವರ ಕಾಲದಲ್ಲಿ 'ಅನುಭವ ಮಂಟಪ'ವು ಇಂತಹ ಶರಣರ ಸಂಗದ ಶ್ರದ್ಧಾಕೇಂದ್ರವಾಗಿತ್ತು

ತಾತ್ಪರ್ಯ:

ಈ ವಚನವು ಬಸವಣ್ಣನವರ ಸಮಗ್ರ ದೃಷ್ಟಿಕೋನವನ್ನು ಅತ್ಯುತ್ತಮವಾಗಿ ಹಿಡಿದಿಡುತ್ತದೆ. ಇಲ್ಲಿ ವೈಯಕ್ತಿಕ ನೈತಿಕತೆ ("ಲೇಸಮಾಡಿ ಮರುಗದಿರಾ"), ಮಾನಸಿಕ ಶಿಸ್ತು ("ಆಡಿ ಅಳುಪದಿರಾ", "ನಾಡ ಮಾತು ಬೇಡ"), ಸಾಮಾಜಿಕ ಹೊಣೆಗಾರಿಕೆ ("ಬೇಡಿದವರಿಗಿಲ್ಲೆನ್ನದಿರು", "ಕೂಡಿ ತಪ್ಪದಿರಾ"), ಮತ್ತು ಆಧ್ಯಾತ್ಮಿಕ ಸಾಧನೆ ("ಸೆರಗೊಡ್ಡಿ ಬೇಡು... ಶರಣರಾ") ಇವುಗಳನ್ನು ಪ್ರತ್ಯೇಕ ಘಟಕಗಳಾಗಿ ನೋಡದೆ, ಒಂದಕ್ಕೊಂದು ಪೂರಕವಾದ, ಪರಸ್ಪರ ಹೆಣೆದುಕೊಂಡಿರುವ ಅಂಶಗಳೆಂದು ಪರಿಗಣಿಸಲಾಗಿದೆ. ವ್ಯಕ್ತಿಯೊಬ್ಬನು ಕೇವಲ ದಾನಶೀಲನಾಗಿದ್ದು (ದಾಸೋಹ) ಮಾನಸಿಕ ಸ್ಥಿರತೆ ಇಲ್ಲದಿದ್ದರೆ, ಅಥವಾ ಶರಣರ ಸಂಗದಲ್ಲಿದ್ದು ಸಾಮಾಜಿಕವಾಗಿ ತಪ್ಪು ಮಾಡಿದರೆ, ಅದು ಅಪೂರ್ಣ ಸಾಧನೆಯಾಗುತ್ತದೆ.

ಹೀಗಾಗಿ, ಈ ವಚನವು ಒಂದು 'ಸಮಗ್ರ ಜೀವನ ವಿಧಾನ'ವನ್ನು (holistic way of life) ಮನಸ್ಸಿನ ಮೂಲಕವೇ ಸಾಧಿಸುವ ಮಾರ್ಗಸೂಚಿಯನ್ನು ಒದಗಿಸುತ್ತದೆ.

ಇಂದಿನ ಯುಗಕ್ಕೆ ಬಸವಣ್ಣನವರ ಈ ವಚನದ ಪ್ರಸ್ತುತತೆ:

ಇದು ಇಂದಿಗೂ ಪ್ರಸ್ತುತವಾಗಿದೆ ಏಕೆಂದರೆ ಮಾನವನ ಮನಸ್ಸು ಅಂದಿಗೂ ಇಂದಿಗೂ ಚಂಚಲವಾಗಿಯೇ ಇದೆ. ಲೌಕಿಕ ವ್ಯಾಮೋಹಗಳು, ಮಾಡಿದ ತಪ್ಪುಗಳ ಬಗ್ಗೆ ಪಶ್ಚಾತ್ತಾಪ, ಒಳ್ಳೆಯ ಕೆಲಸ ಮಾಡಿದರೂ ಅದರ ಪ್ರತಿಫಲದ ನಿರೀಕ್ಷೆ - ಇವೆಲ್ಲಾ ಇಂದಿಗೂ ಮನುಷ್ಯನನ್ನು ಕಾಡುವ ಸಮಸ್ಯೆಗಳು. ಈ ವಚನವು ಅಂತಹ ಸಮಸ್ಯೆಗಳಿಗೆ ಪರಿಹಾರ ಸೂಚಿಸಿ, ಸರಳ, ನೈತಿಕ ಮತ್ತು ಆಧ್ಯಾತ್ಮಿಕ ಜೀವನ ನಡೆಸಲು ಪ್ರೇರಣೆ ನೀಡುತ್ತದೆ. ಶರಣರ ಸಹವಾಸದ ಮಹತ್ವ ಮತ್ತು ದಾನಶೀಲತೆಯ ಅವಶ್ಯಕತೆಯು ಸಾರ್ವಕಾಲಿಕ ಮೌಲ್ಯಗಳಾಗಿವೆ.

ಈ ಸರಳವಾದ ವಚನವು ಬಸವಣ್ಣನವರ ಮತ್ತು ಶರಣ ಚಳುವಳಿಯ ಹಲವಾರು ಪ್ರಮುಖ ತತ್ತ್ವಗಳನ್ನು ಸಂಕ್ಷಿಪ್ತವಾಗಿ ಆದರೆ ಪರಿಣಾಮಕಾರಿಯಾಗಿ ಪ್ರತಿಬಿಂಬಿಸುತ್ತದೆ:

1. ನಿರ್ಲಿಪ್ತತೆ/ಸ್ಥಿರತೆ (Detachment/Stability):

"ಆಡಿ ಅಳುಪದಿರಾ" (ಹೆಮ್ಮೆ/ವಿಷಾದ ಪಡದಿರು), "ಲೇಸಮಾಡಿ ಮರುಗದಿರಾ" (ಫಲದ ಬಗ್ಗೆ ಕೊರಗದಿರು).

ಇಂದಿನ ವೇಗದ ಜಗತ್ತಿನಲ್ಲಿ ನಾವು ತಕ್ಷಣ ಪ್ರತಿಕ್ರಿಯಿಸುತ್ತೇವೆ, ಮಾತನಾಡಿಬಿಡುತ್ತೇವೆ ಅಥವಾ ಒಂದು ಕಾರ್ಯ ಮಾಡಿಬಿಡುತ್ತೇವೆ. ಆಮೇಲೆ ಅದರ ಬಗ್ಗೆ ಚಿಂತಿಸಿ, ದುಃಖಪಟ್ಟುಕೊಳ್ಳುತ್ತೇವೆ. 'ಹಾಗೆ ಮಾಡಬಾರದಿತ್ತು', 'ಹಾಗೆ ಹೇಳಬಾರದಿತ್ತು' ಎಂದು ಮರುಗುತ್ತೇವೆ. ಬಸವಣ್ಣನವರು ಹೇಳುವುದು ಇದನ್ನೇ - ಎಲೆ ಮನವೇ, ಒಂದು ಕಾರ್ಯ ಮಾಡುವ ಮುನ್ನ ಯೋಚಿಸು, ಆದರೆ ಮಾಡಿದ ಮೇಲೆ ಅದರ ಬಗ್ಗೆ ಅತಿಯಾಗಿ ಚಿಂತಿಸಿ ಸಮಯ ವ್ಯರ್ಥ ಮಾಡಬೇಡ, ಅಳುಕಿ ಅಳುಪಿಗೆ ಒಳಗಾಗಬೇಡ. ಹಾಗೆಯೇ, ಒಂದು ಒಳ್ಳೆಯ ಕೆಲಸ ಮಾಡಿದರೆ (ಲೇಸಮಾಡಿ), ಅದರ ಬಗ್ಗೆ ಯಾರೂ ಮೆಚ್ಚಲಿಲ್ಲ, ಪ್ರತಿಫಲ ಸಿಗಲಿಲ್ಲ ಎಂದು ದುಃಖಿಸಬೇಡ (ಮರುಗದಿರಾ). ನಿನ್ನ ಕರ್ತವ್ಯವನ್ನು ನೀನು ಮಾಡಿದ್ದೀಯಾ ಅಷ್ಟೇ. ಇಂದಿನ ದಿನಗಳಲ್ಲಿ ಒಳ್ಳೆಯ ಕೆಲಸ ಮಾಡಿದಾಗಲೂ ಅಪವಾದ, ಟೀಕೆಗಳು ಬರಬಹುದು.

ಅವುಗಳಿಗೆಲ್ಲ ಮರುಗದೆ ನಿನ್ನ ದಾರಿಯಲ್ಲಿ ಮುಂದುವರಿ ಮತ್ತು ಇದು ಇಂದಿನ ಪ್ರತಿಫಲಾಪೇಕ್ಷೆಯ ಜಗತ್ತಿನಲ್ಲಿ ನಿಸ್ವಾರ್ಥ ಸೇವೆ ಮತ್ತು ಮಾನಸಿಕ ಸ್ಥೈರ್ಯವನ್ನು ಕಲಿಸುತ್ತದೆ.

2. ನೈತಿಕ ಶುದ್ಧತೆ (Ethical Purity):

'ಕೂಡಿ ತಪ್ಪದಿರಾ - ಆಧುನಿಕ ಸಮಾಜದಲ್ಲಿ ಗೆಳೆಯರ ಒತ್ತಡ (peer pressure), ಗುಂಪು ಮನೋಭಾವದ ಪ್ರಭಾವ ಹೆಚ್ಚಾಗಿದೆ. ಆನ್‌ಲೈನ್ ಸಮುದಾಯಗಳಲ್ಲಾಗಲೀ, ಸ್ನೇಹಿತರ ಬಳಗದಲ್ಲಾಗಲೀ (ಕೂಡಿ) ವ್ಯಕ್ತಿ ತನ್ನ ಸ್ವಂತ ವಿವೇಕವನ್ನು ಕಳೆದುಕೊಂಡು ತಪ್ಪು ದಾರಿ ಹಿಡಿಯುವ (ತಪ್ಪದಿರಾ) ಸಾಧ್ಯತೆಗಳು ಹೆಚ್ಚು.

ಬಸವಣ್ಣ ಹೇಳುತ್ತಾರೆ - ಉತ್ತಮರ ಸಂಗ, ಜ್ಞಾನಿಗಳ ಸಂಗ, ನೈತಿಕವಾಗಿ ಬದುಕುವವರ ಸಂಗವನ್ನು ಎಂದಿಗೂ ಕಳೆದುಕೊಳ್ಳಬೇಡ. ಅದು ನಿನ್ನ ಆತ್ಮೋನ್ನತಿಗೆ ಮುಖ್ಯ.

3. ದಾಸೋಹ (Dasoha):

ಬೇಡಿದವರಿಗಿಲ್ಲೆನ್ನದಿರು - ಜಗತ್ತಿನಲ್ಲಿ ಆರ್ಥಿಕ ಅಸಮಾನತೆ ಮತ್ತು ಬಡತನ ತಾಂಡವವಾಡುತ್ತಿರುವ ಈ ಕಾಲದಲ್ಲಿ, ಬಸವಣ್ಣನವರ 'ದಾಸೋಹ' ತತ್ತ್ವ ವು ಹಿಂದೆಂದಿಗಿಂತಲೂ ಹೆಚ್ಚು ಪ್ರಸ್ತುತ. 'ಇಲ್ಲ' ಎಂದು ಹೇಳದೆ (ಇಲ್ಲೆನ್ನದಿರು) ನಮ್ಮ ಬಳಿ ಇರುವುದನ್ನು ಅಗತ್ಯವಿರುವವರೊಂದಿಗೆ ಹಂಚಿಕೊಳ್ಳುವುದು, 'ಕಷ್ಟ' ಎಂದು ಬೇಡಿ ಬಂದವರಿಗೆ ನಮ್ಮ ಕೈಲಾದ ಸಹಾಯ ಮಾಡುವುದು ಅತ್ಯಗತ್ಯವಾದ ಮಾನವೀಯ ಮೌಲ್ಯವಾಗಿದೆ. ಇದು ಕೇವಲ ಹಣಕಾಸಿನ ಸಹಾಯವಷ್ಟೇ ಅಲ್ಲ, ಸಮಯ, ಜ್ಞಾನ, ಅನುಕಂಪವನ್ನು ಹಂಚಿಕೊಳ್ಳುವುದಕ್ಕೂ ಅನ್ವಯಿಸುತ್ತದೆ. ಸ್ವಾರ್ಥ ತುಂಬಿದ ಸಮಾಜದಲ್ಲಿ,ಇದು ಕಾರುಣ್ಯ ಮತ್ತು ಹಂಚಿಕೆಯ ಮಹತ್ವವನ್ನು ಸಾರುತ್ತದೆ.

4. ಶರಣರ ಸಂಗ (Company of Sharanas):

ಇಂದು ಮಾಹಿತಿ ತಂತ್ರಜ್ಞಾನದ ಯುಗ. ಆದರೆ ಇದರೊಂದಿಗೆ ಸುಳ್ಳು ಸುದ್ದಿಗಳು, ವದಂತಿಗಳು, ಅನಗತ್ಯ ಚರ್ಚೆಗಳು, ಸಾಮಾಜಿಕ ಮಾಧ್ಯಮಗಳ ಹರಟೆಗಳು (ನಾಡ ಮಾತು) ವಿಪರೀತವಾಗಿವೆ. ಇವು ನಮ್ಮ ಅಮೂಲ್ಯ ಸಮಯವನ್ನು ವ್ಯರ್ಥ ಮಾಡುವುದಲ್ಲದೆ, ಮನಸ್ಸಿನ ಶಾಂತಿಯನ್ನು ಕದಡಿ, ತಪ್ಪು ಅಭಿಪ್ರಾಯಗಳನ್ನು ರೂಪಿಸುತ್ತವೆ. ಈ ವಚನವು ಇಂತಹ ನಿಷ್ಪ್ರಯೋಜಕ ಮಾತುಗಳಿಗೆ ಕಿವಿಗೊಡದೆ, ಸತ್ಯದ ಕಡೆಗೆ, ಮುಖ್ಯವಾದ ವಿಷಯಗಳ ಕಡೆಗೆ ನಮ್ಮ ಗಮನವನ್ನು ಕೇಂದ್ರೀಕರಿಸಲು ಮತ್ತು ವಿವೇಕದಿಂದಿರಲು ಹೇಳುತ್ತದೆ.

ಮಾಹಿತಿಯ ಮಹಾಪೂರವೇ ಇರುವ ಇಂದಿನ ದಿನಗಳಲ್ಲಿ, ಯಾವುದು ನಿಜವಾದ ಜ್ಞಾನ, ಯಾರು ನಿಜವಾದ ಮಾರ್ಗದರ್ಶಕರು ಎಂದು ತಿಳಿಯುವುದು ಕಷ್ಟ. ಲೌಕಿಕ ಆಕರ್ಷಣೆಗಳು ಮತ್ತು ತಪ್ಪು ಮಾಹಿತಿಗಳ ನಡುವೆ, ನಾವು ಸತ್ಯ ಮತ್ತು ಸರಿಯಾದ ದಾರಿಯನ್ನು ಅರಿಯಲು ಅಹಂಕಾರವನ್ನು ತೊರೆದು (ಸೆರಗೊಡ್ಡಿ), ವಿನಯದಿಂದ ಸಜ್ಜನರ, ಜ್ಞಾನಿಗಳ, ಅನುಭಾವಿಗಳ (ಕೂಡಲಸಂಗನ ಶರಣರ - ಇಲ್ಲಿ ಶರಣರು ಎಂದರೆ ಸತ್ಯವನ್ನು ಅರಿತ, ನೈತಿಕವಾಗಿ ಬದುಕುವ ಆದರ್ಶ ವ್ಯಕ್ತಿಗಳು) ಮಾರ್ಗದರ್ಶನವನ್ನು ಪಡೆಯಬೇಕು. ಇಂದಿಗೂ ಪ್ರಾಮಾಣಿಕ ಚಿಂತಕರು, ನೈತಿಕ ನಾಯಕರು ಮತ್ತು ಸದ್ಗುರುಗಳ ಮಾರ್ಗದರ್ಶನವನ್ನು ಹುಡುಕುವುದು ನಮ್ಮ ಬದುಕಿಗೆ ಅತ್ಯಗತ್ಯ.

7. ನಿಮ್ಮ ಮುಟ್ಟಿ ಪರಧನ-ಪರಸತಿಯರಿಗೆಳಸಿದಡೆ ನಿಮ್ಮಾಚಾರಕ್ಕೆ ದೂರ

ವಚನ:

"ಇಂದ್ರಿಯ ನಿಗ್ರಹವ ಮಾಡಿದಡೆ ಹೊಂದುವವು ದೋಷಂಗಳು,
ಮುಂದೆ ಬಂದು ಕಾಡುವವು ಪಂಚೇಂದ್ರಿಯಂಗಳು.
ಸತಿಪತಿರತಿಸುಖವ ಬಿಟ್ಟರೆ ಸಿರಿಯಾಳ ಚಂಗಳೆಯವರು
ಸತಿಪತಿರತಿಸುಖಭೋಗೋಪಭೋಗವ, ವಿಳಾಸವ
ಬಿಟ್ಟನೆ ಸಿಂಧುಬಲ್ಲಾಳನು
ನಿಮ್ಮ ಮುಟ್ಟಿ ಪರಧನ-ಪರಸತಿಯರಿಗೆಳಸಿದಡೆ
ನಿಮ್ಮಾಚಾರಕ್ಕೆ ದೂರ, ಕೂಡಲಸಂಗಮದೇವಾ."

ಇದು ಬಸವಣ್ಣನವರ ಒಂದು ಮಹತ್ವದ ವಚನವಾಗಿದ್ದು, ಇಂದ್ರಿಯ ನಿಗ್ರಹ, ಗೃಹಸ್ಥಾಶ್ರಮ ಮತ್ತು ನೈತಿಕತೆಯ ಬಗ್ಗೆ ಸ್ಪಷ್ಟವಾದ ನಿಲುವನ್ನು ವ್ಯಕ್ತಪಡಿಸುತ್ತದೆ. ಈ ವಚನವು ಇಂದ್ರಿಯಗಳನ್ನು ಸಂಪೂರ್ಣವಾಗಿ ನಿಗ್ರಹಿಸುವುದರ ಬದಲು ಅವುಗಳನ್ನು ಮಿತವಾಗಿ ಅನುಭವಿಸುವ ಬಗ್ಗೆ ಹೇಳುತ್ತದೆ. ಇಲ್ಲವಾದಲ್ಲಿ ಅದು ಮನಸ್ಸಿನಲ್ಲಿ ದೋಷಗಳನ್ನು ಸೃಷ್ಟಿಸಿ, ಮುಂದೆ ಕಾಡುತ್ತವೆ. ಬದಲಿಗೆ, ಲೌಕಿಕ ಮತ್ತು ದಾಂಪತ್ಯ ಜೀವನದ ಸ್ವಾಭಾವಿಕತೆಯನ್ನು ಗೌರವಿಸುತ್ತಲೇ, ಅಂತರಂಗವನ್ನು ಶುದ್ಧೀಕರಿಸಿಕೊಳ್ಳಬೇಕು.

ಶರಣ ಧರ್ಮವು ಗೃಹಸ್ಥಾಶ್ರಮವನ್ನು ಮತ್ತು ದಾಂಪತ್ಯದ ಸಹಜ ಸುಖಗಳನ್ನು ನಿರಾಕರಿಸುವುದಿಲ್ಲ ಎಂಬುದನ್ನು ಸಿರಿಯಾಳ, ಚಂಗಳೆ, ಸಿಂಧುಬಲ್ಲಾಳರ ಉದಾಹರಣೆಗಳ ಮೂಲಕ ಬಸವಣ್ಣನವರು ಸ್ಪಷ್ಟಪಡಿಸುತ್ತಾರೆ.

ಆದರೆ, ನಿಜವಾದ ಆಧ್ಯಾತ್ಮಿಕ ಮತ್ತು ನೈತಿಕ ತಪ್ಪು ಯಾವುದು ಎಂದರೆ, ಪರರ ವಸ್ತುವಿಗೆ (ಪರಧನ) ಮತ್ತು ಪರರ ಸ್ತ್ರೀಗೆ (ಪರಸತಿ) ಆಸೆಪಡುವುದು. ಇದು ಶರಣರ ಆಚಾರಕ್ಕೆ, ನೈತಿಕ ಮಾರ್ಗಕ್ಕೆ ಸಂಪೂರ್ಣವಾಗಿ ವಿರುದ್ಧವಾದದ್ದು. ಸದಾಚಾರಿಯಾಗಲು ಮನಸ್ಸನ್ನು ಹದಗೊಳಿಸುವದೇ ಈ ವಚನದ ಸಾರಾಂಶ.

➔ **"ಇಂದ್ರಿಯ ನಿಗ್ರಹವ ಮಾಡಿದಡೆ ಹೊಂದುವವು ದೋಷಂಗಳು, ಮುಂದೆ ಬಂದು ಕಾಡುವವು ಪಂಚೇಂದ್ರಿಯಂಗಳು":**

ಈ ಮೊದಲ ಎರಡು ಸಾಲುಗಳು ಬಸವಣ್ಣನವರ ವೈಚಾರಿಕತೆಯನ್ನು ತೋರಿಸುತ್ತವೆ. ಸಾಮಾನ್ಯವಾಗಿ ಆಧ್ಯಾತ್ಮಿಕ ಮಾರ್ಗದಲ್ಲಿ ಇಂದ್ರಿಯಗಳನ್ನು ಹತ್ತಿಕ್ಕಬೇಕು ಎಂಬ ನಂಬಿಕೆ ಇದೆ. ಇಲ್ಲಿ ಬಸವಣ್ಣನವರು ಮಾನವ ಸ್ವಭಾವದ ಬಗ್ಗೆ ತೀಕ್ಷ್ಣವಾದ ಮಾನಸಿಕ ಒಳನೋಟವನ್ನು ಪ್ರದರ್ಶಿಸುತ್ತಾರೆ.

ಬಲವಂತದ ಹತ್ತಿಕ್ಕುವಿಕೆ, ವಿಮೋಚನೆಗೆ ದಾರಿ ಮಾಡುವ ಬದಲು, ಆಂತರಿಕ ಸಂಘರ್ಷ, ಬೂಟಾಟಿಕೆ ಅಥವಾ ಅಂತಿಮ ವೈಫಲ್ಯವನ್ನು ಉಂಟುಮಾಡುತ್ತದೆ ಎಂಬುದು ಅವರ ವಾದ. ಇದು ವೈರಾಗ್ಯದ ಆದರ್ಶೀಕೃತ ಕಲ್ಪನೆಗಳಿಗೆ ವ್ಯತಿರಿಕ್ತವಾಗಿದೆ.

ಅಂದರೆ, ಹತ್ತಿಕ್ಕಲ್ಪಟ್ಟ ಆಸೆಗಳು, ಬಯಕೆಗಳು ಮನಸ್ಸಿನೊಳಗೆ ಗುಪ್ತವಾಗಿ ನೆಲೆಸಿ ಮುಂದೆ ಯಾವುದೋ ಒಂದು ಸಮಯದಲ್ಲಿ, ಇನ್ನೂ ಹೆಚ್ಚಿನ ಶಕ್ತಿಯೊಂದಿಗೆ ಹೊರಬಂದು ಮನುಷ್ಯನನ್ನು ಕಾಡುತ್ತವೆ. ಇದು ಸ್ವಾಭಾವಿಕವಲ್ಲದ ನಿಗ್ರಹದ ಅಪಾಯ. ಮನಸ್ಸಿನೊಳಗಿನ ಬಯಕೆಗಳನ್ನು ಶುದ್ಧೀಕರಿಸಿಕೊಳ್ಳದೆ ಕೇವಲ ಬಾಹ್ಯವಾಗಿ ದಮನ ಮಾಡುವುದು ಪ್ರಯೋಜನಕಾರಿಯಲ್ಲ ಎಂಬುದು ಇದರ ಆಶಯ.

➔ **"ಸತಿಪತಿರತಿಸುಖವ ಬಿಟ್ಟರೆ ಸಿರಿಯಾಳ ಚಂಗಳೆಯವರು / ಸತಿಪತಿರತಿ ಸುಖಭೋಗೋಪಭೋಗವ, ವಿಲಾಸವ ಬಿಟ್ಟನೆ ಸಿಂಧುಬಲ್ಲಾಳನು?":**

ಈ ಸಾಲುಗಳಲ್ಲಿ ಬಸವಣ್ಣನವರು ಶರಣರ ಮಾದರಿಗಳನ್ನು ಉದಾಹರಣೆಯಾಗಿ ನೀಡುತ್ತಾರೆ. ಸಿರಿಯಾಳ ಮತ್ತು ಚಂಗಳಾದೇವಿ ಹಾಗೂ ಸಿಂಧುಬಲ್ಲಾಳರು ಶ್ರೇಷ್ಠ ಭಕ್ತರಾಗಿದ್ದರು. ಆದರೆ ಅವರು ಲೌಕಿಕ ಜೀವನವನ್ನು, ದಾಂಪತ್ಯದ ಸುಖವನ್ನು ಸಂಪೂರ್ಣವಾಗಿ ತ್ಯಜಿಸಿ, ಅರಣ್ಯ ಸೇರಿ ಕಠೋರ ತಪಸ್ಸು ಮಾಡಲಿಲ್ಲ. ಅವರು ಮನೆಯಲ್ಲಿದ್ದುಕೊಂಡೇ, ಸಂಸಾರದಲ್ಲಿದ್ದುಕೊಂಡೇ, ಕಾಯಕ ಮಾಡುತ್ತಲೇ ಭಕ್ತಿಯನ್ನು ಸಾಧಿಸಿದರು.

ಇದರರ್ಥ, ಸ್ವಾಭಾವಿಕವಾದ ದೈಹಿಕ ಮತ್ತು ಲೌಕಿಕ ಅಗತ್ಯಗಳನ್ನು ಸಂಪೂರ್ಣವಾಗಿ ನಿರಾಕರಿಸುವುದಲ್ಲ ಆಧ್ಯಾತ್ಮಿಕತೆ. ಸಂಸಾರ ನಡೆಸುವುದೇ ಪಾಪ ಅಥವಾ ಇಂದ್ರಿಯ ಸುಖಗಳೆಲ್ಲವೂ ಸಂಪೂರ್ಣವಾಗಿ ತ್ಯಾಜ್ಯ ಎಂಬ ಕಟ್ಟರ್ ನಿಲುವನ್ನು ಬಸವಣ್ಣ ಇಲ್ಲಿ ಪರೋಕ್ಷವಾಗಿ ವಿರೋಧಿಸುತ್ತಿದ್ದಾರೆ. ಜೀವನವನ್ನು ಸ್ವಾಭಾವಿಕವಾಗಿ ನಡೆಸುತ್ತಲೇ ಭಕ್ತಿಯನ್ನು ಸಾಧಿಸಬಹುದು ಎಂಬುದು ಶರಣರ ಮಾರ್ಗ.

→ **"ನಿಮ್ಮ ಮುಟ್ಟಿ ಪರಧನ-ಪರಸತಿಯರಿಗೆಳಸಿದಡೆ / ನಿಮ್ಮಾಚಾರಕ್ಕೆ ದೂರ, ಕೂಡಲಸಂಗಮದೇವಾ":**

ವಚನದ ಕೊನೆಯ ಭಾಗದಲ್ಲಿ ಬಸವಣ್ಣ ನಿಜವಾದ ಅನಾಚಾರ ಯಾವುದು ಎಂಬುದನ್ನು ಸ್ಪಷ್ಟಪಡಿಸುತ್ತಾರೆ.

'ನಿಮ್ಮ ಮುಟ್ಟಿ' ಎಂಬುದು ಶರಣ ಮಾರ್ಗಕ್ಕೆ ಬದ್ಧನಾಗಿ, ದೈವದೊಂದಿಗೆ ಒಂದು ಹಂತದ ಆಧ್ಯಾತ್ಮಿಕ ಸಂಬಂಧವನ್ನು ಸ್ಥಾಪಿಸಿರುವುದನ್ನು ಸೂಚಿಸುತ್ತದೆ.

ಕೂಡಲಸಂಗಮದೇವನನ್ನು ತಿಳಿದ ನಂತರ, ನಿಮ್ಮ ಮಾರ್ಗವನ್ನು ಅನುಸರಿಸಲು ಹೊರಟ ನಂತರವೂ, ಯಾರಾದರೂ ಪರರ ಹಣಕ್ಕೆ ಆಸೆಪಟ್ಟರೆ ಅಥವಾ ಪರರ ಹೆಂಡತಿಯರಿಗೆ ಕೆಟ್ಟ ದೃಷ್ಟಿಯಿಂದ ಆಸೆಪಟ್ಟರೆ, ಅದು ಕೂಡಲಸಂಗಮದೇವನ ಆಚಾರ-ವಿಚಾರಗಳಿಗೆ, ಶರಣರ ಮಾರ್ಗಕ್ಕೆ ಅಪಚಾರ. ಇಲ್ಲಿ ಬಸವಣ್ಣನವರು ಹೊರಗಿನ ಯಾಂತ್ರಿಕ ನಿಗ್ರಹಕ್ಕಿಂತ, ಅಂತರಂಗದ ಶುದ್ಧತೆಯನ್ನು ಎತ್ತಿ ಹಿಡಿಯುತ್ತಾರೆ. ನಿಜವಾದ ಪಾಪ ಅಥವಾ ಆಚಾರಹೀನತೆ ಇರುವುದು ಪರರ ಸ್ವತ್ತಿಗೆ ಆಸೆಪಡುವುದರಲ್ಲಿ ಮತ್ತು ಪರಸ್ತ್ರೀಯರನ್ನು ಕಾಮದೃಷ್ಟಿಯಿಂದ ನೋಡುವುದರಲ್ಲಿ ಎಂಬುದನ್ನು ಬಲವಾಗಿ ಪ್ರತಿಪಾದಿಸುತ್ತಾರೆ. ಇದು ವ್ಯಭಿಚಾರ ಮತ್ತು ಲೋಭದಂತಹ ದುರ್ಗುಣಗಳ ವಿರುದ್ಧ ನೇರವಾದ ಕಹಳೆಯಾಗಿದೆ.

ತಾತ್ಪರ್ಯ:

ಈ ವಚನವು ಶರಣರ ದೃಷ್ಟಿಯಲ್ಲಿ ಇಂದ್ರಿಯ ಸುಖ, ಸಂಸಾರ ಮತ್ತು ನೈತಿಕತೆಯ ನಡುವಿನ ಸಂಬಂಧವನ್ನು ಸ್ಪಷ್ಟಪಡಿಸುತ್ತದೆ. ಸಹಜ ಸುಖಗಳನ್ನು ನಿರಾಕರಿಸದೆ, ಅನೈತಿಕ ಆಸೆಗಳನ್ನು ಸಂಪೂರ್ಣವಾಗಿ ವರ್ಜಿಸುವುದೇ ಶರಣ ಮಾರ್ಗದಂತೆ ಅನುಭವಿಸುವದೇ ಬಸವಣ್ಣನವರು ಪ್ರತಿಪಾದಿಸುತ್ತಾರೆ.

ಇಂದಿನ ಯುಗಕ್ಕೆ ಬಸವಣ್ಣನವರ ಈ ವಚನದ ಪ್ರಸ್ತುತತೆ:

1. ಇಂದ್ರಿಯಗಳ ನಿಯಂತ್ರಣದ ಮಹತ್ವ:

ಇಂದಿನ ಜಗತ್ತಿನಲ್ಲಿ, ನಾವು ವಿವಿಧ ರೀತಿಯ ಪ್ರಚೋದನೆಗಳಿಗೆ ಒಳಗಾಗುತ್ತೇವೆ. ಜಾಹೀರಾತುಗಳು, ಸಾಮಾಜಿಕ ಮಾಧ್ಯಮ, ಮತ್ತು ಸುಲಭವಾಗಿ ಲಭ್ಯವಿರುವ ಮನರಂಜನೆ ನಮ್ಮ ಇಂದ್ರಿಯಗಳನ್ನು ನಿರಂತರವಾಗಿ ಕೆರಳಿಸುತ್ತವೆ. ಬಸವಣ್ಣ ಇಲ್ಲಿ ಕೇವಲ ಮೇಲ್ನೋಟದ ತ್ಯಾಗಕ್ಕಿಂತ ಅಂತರಂಗದ ಶುದ್ಧೀಕರಣ ಮತ್ತು ಸಹಜತೆಯನ್ನು

ಒಪ್ಪಿಕೊಳ್ಳುವ ಮೌಲ್ಯವನ್ನು ಹೇಳುತ್ತಾರೆ. ಇದು ಇಂದಿನ ಮಾನಸಿಕ ಆರೋಗ್ಯದ ಸವಾಲುಗಳ ದೃಷ್ಟಿಯಿಂದಲೂ ಮಹತ್ವದ್ದಾಗಿದೆ. ಕಪಟತನವಿಲ್ಲದೆ, ಮನಸ್ಸನ್ನು ಹದಗೊಳಿಸುವ ಮೂಲಕ ಇಂದ್ರಿಯಗಳನ್ನು ಹತೋಟಿಯಲ್ಲಿಡುವುದು ಶರಣ ಮಾರ್ಗ ಎಂಬುದನ್ನು ತಿಳಿಸುತ್ತದೆ.

2. ಸಾಂಸಾರಿಕ ಜೀವನದ ಮೌಲ್ಯ:

ವಚನವು ದಾಂಪತ್ಯ ಜೀವನದ ಸಹಜ ಸುಖವನ್ನು ಎತ್ತಿ ತೋರಿಸುತ್ತದೆ. ಸಾಮಾನ್ಯವಾಗಿ ಶರಣ ಮಾರ್ಗವೆಂದರೆ ಎಲ್ಲವನ್ನೂ ತೊರೆದು ಸನ್ಯಾಸಿಯಾಗಬೇಕು ಎಂಬ ಕಲ್ಪನೆ ಅನೇಕರಲ್ಲಿದೆ. ಆದರೆ ಬಸವಣ್ಣನವರು ಕೆಲಸ ಮಾಡುತ್ತಾ, ಸಂಸಾರ ನಡೆಸುತ್ತಾ, ಎಲ್ಲರೊಂದಿಗೆ ಬೆರೆಯುತ್ತಲೇ ಭಕ್ತಿಯನ್ನು ಸಾಧಿಸಬಹುದು ಎಂಬುದನ್ನು ತಮ್ಮ ಮತ್ತು ಇತರ ಶರಣರ ಜೀವನದ ಮೂಲಕ ತೋರಿಸಿಕೊಟ್ಟರು. ಅದೇ ಶರಣ ಮಾರ್ಗ.

3. ದುರಾಸೆ ಮತ್ತು ಅಕ್ರಮ ಸಂಬಂಧಗಳ ನಿರಾಕರಣೆ:

ಪರಧನ ಮತ್ತು ಪರಸ್ತ್ರೀಯರ ಮೇಲಿನ ದುರಾಸೆಯನ್ನು ಖಂಡಿಸುವ ಮೂಲಕ, ಈ ವಚನವು ನೈತಿಕತೆ ಮತ್ತು ಸದಾಚಾರದ ಮಹತ್ವವನ್ನು ಒತ್ತಿ ಹೇಳುತ್ತದೆ. ಇದು ಇಂದಿನ ಸಮಾಜದಲ್ಲಿಯೂ ಪ್ರಸ್ತುತವಾಗಿದೆ, ಏಕೆಂದರೆ ಭ್ರಷ್ಟಾಚಾರ ಮತ್ತು ಅನೈತಿಕ ಸಂಬಂಧಗಳು ಸಾಮಾಜಿಕ ಸಮಸ್ಯೆಗಳಾಗಿವೆ.

4. ನೈತಿಕ ಗಡಿಗಳ ಸ್ಪಷ್ಟತೆ ಮತ್ತು ಸಾಮಾಜಿಕ ಸ್ವಾಸ್ಥ್ಯ:

ಬಸವಣ್ಣನವರ ದೃಷ್ಟಿಯಲ್ಲಿ, ನಿಜವಾದ ಶರಣ ಮಾರ್ಗದಿಂದ ದೂರಾಗುವುದೆಂದರೆ ಕೇವಲ ಹೊರಗಿನ ನಿಯಮಗಳನ್ನು ಮುರಿಯುವುದರಿಂದಲ್ಲ, ಬದಲಿಗೆ ಅಂತರಂಗದಲ್ಲಿ ಮೂಡುವ ದುರಾಸೆ ಮತ್ತು ಕೆಟ್ಟ ಬಯಕೆಗಳಿಂದ.

ಶಿವನನ್ನು ಅಥವಾ ಸತ್ಯವನ್ನು ತಿಳಿದ ನಂತರವೂ ಪರರ ಸಂಪತ್ತಿಗೆ ಮತ್ತು ಪರಸ್ತ್ರೀಯರಿಗೆ ಆಸೆಪಡುವುದು ಅತ್ಯಂತ ದೊಡ್ಡ ದೋಷ ಮತ್ತು ಅದು ಭಕ್ತಿಯ ಮಾರ್ಗದಿಂದ ಮಾತ್ರ ಪರಿಹಾರ ಎಂದು ಬಸವಣ್ಣ ಸ್ಪಷ್ಟಪಡಿಸುತ್ತಾರೆ. ಇದು ಇಂದಿಗೂ ಭ್ರಷ್ಟಾಚಾರ ಮತ್ತು ಲೈಂಗಿಕ ಅನಾಚಾರಗಳು ವ್ಯಾಪಕವಾಗಿರುವ ಸಮಾಜದಲ್ಲಿ ಅತ್ಯಂತ ಪ್ರಸ್ತುತವಾದ ನೈತಿಕ ಮೌಲ್ಯವಾಗಿದೆ. ಹಣ ಮತ್ತು ಕಾಮದ ಬಗೆಗಿನ ದುರಾಸೆಯೇ ಮನುಷ್ಯನನ್ನು ದೇವರ ಮಾರ್ಗದಿಂದ ದೂರ ತಳ್ಳುತ್ತದೆ ಎಂಬುದನ್ನು ಇದು ಸಾರಿ ಹೇಳುತ್ತದೆ.

8. ಭಾಷೆಪ್ರಸಾದವನಿಕ್ಕಲಮ್ಮೆನಯ್ಯಾ, ಚೆನ್ನಬಸವಣ್ಣಾ.

ವಚನ:

"ಓಹೋ ನಾನೊಬ್ಬರಿಗೆಯೂ ಉಪದೇಶವ ಮಾಡಲಮ್ಮೆನು,
ಮುನ್ನಲಾದವರು ತಮ್ಮಿಂದ ತಾವಾದರು,
ಅವರೆಲ್ಲರೂ ನಿಜಲಿಂಗೈಕ್ಯರು, ನಾನೇನುವ ಮಾಡಿತಿಲ್ಲ,
ತತ್ತ್ವವ ಹಿಡಿದವರಿಗೆ ತೊತ್ತಾಗಿ ನಡೆವೆನು.
ಅಮರಗಣಂಗಳು ಸಾಕ್ಷಿಯಾಗಿ,
ಕೂಡಲಸಂಗಮದೇವರ ಮುಂದೆ
ಭಾಷೆಪ್ರಸಾದವನಿಕ್ಕಲಮ್ಮೆನಯ್ಯಾ, ಚೆನ್ನಬಸವಣ್ಣಾ."

ಇಲ್ಲಿ ಬಸವಣ್ಣನವರು ಆಳವಾದ ವಿನಮ್ರತೆಯನ್ನುತೋರಿಸುತ್ತಿದ್ದಾರೆ. ತಾನು ಯಾರಿಗೂ ಉಪದೇಶ ಮಾಡಲು ಅರ್ಹನಲ್ಲ, ಏಕೆಂದರೆ ಹಿಂದೆ ಮುಕ್ತಿ ಪಡೆದವರು ತಮ್ಮ ಸ್ವಂತ ಪ್ರಯತ್ನ ಮತ್ತು ಕೃಪೆಯಿಂದ ಅದನ್ನು ಸಾಧಿಸಿದರೇ ಹೊರತು ತನ್ನಿಂದಲ್ಲ ಎಂದು ಹೇಳುತ್ತಾರೆ. ಅವರ ಸಾಧನೆಗೆ ತಾನು ಕಿಂಚಿತ್ತೂ ಕಾರಣನಲ್ಲ ಎನ್ನುತ್ತಾರೆ. ಬದಲಾಗಿ, ಯಾರು ಶರಣರ ತತ್ತ್ವಗಳನ್ನು ಅನುಸರಿಸುತ್ತಾರೋ ಅವರಿಗೆ ತಾನು ಸೇವಕನಾಗಿರುತ್ತೇನೆ ಎಂದು ಘೋಷಿಸುತ್ತಾರೆ. ಅಂತಿಮವಾಗಿ, ಕೂಡಲಸಂಗಮದೇವರ ಮತ್ತು ಅಮರಗಣಗಳ ಸಾಕ್ಷಿಯಾಗಿ, ತಾನು ಅಧಿಕಾರಯುತವಾಗಿ ಮಾತನಾಡುವ ('ಭಾಷೆಪ್ರಸಾದ') ಅರ್ಹತೆಯನ್ನು ಹೊಂದಿಲ್ಲ ಎಂದು ಅತ್ಯಂತ ವಿನಮ್ರವಾಗಿ ನಿವೇದಿಸಿಕೊಳ್ಳುತ್ತಾರೆ.

➔ ಓಹೋ ನಾನೊಬ್ಬರಿಗೆಯೂ ಉಪದೇಶವ ಮಾಡಲಮ್ಮೆನು:

ಈ ಸಾಲಿನಲ್ಲಿ,ಬಸವಣ್ಣನವರು ತಾನು ಯಾರಿಗೂ ಉಪದೇಶ ಮಾಡುವಷ್ಟು ದೊಡ್ಡವನಲ್ಲ ಎಂದು ಹೇಳಿಕೊಳ್ಳುತ್ತಾರೆ. 'ಮಾಡಲಮ್ಮೆನು' ಎಂದರೆ 'ಸಾಮರ್ಥ್ಯ ಇಲ್ಲ' ಅಥವಾ 'ಶಕ್ತನಲ್ಲ' ಎಂದು ಅರ್ಥ. ಇದು ಅವರ ತೀವ್ರ ವಿನಯವನ್ನು ವ್ಯಕ್ತಪಡಿಸುತ್ತದೆ. ಆಧ್ಯಾತ್ಮಿಕ ವಿಷಯಗಳಲ್ಲಿ ತಾನು ಇನ್ನೂ ಕಲಿಯಬೇಕಾದುದು ಬಹಳಷ್ಟಿದೆ ಎಂಬ ಭಾವನೆ ಅವರಲ್ಲಿದೆ. ಆಧ್ಯಾತ್ಮಿಕ ವಿಷಯಗಳಲ್ಲಿ ಕಲಿಯಬೇಕಾದುದು ಬಹಳಷ್ಟಿದೆ ಎಂಬ ಭಾವನೆ ವ್ಯಕ್ತವಾಗುತ್ತದೆ.

➔ **"ಮುನ್ನಲಾದವರು ತಮ್ಮಿಂದ ತಾವಾದರು, ಅವರೆಲ್ಲರೂ ನಿಜಲಿಂಗೈಕ್ಯರು, ನಾನೇನುವ ಮಾಡಿತಿಲ್ಲ"**

ಇಲ್ಲಿ,ಬಸವಣ್ಣನವರು ತಮ್ಮ ಹಿಂದಿನ ಸಾಧಕರ ಬಗ್ಗೆ ಮಾತನಾಡುತ್ತಾರೆ. 'ಮುನ್ನಲಾದವರು' ಎಂದರೆ ಹಿಂದೆ (ಶರಣ ಮಾರ್ಗದಲ್ಲಿ) ಶ್ರೇಷ್ಠರಾದವರು ತಮ್ಮ ಸ್ವಂತ ಪ್ರಯತ್ನದಿಂದ, ಸಾಧನೆಯಿಂದ ಉನ್ನತ ಮಟ್ಟಕ್ಕೇರಿದರು ಮತ್ತು ಆ ಶ್ರೇಷ್ಠರೆಲ್ಲರೂ ನಿಜವಾದ ಅರ್ಥದಲ್ಲಿ ಲಿಂಗದಲ್ಲಿ ಒಂದಾದವರು (ಮುಕ್ತಿ ಪಡೆದವರು) ಎಂದು ಹೇಳುತ್ತಿದ್ದಾರೆ. 'ನಾನೇನುವ ಮಾಡಿತಿಲ್ಲ' ಎಂದರೆ, ಅವರ ಆ ಉನ್ನತ ಸ್ಥಿತಿಗೆ ನಾನು ಯಾವ ರೀತಿಯಲ್ಲೂ ಕಾರಣನಲ್ಲ, ನನ್ನಿಂದ ಏನೂ ಆಗಿಲ್ಲ. ಇಲ್ಲಿ ಬಸವಣ್ಣನವರು ಇತರರ ಆಧ್ಯಾತ್ಮಿಕ ಸಾಧನೆಯ ಶ್ರೇಯಸ್ಸನ್ನು ತಮಗೆ ತೆಗೆದುಕೊಳ್ಳಲು ಸಂಪೂರ್ಣವಾಗಿ ನಿರಾಕರಿಸುತ್ತಾರೆ.

➔ **"ತತ್ತ್ವವ ಹಿಡಿದವರಿಗೆ ತೊತ್ತಾಗಿ ನಡೆವೆನು"**

ಈ ಸಾಲು ಬಸವಣ್ಣನವರ ಜೀವನ ಬದ್ಧತೆಯನ್ನು ತೋರಿಸುತ್ತದೆ. ಯಾರು ಶರಣರ ಮೂಲ ತತ್ತ್ವ ಗಳನ್ನು (ಸತ್ಯ, ನೀತಿ, ಸಮಾನತೆ, ಭಕ್ತಿ ಇತ್ಯಾದಿ) ಅನುಸರಿಸಿ ನಡೆಯುತ್ತಾರೋ ಅವರಿಗೆ ನಾನು ಸೇವಕನಾಗಿ (ತೊತ್ತು) ನಡೆದುಕೊಳ್ಳುವೆನು, ಅವರಿಗೆ ಸೇವೆ ಸಲ್ಲಿಸುವೆನು.

ತಾನು ಗುರುವಾಗುವ ಬದಲು, ತತ್ತ್ವವನ್ನು ಪಾಲಿಸುವ ಶರಣರ ಸೇವಕನಾಗಲು ಸಿದ್ಧ ಎನ್ನುವ ದಾಸೋಹ ಮನೋಭಾವ ಮತ್ತು ವಿನಯ ಇಲ್ಲಿ ಎದ್ದು ಕಾಣುತ್ತದೆ.

➔ **"ಅಮರಗಣಂಗಳು ಸಾಕ್ಷಿಯಾಗಿ, ಕೂಡಲಸಂಗಮದೇವರ ಮುಂದೆ ಭಾಷೆಪ್ರಸಾದವನಿಕ್ಕಲಮ್ಮೆನಯ್ಯಾ, ಚೆನ್ನಬಸವಣ್ಣಾ"**

'ಅಮರಗಣಂಗಳು' ಎಂದರೆ ಅನುಭವ ಮಂಟಪದಲ್ಲಿದ್ದ ಜೀವನ್ಮುಕ್ತರಾದ ಶರಣರ ಸಮೂಹ.

'ಸಾಕ್ಷಿಯಾಗಿ' ಎಂದರೆ ಕೂಡಲಸಂಗಮದೇವರ ಸಮ್ಮುಖದಲ್ಲಿ, ಶರಣರ ಸಾಕ್ಷಿಯಾಗಿಟ್ಟುಕೊಂಡು ಕೊನೆಯಲ್ಲಿ, ಬಸವಣ್ಣನವರು ತಮ್ಮ ವಚನಗಳನ್ನು 'ಭಾಷೆಪ್ರಸಾದ' ಎಂದು ಕರೆಯುತ್ತಾರೆ.

'ಭಾಷೆಪ್ರಸಾದ' ಎಂದರೆ ಅಧಿಕಾರಯುತವಾಗಿ ಮಾತನಾಡುವ, ವಾಗ್ದಾನ ಮಾಡುವ, ನಿರ್ಣಯ ನೀಡುವ ಅಥವಾ ಬೋಧಿಸುವ ದೈವದತ್ತವಾದ ಅರ್ಹತೆ ಅಥವಾ ಕೃಪೆ. ಇಕ್ಕಲಮ್ಮೆನಯ್ಯಾ: ಅಂತಹ ಅಧಿಕಾರಯುತವಾದ ಮಾತಿನ ಪ್ರಸಾದವನ್ನು ನೀಡಲು

ನಾನು ಶಕ್ತನಲ್ಲ/ಯೋಗ್ಯನಲ್ಲ (ಇಕ್ಕಲು - ನೀಡಲು + ಅಮ್ಮೆನು). ತಾನು ಅಂತಿಮ ಸತ್ಯವನ್ನು ಬೋಧಿಸುವ ಅಧಿಕಾರ ಹೊಂದಿಲ್ಲ ಎಂಬ ವಿನಯದ ನುಡಿ.

ತಾತ್ಪರ್ಯ: ಈ ವಚನವು ಬಸವಣ್ಣನವರ ವ್ಯಕ್ತಿತ್ವದ ಹಲವು ಮಗ್ಗುಲುಗಳನ್ನು ಅನಾವರಣಗೊಳಿಸುತ್ತದೆ: ಅವರ ನೈತಿಕ ಆದರ್ಶಗಳು, ಪಾಪ ಮತ್ತು ದುಃಸಂಗಗಳಿಂದ ದೂರವಿರಬೇಕೆಂಬ ಕಳಕಳಿ, ಸ್ವಾಭಿಮಾನ, ವಿನಮ್ರತೆ ಮತ್ತು ಶರಣರ ಮೇಲಿನ ಗೌರವ. ಇದು ಕೇವಲ ಬಾಹ್ಯ ಶುದ್ಧತೆಯಲ್ಲದೆ, ಅಂತರಂಗದ ಶುದ್ಧತೆಗೂ ಪ್ರಾಮುಖ್ಯತೆ ನೀಡುತ್ತದೆ. ಅಂತಿಮವಾಗಿ, ತಮ್ಮ ಆಪ್ತ ಶಿಷ್ಯ ಮತ್ತು ಸೋದರಳಿಯನಾದ ಚೆನ್ನಬಸವಣ್ಣನವರ ಮೇಲೆ ಅವರಿಗಿದ್ದ ವಿಶ್ವಾಸ ಮತ್ತು ತಮ್ಮ ಆಧ್ಯಾತ್ಮಿಕ ಪ್ರಯಾಣದಲ್ಲಿ ಅವರಿಗಿದ್ದ ಸ್ಥಾನವನ್ನು ಈ ವಚನವು ತೋರಿಸುತ್ತದೆ. ಇದು ಒಬ್ಬ ಮಹಾನ್ ನಾಯಕನ ಅಂತರಂಗದ ಸತ್ಯತೆ ಮತ್ತು ದೇವರು ಹಾಗೂ ಶರಣರ ಮೇಲಿನ ಅಚಲ ಭಕ್ತಿಯ ಸಂಕೇತವಾಗಿದೆ. ಚೆನ್ನಬಸವಣ್ಣನವರ ಹೆಸರನ್ನು ಹೇಳುವದರ ಮೂಲಕ ಬಸವಣ್ಣನವರ ಸುಪ್ರಸಿದ್ಧ ವಚನ "ಎನಗಿಂತ ಕಿರಿಯರಿಲ್ಲ, ಶಿವಭಕ್ತರಿಗಿಂತ ಹಿರಿಯರಿಲ್ಲ" ಎನ್ನುವದನ್ನು ಸಾಭೀತು ಪಡಿಸುತ್ತದೆ

ಇಂದಿನ ಯುಗಕ್ಕೆ ಬಸವಣ್ಣನವರ ಈ ವಚನದ ಪ್ರಸ್ತುತತೆ:

ಈ ವಚನವು, ಬಸವಣ್ಣನವರ ಅಪಾರವಾದ ವಿನಯವನ್ನು ತೋರಿಸುವುದಲ್ಲದೆ, ಇಂದಿನ ಆಧುನಿಕ ಸಮಾಜಕ್ಕೆ ಮತ್ತು ವಿಶೇಷವಾಗಿ ನಾಯಕತ್ವಕ್ಕೆ ಅನೇಕ ಅಮೂಲ್ಯವಾದ ಪಾಠಗಳನ್ನು ನೀಡುತ್ತದೆ. ಇದರ ಇಂದಿನ ಮೌಲ್ಯಗಳನ್ನು ಹೀಗೆ ಗುರುತಿಸಬಹುದು:

1. ನಾಯಕತ್ವದಲ್ಲಿ ವಿನಯ:

ಇಂದಿನ ದಿನಗಳಲ್ಲಿ ರಾಜಕೀಯ, ಧಾರ್ಮಿಕ, ಸಾಂಸ್ಥಿಕ ಹೀಗೆ ಹಲವು ಕ್ಷೇತ್ರಗಳಲ್ಲಿ ನಾಯಕರು ತಮ್ಮ ಸಾಧನೆಗಳನ್ನು ವೈಭವೀಕರಿಸುವುದು, ತಮ್ಮನ್ನು ತಾವೇ ಹೊಗಳಿಕೊಳ್ಳುವುದು ಸರ್ವೇಸಾಮಾನ್ಯವಾಗಿದೆ. ಆದರೆ, ೧೨ನೇ ಶತಮಾನದಲ್ಲಿ ಒಂದು ದೊಡ್ಡ ಸಾಮಾಜಿಕ ಮತ್ತು ಧಾರ್ಮಿಕ ಚಳುವಳಿಯನ್ನೇ ಮುನ್ನಡೆಸಿದ ಬಸವಣ್ಣನವರು, ತಾನು ಯಾರಿಗೂ ಉಪದೇಶ ಮಾಡಲು (ಉಪದೇಶವ ಮಾಡಲಮ್ಮೆನು) ಅಥವಾ ಇತರರ ಸಾಧನೆಗೆ ಕಾರಣನಾಗಲು (ನಾನೇನುವ ಮಾಡಿತಿಲ್ಲ) ಅರ್ಹನಲ್ಲ ಎಂದು ಹೇಳುವ ವಿನಯವು ಇಂದಿನ ನಾಯಕರು ಅಳವಡಿಸಕೊಳ್ಳಬಹುದಾಗಿದೆ. ನಿಜವಾದ ನಾಯಕತ್ವ ಅಹಂಕಾರದಲ್ಲಿಲ್ಲ, ವಿನಯದಲ್ಲಿದೆ ಎಂಬುದು ಇದರ ದೊಡ್ಡ ಪಾಠ.

2. ವೈಯಕ್ತಿಕ ಜವಾಬ್ದಾರಿ ಮತ್ತು ಸ್ವ-ಅನುಭವದ ಮಹತ್ವ:

ಇಂದು ಅನೇಕರು ತಮ್ಮ ಯಶಸ್ಸು ಅಥವಾ ವೈಫಲ್ಯಗಳಿಗೆ ಬೇರೆಯವರನ್ನು ಹೊಣೆ ಮಾಡುವ ಪ್ರವೃತ್ತಿ ಹೆಚ್ಚುತ್ತಿರುವಾಗ, ಈ ವಚನವು ಸ್ವಯಂ-ಅವಲಂಬನೆ ಮತ್ತು ಸ್ವಂತ ಅನುಭವದ ಪ್ರಾಮುಖ್ಯತೆಯನ್ನು ನೆನಪಿಸುತ್ತದೆ. ಆಧ್ಯಾತ್ಮಿಕ ಅಥವಾ ಯಾವುದೇ ಕ್ಷೇತ್ರದ ಯಶಸ್ಸಿಗೆ ಗುರುವಿನ ಪಾತ್ರ ಮುಖ್ಯವಾದರೂ, ಅಂತಿಮ ಸಿದ್ಧಿ ಅಥವಾ ಜ್ಞಾನೋದಯ ಎಂಬುದು ವ್ಯಕ್ತಿಯ ಸ್ವಂತ ಪ್ರಯತ್ನ, ಅನುಭವ ಮತ್ತು ಅರಿವಿನಿಂದಲೇ (ತಮ್ಮಿಂದ ತಾವಾದರು) ಸಾಧ್ಯ ಎಂಬ ಸತ್ಯವನ್ನು ಈ ವಚನ ಎತ್ತಿಹಿಡಿಯುತ್ತದೆ. ಇದು ವೈಯಕ್ತಿಕ ಜವಾಬ್ದಾರಿಯ ಮಹತ್ವವನ್ನು ಸಾರುತ್ತದೆ.

3. ಸೇವಾ ಮನೋಭಾವ (Servant Leadership):

"ತತ್ತ್ವವ ಹಿಡಿದವರಿಗೆ ತೊತ್ತಾಗಿ ನಡೆವೆನು" (ಯಾರು ಸತ್ಯದ ಹಾದಿಯಲ್ಲಿ ನಡೆಯುತ್ತಾರೋ ಅವರಿಗೆ ನಾನು ಸೇವಕನಾಗುತ್ತೇನೆ) ಎಂಬ ಬಸವಣ್ಣನವರ ಮಾತು, ಆಧುನಿಕ 'ಸೇವಾ ನಾಯಕತ್ವ' (Servant Leadership) ಪರಿಕಲ್ಪನೆಗೆ ಅತ್ಯುತ್ತಮ ಉದಾಹರಣೆಯಾಗಿದೆ. ನಾಯಕನೆಂದರೆ ಆದೇಶ ನೀಡುವವನಲ್ಲ, ಬದಲಾಗಿ ತಾನು ಮುನ್ನಡೆಸುವ ಸಮುದಾಯಕ್ಕೆ, ತತ್ತ್ವಗಳಿಗೆ ಬದ್ಧರಾದವರಿಗೆ ಸೇವೆ ಸಲ್ಲಿಸುವವನು ಎಂಬುದು ಇದರ ಅರ್ಥ. ಅಧಿಕಾರವನ್ನು ಸೇವೆಯ ಸಾಧನವಾಗಿ ಬಳಸಬೇಕೇ ಹೊರತು ವೈಯಕ್ತಿಕ ಪ್ರತಿಷ್ಠೆಗಲ್ಲ ಎಂಬುದು ಇಂದಿನ ಸಮಾಜದ ಎಲ್ಲಾ ಹಂತದ ನಾಯಕರಿಗೆ ಅನ್ವಯವಾಗುವ ಪಾಠ.

4. ಬೌದ್ಧಿಕ ಪ್ರಾಮಾಣಿಕತೆ ಮತ್ತು ಮಿತಿಗಳ ಅರಿವು:

ತನಗೆ ಎಲ್ಲವೂ ತಿಳಿದಿದೆ, ತಾನು ಹೇಳುವುದೇ ಸರಿ ಎಂದು ವಾದಿಸುವವರೇ ಹೆಚ್ಚಾಗಿರುವ ಇಂದಿನ ಜಗತ್ತಿನಲ್ಲಿ, ಬಸವಣ್ಣನವರು ತಾನು ಅಧಿಕಾರಯುತವಾಗಿ ಅಂತಿಮ ಸತ್ಯವನ್ನು ಹೇಳಲು (ಭಾಷೆಪ್ರಸಾದವನಿಕ್ಕಲಮ್ಮೆನು) ಅಸಮರ್ಥ ಎಂದು ಅತ್ಯಂತ ಪ್ರಾಮಾಣಿಕವಾಗಿ ಒಪ್ಪಿಕೊಳ್ಳುತ್ತಾರೆ. ತಮ್ಮ ಜ್ಞಾನ ಮತ್ತು ಸಾಮರ್ಥ್ಯದ ಮಿತಿಗಳನ್ನು ಅರಿತು, ಅದನ್ನು ವಿನಯದಿಂದ ಒಪ್ಪಿಕೊಳ್ಳುವುದು ಇಂದಿನ ಬುದ್ಧಿಜೀವಿಗಳಿಗೆ, ತಜ್ಞರಿಗೆ ಮತ್ತು ನಾಯಕರಿಗೆ ಅತ್ಯಗತ್ಯವಾದ ಗುಣವಾಗಿದೆ.

5. ನಿಜವಾದ ಅನುಯಾಯಿಗಳಿಗೆ ಗೌರವ:

ಸಾಮಾನ್ಯವಾಗಿ ನಾಯಕರು ಅನುಯಾಯಿಗಳನ್ನು ಕೇವಲ ಹಿಂಬಾಲಕರೆಂದು ಪರಿಗಣಿಸುತ್ತಾರೆ. ಆದರೆ ಬಸವಣ್ಣನವರು, ಯಾರು ನಿಜವಾಗಿ ತತ್ತ್ವ ವನ್ನು ಪಾಲಿಸುತ್ತಾರೋ (ತತ್ತ್ವ ವ ಹಿಡಿದವರಿಗೆ), ಅವರಿಗೆ ತಾನು 'ತೊತ್ತು' ಅಥವಾ ಸೇವಕ ಎನ್ನುವ ಮೂಲಕ, ಸಿದ್ಧಾಂತಕ್ಕೆ ಬದ್ಧರಾದ ಸಾಮಾನ್ಯ ಅನುಯಾಯಿಗಳಿಗೂ ಅತ್ಯುನ್ನತ ಗೌರವವನ್ನು ನೀಡುತ್ತಾರೆ. ಇದು ವ್ಯಕ್ತಿಗಿಂತ ತತ್ತ್ವ ದೊಡ್ಡದು ಹಾಗೂ ತತ್ತ್ವ ನಿಷ್ಠ ಅನುಯಾಯಿಗಳೇ ನಿಜವಾದ ಶಕ್ತಿ ಎಂಬುದನ್ನು ಸಾರುತ್ತದೆ.

ಒಟ್ಟಾರೆಯಾಗಿ, ಈ ವಚನವು ನಾಯಕತ್ವ, ವೈಯಕ್ತಿಕ ಜವಾಬ್ದಾರಿ, ಸೇವೆ, ಪ್ರಾಮಾಣಿಕತೆ ಮತ್ತು ವಿನಯದಂತಹ ಸಾರ್ವಕಾಲಿಕ ಮೌಲ್ಯಗಳನ್ನು ಎತ್ತಿಹಿಡಿಯುತ್ತದೆ. ಬಸವಣ್ಣನವರ ಈ ನಿಲುವುಗಳು ಇಂದಿನ ಸ್ಪರ್ಧಾತ್ಮಕ ಮತ್ತು ಸ್ವಕೇಂದ್ರಿತ ಜಗತ್ತಿನಲ್ಲಿ ಹೆಚ್ಚು ಅನುಕರಣೀಯವಾಗಿದೆ.

9. ನಿಮಗೆತ್ತಿದ ಕರವ ಅನ್ಯರಿಗೆ ಮುಗಿದಡೆ ಅಘೋರ ನರಕವಯ್ಯಾ. ಈ ಭಾಷೆಗೆ ತಪ್ಪಿದಡೆ ತಲೆದಂಡ ತಲೆದಂಡ!!

ವಚನ:

"ಲಿಂಗಾರ್ಪಿತವಿಲ್ಲದೆ ಬೋನ ಪದಾರ್ಥವ ಕೊಂಡಡೆ,
ಮಕ್ಕಳಡಗು ನರಮಾಂಸವಯ್ಯಾ.
ಲಿಂಗಾರ್ಪಿತವಿಲ್ಲದೆ ಉದಕವ ಮುಕ್ಕುಳಿಸಿದಡೆ
ನಾಯ ಮೂತ್ರವ ಮುಕ್ಕಳಿಸಿದುದಯ್ಯಾ.
ಲಿಂಗಾರ್ಪಿತವಿಲ್ಲದೆ ಹಲುಕಡ್ಡಿಯನಿರಿದಡೆ
ನಾಯ ಎಲುಬಿದ್ದ ಮಲಕ್ಕೆ ಬಾಯಿದೆರೆದು.
ನಿಮಗೆತ್ತಿದ ಕರವ ಅನ್ಯರಿಗೆ ಮುಗಿದಡೆ
ಅಘೋರ ನರಕವಯ್ಯಾ.
ಈ ಭಾಷೆಗೆ ತಪ್ಪಿದಡೆ ತಲೆದಂಡ ತಲೆದಂಡ,
ಅಳವರಿಯದೆ ನುಡಿದೆನು, ಕಡೆಮುಟ್ಟಿ ನಡಸಯ್ಯಾ.
ಪ್ರಭುವೆ ಕೂಡಲಸಂಗಮದೇವಾ."

ಈ ವಚನವು ಜೀವನದ ಪ್ರತಿಯೊಂದು ಕ್ರಿಯೆಯನ್ನೂ ಮತ್ತು ಭೌತಿಕ ವಸ್ತುಗಳನ್ನೂ ಲಿಂಗಕ್ಕೆ (ದೇವರ ಸಂಕೇತ) ಅರ್ಪಿಸುವುದರ ಮಹತ್ವವನ್ನು ಬಹಳ ಖಚಿತವಾಗಿ ಪ್ರತಿಪಾದಿಸುತ್ತದೆ. ಪರಮಾತ್ಮನಿಗೆ ಅರ್ಪಿಸದ ಯಾವುದೇ ಕ್ರಿಯೆಯು ಆಧ್ಯಾತ್ಮಿಕವಾಗಿ ಅಶುದ್ಧ ಮತ್ತು ನಿಷಿದ್ಧ ಎಂದು ಹೇಳಲು ಕಠೋರವಾದ ಹೋಲಿಕೆಗಳನ್ನು ಬಳಸಿದ್ದಾರೆ.

ಈ ವಚನವು ಲಿಂಗಾಯತ ಧರ್ಮದ ಪ್ರಮುಖ ಭಾಗವಾದ ಇಷ್ಟಲಿಂಗ ಪೂಜೆಯ ಮಹತ್ವವನ್ನು ಸಾರಿ ಹೇಳುತ್ತದೆ. ಜೀವನದ ಸಕಲ ವ್ಯವಹಾರಗಳನ್ನೂ, ಚಿಕ್ಕವು ಅಥವಾ ದೊಡ್ಡವು ಎಂದು ಭೇದವಿಲ್ಲದೆ, ಶಿವನಿಗೆ ಅರ್ಪಿಸಿದಾಗ ಮಾತ್ರ ಅವುಗಳಿಗೆ ಪಾವಿತ್ರ್ಯ ಬರುತ್ತದೆ ಎಂಬುದು ಇದರ ಮುಖ್ಯ ಸಂದೇಶ. ಸಮರ್ಪಣಾ ಭಾವವಿಲ್ಲದ ಬದುಕು ಆಧ್ಯಾತ್ಮಿಕವಾಗಿ ಶೂನ್ಯ ಮತ್ತು ನಿಷ್ಪ್ರಯೋಜಕ ಎಂಬ ಕಲ್ಪನೆಯನ್ನು ಬಸವಣ್ಣನವರು ಅತ್ಯಂತ ಪ್ರಬಲ ಮತ್ತು ನೇರ ನುಡಿಗಳಲ್ಲಿ ವ್ಯಕ್ತಪಡಿಸಿದ್ದಾರೆ.

ಭಕ್ತನು ಲೌಕಿಕ ಆಸೆಗಳಿಂದ ದೂರಾಗಿ,ಕೇವಲ ದೈವದ ಕಡೆಗೆ ಏಕಾಗ್ರ ಚಿತ್ತದಿಂದಿರಬೇಕು ಎಂಬುದನ್ನೂ ಇದು ತಿಳಿಸುತ್ತದೆ. ಕೊನೆಯ ಸಾಲುಗಳಲ್ಲಿ ಬಸವಣ್ಣನವರ ಸದ್ಭಕ್ತಿ, ವಿನಮ್ರತೆ ಮತ್ತು ತತ್ತ್ವಗಳ ಪಾಲನೆಯಲ್ಲಿ ಅವರಿಗಿದ್ದ ದೃಢ ಸಂಕಲ್ಪವು ಗೋಚರಿಸುತ್ತದೆ.

- **ಲಿಂಗಾರ್ಪಿತವಿಲ್ಲದೆ ಬೋನ ಪದಾರ್ಥವ ಕೊಂಡಡೆ, ಮಕ್ಕಳಡಗು ನರಮಾಂಸವಯ್ಯಾ.**

ಲಿಂಗಕ್ಕೆ ಅರ್ಪಿಸದೆ ಆಹಾರ ಪದಾರ್ಥಗಳನ್ನು ಸೇವಿಸಿದರೆ, ಅದು ಮಕ್ಕಳು ಮುಚ್ಚಿಟ್ಟ ನರಮಾಂಸವನ್ನು ತಿಂದಂತೆ ಆಗುತ್ತದೆ. ಇದು ಬಹಳ ಭಯಾನಕ ಹೋಲಿಕೆ. ದೇವರಿಗೆ ಅರ್ಪಿಸದ ಆಹಾರವು ಎಷ್ಟೊಂದು ಅಪವಿತ್ರ ಎಂಬುದನ್ನು ಇದು ಸೂಚಿಸುತ್ತದೆ. ಅಮಾಯಕತೆಯ ಮುಸುಕಿನಲ್ಲಿ ಅಡಗಿದ ಘೋರ ಪಾಪಕ್ಕೆ ಇದನ್ನು ಹೋಲಿಸಲಾಗಿದೆ. ಬಸವಣ್ಣನವರು ಸಾರ್ವತ್ರಿಕವಾಗಿ ಹೇಯವೆನಿಸುವ ಕೃತ್ಯವನ್ನು (ಮಕ್ಕಳನ್ನು ಒಳಗೊಂಡ ನರಭಕ್ಷಣೆ) ಉಲ್ಲೇಖಿಸಿ, ನಿರ್ದಿಷ್ಟ ಆಧ್ಯಾತ್ಮಿಕ ಆಚರಣೆ (ಲಿಂಗಾರ್ಪಿತ) ಇಲ್ಲದೆ ಮಾಡಿದ ಸಾಮಾನ್ಯ ಕ್ರಿಯೆಯನ್ನು (ಊಟ) ಈ ಹೇಯತೆಗೆ ಸಮೀಕರಿಸುತ್ತಾರೆ. ಇದು ಅರ್ಪಣೆಯ ಕ್ರಿಯೆಯು ವಸ್ತುವನ್ನೇ ಪರಿವರ್ತಿಸುತ್ತದೆ ಎಂಬ ತತ್ತ್ವವನ್ನು ಇದು ಒತ್ತಿಹೇಳುತ್ತದೆ. * ಲಿಂಗಾರ್ಪಿತವ ಮಾಡಿದಡೆ ಆಹಾರ ಪ್ರಸಾದವಾಗುತ್ತದೆ

- **ಲಿಂಗಾರ್ಪಿತವಿಲ್ಲದೆ ಉದಕವ ಮುಕ್ಕುಳಿಸಿದಡೆ ನಾಯ ಮೂತ್ರವ ಮುಕ್ಕಳಿಸಿದುದಯ್ಯಾ**

ಇದು ಲಿಂಗಾರ್ಪಿತದ ತತ್ತ್ವ ವನ್ನು ಮತ್ತೊಂದು ಸಾಮಾನ್ಯ ಕ್ರಿಯೆಗೆ – ಬಾಯಿ ಮುಕ್ಕಳಿಸುವುದಕ್ಕೆ – ವಿಸ್ತರಿಸುತ್ತದೆ.

ಲಿಂಗಕ್ಕೆ ಅರ್ಪಿಸದೆ ನೀರನ್ನು ಬಾಯಿ ಮುಕ್ಕಳಿಸಲು ಬಳಸಿದರೆ, ಅದು ನಾಯಿಯ ಮೂತ್ರವನ್ನು ಮುಕ್ಕಳಿಸಿದಂತೆ ಆಗುತ್ತದೆ. ಅತ್ಯಂತ ಸಾಮಾನ್ಯ ಮತ್ತು ಶುದ್ಧವೆಂದು ತೋರುವ ನೀರಿನ ಬಳಕೆಯೂ ಮಹಾದಾನಿಯಾದ ದೇವರಿಗೆ ಅರ್ಪಿತವಾಗದಿದ್ದರೆ ಹೇಗೆ ಮಲಿನವಾಗುತ್ತದೆ ಎಂಬುದನ್ನು ಈ ಸಾಲು ಹೇಳುತ್ತದೆ.

- **"ಲಿಂಗಾರ್ಪಿತವಿಲ್ಲದೆ ಹಲುಕಡ್ಡಿಯನಿರಿದಡೆ ನಾಯ ಎಲುಬಿದ್ದ ಮಲಕ್ಕೆ ಬಾಯಿದೆರೆದು."**

ದೇವರಿಗೆ ಅರ್ಪಿಸದೆ (ಅಥವಾ ದೇವಸ್ಮರಣೆ ಇಲ್ಲದೆ) ಹಲ್ಲುಜ್ಜುವ ಕಡ್ಡಿಯನ್ನು (ಹಲುಕಡ್ಡಿಯನು) ಬಳಸಿ ಹಲ್ಲುಗಳನ್ನು ಸ್ವಚ್ಛಗೊಳಿಸಿದರೆ ಅದು ನಾಯಿಯ ಎಲುಬು ಬಿದ್ದಿರುವ ಮಲಕ್ಕೆ ಬಾಯಿ ತೆರೆದಂತೆ (ಅಂದರೆ, ಅತ್ಯಂತ ಹೇಸಿಗೆಯ ವಸ್ತುವನ್ನು ಬಾಯಿಗೆ ಹಾಕಿಕೊಂಡಂತೆ). ದೈನಂದಿನ ಸಣ್ಣ ಕ್ರಿಯೆಗಳೂ ದೈವಾರ್ಪಿತವಾಗಿರಬೇಕು, ಇಲ್ಲದಿದ್ದರೆ ಅವು ಅಶುದ್ಧ ಎಂಬ ಭಾವ.

- **ನಿಮಗೆತ್ತಿದ ಕರವ ಅನ್ಯರಿಗೆ ಮುಗಿದಡೆ ಅಘೋರ ನರಕವಯ್ಯಾ.**

ನಿನಗೆ (ಕೂಡಲಸಂಗಮದೇವನಿಗೆ) ಪೂಜೆ ಮಾಡಿದ /ನಮಸ್ಕರಿಸಿದ ಎತ್ತಿದ ಕೈಗಳನ್ನು (ನಿಮಗೆತ್ತಿದ ಕರವ), ಬೇರೆಯವರಿಗೆ (ಅನ್ಯ ದೈವಂಗಳಿಗೆ, ಲೌಕಿಕ ಶಕ್ತಿಗಳಿಗೆ, ಅನರ್ಹ ವ್ಯಕ್ತಿಗಳಿಗೆ) ನಮಸ್ಕರಿಸಲು ಬಳಸಿದರೆ (ಅನ್ಯರಿಗೆ ಮುಗಿದಡೆ) ಅದು ಅತ್ಯಂತ ಘೋರವಾದ ನರಕಕ್ಕೆ ದೂಡುವ ಪಾಪದ ಕೆಲಸವಯ್ಯಾ. ಅಂದರೆ, ಏಕದೇವೋಪಾಸನೆ (ತನ್ನ ಇಷ್ಟದೇವರಾದ ಕೂಡಲಸಂಗಮನನ್ನು ಮಾತ್ರ ಪೂಜಿಸುವುದು) ಕಡ್ಡಾಯ, ಅನ್ಯ ದೈವಾರಾಧನೆ ಮಹಾಪಾಪ.

- **ಈ ಭಾಷೆಗೆ ತಪ್ಪಿದಡೆ ತಲೆದಂಡ ತಲೆದಂಡ, ಅಳವರಿಯದೆ ನುಡಿದೆನು, ಕಡೆಮುಟ್ಟಿ ನಡಸಯ್ಯಾ**

ಈ ಮಾತಿಗೆ/ಪ್ರತಿಜ್ಞೆಗೆ (ಈ ಭಾಷೆಗೆ) ತಪ್ಪಿದರೆ (ತಪ್ಪಿದಡೆ), ಶಿಕ್ಷೆಯು ಶಿರಚ್ಛೇದ, ಶಿರಚ್ಛೇದ (ತಲೆದಂಡ ತಲೆದಂಡ).

ಈ ತತ್ತ್ವವನ್ನು ಉಲ್ಲಂಘಿಸಿದರೆ ತಲೆದಂಡನೆಯೇ ಶಿಕ್ಷೆ. ಅರಿವಿಲ್ಲದೆ ಏನಾದರೂ ತಪ್ಪಾಗಿ ನುಡಿದಿದ್ದರೆ ಕ್ಷಮಿಸಿ, ಆದರೆ ಈ ಮಾರ್ಗವನ್ನು ಕೊನೆಯವರೆಗೂ ಅನುಸರಿಸುವ ಶಕ್ತಿಯನ್ನು ದಯಪಾಲಿಸು ಎಂದು ಕೂಡಲಸಂಗಮದೇವನಲ್ಲಿ ಬೇಡಿಕೊಳ್ಳುತ್ತಾರೆ.

ರಾಜಿರಹಿತ ತತ್ತ್ವ ಗಳನ್ನು ಮತ್ತು ಭಯಾನಕ ಪರಿಣಾಮಗಳನ್ನು ಹೇಳಿದ ನಂತರ, ವಿನಯಕ್ಕೆ ಹಠಾತ್ ತಿರುವು.

"ಕಡೆಮುಟ್ಟಿ ನಡಸಯ್ಯಾ" ಎಂಬುದು ಅಂತಹ ಬದ್ಧತೆಯನ್ನು ಅಂತ್ಯದವರೆಗೆ (ಮರಣ ಅಥವಾ ಮುಕ್ತಿ) ಕಾಪಾಡಿಕೊಳ್ಳಲು ದೈವಿಕ ಶಕ್ತಿ ಮತ್ತು ಮಾರ್ಗದರ್ಶನಕ್ಕಾಗಿ ಮಾಡುವ ಪ್ರಾರ್ಥನೆಯಾಗಿದೆ. ಇದು ಬಸವಣ್ಣನವರ ವಿಶಿಷ್ಟ ವಿನಯವನ್ನು ಪ್ರತಿಬಿಂಬಿಸುತ್ತದೆ.

➔ **ಪ್ರಭುವೆ ಕೂಡಲಸಂಗಮದೇವಾ.**

ಓ ನನ್ನ ಒಡೆಯನೇ, ಕೂಡಲಸಂಗಮದೇವನೇ!

ತಾತ್ಪರ್ಯ:

ಊಟ ಮಾಡುವುದು, ಬಾಯಿ ಮುಕ್ಕಳಿಸುವುದು ಮತ್ತು ಹಲ್ಲುಜ್ಜುವುದಕ್ಕೆ ಲಿಂಗಾರ್ಪಿತವನ್ನು ಅನ್ವಯಿಸುವುದು ಜೀವನದ ಪ್ರತಿಯೊಂದು ಕ್ಷಣ ಮತ್ತು ಕ್ರಿಯೆಯನ್ನು ದಿವ್ಯಗೊಳಿಸುವ (Divinity of Life) ಶರಣರ ಆದರ್ಶವನ್ನು ಪ್ರದರ್ಶಿಸುತ್ತದೆ. ಪವಿತ್ರ ಮತ್ತು ಲೌಕಿಕ ಎಂಬ ಭೇದವಿಲ್ಲ; ಎಲ್ಲಾ ಚಟುವಟಿಕೆಗಳು ಭಕ್ತಿಪೂರ್ವಕ ಅರಿವಿನಿಂದ ತುಂಬಿರಬೇಕು.

ಈ ವಚನವು ಮೂರು ಸಾಮಾನ್ಯ, ದೈನಂದಿನ, ಶಾರೀರಿಕ ಕ್ರಿಯೆಗಳನ್ನು ಆಯ್ಕೆ ಮಾಡುತ್ತದೆ. ಎಲ್ಲ ಮೂರಕ್ಕೂ ಒಂದೇ ತತ್ತ್ವವನ್ನು ಅನ್ವಯಿಸುತ್ತದೆ. ಅರ್ಪಿಸಲು ವಿಫಲವಾದರೆ ಉಂಟಾಗುವ ಪರಿಣಾಮಗಳನ್ನು ಹೆಚ್ಚುತ್ತಿರುವ ಅಸಹ್ಯದೊಂದಿಗೆ ವಿವರಿಸಲಾಗಿದೆ. ಇದು ಜೀವನವನ್ನು ಧಾರ್ಮಿಕ ಮತ್ತು ಧಾರ್ಮಿಕವಲ್ಲದ ಕ್ಷೇತ್ರಗಳಾಗಿ ವಿಭಜಿಸುವುದನ್ನು ತಿರಸ್ಕರಿಸುತ್ತದೆ. ಅತ್ಯಂತ ಮೂಲಭೂತ ಶಾರೀರಿಕ ನಿರ್ವಹಣೆಯವರೆಗಿನ ಎಲ್ಲ ಜೀವನದ ಕ್ಷಣಗಳು ಅರ್ಪಣೆಯಾಗಿ ಬದುಕಬೇಕು, ಲೌಕಿಕವನ್ನು ಪವಿತ್ರವಾಗಿ ಪರಿವರ್ತಿಸಬೇಕು.

ಇಂದಿನ ಯುಗಕ್ಕೆ ಬಸವಣ್ಣನವರ ಈ ವಚನದ ಪ್ರಸ್ತುತತೆ:

ಈ ವಚನವು ಮೇಲ್ನೋಟಕ್ಕೆ ಕಠಿಣವೆನಿಸಿದರೂ, ಇಂದಿನ ಆಧುನಿಕ ಜಗತ್ತಿಗೆ ಅನ್ವಯವಾಗುವಂತಹ ಅನೇಕ ಆಳವಾದ ಮತ್ತು ಸಾರ್ವಕಾಲಿಕ ಮೌಲ್ಯಗಳನ್ನು ಒಳಗೊಂಡಿದೆ:

1. **ಮನಃಪೂರ್ವಕತೆ ಮತ್ತು ಸಮರ್ಪಣಾ ಭಾವ (Mindfulness and Dedication):**

ಇದು ಇಂದಿನ ಅತಿಯಾದ ಭೋಗವಾದಕ್ಕೆ (consumerism), ತರಾತುರಿಯ ಜೀವನದಲ್ಲಿ ನಾವು ಕಳೆದುಕೊಳ್ಳುತ್ತಿರುವ 'ಕ್ಷಣದಲ್ಲಿ ಬದುಕುವುದು ಮತ್ತು 'ಮಾಡುವ ಕೆಲಸದಲ್ಲಿ ಪೂರ್ಣವಾಗಿ ತೊಡಗಿಸಿಕೊಳ್ಳುವುದು' (mindfulness) ಎಂಬುದಕ್ಕೆ ಸಮಾನವಾಗಿದೆ.

ಇಂದು ನಾವು ಬಳಸುವ ಪ್ರತಿಯೊಂದು ವಸ್ತುವಿನ (ಆಹಾರ, ನೀರು, ಇತ್ಯಾದಿ) ಬಗ್ಗೆಯಾಗಲೀ, ಅದರ ಮೂಲದ ಬಗ್ಗೆಯಾಗಲೀ ನಾವು ಹೆಚ್ಚು ಯೋಚಿಸುವುದಿಲ್ಲ. ಎಲ್ಲವೂ ಸುಲಭವಾಗಿ ಸಿಗುತ್ತದೆ ಎಂಬ ಭಾವನೆ ಇರುತ್ತದೆ. 'ಲಿಂಗಾರ್ಪಿತ'ದ ಪರಿಕಲ್ಪನೆಯು, ನಾವು ಪಡೆಯುವ ಪ್ರತಿಯೊಂದರ ಹಿಂದೆ ಒಂದು ಶಕ್ತಿ ಇದೆ (ಅದು

ಪ್ರಕೃತಿಯಿರಬಹುದು, ಸಮಾಜವಿರಬಹುದು, ಅಥವಾ ದೇವರಿರಬಹುದು) ಮತ್ತು ಅದನ್ನು ನಾವು ಕೃತಜ್ಞತೆಯಿಂದ, ಅರಿವಿನಿಂದ ಸ್ವೀಕರಿಸಬೇಕು ಎಂದು ಕಲಿಸುತ್ತದೆ. ಇದು ಕೇವಲ ಧಾರ್ಮಿಕ ಆಚರಣೆಯಾಗಿ ಉಳಿಯದೆ, ನಮ್ಮ ಬದುಕಿನ ಸಂಪನ್ಮೂಲಗಳ ಬಗ್ಗೆ ಗೌರವ, ಮಿತಬಳಕೆ ಮತ್ತು ಕೃತಜ್ಞತೆಯನ್ನು ಬೆಳೆಸುವ ಜೀವನ ವಿಧಾನವಾಗುತ್ತದೆ.

2. ನೈತಿಕತೆ ಮತ್ತು ಶುದ್ಧತೆ (Ethics and Purity):

ಲಿಂಗಾರ್ಪಿತವಲ್ಲದ ಕ್ರಿಯೆಗಳು ಅಶುದ್ಧ ಎಂಬುದು ಕೇವಲ ಧಾರ್ಮಿಕ ಅಪವಿತ್ರತೆಯಲ್ಲ. ಇದು ನೈತಿಕ ಮತ್ತು ಆಧ್ಯಾತ್ಮಿಕ ಅಶುದ್ಧತೆಯ ಸಂಕೇತವಾಗಿದೆ. 'ನರಮಾಂಸ', 'ನಾಯಿ ಮೂತ್ರ' ದಂತಹ ಕಠೋರ ರೂಪಕಗಳು ಬಾಹ್ಯ ಶುದ್ಧಿಗಿಂತ ಹೆಚ್ಚಾಗಿ ಅಂತರಂಗದ ಶುದ್ಧತೆಯ ಪ್ರಾಮುಖ್ಯತೆಯನ್ನು ಒತ್ತಿ ಹೇಳುತ್ತವೆ. ದೇವರಿಗೆ ಅರ್ಪಿಸದೆ, ಅಂದರೆ ಕೃತಜ್ಞತೆ, ಭಕ್ತಿ, ಶುದ್ಧ ಮನಸ್ಸು, ಸತ್ ಸಂಕಲ್ಪವಿಲ್ಲದೆ ಮಾಡುವ ಯಾವುದೇ ಕೆಲಸ ಅಥವಾ ಅನುಭವಿಸುವ ಯಾವುದೇ ಭೋಗವು ಮಲಿನ ಮತ್ತು ನಿಷ್ಪ್ರಯೋಜಕ ಎಂಬುದು ಇದರ ಆಂತರ್ಯ. ಇಂದು ನಾವು ಮಾಡುವ ಕೆಲಸ, ಗಳಿಸುವ ಸಂಪತ್ತು, ಬೆಳೆಸುವ ಸಂಬಂಧಗಳು - ಇವೆಲ್ಲವುಗಳ ಹಿಂದಿನ ನಮ್ಮ ಉದ್ದೇಶ (intention) ಶುದ್ಧವಾಗಿರಬೇಕು, ನೈತಿಕವಾಗಿರಬೇಕು ಎಂಬುದು ಇದರ ಮೌಲ್ಯವರ್ಧಿತ ಸಂದೇಶ.

ನಾವು ಮಾಡುವ ಕೆಲಸ ಪ್ರಾಮಾಣಿಕವಾಗಿಲ್ಲದಿದ್ದರೆ, ಅದರಲ್ಲಿ ಕೆಟ್ಟ ಉದ್ದೇಶಗಳಿದ್ದರೆ, ಅಥವಾ ಅದು ಅನ್ಯರಿಗೆ ತೊಂದರೆ ನೀಡುವಂತಿದ್ದರೆ, ಅಂತಹ ಕಾರ್ಯಗಳು ನಮಗೆ ಮತ್ತು ಸಮಾಜಕ್ಕೆ ಹಾನಿಕರ. ವಚನದ ಪ್ರಕಾರ, ನಮ್ಮ ಕ್ರಿಯೆಗಳು ಒಂದು ಪವಿತ್ರ ಉದ್ದೇಶಕ್ಕೆ (ಲಿಂಗಕ್ಕೆ/ದೈವಕ್ಕೆ ಅರ್ಪಣೆ) ಮೀಸಲಾದಾಗ ಅವು ಶುದ್ಧವಾಗುತ್ತವೆ. ಇಂದಿನ ಭ್ರಷ್ಟಾಚಾರ, ಸ್ವಾರ್ಥ ತುಂಬಿದ ಜಗತ್ತಿನಲ್ಲಿ, ನಮ್ಮ ಕಾರ್ಯಗಳಲ್ಲಿ ನೈತಿಕತೆ ಮತ್ತು ಪಾರದರ್ಶಕತೆಯನ್ನು ಅಳವಡಿಸಿಕೊಳ್ಳುವಂತೆ ಈ ವಚನ ಪ್ರೇರೇಪಿಸುತ್ತದೆ.

3. ಏಕಾಗ್ರತೆ ಮತ್ತು ನಿಷ್ಠೆ (Focus and Loyalty):

"ನಿಮಗೆತ್ತಿದ ಕರವ ಅನ್ಯರಿಗೆ ಮುಗಿದಡೆ ಅಘೋರ ನರಕವಯ್ಯಾ" ಎಂಬ ಮಾತು, ನಾವು ನಂಬಿದ ತತ್ತ್ವಗಳಿಗೆ, ಮೌಲ್ಯಗಳಿಗೆ, ಗುರಿಗಳಿಗೆ ಅಥವಾ ವ್ಯಕ್ತಿಗಳಿಗೆ (ಸಂದರ್ಭಾನುಸಾರ) ನಾವು ತೋರಿಸಬೇಕಾದ ಸ್ಥಿರವಾದ ನಿಷ್ಠೆ ಮತ್ತು ಬದ್ಧತೆಯ ಪ್ರಾಮುಖ್ಯತೆಯನ್ನು ಸಾರುತ್ತದೆ. ಆಧುನಿಕ ಜೀವನದಲ್ಲಿ ನಮಗೆ ಅನೇಕ ಆಮಿಷಗಳು ಮತ್ತು ಬೇರೆ ಬೇರೆ ಗುರಿಗಳು ನಮ್ಮ ಗಮನವನ್ನು ಸೆಳೆಯುತ್ತವೆ.

ಇಂದು ಅವಕಾಶವಾದಿತನ ಮತ್ತು ಚಂಚಲತೆ ಹೆಚ್ಚುತ್ತಿರುವಾಗ, ಒಂದು ನಿರ್ದಿಷ್ಟ ಗುರಿ ಅಥವಾ ಸಿದ್ಧಾಂತಕ್ಕೆ ಬದ್ಧರಾಗಿರುವುದು ವ್ಯಕ್ತಿತ್ವದ ದೃಢತೆ ಮತ್ತು ಯಶಸ್ಸಿಗೆ ಅನಿವಾರ್ಯ. ವಚನದ ಸಂದೇಶವನ್ನು ವಿಸ್ತರಿಸಿ ಹೇಳುವುದಾದರೆ, ನಾವು ನಮ್ಮ ಮುಖ್ಯ ಗುರಿ, ನಮ್ಮ ನಂಬಿಕೆಗಳು, ಅಥವಾ ನಮ್ಮ ಜೀವನದ ಮೌಲ್ಯಗಳಿಗೆ ನಿಷ್ಠರಾಗಿರಬೇಕು. ಸುಲಭದ ಲಾಭಕ್ಕಾಗಿ ಅಥವಾ ಕ್ಷುಲ್ಲಕ ವಿಷಯಗಳಿಗಾಗಿ ನಮ್ಮ ಮುಖ್ಯ ತತ್ತ್ವ ಗಳಿಂದ ವಿಮುಖರಾಗಬಾರದು. ಇದು ವೃತ್ತಿಪರ ಜೀವನದಲ್ಲಿ, ವೈಯಕ್ತಿಕ ಸಂಬಂಧಗಳಲ್ಲಿ ಮತ್ತು ಆಧ್ಯಾತ್ಮಿಕ ಪಥದಲ್ಲಿಯೂ ಅನ್ವಯಿಸುತ್ತದೆ.

4. ಸರಳತೆಯ ಮಹತ್ವ (Importance of Simplicity):

ಊಟ, ನೀರು, ಹಲ್ಲುಜ್ಜುವ ಕಡ್ಡಿ - ಇಂತಹ ಅತಿ ಸಾಮಾನ್ಯ ವಸ್ತುಗಳು ಮತ್ತು ಕ್ರಿಯೆಗಳ ಮೂಲಕ ಬಸವಣ್ಣನವರು ಸಂದೇಶ ನೀಡುತ್ತಾರೆ. ಇದರರ್ಥ ನಮ್ಮ ಜೀವನದ ಅತ್ಯಂತ ಸರಳ ಮತ್ತು ದೈನಂದಿನ ಅಂಶಗಳಿಗೂ ಆಧ್ಯಾತ್ಮಿಕ ಮಹತ್ವವಿದೆ. ನಾವು ಕೇವಲ ದೊಡ್ಡ ದೊಡ್ಡ ಆಚರಣೆಗಳಲ್ಲಿ ದೈವವನ್ನು ಅಥವಾ ಪಾವಿತ್ರ್ಯವನ್ನು ಹುಡುಕುವ ಬದಲು, ನಮ್ಮ ಪ್ರತಿದಿನದ ಬದುಕಿನಲ್ಲಿ ಅದನ್ನು ಅಳವಡಿಸಿಕೊಳ್ಳಬೇಕು. ಇದು ಇಂದಿನ ಅತಿಯಾದ ಭೋಗ ವಸ್ತುಗಳ ಬಳಕೆ ಮತ್ತು ಸಂಕೀರ್ಣ ಜೀವನ ಶೈಲಿಗೆ ಒಂದು ಪರ್ಯಾಯ ಮಾರ್ಗವನ್ನು ಸೂಚಿಸುತ್ತದೆ. ಕೊನೆಯ ಸಾಲುಗಳಲ್ಲಿ ಬಸವಣ್ಣನವರು ತಾನು 'ಅಳವರಿಯದೆ ನುಡಿದಿರುವುದಾಗಿ' ಮತ್ತು 'ಕಡೆಮುಟ್ಟಿ ನಡೆಸಲು' ಸರ್ವಶಕ್ತನ (Supreme Power of God) ಸಹಾಯ ಬೇಡುವುದಾಗಿ ಹೇಳುತ್ತಾರೆ. ಇದು ತಾನು ಹೇಳಿದ ತತ್ತ್ವ ಗಳನ್ನು ಪಾಲಿಸುವುದು ಸುಲಭವಲ್ಲ ಎಂಬುದನ್ನು ಒಪ್ಪಿಕೊಳ್ಳುವ ವಿನಮ್ರತೆಯನ್ನು ತೋರಿಸುತ್ತದೆ. ಆಧುನಿಕ ಯುಗದಲ್ಲಿ ಜ್ಞಾನ ಮತ್ತು ಸಂಪತ್ತು ಹೆಚ್ಚಿದಂತೆ ಅಹಂಕಾರ ಹೆಚ್ಚುವ ಸಾಧ್ಯತೆ ಇರುತ್ತದೆ. ಇದು ಉನ್ನತ ಗುರಿಗಳನ್ನು ಇಟ್ಟುಕೊಳ್ಳುವುದರ ಜೊತೆಗೆ, ನಮ್ಮ ಮನುಷ್ಯ ಸಹಜ ಮಿತಿಗಳನ್ನು ಅರಿತು, ಆ ಗುರಿಯತ್ತ ಸಾಗಲು ನಿರಂತರ ಪ್ರಯತ್ನ ಮತ್ತು ಶ್ರದ್ಧೆಯ ಜೊತೆಗೆ ವಿನಯವೂ ಬೇಕು ಎಂಬ ವಾಸ್ತವಿಕ ಪಾಠವನ್ನು ಕಲಿಸುತ್ತದೆ.

10. ಭಾಷೆ ತಪ್ಪಿದ ಬಳಿಕ ದೇವಾ, ಬಲ್ಲಿದ ಭಕ್ತನೇನ ಮಾಡುವನಯ್ಯಾ

ವಚನ:

"ಮೊನೆ ತಪ್ಪಿದ ಬಳಿಕ ಅಲಗೇನ ಮಾಡುವುದು
ವಿಷ ತಪ್ಪಿದ ಬಳಿಕ ಹಾವೇನ ಮಾಡುವುದು
ಭಾಷೆ ತಪ್ಪಿದ ಬಳಿಕ ದೇವಾ, ಬಲ್ಲಿದ ಭಕ್ತನೇನ ಮಾಡುವನಯ್ಯಾ
ಭಾಷೆ ತಪ್ಪಿದ ಬಳಿಕ ಪ್ರಾಣದಾಸೆಯನು ಹಾರಿದಡೆ
ಮೀಸಲನು ಸೊಣಗ ಮುಟ್ಟಿದಂತೆ
ಕೂಡಲಸಂಗಮದೇವಾ."

ಈ ವಚನವು ಭಕ್ತನ ಜೀವನದಲ್ಲಿ 'ಭಾಷೆ' ಅಂದರೆ ನುಡಿದಂತೆ ನಡೆಯುವುದು, ತಾನು ಒಪ್ಪಿಕೊಂಡ ಸಿದ್ಧಾಂತಕ್ಕೆ, ವ್ರತಕ್ಕೆ, ದೇವರಿಗೆ ನಿಷ್ಠನಾಗಿರುವುದು ಎಷ್ಟೊಂದು ಮುಖ್ಯ ಎಂಬುದನ್ನು ಬಲವಾಗಿ ಪ್ರತಿಪಾದಿಸುತ್ತದೆ. ಹೇಗೆ ಮೊನೆ ಇಲ್ಲದ ಅಲಗು ಮತ್ತು ವಿಷವಿಲ್ಲದ ಹಾವು ನಿಷ್ಪ್ರಯೋಜಕವೋ, ಹಾಗೆಯೇ ಭಾಷೆ ತಪ್ಪಿದ ಭಕ್ತ ತನ್ನ ಶಕ್ತಿಯನ್ನು ಕಳೆದುಕೊಳ್ಳುತ್ತಾನೆ. ಒಂದುವೇಳೆ ಭಾಷೆ ತಪ್ಪಿದರೂ ಸಹ ಬದುಕಬೇಕೆಂಬ ಆಸೆಯನ್ನು ಇಟ್ಟುಕೊಂಡರೆ, ಅವನ ಜೀವನವು ಪವಿತ್ರತೆಯನ್ನು ಕಳೆದುಕೊಂಡು ಮಲಿನವಾಗುತ್ತದೆ. ಭಕ್ತನಿಗೆ ಪ್ರಾಣಕ್ಕಿಂತ ಭಾಷೆಯೇ ಮಿಗಿಲು ಎಂಬುದನ್ನು ಈ ವಚನ ತಿಳಿಸುತ್ತದೆ. ಭಾಷೆಯನ್ನು ಕಾಪಾಡಿಕೊಳ್ಳುವುದೇ ನಿಜವಾದ ಭಕ್ತಿ ಮತ್ತು ಶಕ್ತಿ ಎಂದು ಬಸವಣ್ಣನವರು ಇಲ್ಲಿ ಒತ್ತಿ ಹೇಳಿದ್ದಾರೆ.

ಬಸವಣ್ಣನವರು ತಮ್ಮ ತಾತ್ವಿಕ ಸಂದೇಶಗಳನ್ನು ಸಾಮಾನ್ಯ ಜನರಿಗೆ ಮನದಟ್ಟು ಮಾಡಿಕೊಡಲು ರೂಪಕಗಳನ್ನು ಅತ್ಯಂತ ಪರಿಣಾಮಕಾರಿಯಾಗಿ ಬಳಸಿಕೊಂಡಿದ್ದಾರೆ. ಪ್ರಸ್ತುತ ವಚನದಲ್ಲಿ ಬರುವ ಮೂರು ರೂಪಕಗಳು – ಮೊನೆ ತಪ್ಪಿದ ಅಲಗು, ವಿಷ ತಪ್ಪಿದ ಹಾವು, ಮತ್ತು ಮೀಸಲನ್ನು ಮುಟ್ಟಿದ ಸೊಣಗ – 'ಭಾಷೆ' ತಪ್ಪುವುದರ ಗಂಭೀರತೆಯನ್ನು ಮತ್ತು ಅದರ ಬಹುಮುಖಿ ಪರಿಣಾಮಗಳನ್ನು ಅತ್ಯಂತ ಸ್ಪಷ್ಟವಾಗಿ ಚಿತ್ರಿಸುತ್ತವೆ.

➔ ಮೊನೆ ತಪ್ಪಿದ ಬಳಿಕ ಅಲಗೇನ ಮಾಡುವುದು:

ಅಲಗು ಎಂದರೆ ಕತ್ತಿ ಅಥವಾ ಖಡ್ಗ. 'ಮೊನೆ' ಎಂದರೆ ಅದರ ಹರಿತವಾದ ತುದಿ. ಮೊನೆ ತಪ್ಪಿದ ಅಲಗು ಎಂದರೆ ಹರಿತವನ್ನು ಕಳೆದುಕೊಂಡ, ಮೊಂಡಾದ ಕತ್ತಿ. ಅಕ್ಷರಶಃ, ಇಂತಹ ಕತ್ತಿಯು ಯುದ್ಧಕ್ಕಾಗಲೀ, ಬೇಟೆಗಾಗಲೀ, ಅಥವಾ ಯಾವುದೇ ವಸ್ತುವನ್ನು ಕತ್ತರಿಸುವ ಕಾರ್ಯಕ್ಕಾಗಲೀ ನಿಷ್ಪ್ರಯೋಜಕವಾಗುತ್ತದೆ.

ಸಾಂಕೇತಿಕವಾಗಿ, ಇದು ತನ್ನ ಮೂಲ ಉದ್ದೇಶವನ್ನು ಈಡೇರಿಸುವ ಸಾಮರ್ಥ್ಯವನ್ನು ಕಳೆದುಕೊಂಡ ಸ್ಥಿತಿಯನ್ನು ಸೂಚಿಸುತ್ತದೆ.

ಭಕ್ತನ ವಿಷಯದಲ್ಲಿ, 'ಮೊನೆ'ಯು ಅವನ ಆಧ್ಯಾತ್ಮಿಕ ತೀಕ್ಷ್ಣತೆ, ವಿವೇಕ, ದೃಢ ಸಂಕಲ್ಪ, ಕ್ರಿಯಾಶೀಲತೆ ಅಥವಾ ಸತ್ಯವನ್ನು ಗ್ರಹಿಸುವ ಮತ್ತು ಅಸತ್ಯವನ್ನು ಖಂಡಿಸುವ ಸಾಮರ್ಥ್ಯವನ್ನು ಪ್ರತಿನಿಧಿಸಬಹುದು.

'ಭಾಷೆ' ಅಥವಾ ಸತ್ಯಸಂಧತೆಯನ್ನು ಕಳೆದುಕೊಂಡ ಭಕ್ತನು ಈ ಮೊನೆಯನ್ನು ಕಳೆದುಕೊಂಡ ಕತ್ತಿಯಂತೆ. ಅವನ ಭಕ್ತಿ, ಜ್ಞಾನ, ತಪಸ್ಸು ಎಲ್ಲವೂ ನಿಷ್ಪ್ರಯೋಜಕವಾಗುತ್ತವೆ. ಅವನು ಅಜ್ಞಾನವೆಂಬ ಶತ್ರುವನ್ನು ಎದುರಿಸಲು, ತನ್ನನ್ನು ತಾನು ರಕ್ಷಿಸಿಕೊಳ್ಳಲು ಅಥವಾ ಮೋಕ್ಷದ ಮಾರ್ಗದಲ್ಲಿ ಮುನ್ನಡೆಯಲು ಅಸಮರ್ಥನಾಗುತ್ತಾನೆ. ಅವನ ಅಸ್ತಿತ್ವವು ಉದ್ದೇಶರಹಿತವಾಗುತ್ತದೆ.

➔ ವಿಷ ತಪ್ಪಿದ ಬಳಿಕ ಹಾವೇನ ಮಾಡುವುದು:

ಹಾವಿಗೆ ಅದರ ವಿಷವೇ ಮುಖ್ಯವಾದ ಅಸ್ತ್ರ. ವಿಷವಿಲ್ಲದ ಹಾವು ತನ್ನ ರಕ್ಷಣೆಯನ್ನಾಗಲಿ ಅಥವಾ ಬೇಟೆಯನ್ನಾಗಲಿ ಸರಿಯಾಗಿ ಮಾಡಲು ಸಾಧ್ಯವಿಲ್ಲ. ಅದು ತನ್ನ ಮೂಲ ಸತ್ವವನ್ನೇ ಕಳೆದುಕೊಳ್ಳುತ್ತದೆ.

ಹಾವಿನ ಗುರುತು, ಶಕ್ತಿ ಮತ್ತು ಭಯ ಹುಟ್ಟಿಸುವ ಸಾಮರ್ಥ್ಯ ಇರುವುದು ಅದರ ವಿಷದಲ್ಲಿ. ವಿಷವನ್ನು ಕಳೆದುಕೊಂಡ ಹಾವು ಕೇವಲ ಹೆಸರಿಗೆ ಮಾತ್ರ ಹಾವು; ಅದು ತನ್ನ ರಕ್ಷಣೆಗೂ ಅಸಮರ್ಥ, ಇತರರಿಗೆ ಹಾನಿ ಮಾಡಲೂ ಅಸಮರ್ಥ. ಅದು ತನ್ನ ಸಹಜವಾದ ಸ್ವರೂಪ ಮತ್ತು ಶಕ್ತಿಯನ್ನೇ ಕಳೆದುಕೊಂಡಂತೆ.

ಭಕ್ತನಿಗೆ, ಅವನ ತೇಜಸ್ಸಿನ ಮೂಲ 'ಭಾಷೆ' – ಅಂದರೆ ಅವನ ಪ್ರಾಮಾಣಿಕತೆ, ಮತ್ತು ನುಡಿದಂತೆ ನಡೆಯುವಿಕೆ.

ಯಾವಾಗ ಅವನು 'ಭಾಷೆ' ತಪ್ಪುತ್ತಾನೋ, ಆಗ ಅವನು ವಿಷ ಕಳೆದುಕೊಂಡ ಹಾವಿನಂತೆ ಸತ್ವಹೀನನಾಗುತ್ತಾನೆ. ಅವನ ಮಾತುಗಳಿಗೆ ಬೆಲೆ ಇರುವುದಿಲ್ಲ, ಅವನನ್ನು ಯಾರೂ ನಂಬುವದಿಲ್ಲ.

➔ ಭಾಷೆ ತಪ್ಪಿದ ಬಳಿಕ ದೇವಾ, ಬಲ್ಲಿದ ಭಕ್ತನೇನ ಮಾಡುವನಯ್ಯಾ:

ಭಕ್ತನ ಶಕ್ತಿಯಿರುವುದು ಅವನ ಸತ್ಯ ವಚನದಲ್ಲಿ. ಅವನು ನುಡಿದಂತೆ ನಡೆಯದಿದ್ದರೆ, ಅವನ ಭಕ್ತಿಯು ಶಕ್ತಿಯಿಲ್ಲದ ಕತ್ತಿ ಅಥವಾ ವಿಷವಿಲ್ಲದ ಹಾವಿನಂತೆ ನಿಷ್ಪ್ರಯೋಜಕವಾಗುತ್ತದೆ. ದೇವರಲ್ಲಿ ನಂಬಿಕೆ ಇಟ್ಟ ಭಕ್ತನು ತನ್ನ ಮಾತಿಗೆ ತಪ್ಪಬಾರದು.

ಶರಣರ ದೃಷ್ಟಿಯಲ್ಲಿ, ಭಕ್ತನು ನೀಡುವ 'ಭಾಷೆ'ಯು ದೇವರಿಗೆ ಸಲ್ಲಿಸಿದ ವಾಗ್ದಾನದಂತೆ ಪವಿತ್ರವಾದುದು. ಅದನ್ನು ಚಾಚೂತಪ್ಪದೆ ಪಾಲಿಸುವುದು ಆಧ್ಯಾತ್ಮಿಕ ಸಾಧನೆಯ ಒಂದು ಅತ್ಯಗತ್ಯವಾದ ಭಾಗವಾಗಿದೆ. 'ನುಡಿದಂತೆ ನಡೆಯುವುದು' ಎಂಬುದು ಕೇವಲ ಒಂದು ನೈತಿಕ ಸೂತ್ರವಾಗಿರಲಿಲ್ಲ, ಅದು ಶರಣರ ಜೀವನ ವಿಧಾನವೇ ಆಗಿತ್ತು. ಅವರು ಸತ್ಯ ಮತ್ತು ಪ್ರಾಮಾಣಿಕತೆಗೆ ಅತ್ಯುನ್ನತ ಸ್ಥಾನವನ್ನು ನೀಡಿದ್ದರು.

ಹಾಗಾದರೆ, ಈ ಪವಿತ್ರವಾದ 'ಭಾಷೆ'ಯನ್ನು ತಪ್ಪಿದರೆ, ಅಂದರೆ ನುಡಿದಂತೆ ನಡೆಯದಿದ್ದರೆ, ಅದರ ಪರಿಣಾಮಗಳೇನು? ವಚನವು ಈ ಪರಿಣಾಮಗಳನ್ನು ಅತ್ಯಂತ ಸ್ಪಷ್ಟವಾಗಿ ಮತ್ತು ಕಠಿಣವಾಗಿ ವಿವರಿಸುತ್ತದೆ:

- **ಆಧ್ಯಾತ್ಮಿಕ ನಿಷ್ಕ್ರಿಯತೆ:** ಮೊನೆ ತಪ್ಪಿದ ಕತ್ತಿಯಂತೆ, ಭಕ್ತನು ತನ್ನ ಆಧ್ಯಾತ್ಮಿಕ ಗುರಿಗಳನ್ನು ಸಾಧಿಸುವಲ್ಲಿ ಸಂಪೂರ್ಣವಾಗಿ ನಿಷ್ಪ್ರಯೋಜಕನಾಗುತ್ತಾನೆ. ಅವನ ಜ್ಞಾನ, ಭಕ್ತಿ, ಸಾಧನೆಗಳು ಅರ್ಥಹೀನವಾಗುತ್ತವೆ.
- **ಸತ್ವಹೀನತೆ:** ವಿಷ ಕಳೆದುಕೊಂಡ ಹಾವಿನಂತೆ, ಅವನು ತನ್ನ ಆಂತರಿಕ ಆಧ್ಯಾತ್ಮಿಕ ಶಕ್ತಿ, ತೇಜಸ್ಸು ಮತ್ತು ಪ್ರಭಾವವನ್ನು ಕಳೆದುಕೊಳ್ಳುತ್ತಾನೆ. ಅವನು ಕೇವಲ ಬಾಹ್ಯ ಆಚರಣೆಗಳನ್ನು ಮಾಡುವ, ಆದರೆ ಆಂತರಿಕ ಸತ್ವವಿಲ್ಲದ ವ್ಯಕ್ತಿಯಾಗುತ್ತಾನೆ.

→ ಭಾಷೆ ತಪ್ಪಿದ ಬಳಿಕ ಪ್ರಾಣದಾಸೆಯನು ಹಾರಿದಡೆ ಮೀಸಲನು ಸೊಣಗ ಮುಟ್ಟಿದಂತೆ ಕೂಡಲಸಂಗಮದೇವಾ:

ಈ ರೂಪಕವು 'ಭಾಷೆ' ತಪ್ಪಿದ ನಂತರದ ಭಕ್ತನ ಸ್ಥಿತಿಯನ್ನು ವಿವರಿಸುತ್ತದೆ. ಭಕ್ತನ ಜೀವನವು ದೇವರಿಗೆ ಮೀಸಲಾದದ್ದು. ಅವನು 'ಭಾಷೆ' ತಪ್ಪಿದಾಗ, ಅಂದರೆ ಸತ್ಯ ಮತ್ತು ಪ್ರಾಮಾಣಿಕತೆಯನ್ನು ಕಳೆದುಕೊಂಡಾಗ, ಅವನು ಆಧ್ಯಾತ್ಮಿಕವಾಗಿ 'ಸತಂ_ತೆ'. ಆದರೆ, ಹಾಗೆ ಸತ್ಯವನ್ನು ಕಳೆದುಕೊಂಡ ನಂತರವೂ ಅವನು ಭೌತಿಕವಾಗಿ ಬದುಕಿರಬೇಕೆಂಬ ಆಸೆಯನ್ನು ('ಪ್ರಾಣದಾಸೆ') ಹೊಂದಿದರೆ, ಆ ಜೀವನವು ಮೀಸಲು ಆಹಾರವನ್ನು ನಾಯಿ ಮುಟ್ಟಿದಂತೆ ಅಪವಿತ್ರವಾಗುತ್ತದೆ, ಮೌಲ್ಯರಹಿತವಾಗುತ್ತದೆ ಮತ್ತು ದೇವರಿಗೆ ಸಂಪೂರ್ಣವಾಗಿ ಅಸಮ್ಮತವಾಗುತ್ತದೆ (). ಇದು ಸತ್ಯನಿಷ್ಠೆಯಿಲ್ಲದ ಬದುಕು ವ್ಯರ್ಥ ಮತ್ತು ಅಶುದ್ಧ ಎಂಬುದನ್ನು ಅತ್ಯಂತ ಕಠಿಣವಾಗಿ ಹೇಳುತ್ತದೆ.

ತಾತ್ಪರ್ಯ:

"ಮೊನೆ ತಪ್ಪಿದ ಬಳಿಕ ಅಲಗೇನ ಮಾಡುವುದು..." ಎಂಬ ಬಸವಣ್ಣನವರ ವಚನವು ವಚನ ಸಾಹಿತ್ಯದ ತಾತ್ವಿಕ ಆಳ ಮತ್ತು ನೈತಿಕ ಗಟ್ಟಿತನಕ್ಕೆ ಒಂದು ಶ್ರೇಷ್ಠ ನಿದರ್ಶನವಾಗಿದೆ. ಇದು 'ಭಾಷೆ' – ಅಂದರೆ ಸತ್ಯ, ಪ್ರತಿಜ್ಞೆ, ಪ್ರಾಮಾಣಿಕತೆ ಮತ್ತು ನಡೆ-ನುಡಿಯ ಏಕತೆ – ಎಂಬ ಪರಿಕಲ್ಪನೆಗೆ ಶರಣ ಧರ್ಮದಲ್ಲಿರುವ ಪರಮೋಚ್ಚ ಸ್ಥಾನವನ್ನು ಅತ್ಯಂತ ಸ್ಪಷ್ಟವಾಗಿ ಪ್ರತಿಪಾದಿಸುತ್ತದೆ. ಮೊನೆ ತಪ್ಪಿದ ಅಲಗು, ವಿಷ ತಪ್ಪಿದ ಹಾವು ಮತ್ತು ಮೀಸಲನ್ನು ಮುಟ್ಟಿದ ಸೊಣಗದಂತಹ ತೀಕ್ಷ್ಣವಾದ ಮತ್ತು ಜನಸಾಮಾನ್ಯರ ಅನುಭವಕ್ಕೆ ಹತ್ತಿರವಾದ ರೂಪಕಗಳ ಮೂಲಕ, ಬಸವಣ್ಣನವರು 'ಭಾಷೆ' ತಪ್ಪುವುದರ, ಅಂದರೆ ಸತ್ಯದ ಮಾರ್ಗದಿಂದ ವಿಮುಖರಾಗುವುದರ, ಸರ್ವನಾಶಕ ಪರಿಣಾಮಗಳನ್ನು ಮನಮುಟ್ಟುವಂತೆ ವಿವರಿಸಿದ್ದಾರೆ. ವಚನದ ಕೊನೆಯಲ್ಲಿ ಬರುವ 'ಕೂಡಲಸಂಗಮದೇವಾ' ಎಂಬ ಅಂಕಿತನಾಮವು ಈ ನೈತಿಕ ಹೊಣೆಗಾರಿಕೆಯನ್ನು ಸೃಷ್ಟಿಕರ್ತನನ್ನ ಸಾಕ್ಷಿಯಾಗಿರಿಸಿ, ಭಕ್ತನು ತನ್ನ ಪ್ರತಿಯೊಂದು ನಡೆ-ನುಡಿಗೂ ಅಂತಿಮ ಸತ್ಯಕ್ಕೆ ಉತ್ತರದಾಯಿಯಾಗಿದ್ದಾನೆ ಎಂಬುದನ್ನು ನೆನಪಿಸುತ್ತದೆ.

ಇಂದಿನ ಯುಗಕ್ಕೆ ಬಸವಣ್ಣನವರ ಈ ವಚನದ ಪ್ರಸ್ತುತತೆ :

ಬಸವಣ್ಣನವರ ಈ ವಚನವು ಕಾಲಾತೀತ ಮೌಲ್ಯಗಳನ್ನು ಹೊಂದಿದೆ. ಇದು ಇಂದಿನ ವೇಗದ ಮತ್ತು ನೈತಿಕ ಸವಾಲುಗಳಿಂದ ತುಂಬಿದ ಜಗತ್ತಿನಲ್ಲಿ ಪ್ರತಿಯೊಬ್ಬರೂ ತಮ್ಮೊಳಗಿನ ಸತ್ವವನ್ನು, ತಮ್ಮ ಮಾತು ಮತ್ತು ಕಾರ್ಯಗಳ ಪ್ರಾಮಾಣಿಕತೆಯನ್ನು, ಹಾಗೂ ತಾವು ನಂಬಿದ ಮೌಲ್ಯಗಳ ಮೇಲಿನ ನಿಷ್ಠೆಯನ್ನು ಕಾಪಾಡಿಕೊಳ್ಳಬೇಕು ಎಂಬ ಪ್ರಬಲ ಸಂದೇಶವನ್ನು ನೀಡುತ್ತದೆ. ಮಾತಿಗೂ ಕೃತಿಗೂ ಅಂತರವಿರದಂತೆ ಬದುಕುವುದೇ ನಿಜವಾದ ಶಕ್ತಿ ಮತ್ತು ಪಾವಿತ್ರ್ಯ ಎಂಬುದನ್ನು ಇದು ಒತ್ತಿಹೇಳುತ್ತದೆ.

1. ಪ್ರಾಮಾಣಿಕತೆ ಮತ್ತು ವಿಶ್ವಾಸಾರ್ಹತೆಯ ಮಹತ್ವ:

ವಚನದಲ್ಲಿ ಹೇಳುವ 'ಭಾಷೆ' ಎಂದರೆ ಕೇವಲ ಆಡುವ ಮಾತಲ್ಲ, ಅದು ಸತ್ಯಸಂಧತೆ, ಪ್ರಾಮಾಣಿಕತೆ, ನೀಡಿದ ವಾಗ್ದಾನವನ್ನು ಪಾಲಿಸುವುದು ಮತ್ತು ವ್ಯಕ್ತಿತ್ವದ ಸಮಗ್ರತೆ (integrity). ಇಂದು ವೈಯಕ್ತಿಕ ಸಂಬಂಧಗಳಿಂದ ಹಿಡಿದು, ವ್ಯಾಪಾರ, ರಾಜಕೀಯದವರೆಗೆ ಎಲ್ಲಾ ಕ್ಷೇತ್ರಗಳಲ್ಲಿಯೂ ವಿಶ್ವಾಸಾರ್ಹತೆಯ ಕೊರತೆ ಎದ್ದು ಕಾಣುತ್ತಿದೆ. ಕೊಟ್ಟ ಮಾತನ್ನು (ಭಾಷೆ) ಪಾಲಿಸದಿರುವುದು, ವಾಗ್ದಾನಗಳನ್ನು ಮುರಿಯುವುದು ಸಾಮಾನ್ಯ ಎಂಬಂತಾಗಿದೆ. ಇದರಿಂದ ಸಮಾಜದಲ್ಲಿ ಪರಸ್ಪರ ನಂಬಿಕೆ ಕಡಿಮೆಯಾಗುತ್ತಿದೆ.

ಈ ವಚನವು, 'ಮಾತಿಗೆ ತಪ್ಪಿದರೆ ಎಂತಹ ಬಲಶಾಲಿ ಭಕ್ತನೂ ನಿಷ್ಪ್ರಯೋಜಕ' (ಬಲ್ಲಿದ ಭಕ್ತನೇನ ಮಾಡುವನಯ್ಯಾ?), ಮೊನೆ ಹೋದ ಕತ್ತಿಯಂತೆ ಭಕ್ತನು ತನ್ನ ಉದ್ದೇಶವನ್ನು ಸಾಧಿಸಲು ನಿಷ್ಪ್ರಯೋಜಕನಾಗುತ್ತಾನೆ. ಎಂದು ಹೇಳುವ ಮೂಲಕ, ಪ್ರಾಮಾಣಿಕತೆ ಮತ್ತು ವಿಶ್ವಾಸಾರ್ಹತೆಯೇ ವ್ಯಕ್ತಿಯ ನಿಜವಾದ ಶಕ್ತಿ ಮತ್ತು ಸಮಾಜದ ಬುನಾದಿ ಎಂಬುದನ್ನು ಒತ್ತಿಹೇಳುತ್ತದೆ.

2. ವ್ಯಕ್ತಿತ್ವದ ಸಮಗ್ರತೆ (Integrity):

ರಾಜಕೀಯ, ವ್ಯಾಪಾರ, ಆಡಳಿತ ಮುಂತಾದ ಕ್ಷೇತ್ರಗಳಲ್ಲಿ ನಾಯಕರು ಮತ್ತು ಅಧಿಕಾರಿಗಳು ನೀಡುವ ಭರವಸೆಗಳು ಮತ್ತು ಅವರ ನಡವಳಿಕೆಗಳು ಸಮಾಜದ ಮೇಲೆ ನೇರ ಪರಿಣಾಮ ಬೀರುತ್ತವೆ. 'ಭಾಷೆ ತಪ್ಪಿದ ಬಲ್ಲಿದ ಭಕ್ತ'ನಂತೆ, ಎಷ್ಟೇ ಪ್ರಭಾವಿ ವ್ಯಕ್ತಿಯಾಗಿದ್ದರೂ, ಸತ್ಯ ಮತ್ತು ಪ್ರಾಮಾಣಿಕತೆಯನ್ನು ಕಳೆದುಕೊಂಡರೆ, ಅವರ ಅಧಿಕಾರ, ಜ್ಞಾನ ಮತ್ತು ಸ್ಥಾನಮಾನಗಳು ಅರ್ಥಹೀನವಾಗುತ್ತವೆ. ಸಾರ್ವಜನಿಕ ನಂಬಿಕೆಯನ್ನು ಕಳೆದುಕೊಂಡ ನಾಯಕ ವಿಷ ಕಳೆದುಕೊಂಡ ಹಾವಿನಂತೆ ಶಕ್ತಿಹೀನನಾಗುತ್ತಾನೆ. ಇಂದಿನ ದಿನಗಳಲ್ಲಿ ನಡೆಯುವ ಅನೇಕ ಹಗರಣಗಳು,

ಭ್ರಷ್ಟಾಚಾರಗಳು ಮತ್ತು ನಂಬಿಕೆ ದ್ರೋಹಗಳು ಈ ವಚನದ ಎಚ್ಚರಿಕೆಯನ್ನು ಪುನರುಚ್ಚರಿಸುತ್ತವೆ.

3. ಜೀವನದ ಗುಣಮಟ್ಟ vs ಕೇವಲ ಅಸ್ತಿತ್ವ:

'ಭಾಷೆ ತಪ್ಪಿದ ಬಳಿಕ ಪ್ರಾಣದಾಸೆಯನು ಹಾರಿದಡೆ ಮೀಸಲನು ಸೊಣಗ ಮುಟ್ಟಿದಂತೆ' ಎಂಬ ಸಾಲು ಇಂದಿಗೂ ಅತ್ಯಂತ ಪ್ರಬಲವಾದ ಸಂದೇಶವನ್ನು ನೀಡುತ್ತದೆ. ಸತ್ಯ, ಪ್ರಾಮಾಣಿಕತೆ ಮತ್ತು ನೈತಿಕತೆಯನ್ನು ಕಳೆದುಕೊಂಡ ನಂತರ ಕೇವಲ ದೈಹಿಕವಾಗಿ ಬದುಕಿರಬೇಕೆಂಬ ಆಸೆ ('ಪ್ರಾಣದಾಸೆ') ಹೊಂದುವುದು, ಆ ಜೀವನವನ್ನು ಅಪವಿತ್ರ ಮತ್ತು ಮೌಲ್ಯರಹಿತವಾಗಿಸುತ್ತದೆ ಎಂದು ವಚನ ಹೇಳುತ್ತದೆ. ಇದು ಇಂದಿನ ಭೋಗಾಸಕ್ತನ ಮತ್ತು ಕೆಲವೊಮ್ಮೆ ಮೌಲ್ಯಗಳನ್ನು ಕಡೆಗಣಿಸುವ ಜಗತ್ತಿನಲ್ಲಿ, ಜೀವನದ ಸಾರ್ಥಕತೆ ಇರುವುದು ಕೇವಲ ಬದುಕಿ ಉಳಿಯುವುದರಲ್ಲಿ ಅಲ್ಲ, ಬದಲಾಗಿ ಮೌಲ್ಯವರ್ಧಿತವಾಗಿ, ಸತ್ಯನಿಷ್ಠೆಯಿಂದ ಬದುಕುವುದರಲ್ಲಿದೆ ಎಂಬುದನ್ನು ಒತ್ತಿಹೇಳುತ್ತದೆ.

4. ವೈಯಕ್ತಿಕ ಮತ್ತು ಸಾಮಾಜಿಕ ಹೊಣೆಗಾರಿಕೆ (Individual and Social Responsibility):

ಈ ವಚನವು ವ್ಯಕ್ತಿಯು ತನ್ನ ಮಾತು ಮತ್ತು ಕಾರ್ಯಗಳಿಗೆ ತಾನೇ ಜವಾಬ್ದಾರ ಎಂಬುದನ್ನು ಹೇಳುತ್ತದೆ. ನಮ್ಮ ಭಾಷೆ ತಪ್ಪಿದಾಗ ಅದು ಕೇವಲ ನಮ್ಮ ವೈಯಕ್ತಿಕ ವೈಫಲ್ಯವಲ್ಲ, ಅದು ನಾವು ಭಾಗವಾಗಿರುವ ಸಮಾಜದ ಮೇಲೂ ಪರಿಣಾಮ ಬೀರುತ್ತದೆ, ನಂಬಿಕೆ ಕಡಿಮೆಯಾಗಲು ಕಾರಣವಾಗುತ್ತದೆ. ಆದ್ದರಿಂದ, ಸಚ್ಚಾರಿತ್ರ್ಯ, ಸದೃಢ ಸಮಾಜ ನಿರ್ಮಾಣಕ್ಕೆ ಪ್ರತಿಯೊಬ್ಬ ವ್ಯಕ್ತಿಯೂ ತನ್ನ ಭಾಷೆಗೆ, ತನ್ನ ನೈತಿಕತೆಗೆ ಬದ್ಧನಾಗಿರುವುದು ಅತ್ಯಗತ್ಯ.

11. ಜಂಗಮರೂಪಾಗಿ ಸಂಗಯ್ಯ ಬಂದಾನೆಂದು ಎಂದೆಂದೂ ನಾನು ಮಂಚವನೇರದ ಭಾಷೆ.

ವಚನ:

"ಭಕ್ತದೇಹಿಕನಪ್ಪ ದೇವನು ಸದ್ಭಕ್ತರ ಬಳಿಯಲ್ಲಿ ಬಪ್ಪನಾಗಿ,
ಆಳ್ವನು ಬರಲಾಳು ಮಂಚದ ಮೇಲಿಪ್ಪುದು ಗುಣವೇ ಹೇಳಾ.
ಕೂಡಲಸಂಗಮದೇವಾ,
ಜಂಗಮರೂಪಾಗಿ ಸಂಗಯ್ಯ ಬಂದಾನೆಂದು
ಎಂದೆಂದೂ ನಾನು ಮಂಚವನೇರದ ಭಾಷೆ."

ಈ ವಚನವು ಜಂಗಮಕ್ಕೆ ಶರಣರು ಕೊಡುತ್ತಿದ್ದ ಅಪಾರವಾದ ಗೌರವವನ್ನು ಮತ್ತು ಭಕ್ತನಾದವನು ಹೊಂದಿರಬೇಕಾದ ವಿನಯ, ಸೇವಾಭಾವ ಮತ್ತು ಸದಾ ಜಾಗರೂಕ ಸ್ಥಿತಿಯನ್ನು ಅತ್ಯಂತ ಸ್ಪಷ್ಟವಾಗಿ ನಿರೂಪಿಸುತ್ತದೆ.

ದೇವರು ತಾನೇ ಜಂಗಮ ರೂಪದಲ್ಲಿ (ಶಿವಶರಣನ ರೂಪದಲ್ಲಿ) ನಿಜವಾದ ಭಕ್ತರನ್ನು ಹರಸಲು ಬರುತ್ತಾನೆ ಎಂಬುದು ಶರಣರ ದೃಢವಾದ ನಂಬಿಕೆ. ಹೀಗೆ ದೇವರೇ ಆದ ಜಂಗಮನು (ಒಡೆಯನು) ಯಾವುದೇ ಕ್ಷಣದಲ್ಲಿ ಬರಬಹುದಾದಾಗ, ತಾನು (ಭಕ್ತನು/ಸೇವಕನು) ಮಂಚದ ಮೇಲೆ ಆರಾಮವಾಗಿ ಮಲಗಿರುವುದು ಆ ಲಿಂಗ ಸ್ವರೂಪಿಗೆ ತೋರಿಸುವ ಅಗೌರವ ಎಂದು ಬಸವಣ್ಣನವರು ಭಾವಿಸುತ್ತಾರೆ. ಆದ್ದರಿಂದ, ತನ್ನ ಮನೆಗೆ ಜಂಗಮರೂಪಿಯಾಗಿ ಕೂಡಲಸಂಗಮದೇವನೇ ಬರಬಹುದೆಂಬ ನಿರೀಕ್ಷೆ ಮತ್ತು ಗೌರವದಿಂದ, ತಾನು ಎಂದಿಗೂ ಮಂಚದ ಮೇಲೆ ಮಲಗುವುದಿಲ್ಲ ಎಂದು ಬಸವಣ್ಣನವರು ಪ್ರತಿಜ್ಞೆ (ಭಾಷೆ) ಮಾಡಿದ್ದಾರೆ.

➔ ಭಕ್ತದೇಹಿಕನಪ್ಪ ದೇವನು ಸದ್ಭಕ್ತರ ಬಳಿಯಲ್ಲಿ ಬಪ್ಪನಾಗಿ:

'ಭಕ್ತದೇಹಿಕನಪ್ಪ ದೇವನು' ಎಂಬುದು ಶರಣ ತತ್ತ್ವದ ಒಂದು ಆಳವಾದ ಮತ್ತು ವಿಶಿಷ್ಟವಾದ ಪರಿಕಲ್ಪನೆಯಾಗಿದೆ. 'ದೇಹಿಕ' ಎಂದರೆ ದೇಹದಲ್ಲಿರುವವನು, ದೇಹಕ್ಕೆ ಸಂಬಂಧಿಸಿದವನು. ಇದರರ್ಥ, ದೇವರು ಭಕ್ತನ ದೇಹದಲ್ಲಿಯೇ ನೆಲೆಸಿರುವವನು, ಭಕ್ತನ ಅಸ್ತಿತ್ವದ ಭಾಗವಾಗಿರುವವನು. ಈ ಪರಿಕಲ್ಪನೆಯು ದೇವರನ್ನು ದೂರದ ಸ್ವರ್ಗದಲ್ಲಿರುವ, ಕೈಗೆಟುಕದ ಶಕ್ತಿಯೆಂದು ಭಾವಿಸುವ ಸಾಂಪ್ರದಾಯಿಕ ಕಲ್ಪನೆಗಳನ್ನು ನಿರಾಕರಿಸುತ್ತದೆ. ಬದಲಾಗಿ, ದೇವರು ಭಕ್ತನ ಅಂತರಂಗದಲ್ಲಿಯೇ, ಅವನ ಅರಿವಿಗೆ ನಿಲುಕುವಂತೆ ಇರುವ ಸನಿಹದ ಸತ್ಯ ಎಂದು ಪ್ರತಿಪಾದಿಸುತ್ತದೆ.

ಅಂತರಂಗದಲ್ಲಿ ನೆಲೆಸಿರುವ ದೇವರು, ಕೇವಲ ಅಲ್ಲಿಯೇ ಇರದೆ, ತನ್ನ ನಿಜವಾದ, ನಿಷ್ಠಾವಂತ ಭಕ್ತರನ್ನು (ಸದ್ಭಕ್ತರು) ಅರಸಿ ಅವರ ಬಳಿಗೆ ಬರುತ್ತಾನೆ, ಅವರೊಂದಿಗೆ ಸಂವಾದ ನಡೆಸುತ್ತಾನೆ, ಅವರ ಕಷ್ಟಗಳಿಗೆ ಸ್ಪಂದಿಸುತ್ತಾನೆ. ಇದು ದೇವರ ಕರುಣೆ, ವಾತ್ಸಲ್ಯ ಮತ್ತು ಭಕ್ತನ ಕಡೆಗಿನ ಅವನ ಒಲವನ್ನು ಸೂಚಿಸುತ್ತದೆ. ದೇವರು ಕೇವಲ ನಿರ್ಲಿಪ್ತ ಸಾಕ್ಷಿ ಮಾತ್ರವಲ್ಲ, ಭಕ್ತನ ಜೀವನದಲ್ಲಿ ಸಕ್ರಿಯವಾಗಿ ಪಾಲ್ಗೊಳ್ಳುವ ಶಕ್ತಿ ಎಂಬುದು ಇದರ ಆಶಯ.

ದೇವರು ಸದ್ಭಕ್ತನ ದೇಹದಲ್ಲಿ ವಾಸಿಸುವುದಾದರೆ, ಆ ಭಕ್ತನ ಜಾತಿ, ಕುಲ, ಲಿಂಗ ಅಥವಾ ಸಾಮಾಜಿಕ ಸ್ಥಾನಮಾನಗಳು ಸಂಪೂರ್ಣವಾಗಿ ಅಪ್ರಸ್ತುತವಾಗುತ್ತವೆ. ಪ್ರತಿಯೊಬ್ಬ ಸದ್ಭಕ್ತನೂ ದೇವನ ನೆಲೆಯಾಗುವುದರಿಂದ, ಎಲ್ಲರೂ ಸಮಾನರು ಎಂಬ ತತ್ತ್ವವು ತಾನಾಗಿಯೇ ಸ್ಥಾಪಿತವಾಗುತ್ತದೆ.

➔ ಆಳ್ದನು ಬರಲಾಳು ಮಂಚದ ಮೇಲಿಪ್ಪುದು ಗುಣವೇ ಹೇಳಾ:

"ಆಳ್ದನು ಬರಲಾಳು ಮಂಚದ ಮೇಲಿಪ್ಪುದು ಗುಣವೇ ಹೇಳಾ" ಎಂಬ ಸಾಲು ಒಂದು ಶಕ್ತಿಯುತ ರೂಪಕವಾಗಿದೆ.

ಯಜಮಾನನು ಮನೆಗೆ ಬಂದಾಗ ಸೇವಕನು ಮಂಚದ ಮೇಲೆ ಆರಾಮವಾಗಿ ಕುಳಿತಿರುವುದು ಅಥವಾ ಮಲಗಿರುವುದು ಸರ್ವಥಾ ಅನುಚಿತ. ಇದು ಅಗೌರವ, ಅಜಾಗರೂಕತೆ, ಕರ್ತವ್ಯ ಪ್ರಜ್ಞೆಯ ಕೊರತೆ ಮತ್ತು ತನ್ನ ಸ್ಥಾನದ ಮಿತಿಯನ್ನು ಅರಿಯದಿರುವುದನ್ನು ಸೂಚಿಸುತ್ತದೆ.

ಇದೇ ತರ್ಕವನ್ನು ಆಧ್ಯಾತ್ಮಿಕ ನೆಲೆಗೆ ಅನ್ವಯಿಸಿದಾಗ, ದೇವರು (ವಿಶೇಷವಾಗಿ ಜಂಗಮ ರೂಪದಲ್ಲಿ) ತನ್ನ ಬಳಿಗೆ ಬರುತ್ತಾನೆ ಎಂಬ ನಿರೀಕ್ಷೆಯಲ್ಲಿರುವ ಅಥವಾ ಅವನ ಸಾನ್ನಿಧ್ಯವನ್ನು ಬಯಸುವ ಭಕ್ತನು, ಐಹಿಕ ಸುಖಗಳಲ್ಲಿ, ಅಹಂಕಾರದಲ್ಲಿ, ಆಧ್ಯಾತ್ಮಿಕ ಜಡತ್ವದಲ್ಲಿ ಅಥವಾ ಉದಾಸೀನತೆಯಲ್ಲಿ ಮುಳುಗಿರುವುದು ಸರಿಯಲ್ಲ. ಭಕ್ತನು ಸದಾ ಎಚ್ಚರದಿಂದ, ವಿನಯದಿಂದ, ಸೇವಾ ಸಿದ್ಧತೆಯಿಂದ, ಗುರು ಲಿಂಗ ಜಂಗಮರ ಆಗಮನವನ್ನು ನಿರೀಕ್ಷಿಸುತ್ತಾ ಕಾಯುತ್ತಿರಬೇಕು.

ಈ ರೂಪಕವು ಭಕ್ತನ ಜೀವನದಲ್ಲಿ ವಿನಯ (humility) ಮತ್ತು ಜಾಗರೂಕತೆ (alertness/readiness) ಗಳ ಮಹತ್ವವನ್ನು ಅತ್ಯಂತ ಪರಿಣಾಮಕಾರಿಯಾಗಿ ಒತ್ತಿಹೇಳುತ್ತದೆ. ದೇವರು ಯಾವ ಕ್ಷಣದಲ್ಲಿ, ಯಾವ ರೂಪದಲ್ಲಿ (ವಿಶೇಷವಾಗಿ ಜಂಗಮ) ಬರುತ್ತಾನೋ ಎಂದು ತಿಳಿದಿಲ್ಲವಾದ್ದರಿಂದ, ಭಕ್ತನು ಸದಾಕಾಲ ಸಿದ್ಧನಾಗಿರಬೇಕು.

'ಮಂಚದ ಮೇಲಿರುವುದು' ಎಂದರೆ ತನ್ನ ಸ್ವಂತ ಅಸ್ತಿತ್ವಕ್ಕೆ, ತನ್ನ ಸುಖಕ್ಕೆ, ತನ್ನ ಸ್ಥಾನಮಾನಕ್ಕೆ ಪ್ರಾಮುಖ್ಯತೆ ಕೊಡುವುದು. ಬಸವಣ್ಣನವರ ಸ್ವಂತ ಜೀವನವೇ ವಿನಯಕ್ಕೆ ಅತ್ಯುತ್ತಮ ಉದಾಹರಣೆಯಾಗಿದೆ; ಅವರು ಉನ್ನತ ಅಧಿಕಾರದಲ್ಲಿದ್ದರೂ ತಮ್ಮನ್ನು ಅತ್ಯಂತ ಕಿರಿಯನೆಂದು ಭಾವಿಸಿದ್ದರು.

➔ **ಕೂಡಲಸಂಗಮದೇವಾ, ಜಂಗಮರೂಪಾಗಿ ಸಂಗಯ್ಯ ಬಂದಾನೆಂದು ಎಂದೆಂದೂ ನಾನು ಮಂಚವನೇರದ ಭಾಷೆ:**

ಲಿಂಗಾಯತ ಧರ್ಮದಲ್ಲಿ 'ಜಂಗಮ' ಪರಿಕಲ್ಪನೆಯು ಅತ್ಯಂತ ಮಹತ್ವದ್ದಾಗಿದೆ. ಇದು ಅಷ್ಟಾವರಣಗಳಲ್ಲಿ (ಗುರು, ಲಿಂಗ, ಜಂಗಮ, ಪಾದೋದಕ, ಪ್ರಸಾದ, ವಿಭೂತಿ, ರುದ್ರಾಕ್ಷಿ, ಮಂತ್ರ) ಒಂದಾಗಿದ್ದು, ಗುರು ಮತ್ತು ಲಿಂಗಗಳಷ್ಟೇ ಪ್ರಮುಖ ಸ್ಥಾನವನ್ನು ಹೊಂದಿದೆ. ಜಂಗಮವು ಕೇವಲ ಒಬ್ಬ ವ್ಯಕ್ತಿಯಲ್ಲ, ಅದೊಂದು ತತ್ತ್ವ . ಅದು ಅರಿವು (ಗುರು) ಮತ್ತು ಆಚಾರಗಳ (ಲಿಂಗ) ಅನುಭಾವದ ಮೂರ್ತರೂಪವಾಗಿದೆ. ಜಂಗಮವೆಂದರೆ ಚಲಿಸುವ ದೇವರು, ಜ್ಞಾನವನ್ನು, ಅನುಭಾವವನ್ನು, ಧರ್ಮತತ್ತ್ವಗಳನ್ನು ಸಮಾಜದಲ್ಲಿ ಪ್ರಸರಿಸುವ, ಕೊಂಡೊಯ್ಯುವ ಜೀವಂತ ಚೈತನ್ಯಶಕ್ತಿ.

ಬಸವಣ್ಣನವರ ಇಷ್ಟದೇವವಾದ ಕೂಡಲಸಂಗಮದೇವನು (ಅಥವಾ ಸಂಗಯ್ಯ) 'ಜಂಗಮ' ರೂಪದಲ್ಲಿ ಬರುತ್ತಾನೆ ಎಂಬ ದೃಢವಾದ ನಂಬಿಕೆಯನ್ನು ಇದು ವ್ಯಕ್ತಪಡಿಸುತ್ತದೆ. 'ಜಂಗಮ' ಎಂದರೆ ಚಲಿಸುವ, ಕ್ರಿಯಾಶೀಲವಾದ, ಜೀವಂತ ರೂಪ. ಇದು ಒಂದೆಡೆ ಸ್ಥಿರವಾಗಿರುವ, ಚಲನರಹಿತವಾದ 'ಸ್ಥಾವರ'ಕ್ಕೆ (ಉದಾಹರಣೆಗೆ, ದೇವಾಲಯ, ವಿಗ್ರಹ) ಸಂಪೂರ್ಣವಾಗಿ ವಿರುದ್ಧವಾದ ತತ್ತ್ವವಾಗಿದೆ. ಶರಣರು ಸ್ಥಾವರಕ್ಕಿಂತ ಜಂಗಮಕ್ಕೆ ಹೆಚ್ಚಿನ ಮಹತ್ವ ನೀಡಿದರು, ಏಕೆಂದರೆ ಸ್ಥಾವರಕ್ಕೆ ಅಳಿವುಂಟು, ಆದರೆ ಜಂಗಮಕ್ಕೆ (ಚೈತನ್ಯಕ್ಕೆ, ಅರಿವಿಗೆ) ಅಳಿವಿಲ್ಲ ಎಂಬುದು ಅವರ ದೃಢವಾದ ನಂಬಿಕೆಯಾಗಿತ್ತು.

ಈ ಹಿನ್ನೆಲೆಯಲ್ಲಿ, ಬಸವಣ್ಣನವರು "ಎಂದೆಂದೂ ನಾನು ಮಂಚವನೇರದ ಭಾಷೆ" ಎಂದು ಹೇಳುವ ಮೂಲಕ ಒಂದು ಕಠಿಣವಾದ ಪ್ರತಿಜ್ಞೆಯನ್ನು ಸ್ವೀಕರಿಸಿದ್ದಾರೆ. ಇದರ ನೇರವಾದ ಅರ್ಥ: "ದೇವರು, ನನ್ನ ಒಡೆಯನಾದ ಸಂಗಯ್ಯ, ಜಂಗಮ ರೂಪದಲ್ಲಿ ಯಾವ ಕ್ಷಣದಲ್ಲಿ ಬೇಕಾದರೂ ಬರಬಹುದು ಎಂಬ ನಿರೀಕ್ಷೆಯಿಂದ, ನಾನು ಎಂದೆಂದಿಗೂ ಮಂಚದ ಮೇಲೆ (ಅಂದರೆ, ಆರಾಮವಾಗಿ, ಅಹಂಕಾರದಿಂದ, ಉದಾಸೀನನಾಗಿ) ಏರುವುದಿಲ್ಲ ಎಂದು ಶಪಥ ಮಾಡಿದ್ದೇನೆ."

ತಾತ್ಪರ್ಯ:

ಬಸವಣ್ಣನವರ ಈ ವಚನವು, ತನ್ನ ಸಂಕ್ಷಿಪ್ತತೆಯಲ್ಲಿಯೇ, ಶರಣ ಧರ್ಮದ ಹಲವು ಪ್ರಮುಖ ಎಳೆಗಳನ್ನು ಒಟ್ಟಿಗೆ ಸೇರಿಸಿ ಒಂದು ಸಮಗ್ರ ಮತ್ತು ಗಹನವಾದ ಸಂದೇಶವನ್ನು ನೀಡುತ್ತದೆ. ಭಗವಂತನು ದೂರದ ಸ್ವರ್ಗದಲ್ಲಿರುವವನಲ್ಲ, ಅವನು ಭಕ್ತನ ಅಂತರಂಗದಲ್ಲಿಯೇ ನೆಲೆಸಿರುವವನು ('ಭಕ್ತದೇಹಿಕ'), ಮತ್ತು ಭಕ್ತನ ಸನಿಹದಲ್ಲಿಯೇ ಇರುವವನು ('ಬಳಿಯಲ್ಲಿ ಬಪ್ಪನಾಗಿ'). ಅಷ್ಟೇ ಅಲ್ಲ, ಅವನು ಸ್ಥಿರವಾಗಿ ಒಂದೆಡೆ ಇರದೆ, ಚಲನಶೀಲನಾಗಿ, ಕ್ರಿಯಾಶೀಲನಾಗಿ, 'ಜಂಗಮ' ರೂಪದಲ್ಲಿ ಭಕ್ತನ ಬಳಿಗೆ ಬರುತ್ತಾನೆ. ದೇವರ ಈ ಅಂತರ್ಗತತೆ ಮತ್ತು ಸಾಮೀಪ್ಯದ ಅರಿವು ಭಕ್ತನಲ್ಲಿ ಅಪಾರವಾದ ವಿನಯವನ್ನು ('ಆಳ್ದನು ಬರಲಾಳು ಮಂಚದ ಮೇಲಿರಬಾರದು', 'ಮಂಚವನೇರದ ಭಾಷೆ') ಮತ್ತು ದೇವರ ಬಗ್ಗೆ,

ಹಾಗೂ ಲಿಂಗಸ್ವರೂಪಿಯಾದ ಜಂಗಮದ ಬಗ್ಗೆ ಆಳವಾದ ಗೌರವವನ್ನು ('ಆಳ್ದನು ಬರಲು...') ಬೇಡುತ್ತದೆ.

ಈ ವಚನದ ಕೇಂದ್ರ ಸಂದೇಶವೇ ವಿನಯವಾಗಿದೆ. ಭಕ್ತನು ತನ್ನ 'ನಾನು' ಎಂಬುದನ್ನು, ತನ್ನ ಅಹಂಕಾರವನ್ನು, ತನ್ನ ಲೌಕಿಕ ಸ್ಥಾನಮಾನವನ್ನು, ತನ್ನ ಸುಖ ಸೌಕರ್ಯಗಳನ್ನು ದೈವದ ಮುಂದೆ ಶೂನ್ಯವಾಗಿಸಿಕೊಳ್ಳಬೇಕು. ಮಂಚವನ್ನು ಏರದಿರುವುದು ಈ ವಿನಯದ ಅತ್ಯಂತ ಸ್ಪಷ್ಟ ಸಂಕೇತವಾಗಿದೆ.

ಜಂಗಮಕ್ಕೆ ಶರಣರು ಕೊಡುತ್ತಿದ್ದ ಅಪಾರವಾದ ಗೌರವವನ್ನು ಮತ್ತು ಭಕ್ತನಾದವನು ಹೊಂದಿರಬೇಕಾದ ವಿನಯ, ಸೇವಾಭಾವ ಮತ್ತು ಸದಾ ಜಾಗರೂಕ ಸ್ಥಿತಿಯನ್ನು ಅತ್ಯಂತ ಸ್ಪಷ್ಟವಾಗಿ ನಿರೂಪಿಸುತ್ತದೆ.

"ಎನಗಿಂತ ಕಿರಿಯರಿಲ್ಲ, ಶಿವಭಕ್ತರಿಂದ ಹಿರಿಯರಿಲ್ಲ" ಎಂಬ ಬಸವಣ್ಣನವರದೇ ಇನ್ನೊಂದು ಪ್ರಸಿದ್ಧ ವಚನದ ಸಾಲು, ಈ ವಚನದಲ್ಲಿ ಪ್ರತಿಧ್ವನಿಸುವ ವಿನಯದ ಸಂದೇಶಕ್ಕೆ ಅತ್ಯುತ್ತಮ ಸಮರ್ಥನೆಯನ್ನು ನೀಡುತ್ತದೆ.

ಇಂದಿನ ಯುಗಕ್ಕೆ ಬಸವಣ್ಣನವರ ಈ ವಚನದ ಪ್ರಸ್ತುತತೆ :

ಬಸವಣ್ಣನವರ "ಭಕ್ತದೇಹಿಕನಪ್ಪ ದೇವನು..." ವಚನವು ಇಂದಿನ ದಿನಮಾನದಲ್ಲೂ ಅತ್ಯಂತ ಪ್ರಸ್ತುತವಾಗಿದೆ ಮತ್ತು ಅನೇಕ ಮೌಲ್ಯಗಳನ್ನು ಹೊಂದಿದೆ:

1. ವಿನಮ್ರತೆ ಮತ್ತು ಸೇವೆಯ ಮಹತ್ವ (Importance of Humility and Service):

ವಚನದಲ್ಲಿ ಬಸವಣ್ಣನವರು ದೇವಸ್ವರೂಪರಾದ ಜಂಗಮರ ಮುಂದೆ ತೋರ್ಪಡಿಸುವ ಅತೀವ ವಿನಮ್ರತೆ (ಮಂಚವನ್ನೇರದಿರುವ ಭಾಷೆ) ಇಂದಿಗೂ ನಮಗೆ ಮಾದರಿಯಾಗಿದೆ. ನಾವು ಎಷ್ಟೇ ಎತ್ತರಕ್ಕೆ ಬೆಳೆದರೂ ಅಥವಾ ಯಾವುದೇ ಸ್ಥಾನಮಾನದಲ್ಲಿದ್ದರೂ, ನಮ್ಮೊಳಗಿನ ಅಹಂಕಾರವನ್ನು ಬಿಟ್ಟು, ಇತರರನ್ನು ಗೌರವಿಸುವ, ವಿಶೇಷವಾಗಿ ಸಮಾಜಕ್ಕೆ ಸೇವೆ ಸಲ್ಲಿಸುವವರನ್ನು ಅಥವಾ ತನಗಿಂತ ಕೆಳಗಿದ್ದಾರೆಂದು ನಾವು ಭಾವಿಸುವವರನ್ನು ವಿನಯದಿಂದ ಕಾಣುವ ಮತ್ತು ಸೇವೆ ಮಾಡುವ ಮನೋಭಾವದ ಅವಶ್ಯಕತೆಯನ್ನು ಇದು ಸಾರುತ್ತದೆ. ದಾಸೋಹ ತತ್ತ್ವದ ವಿಸ್ತೃತ ರೂಪವಾಗಿ ಇದನ್ನು ನೋಡಬಹುದು - ಅಂದರೆ ದಾಸೋಹ ಭಾವನೆಯನ್ನು ಅಳವಡಿಸಿಕೊಳ್ಳುವದು, ವ್ಯಕ್ತಿಯ ಘನತೆಯನ್ನು ಗೌರವಿಸಿ ಸೇವೆ ಮಾಡುವುದು.

2. ಆದರ್ಶ ಮತ್ತು ಮೌಲ್ಯಗಳಿಗೆ ಬದ್ಧತೆ (Commitment to Ideals and Values):

ಮಂಚವನ್ನೇರದಿರುವ ಭಾಷೆ ಒಂದು ಸಂಕೇತ. ಇದು ಕೇವಲ ಒಂದು ನಿರ್ದಿಷ್ಟ ಆಚರಣೆಯಲ್ಲ, ಬದಲಿಗೆ ತಾನು ನಂಬಿದ ತತ್ತ್ವ , ಆದರ್ಶ ಅಥವಾ ಗುರಿಗಾಗಿ ವೈಯಕ್ತಿಕ ಸುಖಭೋಗಗಳನ್ನು ತ್ಯಾಗ ಮಾಡಲು ಸಿದ್ಧವಿರುವ ಮನೋಭಾವ. ಇಂದಿನ ಭೌತವಾದಿ ಜಗತ್ತಿನಲ್ಲಿ, ನಮ್ಮ ಆದರ್ಶಗಳಿಂದ ವಿಮುಖರಾಗದೆ, ನಾವು ನಂಬಿದ ಮೌಲ್ಯಗಳಿಗಾಗಿ ವೈಯಕ್ತಿಕ ತ್ಯಾಗ ಮಾಡಲು ಸಿದ್ಧರಿರುವುದು ಬಹಳ ಮುಖ್ಯ ಎಂಬುದನ್ನು ಈ ವಚನ ನೆನಪಿಸುತ್ತದೆ. ನಮ್ಮ 'ಭಾಷೆ' ಅಥವಾ ಪ್ರತಿಜ್ಞೆ ಕೇವಲ ಮಾತಿಗಲ್ಲ, ಅದು ನಮ್ಮ ಜೀವನಶೈಲಿಯ ಭಾಗವಾಗಬೇಕು.

3. ದೇವತ್ವವನ್ನು ಜನರಲ್ಲಿ ಕಾಣುವುದು (Seeing Divinity in People):

"ಭಕ್ತದೇಹಿಕನಪ್ಪ ದೇವನು ಸದ್ಭಕ್ತರ ಬಳಿಯಲ್ಲಿ ಬಪ್ಪನಾಗಿ" ಎಂಬ ಸಾಲು ದೇವರನ್ನು ಕೇವಲ ಒಂದು ಸ್ಥಳದಲ್ಲಿ ಅಥವಾ ರೂಪದಲ್ಲಿ ಸೀಮಿತಗೊಳಿಸದೆ, ಅದು ಮಾನವರಲ್ಲಿ, ಅದರಲ್ಲೂ ಸದ್ಭಕ್ತರಲ್ಲಿ ನೆಲೆಸಿದೆ ಎಂಬ ವಿಶಾಲ ಕಲ್ಪನೆಯನ್ನು ನೀಡುತ್ತದೆ. ಇಂದಿಗೂ ನಾವು ನಮ್ಮ ಸುತ್ತಲಿನ ಒಳ್ಳೆಯ ಜನರಲ್ಲಿ, ನಿಸ್ವಾರ್ಥ ಸೇವೆ ಮಾಡುವವರಲ್ಲಿ, ಸತ್ಯಸಂಧರಲ್ಲಿ ದೈವಿಕ ಅಂಶವನ್ನು ಗುರುತಿಸಲು ಪ್ರಯತ್ನಿಸಬಹುದು. ಇದು ಮನುಷ್ಯ ಮನುಷ್ಯರ ನಡುವೆ ಗೌರವ ಮತ್ತು ಪ್ರೀತಿಯನ್ನು ಬೆಳೆಸಲು ಸಹಕಾರಿ.

4. ಸದಾ ಸನ್ನದ್ಧತೆ ಮತ್ತು ಜಾಗೃತಿ (Constant Readiness and Awareness):

ಜಂಗಮ ರೂಪದಲ್ಲಿ ಸಂಗಯ್ಯನು ಯಾವಾಗ ಬೇಕಾದರೂ ಬರಬಹುದು ಎಂಬ ನಿರೀಕ್ಷೆಯಲ್ಲಿ ಮಂಚವನ್ನೇರದಿರುವ ಭಾಷೆ, ನಮ್ಮ ಜೀವನದಲ್ಲಿ ಒಳ್ಳೆಯದು ಅಥವಾ ದೈವಿಕ ಅನುಭವವು ಯಾವಾಗ ಬೇಕಾದರೂ ಸಂಭವಿಸಬಹುದು ಎಂಬ ಸದಾ ಜಾಗೃತಿ ಮತ್ತು ಅದಕ್ಕಾಗಿ ನಮ್ಮನ್ನು ನಾವು ಸಿದ್ಧವಾಗಿಟ್ಟುಕೊಳ್ಳುವುದನ್ನು ಸೂಚಿಸುತ್ತದೆ. ಆಧ್ಯಾತ್ಮಿಕ ಪಥದಲ್ಲಿರುವವರಿಗೆ ಇದು ನಿರಂತರ ಸಾಧನೆ ಮತ್ತು ಎಚ್ಚರಿಕೆಯ ಸಂಕೇತವಾಗಿದೆ.

ಲೌಕಿಕ ಜೀವನದಲ್ಲಿಯೂ ಇದು ಅವಕಾಶಗಳಿಗಾಗಿ ಅಥವಾ ಸವಾಲುಗಳಿಗಾಗಿ ಸದಾ ಸಿದ್ಧರಿರುವ ಮನೋಭಾವವನ್ನು ಬೆಳೆಸಲು ಪ್ರೇರಣೆ ನೀಡುತ್ತದೆ.

5. ಅಹಂಕಾರ ತ್ಯಾಗದ ಸಂಕೇತ (Symbol of Renouncing Ego):

ಮಂಚವು ಸುಖ, ಅಧಿಕಾರ ಮತ್ತು ಅಹಂಕಾರದ ಸಂಕೇತವಾಗಿಯೂ ಕೆಲವೊಮ್ಮೆ ಬಳಕೆಯಾಗುತ್ತದೆ. ಅದನ್ನು ತ್ಯಜಿಸುವುದು ಲೌಕಿಕ ಅಹಂಕಾರ ಮತ್ತು ಭೋಗಗಳ ಮೇಲಿನ ಅತಿಯಾದ ಆಸೆಯನ್ನು ತ್ಯಾಗ ಮಾಡುವ ಸಂಕೇತವಾಗಿದೆ. ಆಂತರಿಕ ಶುದ್ಧಿ ಮತ್ತು ಆಧ್ಯಾತ್ಮಿಕ ಪ್ರಗತಿಗೆ ಅಹಂಕಾರದ ತ್ಯಾಗ ಅತ್ಯಂತ ಅವಶ್ಯಕ.

ಒಟ್ಟಾರೆಯಾಗಿ, ಈ ವಚನವು ಕೇವಲ ಒಂದು ಐತಿಹಾಸಿಕ ಪರ್ವವಲ್ಲ, ಇದು ವಿನಯ, ಸೇವಾ ಮನೋಭಾವ, ಮಾಡಿದ ಪ್ರತಿಜ್ಞೆಗೆ ಬದ್ಧತೆ, ಮೌಲ್ಯಗಳಿಗೆ ಪ್ರಾಮುಖ್ಯತೆ ನೀಡುವುದು ಮತ್ತು ದೈವಿಕತೆಯನ್ನು ವಿಶಾಲ ಅರ್ಥದಲ್ಲಿ ಗ್ರಹಿಸುವಂತಹ ಸಾರ್ವಕಾಲಿಕ ಮೌಲ್ಯಗಳನ್ನು ಬೋಧಿಸುತ್ತದೆ. ಇವು ಇಂದಿನ ಸಂಕೀರ್ಣ ಸಮಾಜದಲ್ಲಿ ಉತ್ತಮ ವ್ಯಕ್ತಿತ್ವವನ್ನು ರೂಪಿಸಿಕೊಳ್ಳಲು ಮತ್ತು ಅರ್ಥಪೂರ್ಣ ಜೀವನ ನಡೆಸಲು ಅತ್ಯಂತ ಪ್ರಸ್ತುತವಾಗಿವೆ.

12. ಲಿಂಗಜಂಗಮಪ್ರಸಾದಕ್ಕಲ್ಲದೆ ಬಾಯ್ದೆರೆಯೆನೆಂಬುದೆನ್ನ ಭಾಷೆ.

ವಚನ:

"ಲಿಂಗಕ್ಕಲ್ಲದೆ ಮಾಡೆನೀ ಮನವನು,
ಜಂಗಮಕ್ಕಲ್ಲದೆ ಮಾಡೆನೀ ಧನವನು,
ಪ್ರಸಾದಕ್ಕಲ್ಲದೆ ಮಾಡೆನೀ ತನುವನು,
ಲಿಂಗಜಂಗಮಪ್ರಸಾದಕ್ಕಲ್ಲದೆ ಬಾಯ್ದೆರೆಯೆನೆಂಬುದೆನ್ನ ಭಾಷೆ.
ಅನರ್ಪಿತವಾದಡೆ ತಪ್ಪೆನ್ನದು,
ಮೂಗ ಕೊಯಿ, ಕೂಡಲಸಂಗಮದೇವಾ."

ಈ ವಚನವು ಬಸವಣ್ಣನವರ ಸರ್ವಸಮರ್ಪಣಾ ಭಾವದ ಉತ್ತುಂಗ ಸ್ಥಿತಿಯನ್ನು ತೋರಿಸುತ್ತದೆ. ಅವರ ಜೀವನದ ಪ್ರತಿಯೊಂದು ಅಂಶವೂ – ಮನಸ್ಸು, ಸಂಪತ್ತು, ದೇಹ ಮತ್ತು ಮಾತು – ಶರಣ ಧರ್ಮದ ಮೂಲ ಸ್ತಂಭಗಳಾದ ಲಿಂಗ (ದೇವರು), ಜಂಗಮ (ಭಕ್ತ ಸಮೂಹ/ಸಮಾಜ) ಮತ್ತು ಪ್ರಸಾದ (ದೇವರಕೃಪೆ/ಶುದ್ಧ ಅರ್ಪಣೆ) ಕ್ಕೆ ಸಂಪೂರ್ಣವಾಗಿ ಮೀಸಲಾಗಿದೆ. ಬೇರೆ ಯಾವುದಕ್ಕೂ ಅವುಗಳನ್ನು ಬಳಸುವುದಿಲ್ಲ ಎಂಬುದು ಅವರ ದೃಢ ನಿಶ್ಚಯ ಮತ್ತು ಪ್ರತಿಜ್ಞೆ. ಈ ಮೂರರ ಸಮರ್ಪಣೆಯೇ ಅವರ 'ಭಾಷೆ'.

ಈ ಪ್ರತಿಜ್ಞೆಯನ್ನು ಪಾಲಿಸುವಲ್ಲಿ ಅದೆಷ್ಟು ಬದ್ಧತೆ ಇದೆಯೆಂದರೆ, ತಿಳಿಯದೆ ಏನಾದರೂ ತಪ್ಪು (ಅನರ್ಪಿತವಾದದ್ದನ್ನು ಸೇವಿಸುವುದು) ನಡೆದರೆ, ಅದಕ್ಕೆ ಅತ್ಯಂತ ಕಠಿಣ ಶಿಕ್ಷೆಯಾದ ಮೂಗು ಕೊಯ್ಯುವುದಕ್ಕೂ ತಾವು ಸಿದ್ಧ ಎಂದು ದೇವರ ಮುಂದೆ ಹೇಳಿಕೊಳ್ಳುತ್ತಾರೆ.

➔ ಲಿಂಗಕ್ಕಲ್ಲದೆ ಮಾಡೆನೀ ಮನವನು:

ನಾನು ನನ್ನ ಮನಸ್ಸನ್ನು ದೇವರನ್ನು ಹೊರತುಪಡಿಸಿ ಬೇರೆ ಯಾವುದಕ್ಕೂ ಉಪಯೋಗಿಸುವುದಿಲ್ಲ ಅಥವಾ ಅರ್ಪಿಸುವುದಿಲ್ಲ. ಲಿಂಗವು ನಿರಾಕಾರ ಪರಶಿವನ ಸಂಕೇತವಾಗಿದ್ದು, ಭಕ್ತನಿಗೆ ಅದು ಇಷ್ಟಲಿಂಗವಾಗಿ ಆರಾಧ್ಯವಾಗಿರುತ್ತದೆ. ಅಂದರೆ, ಮನಸ್ಸಿನ ಎಲ್ಲಾ ಚಿಂತನೆಗಳು, ಭಾವನೆಗಳು ಮತ್ತು ಧ್ಯಾನವು ಲಿಂಗವನ್ನು ಕೇಂದ್ರೀಕರಿಸಿರಬೇಕು.

➔ ಜಂಗಮಕ್ಕಲ್ಲದೆ ಮಾಡೆನೀ ಧನವನು:

ನಾನು ನನ್ನ ಸಂಪತ್ತು, ಹಣ ಅಥವಾ ಒಡೆತನದಲ್ಲಿರುವ ಯಾವುದನ್ನೂ ಜಂಗಮನನ್ನು ಹೊರತುಪಡಿಸಿ ಬೇರೆ ಯಾರಿಗೂ ಅಥವಾ ಯಾವುದಕ್ಕೂ ಉಪಯೋಗಿಸುವುದಿಲ್ಲ ಅಥವಾ ಅರ್ಪಿಸುವುದಿಲ್ಲ. ಜಂಗಮನು ಚಲಿಸುವ ಲಿಂಗ ಸ್ವರೂಪನಾಗಿದ್ದು, ಸಮಾಜದಲ್ಲಿ ಶಿವನ ಪ್ರತಿನಿಧಿಯಾಗಿರುತ್ತಾನೆ. ಜಂಗಮನ ಸೇವೆ (ದಾಸೋಹ) ಶಿವನ ಸೇವೆ ಎಂದೇ ಭಾವಿಸಲಾಗುತ್ತದೆ. ಇಲ್ಲಿ ಸಂಪತ್ತಿನ ಸದ್ಬಳಕೆ ಮತ್ತು ಸಮಾಜಕ್ಕೆ ಸಮರ್ಪಣಾ ಭಾವವನ್ನು ಸೂಚಿಸುತ್ತದೆ.

➔ ಪ್ರಸಾದಕ್ಕಲ್ಲದೆ ಮಾಡೆನೀ ತನುವನು:

ನಾನು ನನ್ನ ದೇಹವನ್ನು ಪ್ರಸಾದ ಸೇವಿಸುವುದಕ್ಕಾಗಿಯೇ ಉಪಯೋಗಿಸುತ್ತೇನೆ ಹೊರತು ಬೇರೆ ಯಾವುದಕ್ಕೂ ಅಲ್ಲ. ಪ್ರಸಾದವು ಲಿಂಗಕ್ಕೆ ಅಥವಾ ಜಂಗಮನಿಗೆ ಅರ್ಪಿಸಿದ ನಂತರ ದೊರೆಯುವ ಪವಿತ್ರ ಆಹಾರ ಅಥವಾ ವಸ್ತುವಾಗಿದೆ. ಇದನ್ನು ದೇವರ ಅನುಗ್ರಹವೆಂದು ಸ್ವೀಕರಿಸಲಾಗುತ್ತದೆ. ದೇಹವನ್ನು ಪ್ರಸಾದಕ್ಕಾಗಿ ಮೀಸಲಿಡುವುದು ಎಂದರೆ ದೇವರ ಇಚ್ಛೆಗೆ ಅನುಗುಣವಾಗಿ ದೇಹವನ್ನು ಬಳಸಬೇಕು, ದೇಹವು ಕೇವಲ ಪ್ರಸಾದವನ್ನು ಸ್ವೀಕರಿಸಲು ಮತ್ತು ದೇವರ ಕಾರ್ಯಗಳನ್ನು ಮಾಡಲು ಇರಬೇಕು, ಲೌಕಿಕ ಭೋಗಗಳಿಗಲ್ಲ ಎಂಬುದನ್ನು ಇದು ಸೂಚಿಸುತ್ತದೆ. ವಚನವು "ಎಲ್ಲವನ್ನೂ ಅರ್ಪಿಸಿ" ಎಂದು ಹೇಳದೆ, ಯಾವುದನ್ನು ಯಾವುದಕ್ಕೆ ಅರ್ಪಿಸಬೇಕು ಎಂದು ನಿರ್ದಿಷ್ಟಪಡಿಸುತ್ತದೆ. ಮನಸ್ಸು (ಚಿಂತನೆ/ಪ್ರಜ್ಞೆ) ಲಿಂಗದ ಕಡೆಗೆ (ಆಂತರಿಕ ದೈವಿಕ ಗಮನ) ನಿರ್ದೇಶಿಸಲ್ಪಡುತ್ತದೆ.

ಸಂಪತ್ತು (ಭೌತಿಕ ಸಂಪನ್ಮೂಲಗಳು/ಕ್ರಿಯೆಯ ಫಲಗಳು) ಜಂಗಮದ ಕಡೆಗೆ (ಜೀವಂತ ಸಮುದಾಯ/ಮಾರ್ಗದರ್ಶಿ) ನಿರ್ದೇಶಿಸಲ್ಪಡುತ್ತದೆ. ದೇಹ (ಭೌತಿಕ ಅಸ್ತಿತ್ವ/ಕ್ರಿಯೆ) ಪ್ರಸಾದದ ಕಡೆಗೆ (ದೈವಿಕ ಕೃಪೆ/ಐಕ್ಯತೆ) ನಿರ್ದೇಶಿಸಲ್ಪಡುತ್ತದೆ. ಈ ಜೋಡಣೆಯು ಒಂದು ಉದ್ದೇಶಪೂರ್ವಕ ಅಭ್ಯಾಸವನ್ನು ಸೂಚಿಸುತ್ತದೆ: ಆಲೋಚನೆಗಳನ್ನು ದೇವರೊಂದಿಗೆ, ಕ್ರಿಯೆಗಳು/ಸಂಪನ್ಮೂಲಗಳನ್ನು ಸಮುದಾಯದೊಂದಿಗೆ, ಮತ್ತು ಭೌತಿಕ ಅಸ್ತಿತ್ವವನ್ನು ಕೃಪೆಯೊಂದಿಗೆ ಹೊಂದಿಸುವುದು.

ಈ ಮೂರು ಪರಿಕಲ್ಪನೆಗಳು ಪ್ರತ್ಯೇಕವಾದ ಭಕ್ತಿಯ ವಸ್ತುಗಳಲ್ಲ, ಬದಲಿಗೆ ಶರಣ ಧರ್ಮದಲ್ಲಿ ಆಧ್ಯಾತ್ಮಿಕ ಆಚರಣೆ ಮತ್ತು ಸಾಮಾಜಿಕ ಜೀವನಕ್ಕಾಗಿ ಒಂದು ಕ್ರಿಯಾತ್ಮಕ, ಸಮಗ್ರ ವ್ಯವಸ್ಥೆಯನ್ನು ರೂಪಿಸುತ್ತವೆ. ವಚನವು ಸ್ವತಃ ಇವುಗಳನ್ನು ಬೇರ್ಪಡಿಸಲಾಗದಂತೆ ಜೋಡಿಸುತ್ತದೆ ("ಲಿಂಗಜಂಗಮಪ್ರಸಾದಕ್ಕಲ್ಲದೆ...").

➔ ಲಿಂಗಜಂಗಮಪ್ರಸಾದಕ್ಕಲ್ಲದೆ ಬಾಯ್ದೆರೆಯೆನೆಂಬುದೆನ್ನ ಭಾಷೆ:

ಲಿಂಗ, ಜಂಗಮ ಮತ್ತು ಪ್ರಸಾದವನ್ನು ಹೊರತುಪಡಿಸಿ ಬೇರೆ ಯಾವುದಕ್ಕಾಗಿಯೂ ನಾನು ಬಾಯಿ ತೆರೆಯುವುದಿಲ್ಲ ಎಂಬುದು ನನ್ನ ಪ್ರತಿಜ್ಞೆ ('ಭಾಷೆ'). ಇದು ಸಂಪೂರ್ಣ ಸಮರ್ಪಣೆಯ ಕಲ್ಪನೆಯನ್ನು ಮತ್ತಷ್ಟು ವಿಸ್ತರಿಸುತ್ತದೆ. ತನ್ನ ಮಾತುಗಳು ಸಹ ಈ ಮೂರು ತತ್ತ್ವಗಳಿಗೆ ಸಂಬಂಧಿಸಿರಬೇಕು, ಅಥವಾ ಪ್ರಸಾದ ಸೇವನೆಗಾಗಿ ಮಾತ್ರ ಬಾಯಿ ತೆರೆಯಬೇಕು ಎಂಬ ಕಠಿಣ ನಿಷ್ಠೆಯನ್ನು ಇದು ತೋರಿಸುತ್ತದೆ.

"ಬಾಯಿ ತೆರೆಯುವುದು" ಎಂಬುದು ತೊಡಗಿಸಿಕೊಳ್ಳುವಿಕೆಯ ಮೂಲಭೂತ ಕ್ರಿಯೆ - ಮಾತನಾಡುವುದು, ತಿನ್ನುವುದು, ವ್ಯಕ್ತಪಡಿಸುವುದು. ಪ್ರತಿಜ್ಞೆಯು ಈ ಮೂಲಭೂತ ಕ್ರಿಯೆಯನ್ನು ಪ್ರತ್ಯೇಕವಾಗಿ ಲಿಂಗ, ಜಂಗಮ, ಪ್ರಸಾದಕ್ಕೆ ನಿರ್ಬಂಧಿಸುತ್ತದೆ. ಇದು ಎಲ್ಲಾ ಸಂವಹನ, ಸೇವನೆ, ಮತ್ತು ಬಾಹ್ಯ ಅಭಿವ್ಯಕ್ತಿಗಳು ಈ ತತ್ತ್ವಗಳಿಂದ ಹುಟ್ಟಬೇಕು ಅಥವಾ ಅವುಗಳಿಗೆ ಅರ್ಪಿತವಾಗಿರಬೇಕು ಎಂದು ಸೂಚಿಸುತ್ತದೆ.

➔ ಅನರ್ಪಿತವಾದಡೆ ತಪ್ಪೆನ್ನದು, ಮೂಗ ಕೊಯಿ, ಕೂಡಲಸಂಗಮದೇವಾ:

ಒಂದುವೇಳೆ ನನ್ನ ಮನಸ್ಸು, ಧನ, ತನು ಅಥವಾ ನನ್ನ ಮಾತುಗಳು ಈ ಲಿಂಗ, ಜಂಗಮ, ಪ್ರಸಾದಕ್ಕೆ ಅರ್ಪಿತವಾಗದಿದ್ದರೆ, ಅದು ನನ್ನದೇ ತಪ್ಪು. ಅಂತಹ ಸಂದರ್ಭದಲ್ಲಿ ನನ್ನ ಮೂಗನ್ನು ಕತ್ತರಿಸು, ಓ ಕೂಡಲಸಂಗಮದೇವಾ. ಇದು ಭಾಷೆಯನ್ನು ತಪ್ಪಿದರೆ ತನಗೆ ತಾನೇ ವಿಧಿಸಿಕೊಳ್ಳುವ ಅತ್ಯಂತ ಕಠಿಣ ಶಿಕ್ಷೆಯ ಬೇಡಿಕೆ. ಮೂಗನ್ನು ಕತ್ತರಿಸುವುದು ಆಗಿನ ಕಾಲದಲ್ಲಿ ಅತ್ಯಂತ ಅವಮಾನಕರ ಶಿಕ್ಷೆಯಾಗಿತ್ತು. ತನ್ನ ಪ್ರತಿಜ್ಞೆಯನ್ನು ಎಷ್ಟೊಂದು ಗಂಭೀರವಾಗಿ ಪರಿಗಣಿಸಿದ್ದಾನೆ ಮತ್ತು ಅಕಸ್ಮಾತ್ ತಪ್ಪಿದರೆ ಅದಕ್ಕೆ ತಾನೇ ಸಂಪೂರ್ಣ ಹೊಣೆ ಎಂಬುದನ್ನು ಇದು ತೋರಿಸುತ್ತದೆ.

"ತಪ್ಪೆನ್ನದು, ಮೂಗ ಕೊಯಿ" ಎಂಬ ನುಡಿಗಟ್ಟು ಬದ್ಧತೆಯ ಶಿಖರವನ್ನು ಸೂಚಿಸುತ್ತದೆ, ಅಲ್ಲಿ ಭಕ್ತರು ತಮ್ಮ ಪ್ರತಿಜ್ಞೆಯ ಸಂಪೂರ್ಣ ಮಾಲೀಕತ್ವವನ್ನು ತೆಗೆದುಕೊಳ್ಳುತ್ತಾರೆ, ವೈಫಲ್ಯಕ್ಕಾಗಿ ತೀವ್ರವಾದ ಪರಿಣಾಮವನ್ನು ತಮ್ಮ ಮೇಲೆ ಪೂರ್ವಭಾವಿಯಾಗಿ ಘೋಷಿಸುತ್ತಾರೆ, ದೈವದೊಂದಿಗೆ ಕ್ಷಮೆ ಅಥವಾ ಮಾತುಕತೆಗೆ ಯಾವುದೇ ಅವಕಾಶವನ್ನು ಕೊಡುವುದಿಲ್ಲ. ಭಕ್ತರು ದೇವರಿಗೆ ಶಿಕ್ಷಿಸಬೇಕೇ ಎಂದು ಕೇಳುತ್ತಿಲ್ಲ, ಬದಲಿಗೆ ವೈಫಲ್ಯದ ಅನಿವಾರ್ಯ ಫಲಿತಾಂಶವಾಗಿ ಶಿಕ್ಷೆಯನ್ನು ("ನನ್ನ ಮೂಗನ್ನು ಕತ್ತರಿಸು") ಹೇಳುತ್ತಿದ್ದಾರೆ. "ತಪ್ಪೆನ್ನದು" ಎಂಬ ನುಡಿಗಟ್ಟು, "ತಪ್ಪು ನನ್ನದಲ್ಲವೆಂದು ಪರಿಗಣಿಸಬೇಡಿ" ಎಂದು ವ್ಯಾಖ್ಯಾನಿಸಿದಾಗ, ಈ ಜವಾಬ್ದಾರಿಯ ಸ್ವಯಂ-ಸ್ವೀಕಾರವನ್ನು ಬಲಪಡಿಸುತ್ತದೆ. ಈ ತೀವ್ರವಾದ, ಸಾಂಕೇತಿಕ ಶಿಕ್ಷೆಯ ಸ್ವಯಂ-ಆರೋಪಣೆಯು ಬಾಹ್ಯ ತೀರ್ಪಿನ ಭಯವನ್ನು

ಮೀರಿದ ಬದ್ಧತೆಯ ಮಟ್ಟವನ್ನು ಪ್ರದರ್ಶಿಸುತ್ತದೆ ಮತ್ತು ಆಂತರಿಕ, ನಿರಂಕುಶವಾದ ಆದೇಶವಾಗುತ್ತದೆ. ಇದು ಶರಣರ ಭಕ್ತಿಯ ತೀವ್ರತೆಯನ್ನು ಪ್ರತಿಬಿಂಬಿಸುತ್ತದೆ, ಅಲ್ಲಿ ದೈವದೊಂದಿಗಿನ ಸಂಬಂಧವು ನೇರ, ವೈಯಕ್ತಿಕ, ಮತ್ತು ಸಂಪೂರ್ಣ ಸಮಗ್ರತೆಯನ್ನು ಬಯಸುತ್ತದೆ.

ತಾತ್ಪರ್ಯ:

ಈ ವಚನವು ಬಸವಣ್ಣನವರ ಸಂಪೂರ್ಣ ಶರಣಾಗತಿ ಮತ್ತು ಲಿಂಗಾಯತ ತತ್ತ್ವ ಗಳಾದ ಲಿಂಗಪೂಜೆ, ಜಂಗಮ ಸೇವೆ (ದಾಸೋಹ) ಮತ್ತು ಪ್ರಸಾದ ಸ್ವೀಕಾರಗಳಿಗೆ ಅವರಿದ್ದ ಅಚಲ ಬದ್ಧತೆಯನ್ನು ಪ್ರತಿಬಿಂಬಿಸುತ್ತದೆ. ಅವರು ತಮ್ಮ ಜೀವನದ ಎಲ್ಲ ಆಯಾಮಗಳನ್ನು - ಆಲೋಚನೆಗಳು (ಮನ), ಸಂಪನ್ಮೂಲಗಳು (ಧನ), ಮತ್ತು ದೈಹಿಕ ಕ್ರಿಯೆಗಳು (ತನು) - ದೈವಕ್ಕೆ ಅರ್ಪಿಸುವ ವ್ರತವನ್ನು ಕೈಗೊಳ್ಳುತ್ತಾರೆ. ಈ ಮೂರರ ಸಮರ್ಪಣೆಯೇ ಅವರ 'ಭಾಷೆ'. ಈ ಭಾಷೆಯನ್ನು ತಪ್ಪಿದರೆ ತನಗೆ ಯಾವುದೇ ಲೌಕಿಕ ಜೀವನದ ಮೌಲ್ಯವಿಲ್ಲ ಎಂಬುದನ್ನು ಮೂಗನ್ನು ಕತ್ತರಿಸುವ ಬೇಡಿಕೆಯ ಮೂಲಕ ವ್ಯಕ್ತಪಡಿಸುತ್ತಾರೆ.

ಇಂದಿನ ಯುಗಕ್ಕೆ ಬಸವಣ್ಣನವರ ಈ ವಚನದ ಪ್ರಸ್ತುತತೆ:

ಬಸವಣ್ಣನವರ ಈ ವಚನವು ಒಬ್ಬ ಭಕ್ತ ಅಥವಾ ಯಾವುದೇ ಆದರ್ಶವನ್ನು ನಂಬಿದ ವ್ಯಕ್ತಿ ತನ್ನ ಜೀವನದ ಪ್ರತಿಯೊಂದು ಅಂಶವನ್ನೂ ಹೇಗೆ ತನ್ನ ಗುರಿ ಅಥವಾ ತತ್ತ್ವ ಕ್ಕೆ ಸಮರ್ಪಿಸಿಕೊಳ್ಳಬೇಕು, ಸಂಪನ್ಮೂಲಗಳನ್ನು ಹೇಗೆ ಬಳಸಬೇಕು ಮತ್ತು ವೈಯಕ್ತಿಕ ಶಿಸ್ತು ಹಾಗೂ ಹೊಣೆಗಾರಿಕೆಯನ್ನು ಹೇಗೆ ಕಾಪಾಡಿಕೊಳ್ಳಬೇಕು ಎಂಬುದರ ಕುರಿತು ಇಂದಿಗೂ ಪ್ರೇರಣೆ ನೀಡುತ್ತದೆ. ಇದು ಸಮಗ್ರ ವ್ಯಕ್ತಿತ್ವ ವಿಕಸನ ಮತ್ತು ನೈತಿಕ ಬದ್ಧತೆಯ ಒಂದು ಶಕ್ತಿಯುತ ಸಂದೇಶವಾಗಿದೆ.

1. ಸಮಗ್ರ ಸಮರ್ಪಣಾ ಭಾವ (Holistic Devotion):

ನಾವು ನಮ್ಮ ಜೀವನದಲ್ಲಿ ಯಾವುದಾದರೂ ಒಂದು ಉನ್ನತ ಆದರ್ಶ, ಗುರಿ ಅಥವಾ ದೇವರಿಗೆ ನಮ್ಮನ್ನು ಸಂಪೂರ್ಣವಾಗಿ ಅರ್ಪಿಸಿಕೊಳ್ಳುವ ಕಲ್ಪನೆ. ಕೇವಲ ಒಂದು ಅಂಶವಲ್ಲ (ಹಣ ಅಥವಾ ಸಮಯ), ಬದಲಿಗೆ ನಮ್ಮ ಆಲೋಚನೆ, ಸಂಪನ್ಮೂಲ ಮತ್ತು ನಮ್ಮ ಶ್ರಮ ಎಲ್ಲವನ್ನೂ ನಾವು ನಂಬಿದ ಅಥವಾ ಸಾಧಿಸಲು ಹೊರಟಿರುವ ಗುರಿಯ ಕಡೆಗೆ ಕೇಂದ್ರೀಕರಿಸಬೇಕು.

2. ನಿಸ್ವಾರ್ಥತೆ ಮತ್ತು ಹಂಚಿಕೆ (Selflessness and Sharing):

ಸಂಪತ್ತನ್ನು ಜಂಗಮಕ್ಕೆ ಅರ್ಪಿಸುವುದೆಂದರೆ ಅದನ್ನು ಸಮಾಜದ ಒಳಿತಿಗಾಗಿ, ಅಗತ್ಯವಿರುವವರಿಗಾಗಿ ವಿನಿಯೋಗಿಸುವುದು. ಇಂದಿನ ದಿನಮಾನದಲ್ಲಿ ನಮ್ಮ ಸಂಪನ್ಮೂಲಗಳನ್ನು ಸ್ವಾರ್ಥಕ್ಕಾಗಿ ಬಳಸದೆ, ಸಮಾಜ ಸೇವೆಗೆ, ದೀನರ ಉದ್ಧಾರಕ್ಕೆ, ಸಾರ್ವಜನಿಕ ಕಾರ್ಯಗಳಿಗೆ ಮೀಸಲಿಡಬೇಕು ಎಂಬ ದಾಸೋಹ ತತ್ತ್ವ ದ ಸಂದೇಶ ಇಲ್ಲಿದೆ.

3. ದೇಹದ ಪಾವಿತ್ರ್ಯ ಮತ್ತು ಉದ್ದೇಶ (Purity and Purpose of Body):

ದೇಹವನ್ನು ಕೇವಲ ಭೋಗಕ್ಕಲ್ಲದೆ, ಒಂದು ಉನ್ನತ ಉದ್ದೇಶಕ್ಕಾಗಿ (ಪ್ರಸಾದಕ್ಕಾಗಿ) ಬಳಸಬೇಕು ಎಂಬುದು ದೇಹದ ಪಾವಿತ್ರ್ಯ ಮತ್ತು ಅದನ್ನು ಸತ್ಕಾರ್ಯಗಳಿಗೆ ಉಪಯೋಗಿಸಬೇಕೆಂಬುದನ್ನು ಸೂಚಿಸುತ್ತದೆ. ಅಂದರೆ, ನಮ್ಮ ದೇಹದ ಶಕ್ತಿಯನ್ನು ಸಾರ್ಥಕ ಮತ್ತು ಪವಿತ್ರ ಕಾರ್ಯಗಳಿಗೆ ಬಳಸಬೇಕು.

4. ಮಾತು ಮತ್ತು ಕ್ರಿಯೆಗಳ ಐಕ್ಯತೆ (Unity of Word and Deed):

ಲಿಂಗಜಂಗಮಪ್ರಸಾದಕ್ಕಲ್ಲದೆ ಬಾಯ್ದೆರೆಯೆನೆಂಬ ಭಾಷೆಯು ನಮ್ಮ ಮಾತುಗಳು ಸಹ ನಾವು ನಂಬಿದ ತತ್ತ್ವಗಳು, ಆದರ್ಶಗಳು ಅಥವಾ ಗುರಿಗಳಿಗೆ ಅನುಗುಣವಾಗಿರಬೇಕು, ಸುಳ್ಳು ಅಥವಾ ನಿಂದನೆಯ ಮಾತುಗಳನ್ನಾಡಬಾರದು ಎಂಬುದನ್ನು ಸೂಚಿಸುತ್ತದೆ. ನಮ್ಮ ಮಾತು ಮತ್ತು ಕಾರ್ಯಗಳು ಒಂದಕ್ಕೊಂದು ಹೊಂದಿಕೆಯಾಗಿರಬೇಕು.

5. ಹೊಣೆಗಾರಿಕೆ ಮತ್ತು ಶಿಸ್ತು (Accountability and Discipline):

ತಮ್ಮ ವ್ರತದಿಂದ ತಪ್ಪಿದರೆ ತನಗೆ ತಾನೇ ಕಠಿಣ ಶಿಕ್ಷೆಯನ್ನು ಬೇಡಿಕೊಳ್ಳುವುದು, ಒಬ್ಬ ವ್ಯಕ್ತಿಯು ತನ್ನ ನಂಬಿಕೆಗಳಿಗೆ ಮತ್ತು ಆಚರಣೆಗಳಿಗೆ ಎಷ್ಟೊಂದು ಬದ್ಧನಾಗಿರಬೇಕು ಮತ್ತು ಅಕಸ್ಮಾತ್ ತಪ್ಪಿದರೆ ಅದರ ನೈತಿಕ ಹೊಣೆಗಾರಿಕೆಯನ್ನು ತಾನೇ ಹೊರಬೇಕು ಎಂಬ ಶಿಸ್ತನ್ನು ತೋರಿಸುತ್ತದೆ.

13. ಪವಿತ್ರಲಿಂಗಕ್ಕೆ ಅಪವಿತ್ರವ ಕೊಡಲೊಲ್ಲೆನೆಂಬುದೆನ್ನ ಭಾಷೆ

ವಚನ:

"ಪವಿತ್ರಲಿಂಗಕ್ಕೆ ಅಪವಿತ್ರವ ಕೊಡಲೊಲ್ಲೆನೆಂಬುದೆನ್ನ ಭಾಷೆ,
ಧರೆಯೊಳು ಬೆಳೆದುವೆಲ್ಲಾ ಅಪವಿತ್ರವೆಂಬುದ ಬಲ್ಲೆನಾಗಿ ನಾನವನೊಲ್ಲೆ,
ಪಾಚಿಗೆಟ್ಟ ಹೊಲದಲ್ಲಿ ಒಂದು ಲಿಂಗಮೂರ್ತಿದೋರಿದಡೆ ಅದು ದಿವ್ಯಕ್ಷೇತ್ರ,
ಅಲ್ಲಿದ್ದವರೆಲ್ಲರೂ ಪವಿತ್ರಕಾಯರು.
ಇದು ಕಾರಣ ಅನಘ ಅನಾದಿ ಜಂಗಮಮುಖದಿಂದೊಗೆದ ಪ್ರಸಾದ,
ಕೂಡಲಸಂಗಯ್ಯಾ, ನಿಮಗೆ ನೈವೇದ್ಯವೆನಗೆ ಪ್ರಸಾದ ತಪ್ಪದು,
ನಿಮ್ಮವರು ಸವಿದ ಸವಿಯ ಕೈಯಾಂತು ಕೊಂಡುದ ನಾ ಬಲ್ಲೆನಾಗಿ."

ಈ ವಚನವು ಲಿಂಗಾಯತ ದರ್ಶನದ ಪ್ರಮುಖ ತತ್ತ್ವಗಳನ್ನು ಒಳಗೊಂಡಿದೆ. ನೇರವಾಗಿ ಲೌಕಿಕ ವಸ್ತುಗಳನ್ನು ಲಿಂಗಕ್ಕೆ ಅರ್ಪಿಸುವುದರ ಮಿತಿಯನ್ನು ತಿಳಿಸುತ್ತಾ, ಜಂಗಮದ ಮೂಲಕ ಬರುವ ಪ್ರಸಾದದ ಮಹತ್ವವನ್ನು ಎತ್ತಿ ಹಿಡಿಯುತ್ತದೆ.

ಲೌಕಿಕ ವಸ್ತುಗಳು ತಮ್ಮಷ್ಟಕ್ಕೆ ತಾವೇ ಪವಿತ್ರವಲ್ಲ, ಅವು ದೇವರಿಗೆ ಅರ್ಪಿತವಾದಾಗ ಅಥವಾ ದೇವಸಾನ್ನಿಧ್ಯದಿಂದ ಮಾತ್ರ ಪವಿತ್ರವಾಗುತ್ತವೆ. ಲಿಂಗದ ಸಾನಿಧ್ಯವು ಎಲ್ಲವನ್ನೂ ಪವಿತ್ರಗೊಳಿಸುತ್ತದೆ ಆದ್ದರಿಂದ, ನಿಜವಾದ ಪವಿತ್ರವಾದ ಪ್ರಸಾದವು ಪರಿಶುದ್ಧನಾದ, ದೇವರ ಸ್ವರೂಪಿಯಾದ ಜಂಗಮದ ಮೂಲಕ ಬರುತ್ತದೆ. ಭಕ್ತನು ದೇವರಿಗೆ ಅರ್ಪಿಸಿದ ನೈವೇದ್ಯವು ತನಗೆ ಪ್ರಸಾದವಾಗಿ ಖಚಿತವಾಗಿ ದೊರೆಯುತ್ತದೆ, ಮತ್ತು ಆ ಪ್ರಸಾದವನ್ನು ಜಂಗಮರ ಮೂಲಕ ವಿನಯದಿಂದ ಸ್ವೀಕರಿಸುವುದೇ ಸರಿಯಾದ ದಾರಿ ಎಂದು ಬಸವಣ್ಣನವರು ಪ್ರತಿಪಾದಿಸುತ್ತಾರೆ.

➔ ಪವಿತ್ರಲಿಂಗಕ್ಕೆ ಅಪವಿತ್ರವ ಕೊಡಲೊಲ್ಲೆನೆಂಬುದೆನ್ನ ಭಾಷೆ:

ಪವಿತ್ರ ಸ್ವರೂಪನಾದ ಲಿಂಗಕ್ಕೆ (ದೇವರಿಗೆ), ಅಪವಿತ್ರವಾದ, ಅಶುದ್ಧವಾದ ವಸ್ತುಗಳನ್ನು ಅರ್ಪಿಸಲು ನಾನು ಒಪ್ಪುವುದಿಲ್ಲ (ಕೊಡಲೊಲ್ಲೆನು). ಇದು ನನ್ನ ಪ್ರತಿಜ್ಞೆ (ಎನ್ನ ಭಾಷೆ). ಇಲ್ಲಿ 'ಪವಿತ್ರ ಲಿಂಗ' ಎಂದರೆ ಇಷ್ಟಲಿಂಗದಲ್ಲಿ ಮೂರ್ತೀಭವಿಸಿದ ಪವಿತ್ರವಾದ, ಶುದ್ಧವಾದ ದೇವರ ತತ್ತ್ವ. 'ಅಪವಿತ್ರ' ಎಂದರೆ ಅಶುದ್ಧವಾದ, ಅಯೋಗ್ಯವಾದ, ಅಥವಾ ಕಲುಷಿತವಾದದ್ದು.

ಈ ನಿರ್ದಿಷ್ಟ ಪ್ರತಿಜ್ಞೆಯು ಆಧ್ಯಾತ್ಮಿಕ ಪಾವಿತ್ರ್ಯವನ್ನು ಲೌಕಿಕ ಅಶುದ್ಧತೆಯೊಂದಿಗೆ ರಾಜಿ ಮಾಡಿಕೊಳ್ಳುವುದನ್ನು ತೀವ್ರವಾಗಿ ನಿರಾಕರಿಸುತ್ತದೆ. ಇದು ಭಕ್ತಿ ಆಚರಣೆಗೆ ಉನ್ನತ ಗುಣಮಟ್ಟವನ್ನು ನಿಗದಿಪಡಿಸುತ್ತದೆ, ಪ್ರಜ್ಞಾಪೂರ್ವಕ ಆಯ್ಕೆ ಮತ್ತು 'ಅಪವಿತ್ರ'ದಿಂದ ದೂರವಿರುವುದನ್ನು ಬಯಸುತ್ತದೆ. ಪ್ರತಿಜ್ಞೆಯು ನಿರಂಕುಶವಾಗಿದೆ: "ಕೊಡಲೊಲ್ಲೆನು" (ಕೊಡುವುದಿಲ್ಲ).

➔ **ಧರೆಯೊಳು ಬೆಳೆದುವೆಲ್ಲಾ ಅಪವಿತ್ರವೆಂಬುದ ಬಲ್ಲೆನಾಗಿ ನಾನವನೊಲ್ಲೆ:**

ಈ ಭೂಮಿಯಲ್ಲಿ (ಧರೆಯೊಳು) ಸಹಜವಾಗಿ ಬೆಳೆಯುವ, ಉತ್ಪತ್ತಿಯಾಗುವ ಎಲ್ಲವೂ (ಅವು ದೇವರಿಗೆ ಅರ್ಪಿತವಾಗುವ ಮೊದಲು) ಮೂಲತಃ ಅಪವಿತ್ರವೇ (ಅಪವಿತ್ರವೆಂಬುದ) ಎಂದು ನಾನು ತಿಳಿದಿರುವುದರಿಂದ (ಬಲ್ಲೆನಾಗಿ), ಅವುಗಳನ್ನು ಆ ಸ್ಥಿತಿಯಲ್ಲಿ ನಾನು ಬಯಸುವುದಿಲ್ಲ, ಸ್ವೀಕರಿಸುವುದಿಲ್ಲ (ನಾನು ಅವನ ಒಲ್ಲೆ). ಲೌಕಿಕ ವಸ್ತುಗಳು ದೈವ ಸಂಬಂಧವಿಲ್ಲದೆ ಶುದ್ಧವಲ್ಲ ಎಂಬ ಭಾವ.

ಶರಣರ ಚಿಂತನೆಯಲ್ಲಿ, 'ಪವಿತ್ರ' ಎಂಬುದು ವಸ್ತುವಿನ ಅಂತರ್ಗತ ಗುಣವಲ್ಲ, ಬದಲಾಗಿ ಅದು ದೈವಿಕತೆ (ಲಿಂಗ/ಜಂಗಮ) ಮತ್ತು ನೈತಿಕ ತತ್ತ್ವಗಳ (ಕಾಯಕ/ದಾಸೋಹ) ದೊಂದಿಗಿನ ಅದರ ಸಂಬಂಧದಿಂದ ವ್ಯಾಖ್ಯಾನಿಸಲ್ಪಡುತ್ತದೆ. ಭೂಮಿಯ ವಸ್ತುಗಳು ('ಧರೆಯೊಳು ಬೆಳೆದುವೆಲ್ಲಾ') 'ಅಪವಿತ್ರ'ವಾಗಿವೆ ಏಕೆಂದರೆ ಅವುಗಳು ಪವಿತ್ರೀಕರಣಗೊಳ್ಳದ ಹೊರತು ಈ ದೈವಿಕ-ನೈತಿಕ ಚೌಕಟ್ಟಿನಿಂದ ಸಹಜವಾಗಿ ಸಂಪರ್ಕ ಕಡಿದುಕೊಂಡಿರುತ್ತವೆ.

➔ **ಪಾಚಿಗೆಟ್ಟ ಹೊಲದಲ್ಲಿ ಒಂದು ಲಿಂಗಮೂರ್ತಿದೋರಿದಡೆ ಅದು ದಿವ್ಯಕ್ಷೇತ್ರ, ಅಲ್ಲಿದ್ದವರೆಲ್ಲರೂ ಪವಿತ್ರಕಾಯರು:**

ದೈವತ್ವವು ದೇವಾಲಯಗಳಿಗೆ ಅಥವಾ ನಿರ್ದಿಷ್ಟ ಸ್ಥಳಗಳಿಗೆ ಸೀಮಿತವಾಗಿಲ್ಲ, ಆದರೆ ಎಲ್ಲಿಯಾದರೂ ಪ್ರಕಟವಾಗಬಹುದು, ಆ ಸ್ಥಳದ ಸ್ವರೂಪವನ್ನು ತಕ್ಷಣವೇ ಬದಲಾಯಿಸಬಹುದು. ಲಿಂಗವು ಅನಿರೀಕ್ಷಿತ, ಅಶುದ್ಧ ಸ್ಥಳದಲ್ಲಿ ('ಪಾಚಿಗೆಟ್ಟ ಹೊಲ') ಕಾಣಿಸಿಕೊಂಡು ('ತೋರಿದಡೆ') ಅದನ್ನು ಪವಿತ್ರ ಮಾಡುತ್ತದೆ ('ಅದು ದಿವ್ಯಕ್ಷೇತ್ರ'). ಇದು ಸ್ಥಿರ ಪವಿತ್ರ ಸ್ಥಳಗಳ ಬದಲು ಒಯ್ಯಬಹುದಾದ ಇಷ್ಟಲಿಂಗ ಮತ್ತು ಪವಿತ್ರಗೊಂಡ ಸಮುದಾಯಕ್ಕೆ (ಜಂಗಮ) ಶರಣರು ನೀಡಿದ ಪ್ರಾಮುಖ್ಯತೆಗೆ ಅನುಗುಣವಾಗಿದೆ.

ಅತ್ಯಂತ ಕೆಳಮಟ್ಟದ ಸ್ಥಿತಿ ಅಥವಾ ಸ್ಥಳವೂ ಸಹ ದೈವಿಕ ಉಪಸ್ಥಿತಿಯಿಂದ ತಕ್ಷಣವೇ ಪವಿತ್ರಗೊಳ್ಳಬಹುದು, ಇದು ಆಧ್ಯಾತ್ಮಿಕ ನವೀಕರಣಕ್ಕೆ ಭರವಸೆಯನ್ನು ನೀಡುತ್ತದೆ.

ದೈವವು ಪ್ರಕಟವಾದರೆ ಯಾವುದೇ ಸ್ಥಳ ಅಥವಾ ವ್ಯಕ್ತಿಯು ವಿಮೋಚನೆಗೆ ಮೀರಿದುದಲ್ಲಾ.

ಇದು ಶರಣ ಚಳುವಳಿಯ ಒಳಗೊಳ್ಳುವಿಕೆಯೊಂದಿಗೆ ಪ್ರತಿಧ್ವನಿಸುತ್ತದೆ, ಸಮಾಜದ ಎಲ್ಲಾ ಸ್ತರಗಳ ಜನರನ್ನು (ಆಗಾಗ್ಗೆ ಸಂಪ್ರದಾಯಸ್ಥರಿಂದ 'ಅಶುದ್ಧ'ರೆಂದು ಪರಿಗಣಿಸಲ್ಪಟ್ಟವರನ್ನು) ತನ್ನ ತೆಕ್ಕೆಗೆ ತೆಗೆದುಕೊಂಡು ಅವರ ಆಧ್ಯಾತ್ಮಿಕ ಸಾಕ್ಷಾತ್ಕಾರದ ಸಾಮರ್ಥ್ಯವನ್ನು ಗುರುತಿಸುತ್ತದೆ.

ಇದನ್ನು ಇಷ್ಟಲಿಂಗದ ಮೂಲಕ ದೇಹವೇ ದೇಗುಲವಾಗುವ ('ದೇಹವೇ ದೇಗುಲ') ಪರಿಕಲ್ಪನೆಗೆ ಮತ್ತು ಶರಣರ/ಜಂಗಮರ ಸಹವಾಸವು ಶುದ್ಧೀಕರಿಸುತ್ತದೆ ಎಂಬ ಕಲ್ಪನೆಗೆ ಜೋಡಿಸಬೇಕು.

ಇದು ಲಿಂಗದಿಂದ ಹೊರಹೊಮ್ಮುವ ಒಂದು 'ಕ್ಷೇತ್ರ ಪರಿಣಾಮ' (field effect) ದಂತಿದೆ.

ಅನುಕ್ರಮ ಹೀಗಿದೆ:

ಲಿಂಗ ಕಾಣಿಸಿಕೊಳ್ಳುತ್ತದೆ -> ಹೊಲ ಪವಿತ್ರವಾಗುತ್ತದೆ -> ನಂತರ ಅಲ್ಲಿರುವವರು ಶುದ್ಧ ದೇಹವುಳ್ಳವರಾಗುತ್ತಾರೆ.

ಇದು ಪಾವಿತ್ರ್ಯವು ದೈವಿಕ ಮೂಲದಿಂದ (ಲಿಂಗ) ಪರಿಸರಕ್ಕೆ (ಕ್ಷೇತ್ರ) ಮತ್ತು ನಂತರ ವ್ಯಕ್ತಿಗಳಿಗೆ ('ಅಲ್ಲಿದ್ದವರೆಲ್ಲರೂ') ಹರಿಯುತ್ತದೆ ಎಂಬ ಕಾರಣಾತ್ಮಕ ಸರಪಳಿಯನ್ನು ಸೂಚಿಸುತ್ತದೆ.

ಶುದ್ಧೀಕರಣವು ಸಾಮೂಹಿಕವಾಗಿದೆ ("ಎಲ್ಲರೂ"). ಲಿಂಗದ ಉಪಸ್ಥಿತಿಯು ಕೇವಲ ಪ್ರತ್ಯೇಕ ವ್ಯಕ್ತಿಗಳನ್ನು ಮಾತ್ರವಲ್ಲದೆ ಆ ಸ್ಥಳದಲ್ಲಿ ಸೇರಿದ ಸಮುದಾಯವನ್ನೂ ಪವಿತ್ರಗೊಳಿಸುತ್ತದೆ, ಇದು ಶರಣ ಸಮುದಾಯದ (ಸಂಘ) ಪ್ರಾಮುಖ್ಯತೆಯನ್ನು ಪುನರುಚ್ಚರಿಸುತ್ತದೆ. ವಚನವು 'ಎಲ್ಲರೂ' ಎಂಬ ಸಾಮೂಹಿಕ ಪದವನ್ನು ಬಳಸುತ್ತದೆ. ಇದು ಪವಿತ್ರೀಕರಣದ ಅನುಭವವನ್ನು ಹಾಜರಿದ್ದ ಸಮುದಾಯವು ಹಂಚಿಕೊಳ್ಳುತ್ತದೆ ಎಂಬುದನ್ನು ಎತ್ತಿ ತೋರಿಸುತ್ತದೆ.

➔ **ಇದು ಕಾರಣ ಅನಘ ಅನಾದಿ ಜಂಗಮಮುಖದಿಂದೊಗೆದ ಪ್ರಸಾದ, ಕೂಡಲಸಂಗಯ್ಯಾ, ನಿಮಗೆ ನೈವೇದ್ಯವೆನಗೆ ಪ್ರಸಾದ ತಪ್ಪದು:**

ಮೇಲೆ ಹೇಳಿದ ಕಾರಣಕ್ಕಾಗಿಯೇ (ಅಂದರೆ ದೈವಿಕ ಶಕ್ತಿಯು ಅಪವಿತ್ರವನ್ನೂ ಪವಿತ್ರಗೊಳಿಸುವುದರಿಂದ), ಯಾವ ದೋಷವೂ ಇಲ್ಲದ ('ಅನಘ'), ಆದಿ-ಅಂತ್ಯವಿಲ್ಲದ ('ಅನಾದಿ') ಜಂಗಮನ ಬಾಯಿಂದ ಬಂದ ಪ್ರಸಾದವು (ಜಂಗಮನು ತಾನುಂಡು ನೀಡಿದ ಅಥವಾ ತಾನು ಪವಿತ್ರಗೊಳಿಸಿದ ಆಹಾರ), ಓ ಕೂಡಲಸಂಗಯ್ಯಾ, ನಿನಗೆ ಸಮರ್ಪಿಸಲು ಯೋಗ್ಯವಾದ ನೈವೇದ್ಯವಾಗುತ್ತದೆ ಮತ್ತು ನನಗೆ ತಪ್ಪದೆ (ಯಾವಾಗಲೂ ಲಭಿಸುವ) ನಿಜವಾದ ಪ್ರಸಾದವಾಗುತ್ತದೆ. ಜಂಗಮನನ್ನು ಇಲ್ಲಿ ದೈವಿಕ ಶಕ್ತಿಯ ವಾಹಕನಾಗಿ, ಸ್ವತಃ ಶಿವ ಸ್ವರೂಪನಾಗಿ ಕಾಣಲಾಗಿದೆ.

➔ **ನಿಮ್ಮವರು ಸವಿದ ಸವಿಯ ಕೈಯಾಂತು ಕೊಂಡುದ ನಾ ಬಲ್ಲೆನಾಗಿ:**

ನಿನ್ನವರಾದ (ಅಂದರೆ ನಿನ್ನ ಸ್ವರೂಪರಾದ ಜಂಗಮರು) ಸವಿದ ಆ ಸವಿಯನ್ನು ನೀನು (ಕೂಡಲಸಂಗಮದೇವ) ಸ್ವೀಕರಿಸುತ್ತೀಯೆ ಎಂದು ನಾನು ಅರಿತಿರುವುದರಿಂದ, ಜಂಗಮ ಪ್ರಸಾದವೇ ಅತ್ಯುನ್ನತ ನೈವೇದ್ಯ ಮತ್ತು ಪ್ರಸಾದವೆಂದು ನಾನು ನಂಬುತ್ತೇನೆ.

ತಾತ್ಪರ್ಯ:

ಈ ವಚನವು ಶುದ್ಧತೆ ಮತ್ತು ಸಮರ್ಪಣೆಯ ಸೂಕ್ಷ್ಮ ಕಲ್ಪನೆಯನ್ನು ಕಟ್ಟಿಕೊಡುತ್ತದೆ. ಬಸವಣ್ಣನವರು ಲೌಕಿಕವಾಗಿ ಬೆಳೆದ ವಸ್ತುಗಳ ಸಹಜ ಅಪವಿತ್ರತೆಯ ಕಲ್ಪನೆಯಿಂದ ಹೊರಬಂದು, ದೈವಿಕ ಶಕ್ತಿ (ಲಿಂಗ ಅಥವಾ ಜಂಗಮದಲ್ಲಿ ಪ್ರಕಟವಾದ) ಯಾವುದೇ ವಸ್ತುವನ್ನು ಪವಿತ್ರಗೊಳಿಸುವ ಸಾಮರ್ಥ್ಯ ಹೊಂದಿದೆ ಎಂಬುದನ್ನು ಒತ್ತಿಹೇಳುತ್ತಾರೆ. ಈ ದೃಷ್ಟಿಯಲ್ಲಿ, ದೋಷರಹಿತನಾದ, ಸ್ವತಃ ದೈವ ಸ್ವರೂಪನಾದ ಜಂಗಮನು ಸ್ವೀಕರಿಸಿದ ಅಥವಾ ನೀಡಿದ ಪ್ರಸಾದವು ಅತ್ಯಂತ ಶ್ರೇಷ್ಠವಾದದ್ದು. ಅದು ಸ್ವತಃ ಶಿವನಿಗೆ ನೈವೇದ್ಯವಾಗುವಷ್ಟು ಪವಿತ್ರ ಮತ್ತು ಭಕ್ತನಿಗೆ ದೈವಾನುಗ್ರಹದ ಸಂಕೇತವಾದ ಪ್ರಸಾದವಾಗಲು ಯೋಗ್ಯವಾಗಿದೆ. ಅವರ 'ಭಾಷೆ' ಎಂದರೆ ಕೇವಲ ಶುಷ್ಕ ನಿಯಮ ಪಾಲನೆಯಲ್ಲ, ಬದಲಿಗೆ ದೈವಿಕ ಸಾನಿಧ್ಯದಿಂದ ಪವಿತ್ರಗೊಂಡದ್ದನ್ನು ಮಾತ್ರ ಸ್ವೀಕರಿಸುವಿಕೆ.

ಇಂದಿನ ಯುಗಕ್ಕೆ ಬಸವಣ್ಣನವರ ಈ ವಚನದ ಪ್ರಸ್ತುತತೆ :

1. ಆಂತರಿಕ ಶುದ್ಧತೆಯ ಮಹತ್ವ:

ಈ ವಚನವು ಕೇವಲ ಬಾಹ್ಯ ವಸ್ತುಗಳ ಶುದ್ಧತೆಗಿಂತ ಆಂತರಿಕ ಶುದ್ಧತೆ ಮತ್ತು ಅರ್ಪಣಾ ಮನೋಭಾವದ ಪ್ರಾಮುಖ್ಯತೆಯನ್ನು ಒತ್ತಿಹೇಳುತ್ತದೆ. ನಾವು ದೇವರಿಗೆ ಅಥವಾ ಸಮಾಜಕ್ಕೆ ಏನನ್ನಾದರೂ ನೀಡುವಾಗ, ವಸ್ತುವಿನ ಜೊತೆಗೆ ನಮ್ಮ ಭಾವನೆ, ಉದ್ದೇಶ ಮತ್ತು ನೈತಿಕತೆಯು ಶುದ್ಧವಾಗಿರಬೇಕು ಎಂಬ ಸಂದೇಶವನ್ನು ಇದು ನೀಡುತ್ತದೆ. ಕೇವಲ ದುಬಾರಿ ವಸ್ತುಗಳನ್ನು ಅರ್ಪಿಸುವುದಕ್ಕಿಂತ, ಶ್ರದ್ಧೆ ಮತ್ತು ಪ್ರಾಮಾಣಿಕತೆಯಿಂದ ಅರ್ಪಿಸುವುದು ಮುಖ್ಯ.

2. ಪಾವಿತ್ರ್ಯತೆಯ ಕಲ್ಪನೆ:

ಪಾವಿತ್ರ್ಯತೆಯು ಕೇವಲ ದೇವಾಲಯಗಳಂತಹ ನಿರ್ದಿಷ್ಟ ಸ್ಥಳಗಳಿಗೆ ಸೀಮಿತವಾಗಿಲ್ಲ. "ಪಾಚಿಗೆಟ್ಟ ಹೊಲ" ದಲ್ಲಿಯೂ ದೈವತ್ವವನ್ನು ಕಾಣಬಹುದು ಎನ್ನುವ ಮೂಲಕ, ಸಾಮಾನ್ಯ ಮತ್ತು ಅನಿರೀಕ್ಷಿತ ಸ್ಥಳಗಳಲ್ಲಿಯೂ ಪವಿತ್ರತೆಯನ್ನು ಅನುಭವಿಸಬಹುದು ಎಂದು ವಚನಕಾರರು ಹೇಳುತ್ತಾರೆ.

ದೇವಾಲಯಗಳು, ಮಠಗಳು ಅಥವಾ ಪವಿತ್ರ ಸ್ಥಳಗಳೆಂದೇ ಪರಿಗಣಿಸಲ್ಪಟ್ಟಿರುವ ಜಾಗಗಳಿಗಿಂತ, ಎಲ್ಲಿ ದೈವಿಕ ಪ್ರಜ್ಞೆ ಅಥವಾ ಅನುಭೂತಿ ಇರುತ್ತದೆಯೋ ಅದೇ ನಿಜವಾದ ಪವಿತ್ರ ಸ್ಥಳ ಎಂಬುದು ಇದರ ಒಳಾರ್ಥ. ಇಂದು ಸ್ಥಳದ ಮೇಲಿನ ಅಂಧಶ್ರದ್ಧೆಯನ್ನು ಪ್ರಶ್ನಿಸಿ, ಭಕ್ತಿಯು ಎಲ್ಲೆಡೆ ವ್ಯಾಪಿಸಿದೆ ಎಂಬ ವಿಶಾಲ ಮನೋಭಾವವನ್ನು ಬೆಳೆಸಿಕೊಳ್ಳಬೇಕಾಗಿದೆ.

3. ಸಮಾನತೆ ಮತ್ತು ಅಂತರ್ಗತ ಮೌಲ್ಯ:

ದೈವ ಸಾನಿಧ್ಯದಲ್ಲಿ ಎಲ್ಲರೂ ಪವಿತ್ರರಾಗುತ್ತಾರೆ ("ಅಲ್ಲಿದ್ದವರೆಲ್ಲರೂ ಪವಿತ್ರಕಾಯರು") ಎಂಬ ಮಾತು, ಜಾತಿ, ಮತ, ಲಿಂಗ ಅಥವಾ ಸಾಮಾಜಿಕ ಸ್ಥಾನಮಾನವನ್ನು ಮೀರಿ ಎಲ್ಲರೂ ಸಮಾನರು ಮತ್ತು ದೈವಿಕ ಅನುಗ್ರಹಕ್ಕೆ ಅರ್ಹರು ಎಂಬ ಶರಣರ ಮೂಲಭೂತ ತತ್ತ್ವ ವನ್ನು ಪ್ರತಿಧ್ವನಿಸುತ್ತದೆ.

ಆಧುನಿಕ ಸಮಾಜದಲ್ಲಿಯೂ ಅಸಮಾನತೆಗಳು ಮತ್ತು ತಾರತಮ್ಯಗಳು ಅಸ್ತಿತ್ವದಲ್ಲಿವೆ. ಆದ್ದರಿಂದ ಎಲ್ಲ ಮನುಷ್ಯರ ಅಂತರ್ಗತ ಮೌಲ್ಯವನ್ನು ಮತ್ತು ಆಧ್ಯಾತ್ಮಿಕ ನೆಲೆಯಲ್ಲಿ ಸಮಾನತೆಯನ್ನು ಪ್ರತಿಪಾದಿಸುವ ಸಾಮರ್ಥ್ಯ ಬೆಳೆಸಿಕೊಳ್ಳಬೇಕು.

4. ಜಂಗಮ ತತ್ತ್ವ ಮತ್ತು ಸಮಾಜ ಸೇವೆ:

ಜಂಗಮಮುಖದಿಂದ ಬರುವ ಪ್ರಸಾದಕ್ಕೆ ನೀಡಿದ ಮಹತ್ವವು ಕೇವಲ ವ್ಯಕ್ತಿ ಪೂಜೆಗಿಂತ ಹೆಚ್ಚಾಗಿ, ಸಮಾಜದಲ್ಲಿ ಸಕ್ರಿಯವಾಗಿ ತೊಡಗಿಸಿಕೊಂಡು, ಜ್ಞಾನವನ್ನು ಹಂಚುವ ಮತ್ತು ಮಾರ್ಗದರ್ಶನ ನೀಡುವ ವ್ಯಕ್ತಿಗಳಿಗೆ (ಜಂಗಮರಿಗೆ) ಸಲ್ಲುವ ಗೌರವವನ್ನು ಸೂಚಿಸುತ್ತದೆ. ಇಂದಿನ ದಿನಗಳಲ್ಲಿ ನಿಸ್ವಾರ್ಥ ಸೇವೆ ಮತ್ತು ಸಮಾಜದ ಉನ್ನತಿಗಾಗಿ ಶ್ರಮಿಸುವ ವ್ಯಕ್ತಿಗಳನ್ನು ಗೌರವಿಸಿ ಅವರ ಕಾರ್ಯದಲ್ಲಿ ಕೈಜೋಡಿಸಬೇಕಾಗಿದೆ.

ಅಂತಹವರ ಮೂಲಕ ಬರುವ ಯಾವುದೇ ಸಹಾಯ ಅಥವಾ ಮಾರ್ಗದರ್ಶನವನ್ನು ದೈವಿಕ ಪ್ರಸಾದದಂತೆ ಸ್ವೀಕರಿಸಬೇಕು ಎಂಬ ಸಂದೇಶವನ್ನು ಇದು ನೀಡುತ್ತದೆ.

5. ನೈತಿಕತೆ ಮತ್ತು ಪ್ರಾಮಾಣಿಕತೆ:

"ಧರೆಯೊಳು ಬೆಳೆದುವೆಲ್ಲಾ ಅಪವಿತ್ರ" ಎಂಬ ಮಾತನ್ನು ಆಧುನಿಕ ದೃಷ್ಟಿಯಿಂದ ನೋಡಿದಾಗ, ನಾವು ಬಳಸುವ ಅಥವಾ ಅರ್ಪಿಸುವ ವಸ್ತುಗಳ ಮೂಲವನ್ನು ಪ್ರಶ್ನಿಸಲು ಇದು ಪ್ರೇರೇಪಿಸುತ್ತದೆ. ಅವು ನೈತಿಕವಾದ ಮಾರ್ಗಗಳಿಂದ ಸಂಪಾದಿಸಲ್ಪಟ್ಟಿವೆಯೇ? ಶೋಷಣೆಯಿಂದ ಮುಕ್ತವಾಗಿವೆಯೇ? ಎಂಬ ಆತ್ಮಾವಲೋಕನಕ್ಕೆ ಇದು ಎಡೆಮಾಡಿಕೊಡುತ್ತದೆ.

ಈ ವಚನವು ಇಂದಿನ ಭೌತಿಕ ಮತ್ತು ವೇಗದ ಜಗತ್ತಿನಲ್ಲಿ ಮನುಷ್ಯನು ಕಳೆದುಕೊಳ್ಳುತ್ತಿರುವ ಆಂತರಿಕ ಶಾಂತಿ, ಸಮಾನತೆ ಮತ್ತು ನಿಸ್ವಾರ್ಥ ಸೇವೆಯ ಮೌಲ್ಯಗಳನ್ನು ಪುನರುಚ್ಚರಿಸುತ್ತದೆ. ನಿಜವಾದ ಪವಿತ್ರತೆ ಎಲ್ಲಿದೆ, ದೈವಿಕತೆ ಎಲ್ಲೆಡೆ ಹೇಗೆ ನೆಲೆಸಿದೆ ಮತ್ತು ಜಂಗಮ ತತ್ತ್ವ ದ ಮಹತ್ವ ಏನು ಎಂಬುದನ್ನು ತಿಳಿಸುವ ಮೂಲಕ ಈ ವಚನವು ಇಂದಿಗೂ ಮನುಷ್ಯನ ಆಧ್ಯಾತ್ಮಿಕ ಚಿಂತನೆ ಮತ್ತು ಜೀವನ ಕ್ರಮಕ್ಕೆ ದಾರಿದೀಪವಾಗಿದೆ. ಇದು ಬಾಹ್ಯ ಆಡಂಬರಗಳನ್ನು ಬಿಟ್ಟು ಆಂತರಿಕ ಶುದ್ಧಿ ಮತ್ತು ಸಮಾಜಮುಖಿ ಬದುಕಿಗೆ ಒತ್ತು ನೀಡುವಂತೆ ಪ್ರೇರೇಪಿಸುತ್ತದೆ.

14. ಭಾಷೆ ತಪ್ಪಿದಲ್ಲದೆ ದಾರಿದ್ರ್ಯವಿಲ್ಲ

ವಚನ:

"ಆಯುಷ್ಯ ತೀರಿದಲ್ಲದೆ ಮರಣವಿಲ್ಲ,
ಭಾಷೆ ತಪ್ಪಿದಲ್ಲದೆ ದಾರಿದ್ರ್ಯವಿಲ್ಲ.
ಅಂಜಲದೇಕೋ ಲೋಕ ವಿಗುರ್ಭಣೆಗೆ
ಅಂಜಲದೇಕೋ, ಕೂಡಲಸಂಗಮದೇವಾ ನಿಮ್ಮಾಳಾಗಿ."

ಜೀವನದಲ್ಲಿ ಮರಣ ಎಂಬುದು ಅನಿವಾರ್ಯ ಮತ್ತು ಅದು ನಮ್ಮ ಆಯುಷ್ಯ ಮುಗಿದಾಗ ಮಾತ್ರ ಸಂಭವಿಸುತ್ತದೆ. ಅದರ ಬಗ್ಗೆ ಅತಿಯಾಗಿ ಚಿಂತಿಸಿ ಹೆದರುವುದು ಅರ್ಥಹೀನ. ಅದೇ ರೀತಿ, ನಿಜವಾದ ಬಡತನ (ಕೇವಲ ಹಣಕಾಸಿನ ಕೊರತೆಯಲ್ಲ, ಬದಲಿಗೆ ನೈತಿಕ ಮತ್ತು ಆತ್ಮಗೌರವದ ಕೊರತೆ) ಬರುವುದು ನಾವು ಕೊಟ್ಟ ಮಾತಿಗೆ ತಪ್ಪಿದಾಗ, ಪ್ರಾಮಾಣಿಕತೆಯನ್ನು ಬಿಟ್ಟಾಗ ಮಾತ್ರ. ಲೋಕದ ಜನರು ನಮ್ಮನ್ನು ಟೀಕಿಸಿದಾಗಲಿ ಅಥವಾ ನಿಂದಿಸಿದಾಗಲಿ ನಾವು ಹೆದರಬೇಕಾಗಿಲ್ಲ. ವಿಶೇಷವಾಗಿ, ಕೂಡಲಸಂಗಮದೇವಾ, ನಿಮ್ಮ ನಿಜವಾದ ಭಕ್ತರಾಗಿ, ನಿಮ್ಮ ಆಶ್ರಯದಲ್ಲಿರುವಾಗ ಲೌಕಿಕ ಟೀಕೆಗಳಿಗೆ ಅಂಜುವ ಅವಶ್ಯಕತೆಯೇ ಇಲ್ಲ. ಏಕೆಂದರೆ ಸತ್ಯ ಮತ್ತು ಭಕ್ತಿಯ ಹಾದಿಯಲ್ಲಿ ನಡೆಯುವವರಿಗೆ ದೇವರ ರಕ್ಷಣೆ ಮತ್ತು ಆತ್ಮಸ್ಥೈರ್ಯ ದೊರೆಯುತ್ತದೆ.

➔ **"ಆಯುಷ್ಯ ತೀರಿದಲ್ಲದೆ ಮರಣವಿಲ್ಲ,":**

ಈ ಸಾಲು ಮರಣವನ್ನು ವ್ಯಕ್ತಿಯ ನಿಗದಿತ ಜೀವಿತಾವಧಿ ಮುಗಿದ ನಂತರ ಬರುವ ಒಂದು ಸ್ವಾಭಾವಿಕ, ಪೂರ್ವನಿರ್ಧಾರಿತ ಘಟನೆ ಎಂದು ಪ್ರತಿಪಾದಿಸುತ್ತದೆ. ಇದು ನಮ್ಮ ನಿಯಂತ್ರಣದಲ್ಲಿಲ್ಲದ ವಿಷಯ. ಈ ಅರಿವು ನಮಗೆ ಜೀವನದ ಬಗ್ಗೆ ಒಂದು ಬಗೆಯ ಧೈರ್ಯವನ್ನು ನೀಡುತ್ತದೆ. ಅಕಾಲಿಕ ಮರಣದ ಭಯವನ್ನು ಕಡಿಮೆ ಮಾಡುತ್ತದೆ ಮತ್ತು ಇರುವ ಕ್ಷಣಗಳನ್ನು ಅರ್ಥಪೂರ್ಣವಾಗಿ ಬದುಕಲು ಪ್ರೇರೇಪಿಸುತ್ತದೆ. ಇದು <u>ಮರಣ</u> *ಯಾವಾಗ* ಎಂಬುದರಿಂದ <u>ಜೀವನ</u> *ಹೇಗೆ* ಎಂಬುದರ ಕಡೆಗೆ ಗಮನವನ್ನು ನಿರ್ದೇಶಿಸುತ್ತದೆ.

➔ ಭಾಷೆ ತಪ್ಪಿದಲ್ಲದೆ ದಾರಿದ್ರ್ಯವಿಲ್ಲ:

ಇಲ್ಲಿ "ಭಾಷೆ" ಎಂದರೆ ಕೇವಲ ಮಾತನಾಡುವ ಭಾಷೆಯಲ್ಲ, ಬದಲಿಗೆ ಒಬ್ಬ ವ್ಯಕ್ತಿಯ ನುಡಿ, ನಡೆ, ಸತ್ಯಸಂಧತೆ, ಪ್ರಾಮಾಣಿಕತೆ ಮತ್ತು ಕೊಟ್ಟ ಮಾತು. ಯಾರು ತಮ್ಮ ಮಾತಿಗೆ ತಪ್ಪುವುದಿಲ್ಲವೋ, ಸತ್ಯದಿಂದ ವಿಮುಖರಾಗುವುದಿಲ್ಲವೋ, ಪ್ರಾಮಾಣಿಕವಾಗಿ ಬದುಕುತ್ತಾರೆಯೋ ಅವರಿಗೆ ನಿಜವಾದ ದಾರಿದ್ರ್ಯ ಬರುವುದಿಲ್ಲ. ದಾರಿದ್ರ್ಯ ಎಂಬುದು ಕೇವಲ ಆರ್ಥಿಕ ಬಡತನವಲ್ಲ; ಅದು ನೈತಿಕ ದಿವಾಳಿತನ, ವಿಶ್ವಾಸಾರ್ಹತೆಯ ಕೊರತೆ ಮತ್ತು ಆತ್ಮಗೌರವವಿಲ್ಲದ ಸ್ಥಿತಿ. ಭಾಷೆ ತಪ್ಪಿದಾಗ ವ್ಯಕ್ತಿ ಈ ಎಲ್ಲ ರೀತಿಯ ದಾರಿದ್ರ್ಯಕ್ಕೆ ತುತ್ತಾಗುತ್ತಾನೆ ಎಂಬುದು ಇದರ ಆಳವಾದ ಅರ್ಥ. ಹೀಗಾಗಿ, ಇಲ್ಲಿ 'ದಾರಿದ್ರ್ಯ'ವು ಪ್ರಾಥಮಿಕವಾಗಿ ನೈತಿಕ ಮತ್ತು ಆಧ್ಯಾತ್ಮಿಕ ಬಡತನವಾಗಿದೆ, ಇದು ರಾಜಿ ಮಾಡಿಕೊಂಡ ಪ್ರಾಮಾಣಿಕತೆಯ ಪರಿಣಾಮವಾಗಿದೆ.

➔ ಅಂಜಲದೇಕೋ ಲೋಕ ವಿಗರ್ಭಣೆಗೆ, ಅಂಜಲದೇಕೋ ಕೂಡಲಸಂಗಮದೇವಾ ನಿಮ್ಮಾಳಾಗಿ:

"ವಿಗುರ್ಭಣೆಗೆ " ಎಂದರೆ ಗೊಂದಲ, ತೊಂದರೆ ಅಥವಾ ಸಂಕಷ್ಟಗಳು. "ಲೋಕ ವಿಗುರ್ಭಣೆಗೆ " ಎಂದರೆ ಲೋಕದ ನಿಂದನೆ, ಟೀಕೆ, ಅಪಹಾಸ್ಯ ಅಥವಾ ಸಮಾಜದ ಕಡೆಯಿಂದ ಬರುವ ನಕಾರಾತ್ಮಕ ಪ್ರತಿಕ್ರಿಯೆಗಳು. ಸಮಾಜ ನಮ್ಮನ್ನು ಟೀಕಿಸಬಹುದು, ನಮ್ಮನ್ನು ತಪ್ಪಾಗಿ ಅರ್ಥೈಸಿಕೊಳ್ಳಬಹುದು, ಅಪಹಾಸ್ಯ ಮಾಡಬಹುದು. ಆದರೆ, ನಾವು ಸತ್ಯದ ಹಾದಿಯಲ್ಲಿದ್ದರೆ, ಪ್ರಾಮಾಣಿಕವಾಗಿದ್ದರೆ ಅಂತಹ ಟೀಕೆಗಳಿಗೆ ನಾವು ಏಕೆ ಹೆದರಬೇಕು? ಲೋಕದ ಮಾತಿಗೆ ಅಂಜುವ ಅಗತ್ಯವಿಲ್ಲ ಎಂಬ ಧೈರ್ಯದ ಮಾತು ಇಲ್ಲಿದೆ.

ಕೂಡಲಸಂಗಮದೇವರ (ಶಿವ) ಭಕ್ತರಾದ ನಾವು ಈ ಪ್ರಪಂಚದ ಗೊಂದಲಗಳು ಮತ್ತು ತೊಂದರೆಗಳಿಗೆ ಏಕೆ ಹೆದರಬೇಕು? ದೇವರ ಮೇಲೆ ಸಂಪೂರ್ಣ ನಂಬಿಕೆ ಇಟ್ಟಾಗ, ಆತನು ನಮ್ಮನ್ನು ಎಲ್ಲಾ ಸಂಕಷ್ಟಗಳಿಂದಲೂ ಪಾರು ಮಾಡುತ್ತಾನೆ. ಈ ಸಾಲು ಭಕ್ತಿಯ ಶಕ್ತಿಯನ್ನು ಮತ್ತು ದೇವರಲ್ಲಿನ ಶ್ರದ್ಧೆಯ ಮಹತ್ವವನ್ನು ಎತ್ತಿ ತೋರಿಸುತ್ತದೆ.

"ಅಂಜಲದೇಕೋ"? - ಈ ಪ್ರಶ್ನೆಯನ್ನು ಮೊದಲ ಎರಡು ಸಾಲುಗಳಿಗೆ ಜೋಡಿಸಿದರೆ, ಮರಣವು ಪೂರ್ವನಿರ್ಧರಿತವಾಗಿದ್ದರೆ ಮತ್ತು ನಿಜವಾದ ಬಡತನವು ಕೇವಲ ನೈತಿಕ ವೈಫಲ್ಯದಿಂದ ಉಂಟಾಗುವುದಾದರೆ, ಬಾಹ್ಯ ಟೀಕೆಯು ಅಂತಿಮ ಭಯವನ್ನು ಉಂಟುಮಾಡುವ ಶಕ್ತಿಯನ್ನು ಕಳೆದುಕೊಳ್ಳುತ್ತದೆ.

"ಅಂಜಲದೇಕೋ" (ಏಕೆ ಹೆದರಬೇಕು?)- ಇದು ಕೇವಲ ಭಯದ ಅನುಪಸ್ಥಿತಿಯಲ್ಲ, ಬದಲಿಗೆ ಆಳವಾದ ಧೈರ್ಯ ಮತ್ತು ಆಂತರಿಕ ಶಾಂತಿಯ ಸ್ಥಿತಿಯಾಗಿದೆ. ಇದು ಸವಾಲುಗಳನ್ನು ಎದುರಿಸುವಾಗ ಸ್ಥಿರವಾಗಿರಲು ಬೇಕಾದ ಮನೋಬಲವನ್ನು ಸೂಚಿಸುತ್ತದೆ.

ಬಸವಣ್ಣನವರು "ಅಂಜಲದೇಕೋ"? ಎಂದು ಎರಡು ಬಾರಿ ಕೇಳುತ್ತಾರೆ, ಮೊದಲು 'ಲೋಕ ವಿಗರ್ಭಣೆ'ಗೆ ಸಂಬಂಧಿಸಿದಂತೆ ಮತ್ತು ನಂತರ 'ನಿಮ್ಮಾಳಾಗಿ' ಇರುವುದಕ್ಕೆ ಸಂಬಂಧಿಸಿದಂತೆ.

ಹೀಗಾಗಿ, ಶರಣರ ಸಂದರ್ಭದಲ್ಲಿ ನಿಜವಾದ ನಿರ್ಭಯತೆ ('ಅಂಜಲದೇಕೋ') ಎಂಬುದು ತಾತ್ವಿಕ ಸ್ವೀಕಾರ, ಅಚಲ ನೈತಿಕ ನಡವಳಿಕೆ ('ಭಾಷೆ'), ಮತ್ತು ಸಂಪೂರ್ಣ ಭಕ್ತಿ ('ನಿಮ್ಮಾಳಾಗಿ') ಇವುಗಳ ಮೇಲೆ ಆಧಾರಿತವಾದ ತ್ರಿಪಕ್ಷೀಯ ಸ್ಥಿತಿಯಾಗಿದ್ದು, ಬಾಹ್ಯ ಬೆದರಿಕೆಗಳನ್ನು ('ಲೋಕ ವಿಗರ್ಭಣೆ') ನಿಷ್ಪ್ರಯೋಜಕವಾಗಿಸುತ್ತದೆ.

ತಾತ್ಪರ್ಯ:

ನಿಜವಾದ ಮಾನಸಿಕ, ಬೌದ್ಧಿಕ ಭದ್ರತೆ ಮತ್ತು ನಿರ್ಭಯತೆಯು ಬಾಹ್ಯ ಘಟನೆಗಳನ್ನು (ಮರಣ ಅಥವಾ ಸಾರ್ವಜನಿಕ ಅಭಿಪ್ರಾಯದಂತಹ) ನಿಯಂತ್ರಿಸುವುದರಿಂದಲ್ಲ, ಬದಲಿಗೆ ಆಂತರಿಕ ನೈತಿಕ ನಿಷ್ಠೆ ('ಭಾಷೆ') ಮತ್ತು ಅಚಲವಾದ ನಂಬಿಕೆಯಿಂದ ('ನಿಮ್ಮಾಳಾಗಿ') ಉದ್ಭವಿಸುತ್ತದೆ. ನಿಜವಾದ ಬಡತನ ('ದಾರಿದ್ರ್ಯ') ಎಂಬುದು ಕೇವಲ ಬಾಹ್ಯ ಸನ್ನಿವೇಶಗಳಲ್ಲ, ಬದಲಿಗೆ ನೈತಿಕ ವೈಫಲ್ಯದ ಪರಿಣಾಮವಾಗಿದೆ.

ಇಂದಿನ ಯುಗಕ್ಕೆ ಬಸವಣ್ಣನವರ ಈ ವಚನದ ಪ್ರಸ್ತುತತೆ :

ಈ ವಚನವು ಇಂದಿನ ಮನುಷ್ಯನಿಗೆ ಮರಣ, ಬಡತನ ಮತ್ತು ಸಾಮಾಜಿಕ ಟೀಕೆಗಳ ಕುರಿತಾದ ಭಯವನ್ನು ನಿವಾರಿಸಿಕೊಳ್ಳಲು ದಾರಿ ತೋರಿಸುತ್ತದೆ. ಪ್ರಾಮಾಣಿಕತೆ, ನೈತಿಕತೆ ಮತ್ತು ಸತ್ಯಸಂಧತೆಗೆ ಮಹತ್ವ ನೀಡುವಂತೆ ಪ್ರೇರೇಪಿಸುತ್ತದೆ. ಅಲ್ಲದೆ, ಒಂದು ಉನ್ನತವಾದ ತತ್ತ್ವ ಅಥವಾ ದೈವಿಕ ಶಕ್ತಿಯ ಮೇಲಿನ ನಂಬಿಕೆ ಹೇಗೆ ಜೀವನದ ಸವಾಲುಗಳನ್ನು ಎದುರಿಸಲು ಬಲ ನೀಡುತ್ತದೆ ಎಂಬುದನ್ನು ತಿಳಿಸುವ ಮೂಲಕ ಇಂದಿಗೂ ಅತ್ಯಂತ ಪ್ರಸ್ತುತವಾದ ಜೀವನ ಮೌಲ್ಯಗಳನ್ನು ಸಾರುತ್ತದೆ.

1. ಮರಣ ಭಯದ ನಿವಾರಣೆ:

ಆಧುನಿಕ ಜೀವನಶೈಲಿ ಮತ್ತು ಹೆಚ್ಚುತ್ತಿರುವ ಆರೋಗ್ಯ ಸಮಸ್ಯೆಗಳಿಂದಾಗಿ ಅನೇಕರಲ್ಲಿ ಮರಣದ ಭಯ, ಅನಿಶ್ಚಿತತೆಯ ಆತಂಕ ಹೆಚ್ಚುತ್ತಿದೆ. ವಚನವು ಮರಣವು ಆಯುಷ್ಯ ತೀರಿದಾಗ ಬರುವುದು ನಿಶ್ಚಿತ ಎಂಬ ಸರಳ ಸತ್ಯವನ್ನು ನೆನಪಿಸುತ್ತದೆ. ಬದಲಿಗೆ ಬದುಕಿರುವ ಪ್ರತಿ ಕ್ಷಣವನ್ನೂ ಪೂರ್ಣವಾಗಿ ಮತ್ತು ಅರ್ಥಪೂರ್ಣವಾಗಿ ಬದುಕಲು ಪ್ರಯತ್ನಿಸಬೇಕು, ಮರಣದ ಅತಿಯಾದ ಚಿಂತೆಯಿಂದ ಹೊರಬರಬೇಕು ಎಂಬ ಸಂದೇಶವನ್ನು ನೀಡುತ್ತದೆ.

2. ಪ್ರಾಮಾಣಿಕತೆ ಮತ್ತು ನೈತಿಕತೆಯ ಮಹತ್ವ:

"ಭಾಷೆ ತಪ್ಪಿದಲ್ಲದೆ ದಾರಿದ್ರ್ಯವಿಲ್ಲ" ಎಂಬುದು ಸಾರ್ವಕಾಲಿಕ ಸತ್ಯ. ಇಂದಿನ ಸ್ಪರ್ಧಾತ್ಮಕ ಜಗತ್ತಿನಲ್ಲಿ ಅನೇಕರು ಯಶಸ್ಸಿಗಾಗಿ ಸುಳ್ಳು, ಮೋಸ ಮತ್ತು ಅಪ್ರಾಮಾಣಿಕತೆಯ ಹಾದಿ ಹಿಡಿಯುತ್ತಾರೆ. ಆದರೆ, ಅಂತಹ ಯಶಸ್ಸು ಅಲ್ಪಕಾಲಿಕ ಮತ್ತು ಆತ್ಮತೃಪ್ತಿ ನೀಡುವುದಿಲ್ಲ ಎಂಬುದನ್ನು ವಚನ ಸೂಚಿಸುತ್ತದೆ. ನೈತಿಕ ಮೌಲ್ಯಗಳನ್ನು ಎತ್ತಿಹಿಡಿಯುವುದು, ಪ್ರಾಮಾಣಿಕವಾಗಿ ನಡೆದುಕೊಳ್ಳುವುದು ಮತ್ತು ಕೊಟ್ಟ ಮಾತಿಗೆ ಬದ್ಧರಾಗಿರುವುದು ನಿಜವಾದ ಸಂಪತ್ತು ಮತ್ತು ಗೌರವವನ್ನು ತಂದುಕೊಡುತ್ತದೆ. ಹಣಕ್ಕಿಂತ ನಮ್ಮ ವ್ಯಕ್ತಿತ್ವದ ವೃದ್ಧಿಯ ಮಾರ್ಗ ಅನುಸರಿಸಬೇಕು.

3. ಸಾಮಾಜಿಕ ಒತ್ತಡ ಮತ್ತು ಟೀಕೆಗಳನ್ನು ಎದುರಿಸುವುದು:

ಸಾಮಾಜಿಕ ಜಾಲತಾಣಗಳ ಯುಗದಲ್ಲಿ "ಲೋಕ ವಿಗರ್ಭಣೆ" ಎಂಬುದು ಇನ್ನಷ್ಟು ಪ್ರಬಲವಾಗಿದೆ. ಜನರು ಸುಲಭವಾಗಿ ಟೀಕೆ, ನಕಾರಾತ್ಮಕ ಪ್ರತಿಕ್ರಿಯೆ ಮತ್ತು ಅಪಹಾಸ್ಯಗಳಿಗೆ ಒಳಗಾಗುತ್ತಾರೆ. ಇದು ಅನೇಕರಲ್ಲಿ ಮಾನಸಿಕ ಯಾತನೆ ಮತ್ತು ಅಂಜಿಕೆಯನ್ನು ಉಂಟುಮಾಡುತ್ತದೆ. ವಚನವು ಅಂತಹ ಟೀಕೆಗಳಿಗೆ ಅಂಜುವ ಅಗತ್ಯವಿಲ್ಲ ಎಂದು ಧೈರ್ಯ ತುಂಬುತ್ತದೆ. ನಾವು ನಮ್ಮ ಆತ್ಮಸಾಕ್ಷಿಗೆ ಮತ್ತು ಸತ್ಯಕ್ಕೆ ತಕ್ಕಂತೆ ಬದುಕಿದಾಗ, ಲೋಕದ ಮಾತುಗಳಿಗೆ ಕಿವಿಗೊಡುವ ಅಗತ್ಯವಿಲ್ಲ ಎಂಬುದನ್ನು ಅರಿತು ನಡೆಯಬೇಕು.

4. ಆಧ್ಯಾತ್ಮಿಕ ನಿಷ್ಠೆ ಮತ್ತು ಆತ್ಮವಿಶ್ವಾಸ:

ವಚನದ ಕೊನೆಯ ಸಾಲುಗಳು ಭಕ್ತನಿಗೆ ಸರ್ವಶಕ್ತನಾದ ದೇವರ ಮೇಲಿರುವ ನಂಬಿಕೆ ಹೇಗೆ ಆತ್ಮವಿಶ್ವಾಸವನ್ನು ನೀಡುತ್ತದೆ ಎಂಬುದನ್ನು ತಿಳಿಸುತ್ತದೆ. ಲೌಕಿಕ ಜಗತ್ತಿನ ಸಮಸ್ಯೆಗಳು ಮತ್ತು ಟೀಕೆಗಳು ಬಂದಾಗ, ಕಷ್ಟದ ಸಂದರ್ಭಗಳಲ್ಲಿ ದೇವರಲ್ಲಿ ನಂಬಿಕೆ ಇಡುವುದು ಮತ್ತು ಧೈರ್ಯದಿಂದ ಪರಿಸ್ಥಿತಿಯನ್ನು ಎದುರಿಸುವುದು ಮುಖ್ಯ. ಭಕ್ತಿಯು ನಮಗೆ ಆಂತರಿಕ ಶಾಂತಿ ಮತ್ತು ಸ್ಥೈರ್ಯವನ್ನು ನೀಡುತ್ತದೆ.

15. ಕೊಲುವೆನೆಂಬ ಭಾಷೆ ದೇವನದು, ಗೆಲುವೆನೆಂಬ ಭಾಷೆ ಭಕ್ತನದು.

ವಚನ:

"ಜಂಬೂದ್ವೀಪ ನವಖಂಡ ಪೃಥ್ವಿಯೊಳಗೆ
ಕೇಳಿರಯ್ಯಾ ಎರಡಾಳಿನ ಭಾಷೆಯ
ಕೊಲುವೆನೆಂಬ ಭಾಷೆ ದೇವನದು, ಗೆಲುವೆನೆಂಬ ಭಾಷೆ ಭಕ್ತನದು.
ಸತ್ಯವೆಂಬ ಕೂರಲಗನೆ ಹಿಡಿದುಕೊಂಡು
ಸದ್ಭಕ್ತರು ಗೆದ್ದರು ಕಾಣಾ, ಕೂಡಲಸಂಗಮದೇವಾ."

ಈ ವಚನವು ದೇವರ ನ್ಯಾಯ ಮತ್ತು ಭಕ್ತನ ಪ್ರಯತ್ನದ ನಡುವಿನ ವ್ಯತ್ಯಾಸವನ್ನು ತಿಳಿಸುತ್ತದೆ. ದೇವರು ಅಧರ್ಮವನ್ನು ನಾಶಪಡಿಸಿದರೆ, ಭಕ್ತನು ಸತ್ಯದ ಬಲದಿಂದ ತನ್ನ ಜೀವನದಲ್ಲಿ ಮತ್ತು ಆಧ್ಯಾತ್ಮಿಕ ಪಥದಲ್ಲಿ ವಿಜಯವನ್ನು ಗಳಿಸುತ್ತಾನೆ. ಸತ್ಯವೇ ಭಕ್ತನ ಅಂತಿಮ ಅಸ್ತ್ರ ಮತ್ತು ಅದರ ಮೂಲಕ ಅವನು ಎಲ್ಲವನ್ನು ಸಾಧಿಸಬಲ್ಲನು ಎಂಬುದು ಈ ವಚನದ ಮುಖ್ಯ ಸಂದೇಶ. ಇದು ಇಂದಿನ ಸಂಕೀರ್ಣ ಜಗತ್ತಿನಲ್ಲಿ ಸತ್ಯ, ಪ್ರಾಮಾಣಿಕತೆ ಮತ್ತು ಆತ್ಮಸ್ಥೈರ್ಯದಿಂದ ಬದುಕಲು ಮಾರ್ಗದರ್ಶನ ನೀಡುವ ಅತ್ಯಮೂಲ್ಯ ವಚನವಾಗಿದೆ.

➔ **"ಜಂಬೂದ್ವೀಪ ನವಖಂಡ ಪೃಥ್ವಿಯೊಳಗೆ ಕೇಳಿರಯ್ಯಾ ಎರಡಾಳಿನ ಭಾಷೆಯ":**

ಈ ಆರಂಭಿಕ ಸಾಲು ಒಂದು ವಿಶಾಲವಾದ, ಪೌರಾಣಿಕವೆನ್ನಬಹುದಾದ ರಂಗಸ್ಥಳವನ್ನು ಸೃಷ್ಟಿಸುತ್ತದೆ. ಭಾರತೀಯ ಪರಂಪರಾಗತ ವಿಶ್ವವಿಜ್ಞಾನದಲ್ಲಿ (cosmology) ಜಂಬೂದ್ವೀಪವು ಕೇಂದ್ರ ಭೂಖಂಡವಾಗಿದ್ದು, ಇದನ್ನು ಸಾಮಾನ್ಯವಾಗಿ ಭಾರತ ಅಥವಾ ತಿಳಿದಿರುವ ಜಗತ್ತೆಂದು ಗುರುತಿಸಲಾಗುತ್ತದೆ. 'ನವಖಂಡ' (ಒಂಬತ್ತು ವಿಭಾಗಗಳು) ಎಂಬ ಉಲ್ಲೇಖವು ತಿಳಿದಿರುವ ಇಡೀ ಜಗತ್ತನ್ನು ಒಳಗೊಳ್ಳುತ್ತದೆ.

ವಿಶಾಲವಾದ ಜಂಬೂದ್ವೀಪ ಮತ್ತು ಒಂಬತ್ತು ಖಂಡಗಳಿಂದ ಕೂಡಿದ ಈ ಭೂಮಂಡಲದಲ್ಲಿ (ಅಥವಾ ವಿಶಾಲವಾದ ಈ ಜಗತ್ತಿನಲ್ಲಿ), ದೇವರು ಮತ್ತು ಭಕ್ತ ಎಂಬ 'ಎರಡು ಆಳುಗಳ' ನಡುವಿನ ಸಂಭಾಷಣೆಯನ್ನು ಅಥವಾ ನಿಲುವನ್ನು ಆಲಿಸಿರಿ. ಇಲ್ಲಿ 'ಆಳು' ಎಂಬುದು ಸಾಮಾನ್ಯ ಸೇವಕನ ಅರ್ಥದಲ್ಲಿ ಅಲ್ಲ, ಬದಲಿಗೆ ಒಂದು ವಿಧೇಯತೆ ಅಥವಾ ಸಂಬಂಧವನ್ನು ಸೂಚಿಸುತ್ತದೆ. ದೇವರ 'ಆಳು' ಎಂದರೆ ಭಕ್ತ, ಮತ್ತು ಭಕ್ತನ

ಪಾಲಿಗೆ ದೇವರೇ ಒಡೆಯ. ಇಲ್ಲಿ ದೇವ ಮತ್ತು ಭಕ್ತರ ನಡುವಿನ ಒಂದು ಬಗೆಯ ಪೈಪೋಟಿ ಅಥವಾ ವಿಭಿನ್ನ ದೃಷ್ಟಿಕೋನವನ್ನು ಪ್ರಸ್ತಾಪಿಸಲಾಗುತ್ತಿದೆ.

ಈ ಭವ್ಯವಾದ ಪೌರಾಣಿಕ ಚೌಕಟ್ಟನ್ನು ಬಳಸುವ ಮೂಲಕ, ಬಸವಣ್ಣನವರು ಈ ವಚನವು ದೈವತ್ವ ಮತ್ತು ಭಕ್ತಿಯ ಸ್ವರೂಪದ ಬಗ್ಗೆ ಮೂಲಭೂತ, ಸಾರ್ವತ್ರಿಕ ಸತ್ಯಗಳನ್ನು ಸೂಚಿಸುತ್ತಾರೆ. ಇದು ಕೇವಲ ನಿರ್ದಿಷ್ಟ ಭೌಗೋಳಿಕ ಅಥವಾ ಪಂಥೀಯ ಸಂದರ್ಭಕ್ಕೆ ಸೀಮಿತವಾಗಿಲ್ಲ.

➔ **"ಕೊಲುವೆನೆಂಬ ಭಾಷೆ ದೇವನದು, ಗೆಲುವೆನೆಂಬ ಭಾಷೆ ಭಕ್ತನದು.":**

ದೇವರ ನಿಲುವು ಅಥವಾ ಸಂಕಲ್ಪವೇನೆಂದರೆ, ಅವನು (ಅಥವಾ ಅವನ ಶಕ್ತಿ) ಜೀವಿಗಳನ್ನು 'ಕೊಲ್ಲುವುದು'. ಇದು ಭೌತಿಕ ಮರಣವನ್ನು ಸೂಚಿಸುವುದರ ಜೊತೆಗೆ, ಅಹಂಕಾರ, ಆಸೆ, ಅಜ್ಞಾನ ಮುಂತಾದ ಭವಬಂಧನಗಳನ್ನು ಇಲ್ಲವಾಗಿಸುವ ದೈವಿಕ ಪ್ರಕ್ರಿಯೆಯನ್ನೂ ಸೂಚಿಸಬಹುದು. ಇದಕ್ಕೆ ಪ್ರತಿಯಾಗಿ, ಭಕ್ತನ ನಿಲುವು ಅಥವಾ ಸಂಕಲ್ಪವೇನೆಂದರೆ 'ಗೆಲ್ಲುವುದು'. ಇಲ್ಲಿ ಗೆಲುವು ಎಂದರೆ ಲೌಕಿಕ ವಿಜಯವಲ್ಲ, ಬದಲಿಗೆ ಭವಬಂಧನಗಳಿಂದ ಮುಕ್ತಿ ಹೊಂದುವ, ಅಜ್ಞಾನವನ್ನು ಹೋಗಲಾಡಿಸುವ ಮಹಾನುಭಾವದ ಅನುಭೂತಿಯನ್ನು ಪಡೆಯುವ ಆಧ್ಯಾತ್ಮಿಕ ವಿಜಯ. ಇದು ದೇವನು ಒಡ್ಡುವ ಮಾಯೆ ಅಥವಾ ಅಡೆತಡೆಗಳನ್ನು ಮೆಟ್ಟಿ ನಿಲ್ಲುವ ಭಕ್ತನ ಛಲ.

- **"ಕೊಲುವೆನೆಂಬ ಭಾಷೆ ದೇವನದು":** ಇದು ಹೆಚ್ಚಾಗಿ ದೇವರ ಶಕ್ತಿಯು ಭಕ್ತನ ಅಹಂಕಾರ, ಅಜ್ಞಾನ, ಲೌಕಿಕ ಆಸೆಗಳು (ಮಾಯೆ), ಅಥವಾ ದೈವದಿಂದ ಬೇರ್ಪಟ್ಟಿರುವ ಭಾವನೆಯನ್ನು ನಾಶಪಡಿಸುವುದನ್ನು ಸೂಚಿಸುತ್ತದೆ.

  ಇದು ಭಕ್ತನ ನಂಬಿಕೆ ಮತ್ತು ದೃಢತೆಯನ್ನು ಪರೀಕ್ಷಿಸಲು ದೇವರು ಒಡ್ಡುವ ಕಷ್ಟಗಳು, ಸವಾಲುಗಳು ಮತ್ತು ಅಡೆತಡೆಗಳನ್ನು ಪ್ರತಿನಿಧಿಸಬಹುದು. ದೈವೀ ಶಕ್ತಿಯು ಅಡಚಣೆಗಳ ರೂಪದಲ್ಲಿ ಪ್ರಕಟವಾಗುತ್ತದೆ. ಇದು ಭಕ್ತಿಯ ಪರಿವರ್ತನಾಶೀಲ ಗುರಿಗೆ ಅನುಗುಣವಾಗಿದೆ.

- **"ಗೆಲುವೆನೆಂಬ ಭಾಷೆ ಭಕ್ತನದು":** ಈ ಸಾಲು ಕ್ರಾಂತಿಕಾರಕವಾಗಿದೆ. ಇದು ಭಕ್ತನನ್ನು ಕೇವಲ ಬೇಡುವವನಾಗಿ ಅಲ್ಲ, ದೇವರಿಗೆ ಪ್ರತಿ-ಪ್ರತಿಜ್ಞೆ ಮಾಡುವವನಾಗಿ, 'ಗೆಲ್ಲುವ' ತನ್ನ ದೃಢ ನಿಶ್ಚಯವನ್ನು ಪ್ರತಿಪಾದಿಸುವವನಾಗಿ ಚಿತ್ರಿಸುತ್ತದೆ. ಭಕ್ತನು ತನ್ನ ಇಂದ್ರಿಯಗಳನ್ನು, ಅಹಂಕಾರವನ್ನು, ಸಂಸಾರದ ಬಂಧನಗಳನ್ನು, ದೌರ್ಬಲ್ಯಗಳನ್ನು ಗೆದ್ದು, ಅಂತಿಮವಾಗಿ ದೇವರನ್ನು ಸೇರುವ ಅಥವಾ ಸತ್ಯವನ್ನು

ಸಾಕ್ಷಾತ್ಕರಿಸಿಕೊಳ್ಳುವ ಸಂಕಲ್ಪವನ್ನು ಮಾಡುತ್ತಾನೆ. ಇದು ಭಕ್ತನ ಆಧ್ಯಾತ್ಮಿಕ ಹೋರಾಟ ಮತ್ತು ದೃಢಸಂಕಲ್ಪವನ್ನು ತೋರಿಸುತ್ತದೆ.

ಈ 'ಕೊಲುವೆನು' ಮತ್ತು 'ಗೆಲುವೆನು' ಎಂಬ ಜೋಡಣೆಯು ವಿಶಿಷ್ಟವಾದ ಶಕ್ತಿ ಸಂಬಂಧವನ್ನು ಆಮೂಲಾಗ್ರವಾಗಿ ಭಕ್ತನ ಸತ್ಯನಿಷ್ಠೆಯು ದೈವೀಕ ಸವಾಲನ್ನು ಸರಿಗಟ್ಟಬಹುದು ಅಥವಾ ಮೀರಿಸಬಹುದು.

➔ **"ಸತ್ಯವೆಂಬ ಕೂರಲಗನೆ ಹಿಡಿದುಕೊಂಡು ಸದ್ಭಕ್ತರು ಗೆದ್ದರು ಕಾಣಾ, ಕೂಡಲಸಂಗಮದೇವಾ":**

ಈ ದೇವ ಮತ್ತು ಭಕ್ತರ ನಡುವಿನ ಆಧ್ಯಾತ್ಮಿಕ ಸಮರದಲ್ಲಿ, ನಿಜವಾದ ಭಕ್ತರು ಗೆಲುವು ಸಾಧಿಸುವುದು ಹೇಗೆ ಎಂಬುದನ್ನು ಬಸವಣ್ಣನವರು ಇಲ್ಲಿ ಸ್ಪಷ್ಟಪಡಿಸುತ್ತಾರೆ. ಅವರು 'ಸತ್ಯವೆಂಬ ಕೂರಲಗು' (ಹರಿತವಾದ ಕತ್ತಿ ಅಥವಾ ಆಯುಧ) ಯನ್ನು ಹಿಡಿದುಕೊಂಡು ಗೆದ್ದರು. ಇಲ್ಲಿ ಸತ್ಯ ಎಂಬುದು ಭಕ್ತನ ಪ್ರಬಲ ಅಸ್ತ್ರ. ಕೇವಲ ಆಚರಣೆಗಳಲ್ಲ, ಬರೀ ಮಾತುಗಳಲ್ಲ, ಬದಲಿಗೆ ಜೀವನದಲ್ಲಿ ಸತ್ಯವನ್ನು ಅಳವಡಿಸಿಕೊಂಡು, ಸತ್ಯದ ಮಾರ್ಗದಲ್ಲಿ ನಡೆಯುವುದೇ ಭಕ್ತನಿಗೆ ದೇವರನ್ನು ಅರಿಯುವ ಮತ್ತು ಭವವನ್ನು ಗೆಲ್ಲುವ ಸಾಧನ. ಸತ್ಯದಿಂದ ಮಾತ್ರ ಭಕ್ತನು ದೇವರ 'ಕೊಲ್ಲುವ' ಶಕ್ತಿಯನ್ನು ಎದುರಿಸಿ ನಿಂತು, ಅಂತಿಮವಾಗಿ ಗೆಲುವು ಸಾಧಿಸಲು ಸಾಧ್ಯ ಎಂಬುದನ್ನು ಕೂಡಲಸಂಗಮದೇವನಿಗೆ ತಿಳಿಸುತ್ತಾರೆ.

ಸತ್ಯವು ನಿಷ್ಕ್ರಿಯ ಸದ್ಗುಣವಲ್ಲ, ಬದಲಾಗಿ ಸಕ್ರಿಯ, ಶಕ್ತಿಶಾಲಿಯಾದ ಪ್ರಬಲ ಅಸ್ತ್ರ - ಒಂದು ಆಯುಧ. ಈ ರೂಪಕವು ಭ್ರಮೆ, ಅಹಂಕಾರ, ಸುಳ್ಳುಗಳನ್ನು ಕತ್ತರಿಸಿ, ಲೋಕದ ದೇವನೊಡ್ಡುವ ಸವಾಲುಗಳನ್ನು, ದೈವೀಕ ಸವಾಲನ್ನೂ ('ಕೊಲುವೆನೆಂಬ ಭಾಷೆ') ಮೀರಿ ನಿಲ್ಲುವ ಸತ್ಯದ ಶಕ್ತಿಯನ್ನು ಒತ್ತಿಹೇಳುತ್ತದೆ. ಇದು ಭಕ್ತನ ಶಕ್ತಿಯ ಮೂಲ ಮತ್ತು ಗೆಲ್ಲುವ ಅವನ ಪ್ರತಿಜ್ಞೆಯ ಆಧಾರವಾಗಿದೆ.

ಯಾವುದರ ಮೇಲೆ ಗೆಲುವು? - ಈ ವಚನವು ದೇವರ ವಿಜಯದೊಂದಿಗೆ ಕೊನೆಗೊಳ್ಳುವುದಿಲ್ಲ, ಬದಲಾಗಿ *ಸದ್ಭಕ್ತನ* ವಿಜಯದೊಂದಿಗೆ ಕೊನೆಗೊಳ್ಳುತ್ತದೆ. ಇದು ಶರಣರ ನಂಬಿಕೆಯನ್ನು ಪುಷ್ಟೀಕರಿಸುತ್ತದೆ: ಸತ್ಯ ಮತ್ತು ನೈತಿಕ ಜೀವನದ ಬದ್ಧತೆಯು ಭಕ್ತನಿಗೆ ಅಪಾರವಾದ ಆಧ್ಯಾತ್ಮಿಕ ಶಕ್ತಿಯನ್ನು ನೀಡುತ್ತದೆ, ಅದು ಅತ್ಯಂತ ಪ್ರಚಂಡವಾದ ಜೀವನದಲ್ಲಿ ಬಂದುದೂಗುವ ಅಗ್ನಿ ಪರೀಕ್ಷೆಗಳನ್ನು ಸಹ ಎದುರಿಸಿ ಅಂತಿಮ ವಿಜಯವನ್ನು (ಮುಕ್ತಿ/ಐಕ್ಯ) ಸಾಧಿಸಲು ಸಮರ್ಥವಾಗಿದೆ.

ಈ ಗೆಲುವು ಇವುಗಳ ಮೇಲಿದೆ:

- ದೇವರ ಸವಾಲು ('ಕೊಲುವೆನೆಂಬ ಭಾಷೆ').
- ತಮ್ಮದೇ ಆಂತರಿಕ ಮಿತಿಗಳು (ಅಹಂಕಾರ, ಭಯ, ಸಂದೇಹ).
- ಭ್ರಮೆ (ಮಾಯೆ) ಮತ್ತು ಆಂತರಿಕ ದೌರ್ಬಲ್ಯಗಳು
- ಅಂತಿಮವಾಗಿ, ಆಧ್ಯಾತ್ಮಿಕ ಸಾಕ್ಷಾತ್ಕಾರ ಅಥವಾ ಕೂಡಲಸಂಗಮದೇವನೊಂದಿಗೆ ಒಂದಾಗುವುದು.

ತಾತ್ಪರ್ಯ:

ವಚನವು 'ಭಾಷೆ' ಪದವನ್ನು ಬಳಸಿ ಎರಡು ರೀತಿಯ ಶಕ್ತಿಗಳನ್ನು ಕೌಶಲ್ಯದಿಂದ ಹೋಲಿಸುತ್ತದೆ:

- **ದೇವ 'ಭಾಷೆ':** ಅಂತರ್ಗತ, ಸಂಭಾವ್ಯ ವಿನಾಶಕಾರಿ ಅಥವಾ ಪರೀಕ್ಷಿಸುವ, ವಿಶ್ವಶಕ್ತಿಯನ್ನು ಪ್ರತಿನಿಧಿಸುತ್ತದೆ ('ಕೊಲುವೆನು').
- **ಭಕ್ತನ 'ಭಾಷೆ':** ಸತ್ಯ ಮತ್ತು ನೈತಿಕ ಸಂಕಲ್ಪಕ್ಕೆ ಅಚಲವಾದ ಬದ್ಧತೆಯಿಂದ ಗಳಿಸಿದ ಆಧ್ಯಾತ್ಮಿಕ ಶಕ್ತಿಯನ್ನು ಪ್ರತಿನಿಧಿಸುತ್ತದೆ ('ಗೆಲುವೆನು').

ಈ ನಿರ್ದಿಷ್ಟ ಸಂಘರ್ಷದಲ್ಲಿ, ಭಕ್ತನ ಸತ್ಯದ ಆಯುಧವು ದೇವರ 'ಕೊಲುವೆನೆಂಬ ಭಾಷೆ'ಯ ವಿರುದ್ಧ ಪರಿಣಾಮಕಾರಿಯಾಗಿದೆ. ಶರಣರು ವ್ಯಾಖ್ಯಾನಿಸಿದ ಆಧ್ಯಾತ್ಮಿಕ ಕ್ಷೇತ್ರದಲ್ಲಿ, ನೈತಿಕ ಮತ್ತು ಆಧ್ಯಾತ್ಮಿಕ ಸತ್ಯವು ಒಂದು ಶಕ್ತಿಯನ್ನು ಹೊಂದಿದೆ, ಅದು ಪರೀಕ್ಷೆ ಅಥವಾ ಸವಾಲಿನ ರೂಪದಲ್ಲಿ ಪ್ರಕಟವಾದಾಗ ದೈವೀ ಶಕ್ತಿಯನ್ನು ನಿಭಾಯಿಸಬಹುದು ಅಥವಾ 'ಜಯಿಸಬಹುದು' ಎಂದು ಇದು ಸೂಚಿಸುತ್ತದೆ.

ಈ ವಚನವು *ಸತ್ಯವನ್ನು* ಅತ್ಯುನ್ನತ ಸ್ಥಾನಕ್ಕೆ ಏರಿಸುತ್ತದೆ, ಅದನ್ನು ದೈವದೊಂದಿಗಿನ ಭಕ್ತನ ಸಂಬಂಧದಲ್ಲಿ ಯಶಸ್ಸಿನ ಸಾಧನವನ್ನಾಗಿ ಮಾಡುತ್ತದೆ. ದೇವರು (ಕೂಡಲಸಂಗಮದೇವ) ಅಂತಿಮವಾಗಿ ಭಕ್ತನು ಸಾಕಾರಗೊಳಿಸಿದ ಸತ್ಯದ ಶಕ್ತಿಯನ್ನು ಗೌರವಿಸುತ್ತಾನೆ ಮತ್ತು ಅದಕ್ಕೆ ಮಣಿಯುತ್ತಾನೆ ಎಂದು ಇದು ಸೂಚಿಸುತ್ತದೆ.

ಇಂದಿನ ಯುಗಕ್ಕೆ ಬಸವಣ್ಣನವರ ಈ ವಚನದ ಪ್ರಸ್ತುತತೆ:

ಈ ವಚನವು ಸತ್ಯದ ಮಹತ್ವವನ್ನು,ವೈಯಕ್ತಿಕ ಪ್ರಯತ್ನ ಮತ್ತು ದೃಢಸಂಕಲ್ಪಕ್ಕೆ ಹೆಚ್ಚು ಒತ್ತು ನೀಡುತ್ತದೆ. ಆಧ್ಯಾತ್ಮಿಕ ಸಿದ್ಧಿಯ ಹೋರಾಟದಲ್ಲಿ ಸತ್ಯವನ್ನೇ ಆಯುಧವನ್ನಾಗಿ ಬಳಸಲು ಹೇಳುತ್ತದೆ ಮತ್ತು ನಿಜವಾದ ಗೆಲುವಿನ ಅರ್ಥವನ್ನು ತಿಳಿಸಿಕೊಡುತ್ತದೆ. ಇದು ಇಂದಿನ ಸಂಕೀರ್ಣ ಜಗತ್ತಿನಲ್ಲಿ ಸತ್ಯ, ಪ್ರಾಮಾಣಿಕತೆ ಮತ್ತು ಆತ್ಮಸ್ಥೈರ್ಯದಿಂದ ಬದುಕಲು ಮಾರ್ಗದರ್ಶನ ನೀಡುವ ಅತ್ಯಮೂಲ್ಯ ವಚನವಾಗಿದೆ.

1. ಸತ್ಯದ ಅನಿವಾರ್ಯತೆ ಮತ್ತು ಶಕ್ತಿ:

ಈ ವಚನದ ಅತ್ಯಂತ ಪ್ರಮುಖ ಸಂದೇಶವೆಂದರೆ ಸತ್ಯದ ಅಗಾಧ ಶಕ್ತಿ. "ಸತ್ಯವೆಂಬ ಕೂರಲಗು" ಎಂಬ ರೂಪಕವು, ಸತ್ಯವು ಕೇವಲ ನೈತಿಕ ಮೌಲ್ಯವಲ್ಲ, ಅದೊಂದು ಅಡೆತಡೆಗಳನ್ನು ಕತ್ತರಿಸಿಹಾಕಬಲ್ಲ ಹರಿತವಾದ ಆಯುಧ ಎನ್ನುತ್ತದೆ. ಇಂದಿನ ಜಗತ್ತಿನಲ್ಲಿ ಸುಳ್ಳು, ವಂಚನೆ, ತಪ್ಪು ಮಾಹಿತಿಗಳು ಹೆಚ್ಚುತ್ತಿರುವಾಗ, ಸತ್ಯಕ್ಕೆ ನಿಷ್ಠರಾಗಿರುವುದು ಕಷ್ಟಸಾಧ್ಯವೆನಿಸಿದರೂ, ಅಂತಿಮ ಮತ್ತು ನಿಜವಾದ ಗೆಲುವು

ಸತ್ಯದಿಂದಲೇ ಸಾಧ್ಯ ಎಂಬುದನ್ನು ಈ ವಚನ ದೃಢವಾಗಿ ಪ್ರತಿಪಾದಿಸುತ್ತದೆ. ವೈಯಕ್ತಿಕ, ಸಾಮಾಜಿಕ, ರಾಜಕೀಯ - ಎಲ್ಲಾ ಕ್ಷೇತ್ರಗಳಲ್ಲಿಯೂ ಸತ್ಯನಿಷ್ಠೆಯೇ ನಿಜವಾದ ಜಯಕ್ಕೆ ದಾರಿ.

2. ಮಾನವ ಪ್ರಯತ್ನ ಮತ್ತು ಸಂಕಲ್ಪ ಶಕ್ತಿ:

ದೇವರು ಸರ್ವಶಕ್ತನಾಗಿದ್ದರೂ ("ಕೊಲುವೆನೆಂಬ ಭಾಷೆ ದೇವನದು"), ಭಕ್ತನ ಪ್ರಯತ್ನ ಮತ್ತು ಸಂಕಲ್ಪಕ್ಕೆ ("ಗೆಲುವೆನೆಂಬ ಭಾಷೆ ಭಕ್ತನದು") ವಚನವು ಅತ್ಯಂತ ಮಹತ್ವ ನೀಡುತ್ತದೆ. ಇದು ಭಕ್ತನ ಜವಾಬ್ದಾರಿ, ಪ್ರಯತ್ನಶೀಲತೆ ಮತ್ತು ದೃಢನಿಶ್ಚಯವನ್ನು ಎತ್ತಿ ಹಿಡಿಯುತ್ತದೆ. ಜೀವನದ ಸವಾಲುಗಳನ್ನು ಎದುರಿಸಲು, ಕೆಟ್ಟ ಅಭ್ಯಾಸಗಳನ್ನು ಬಿಡಲು, ಗುರಿಗಳನ್ನು ಸಾಧಿಸಲು ಕೇವಲ ದೈವವನ್ನು ನಂಬಿ ಕೂರದೇ, ಸ್ವತಃ ಪ್ರಯತ್ನಪಡಬೇಕು, ಗೆಲ್ಲುವ ಛಲ ಹೊಂದಿರಬೇಕು ಎಂದು ಇದು ಪ್ರೇರೇಪಿಸುತ್ತದೆ.

3. ಆಧ್ಯಾತ್ಮಿಕ ಹೋರಾಟ ಮತ್ತು ವಿಜಯ:

ವಚನವು ಆಧ್ಯಾತ್ಮಿಕ ಪಯಣವನ್ನು ಒಂದು ಹೋರಾಟ ಅಥವಾ ಯುದ್ಧದಂತೆ ("ಗೆಲುವೆನೆಂಬ") ಚಿತ್ರಿಸುತ್ತದೆ. ನಮ್ಮೊಳಗಿನ ಅರಿಷಡ್ವರ್ಗಗಳು (ಕಾಮ, ಕ್ರೋಧ, ಇತ್ಯಾದಿ), ಅಹಂಕಾರ, ಮತ್ತು ಹೊರಗಿನ ಪ್ರಲೋಭನೆಗಳ ವಿರುದ್ಧ ನಾವು ನಿರಂತರ ಹೋರಾಡಬೇಕಾಗುತ್ತದೆ. ಈ ಹೋರಾಟದಲ್ಲಿ 'ಸತ್ಯ' ಎಂಬ ಅಸ್ತ್ರವನ್ನು ಬಳಸಿ ಗೆಲುವು ಸಾಧಿಸಬಹುದು ಎಂಬ ಭರವಸೆಯನ್ನು ಹೊಂದಿರಬೇಕು.

4. ನಿಜವಾದ ಗೆಲುವಿನ ಅರ್ಥ:

ವಚನದಲ್ಲಿ ಹೇಳುವ 'ಗೆಲುವು' ಕೇವಲ ಲೌಕಿಕ ಯಶಸ್ಸು ಅಥವಾ ಇನ್ನೊಬ್ಬರ ಮೇಲಿನ ವಿಜಯವಲ್ಲ. ಅದು ಆತ್ಮಸಾಕ್ಷಾತ್ಕಾರ, ಅಹಂಕಾರದ ನಾಶ, ಮತ್ತು ಸತ್ಯದಲ್ಲಿ ನೆಲೆನಿಲ್ಲುವುದು. ಜೀವನದಲ್ಲಿ ನಿಜವಾದ ಯಶಸ್ಸು ಯಾವುದು? ಭೌತಿಕ ಸಂಪತ್ತೇ, ಅಥವಾ ನೈತಿಕ ಮತ್ತು ಆಧ್ಯಾತ್ಮಿಕ ಉನ್ನತಿಯೇ? ಎಂದು ಪ್ರಶ್ನಿಸಲು ಇದು ನಮ್ಮನ್ನು ಪ್ರೇರೇಪಿಸುತ್ತದೆ.

5. ದೇವರು ಮತ್ತು ಭಕ್ತನ ಸಂಬಂಧ:

ದೇವರು ಅಂತಿಮವಾದ ಶಕ್ತಿಯಾಗಿದ್ದರೆ, ಭಕ್ತನು ಆ ಶಕ್ತಿಯನ್ನು ಸತ್ಯದ ಮಾರ್ಗದಲ್ಲಿ ನಡೆದು ಸೇರಲು ಪ್ರಯತ್ನಿಸುವವನು. ಇದು ದೇವರ ಮೇಲಿನ ಗೌರವದ ಜೊತೆಗೆ, ವೈಯಕ್ತಿಕ ಜವಾಬ್ದಾರಿ ಮತ್ತು ಸಕ್ರಿಯ ಸಾಧನೆಯನ್ನು ಒಳಗೊಂಡಿರುವ ಒಂದು ಸಮತೋಲಿತ ದೃಷ್ಟಿಕೋನವನ್ನು ನೀಡುತ್ತದೆ.

16. ಇಂದಿಂಗೆ ನಾಳಿಂಗೆ ಬೇಕೆಂದೆನಾದಡೆ ನಿಮ್ಮಾಣೆ, ನಿಮ್ಮ ಪ್ರಮಥರಾಣೆ.

ವಚನ:

"ಹೊನ್ನಿನೊಳಗೊಂದೊರೆಯ, ಸೀರೆಯೊಳಗೊಂದೆಳೆಯ
ಇಂದಿಂಗೆ ನಾಳಿಂಗೆ ಬೇಕೆಂದೆನಾದಡೆ
ನಿಮ್ಮಾಣೆ, ನಿಮ್ಮ ಪ್ರಮಥರಾಣೆ.
ನಿಮ್ಮ ಶರಣರಿಗಲ್ಲದೆ ಮತ್ತೊಂದನರಿಯೆ
ಕೂಡಲಸಂಗಮದೇವಾ."

ಈ ವಚನವು ಅಪರಿಗ್ರಹದ (ಸಂಗ್ರಹ ಮಾಡದಿರುವಿಕೆ) ಮತ್ತು ದಾಸೋಹದ (ಶರಣ ಸಮುದಾಯಕ್ಕೆ ಸಮರ್ಪಣೆ) ಪರಮಾವಧಿಯ ಘೋಷಣೆಯಾಗಿದೆ. ಬಸವಣ್ಣನವರು ಅತ್ಯಂತ ಕಠಿಣವಾದ ಆಣೆಗಳನ್ನು ಇಟ್ಟು, ತಾನು ಚಿನ್ನದ ಒಂದು ಕಣವನ್ನಾಗಲೀ, ಬಟ್ಟೆಯ ಒಂದು ಎಳೆಯನ್ನಾಗಲೀ ತನ್ನ ಸ್ವಂತ ಭವಿಷ್ಯದ ಅಗತ್ಯಕ್ಕಾಗಿ ("ಇಂದಿಂಗೆ ನಾಳಿಂಗೆ") ಕೂಡಿಡುವ ಬಯಕೆಯನ್ನು ಹೊಂದುವುದಿಲ್ಲವೆಂದು ಪ್ರತಿಜ್ಞೆ ಮಾಡುತ್ತಾರೆ. ಅವರ ಸರ್ವಸ್ವವೂ ಕೂಡಲಸಂಗಮದೇವನ ಶರಣರ ಸೇವೆಗೇ ಮೀಸಲಾಗಿದೆ. ಶರಣರ ಸೇವೆಯನ್ನು ಹೊರತುಪಡಿಸಿ ಅವರು ಬೇರೆ ಯಾವ ಕರ್ತವ್ಯವನ್ನೂ ಅರಿಯರು. ಇದು ವೈಯಕ್ತಿಕ ಸಂಪತ್ತಿನ ಸಂಗ್ರಹದ ಬದಲು, ಸಮುದಾಯಕ್ಕಾಗಿ ಬದುಕುವುದು ಮತ್ತು ದೇವರ ಮೇಲೆ ಸಂಪೂರ್ಣ ಭರವಸೆ ಇಡುವ ಶರಣರ ಆದರ್ಶವನ್ನು ಪ್ರತಿಬಿಂಬಿಸುತ್ತದೆ.

➔ **"ಹೊನ್ನಿನೊಳಗೊಂದೊರೆಯ, ಸೀರೆಯೊಳಗೊಂದೆಳೆಯ":**

ಇಲ್ಲಿ 'ಒರೆ' ಎಂದರೆ ಚಿನ್ನವನ್ನು ಪರೀಕ್ಷಿಸುವಾಗ ಉಜ್ಜಿದಾಗ ಉಳಿಯುವ ಅತಿ ಸಣ್ಣ ರೇಖೆ ಅಥವಾ ಒಂದು ಸಣ್ಣ ಅಣುವಿನಷ್ಟು ಎಂದು ಅರ್ಥೈಸಬಹುದು. 'ಎಳೆ' ಎಂದರೆ ಸೀರೆಯ ಅತ್ಯಂತ ಮೂಲಭೂತ ಅಂಶವಾದ ದಾರದ ಎಳೆ.

ಈ ಎರಡೂ ಪದಗಳು ಅತ್ಯಂತ ಕನಿಷ್ಠ ಪ್ರಮಾಣವನ್ನು ಸೂಚಿಸುತ್ತವೆ. ಬಸವಣ್ಣನವರು ಕೇವಲ ದೊಡ್ಡ ಸಂಪತ್ತನ್ನಲ್ಲ, ಬದಲಿಗೆ ಅತ್ಯಲ್ಪ, ಅತ್ಯಗತ್ಯ ವಸ್ತುಗಳ ಅತಿ ಸಣ್ಣ ಭಾಗವನ್ನು ಕೂಡ ತಮ್ಮ ಸ್ವಂತಕ್ಕಾಗಿ ಇಟ್ಟುಕೊಳ್ಳುವುದಿಲ್ಲ ಎಂದು ಹೇಳುತ್ತಿದ್ದಾರೆ. ಇದು ಅಪರಿಗ್ರಹದ (ಸಂಗ್ರಹಬುದ್ಧಿ) ತತ್ತ್ವವನ್ನು ಅತ್ಯಂತ ತೀವ್ರವಾಗಿ ಪ್ರತಿಪಾದಿಸುತ್ತದೆ.

➔ **"ಇಂದಿಂಗೆ ನಾಳಿಂಗೆ ಬೇಕೆಂದೆನಾದಡೆ":**

ಈ ಸಾಲು ಭವಿಷ್ಯದ ಭದ್ರತೆಗಾಗಿ ವಸ್ತುಗಳನ್ನು ಸಂಗ್ರಹಿಸುವ ಮಾನವ ಸಹಜ ಪ್ರವೃತ್ತಿಯನ್ನು ನೇರವಾಗಿ ಪ್ರಶ್ನಿಸುತ್ತದೆ. ಇದು ಭವಿಷ್ಯದ ಬಗೆಗಿನ ಆತಂಕವನ್ನು ತಿರಸ್ಕರಿಸಿ, ವರ್ತಮಾನದಲ್ಲಿ ಬದುಕುವ, ದೈವಾನುಗ್ರಹ ಅಥವಾ ಸಮುದಾಯದ ಆಧಾರದ (ದಾಸೋಹ) ಮೇಲೆ ಸಂಪೂರ್ಣ ನಂಬಿಕೆಯಿಡುವ ಕ್ರಾಂತಿಕಾರಿ ನಿಲುವಾಗಿದೆ. ಇದು ವಚನ ಚಳುವಳಿಯ ವರ್ತಮಾನದ ಆಧ್ಯಾತ್ಮಿಕ ಆಚರಣೆಯ ಮೇಲಿನ ಒತ್ತಿಗೆ ಅನುಗುಣವಾಗಿದೆ.

➔ **"ನಿಮ್ಮಾಣೆ, ನಿಮ್ಮ ಪ್ರಮಥರಾಣೆ.":**

ಇದು ಕೇವಲ ಒಂದು ಹೇಳಿಕೆಯಲ್ಲ, ಇದೊಂದು ಗಂಭೀರವಾದ ಪ್ರತಿಜ್ಞೆ. 'ಆಣೆ' ಎನ್ನುವುದು ವಚನಕಾರರ ದೃಷ್ಟಿಯಲ್ಲಿ ಕೇವಲ ಶಬ್ದವಲ್ಲ, ಅದೊಂದು ಬದ್ಧತೆ, ಪ್ರಮಾಣ. ಇಲ್ಲಿ ಬಸವಣ್ಣನವರು ತಮ್ಮ ಇಷ್ಟದೈವ ಕೂಡಲಸಂಗಮದೇವರ ಮತ್ತು ಪರಮ ಭಕ್ತರಾದ ಪ್ರಮಥರ (ಶರಣರ) ಮೇಲೆ ಆಣೆ ಮಾಡುವುದರ ಮೂಲಕ ತಮ್ಮ ಮಾತಿನ ಗಂಭೀರತೆಯನ್ನು ಮತ್ತು ಅದಕ್ಕೆ ತಾವು ಬದ್ಧರಾಗಿರುವುದನ್ನು ಸ್ಪಷ್ಟಪಡಿಸುತ್ತಾರೆ. ಈ ಆಣೆ ಕೇವಲ ವೈಯಕ್ತಿಕವಲ್ಲ, ಅದು ದೈವಿಕ ಮತ್ತು ಸಾಮಾಜಿಕ ಸಾಕ್ಷಿತ್ವವನ್ನು ಹೊಂದಿದೆ.

ಈ ಪ್ರತಿಜ್ಞೆಯನ್ನು ಉಲಂಘಿಸುವದು ಘೋರ ಅಪರಾಧವೆಂಬ ಭಾವ ಇದರಲ್ಲಿದೆ.

➔ **"ನಿಮ್ಮ ಶರಣರಿಗಲ್ಲದೆ ಮತ್ತೊಂದನರಿಯೆ":**

ಈ ಸಾಲು ಶರಣ ಸಮುದಾಯಕ್ಕೆ ಬಸವಣ್ಣನವರ ಸಂಪೂರ್ಣ ಮತ್ತು ಅನನ್ಯವಾದ ನಿಷ್ಠೆಯನ್ನು ಘೋಷಿಸುತ್ತದೆ. ಅವರ ಜೀವನ, ಅವರ ಸಂಪನ್ಮೂಲಗಳು, ಅವರ ಉದ್ದೇಶಗಳು ಎಲ್ಲವೂ ಶರಣರ ಒಳಿತಿಗಾಗಿ ಮತ್ತು ಅವರ ಒಡನಾಟಕ್ಕಾಗಿ ಮೀಸಲಾಗಿದೆ ಎಂಬುದನ್ನು ಇದು ಸೂಚಿಸುತ್ತದೆ. ಇದು ಬೇರೆಲ್ಲ ಲೌಕಿಕ ಸಂಬಂಧಗಳು, ನಿಷ್ಠೆಗಳು ಮತ್ತು ಆಸೆಗಳನ್ನು ತಿರಸ್ಕರಿಸುತ್ತದೆ. ಶರಣರ 'ಸಂಗ' ಅಥವಾ ಸಮುದಾಯಕ್ಕೆ ಇದ್ದ ಪ್ರಾಮುಖ್ಯತೆಯನ್ನು ಇದು ಎತ್ತಿ ತೋರಿಸುತ್ತದೆ.

➔ **"ಕೂಡಲಸಂಗಮದೇವಾ.":**

ಬಸವಣ್ಣನವರ ಅಂಕಿತನಾಮವಾದ ಇದು, ವಚನವನ್ನು ತಮ್ಮ ಇಷ್ಟದೈವಕ್ಕೆ ಸಲ್ಲಿಸುವ ನೇರವಾದ, ವೈಯಕ್ತಿಕ ಪ್ರಾರ್ಥನೆಯಾಗಿ ಮುಕ್ತಾಯಗೊಳಿಸುತ್ತದೆ. ಇದು ಅವರ ಪ್ರತಿಜ್ಞೆಗಳನ್ನು ದೈವಿಕ ಸಾಕ್ಷಿತ್ವದಲ್ಲಿ ಮತ್ತು ಭಕ್ತಿಯ ಚೌಕಟ್ಟಿನಲ್ಲಿ ಸ್ಥಾಪಿಸುತ್ತದೆ.

ತಾತ್ಪರ್ಯ:

ಈ ವಚನವು ಬಸವಣ್ಣನವರ ಕ್ರಾಂತಿಕಾರಿ ಸಾಮಾಜಿಕ-ಆಧ್ಯಾತ್ಮಿಕ ದೃಷ್ಟಿಯ ಒಂದು ಸಾರಾಂಶವಾಗಿದೆ. ಇದು ಅಪರಿಗ್ರಹದ (ಸಂಗ್ರಹಣಾ ರಹಿತತೆ) ತೀವ್ರವಾದ ಬದ್ಧತೆಯನ್ನು, ಕೂಡಲಸಂಗಮದೇವರಲ್ಲಿ ಅಚಲವಾದ ನಂಬಿಕೆ (ಶರಣಾಗತಿ) ಮತ್ತು ಶರಣ ಸಮುದಾಯಕ್ಕೆ ಸಂಪೂರ್ಣ ಸಮರ್ಪಣೆಯನ್ನು ಪ್ರತಿಬಿಂಬಿಸುತ್ತದೆ. ವಚನವು ಎತ್ತಿ ತೋರಿಸುವ ಪ್ರಮುಖ ತತ್ತ್ವ ಗಳೆಂದರೆ: ವೈರಾಗ್ಯ, ವರ್ತಮಾನದಲ್ಲಿ ಬದುಕುವುದು, ಪ್ರತಿಜ್ಞೆಗಳ ಪಾವಿತ್ರ್ಯ, ಸಮುದಾಯದ ಕೇಂದ್ರಸ್ಥಾನ, ಮತ್ತು ಇವುಗಳನ್ನು ಕಾಯಕ ಮತ್ತು ದಾಸೋಹದೊಂದಿಗೆ ಸಮನ್ವಯಗೊಳಿಸುವುದು.

ಇದು ಬಸವಣ್ಣನವರ ಕೇವಲ ವೈಯಕ್ತಿಕ ನಿಷ್ಠೆಯ ಘೋಷಣೆಯಲ್ಲ, ಬದಲಿಗೆ ಸಮಾನತೆ, ಹಂಚಿಕೆ ಮತ್ತು ನಂಬಿಕೆಯ ಮೇಲೆ ಆಧಾರಿತವಾದ ಒಂದು ಹೊಸ ಸಮಾಜದ ನೀಲನಕ್ಷೆಯಾಗಿದೆ.

ಇಂದಿನ ಯುಗಕ್ಕೆ ಬಸವಣ್ಣನವರ ಈ ವಚನದ ಪ್ರಸ್ತುತತೆ:

1. ಬಳಕೆ ಸಂಸ್ಕೃತಿ ಮತ್ತು ಸಂಗ್ರಹಕ್ಕೆ ವಿಮರ್ಶೆ:

ಇಂದಿನ ಬಳಕೆದಾರ ಸಂಸ್ಕೃತಿಯಲ್ಲಿ (Consumerism), ವಿಶೇಷವಾಗಿ ನಗರ ಪ್ರದೇಶಗಳಲ್ಲಿ, ಸಂಪತ್ತು ಮತ್ತು ವಸ್ತುಗಳನ್ನು ಸಂಗ್ರಹಿಸುವ ಪ್ರವೃತ್ತಿ ಬಹಳ ತೀವ್ರವಾಗಿದೆ. ಈ ವಚನವು ಅದಕ್ಕೆ ತದ್ವಿರುದ್ಧವಾದ ನಿಲುವನ್ನು ಮುಂದಿಡುತ್ತದೆ. ವೈಯಕ್ತಿಕ ಭದ್ರತೆಗಾಗಿ ಸದಾ ಕೂಡಿಡುವ ("ಇಂದಿಂಗೆ ನಾಳಿಂಗೆ ಬೇಕು") ಮನಸ್ಥಿತಿಯನ್ನು ಇದು ಪ್ರಶ್ನಿಸುತ್ತದೆ ಮತ್ತು ಅಪರಿಗ್ರಹವನ್ನು (ಆಸ್ತಿ ಹೊಂದದಿರುವುದು ಅಥವಾ ಅನಾಸಕ್ತಿ) ಪ್ರೋತ್ಸಾಹಿಸುತ್ತದೆ. 'ಎಷ್ಟು ಸಂಗ್ರಹಿಸಿದರೆ ಸಾಕು?' ಎಂಬ ಮೂಲಭೂತ ಪ್ರಶ್ನೆಯನ್ನು ಇದು ಎತ್ತುತ್ತದೆ.

2. ದಾಸೋಹ/ದಾನದ ತತ್ತ್ವ :

"ನಿಮ್ಮ ಶರಣರಿಗಲ್ಲದೆ" ಎಂಬ ಮಾತು ನಿಸ್ವಾರ್ಥವಾಗಿ ನೀಡುವ (ದಾಸೋಹ) ತತ್ತ್ವವನ್ನು ಎತ್ತಿ ಹಿಡಿಯುತ್ತದೆ. ತೀವ್ರ ಆರ್ಥಿಕ ಅಸಮಾನತೆ ಇರುವ ಈ ಕಾಲದಲ್ಲಿ, ತಮ್ಮ ಸಂಪನ್ಮೂಲಗಳನ್ನು ಸಮುದಾಯದೊಂದಿಗೆ, ವಿಶೇಷವಾಗಿ ಅಗತ್ಯವಿರುವವರೊಂದಿಗೆ ಅಥವಾ ಉನ್ನತ ಮೌಲ್ಯಗಳಿಗಾಗಿ ಬದುಕುವವರೊಂದಿಗೆ ಹಂಚಿಕೊಳ್ಳುವ ದಾಸೋಹ ತತ್ತ್ವ ವು ಅತ್ಯಂತ ಪ್ರಸ್ತುತವಾಗಿದೆ. ಇದು ದಾನ, ಪರೋಪಕಾರ ಮತ್ತು ಸಹಕಾರಿ ಸಮುದಾಯಗಳನ್ನು ನಿರ್ಮಿಸಲು ಮುಂದಾಗಬೇಕು.

3. ನಂಬಿಕೆ ಮತ್ತು ಸರಳ ಜೀವನ:

"ಹೊನ್ನಿನೊಳಗೊಂದೊರೆಯ, ಸೀರೆಯೊಳಗೊಂದೆಳೆಯ" ಕೂಡ ಉಳಿಸಿಕೊಳ್ಳುವುದಿಲ್ಲ ಎಂಬುದು, ವೈಯಕ್ತಿಕ ಉಳಿತಾಯದ ಬದಲು ದೇವರ ಮೇಲೆ ಅಥವಾ ಸಮುದಾಯದ ಬೆಂಬಲದ ಮೇಲೆ ಆಳವಾದ ನಂಬಿಕೆಯನ್ನು ಸೂಚಿಸುತ್ತದೆ. ಇದು ಸಂಗ್ರಹದ ಚಿಂತೆಯಿಂದ ಮುಕ್ತವಾದ/ ವರ್ತಮಾನದ ಸರಳ ಜೀವನವನ್ನು ಪ್ರತಿಪಾದಿಸುತ್ತದೆ.

ಸಂಪೂರ್ಣ ಅಪರಿಗ್ರಹವು ಇಂದು ಎಲ್ಲರಿಗೂ ಪ್ರಾಯೋಗಿಕವಲ್ಲದಿದ್ದರೂ, ವಸ್ತುಗಳ ಮೇಲಿನ ವ್ಯಾಮೋಹವನ್ನು ಕಡಿಮೆ ಮಾಡಿ, ಹಂಚಿಕೊಳ್ಳುವ ಮನೋಭಾವವನ್ನು ಬೆಳೆಸಿಕೊಳ್ಳುವುದು ಅಮೂಲ್ಯವಾದ ಪಾಠವಾಗಿದೆ.

4. ಬದ್ಧತೆ ಮತ್ತು ಪ್ರಾಮಾಣಿಕತೆ:

ಕಠಿಣವಾದ ಆಣೆಗಳನ್ನು ("ನಿಮ್ಮಾಣೆ, ನಿಮ್ಮ ಪ್ರಮಥರಾಣೆ") ಬಳಸಿರುವುದು, ತಾನು ನಂಬಿದ ತತ್ತ್ವಗಳಿಗೆ ಬದ್ಧರಾಗಿರುವ ಪ್ರಾಮುಖ್ಯತೆಯನ್ನು ತೋರಿಸುತ್ತದೆ. ಇದು ಪ್ರಾಮಾಣಿಕತೆಯಿಂದ ಬದುಕುವುದು ಮತ್ತು ತನ್ನ ಮಾತು-ಕೃತಿಗಳನ್ನು ತನ್ನ ಮೌಲ್ಯಗಳೊಂದಿಗೆ ಸಂಪೂರ್ಣವಾಗಿ ಹೊಂದಿಸುವುದನ್ನು ಸೂಚಿಸುತ್ತದೆ - ಈಗ ಸಂವಿಧಾನದ ಆಶಯದಂತೆ ನಡೆಯಲು ಅಣಿಯಾಗಬೇಕು.

5. ಏಕಚಿತ್ತದ ನಿಷ್ಠೆ:

"ಮತ್ತೊಂದನರಿಯೆ" ಎಂಬ ಮಾತು ಏಕಾಗ್ರತೆ ಮತ್ತು ಒಂದೇ ಗುರಿಗೆ ಸಂಪೂರ್ಣ ಸಮರ್ಪಣೆಯನ್ನು ಸೂಚಿಸುತ್ತದೆ. ಜಗತ್ತು ನಮ್ಮ ಗಮನವನ್ನು ನಾನಾ ಕಡೆ ಸೆಳೆಯುವಾಗ, ಒಂದು ಸ್ಪಷ್ಟವಾದ, ನಿಸ್ವಾರ್ಥವಾದ ಉದ್ದೇಶವನ್ನು (ಇಲ್ಲಿ, ಶರಣ ಸಮುದಾಯದ ಸೇವೆ) ಹೊಂದುವ ಮತ್ತು ಅದಕ್ಕೆ ಸಂಪೂರ್ಣವಾಗಿ ಅರ್ಪಿಸಿಕೊಳ್ಳುವ ಶಕ್ತಿಯನ್ನು ಬೆಳಿಸಿಕೊಳ್ಳಬೇಕು.

6. ನಾಯಕರಿಗೆ ನೈತಿಕ ಆದರ್ಶ:

ಬಸವಣ್ಣನವರು ಸ್ವತಃ ಮಂತ್ರಿಯಾಗಿದ್ದರು (ಭಂಡಾರಿ). ಅಧಿಕಾರದಲ್ಲಿದ್ದ ವ್ಯಕ್ತಿಯೊಬ್ಬರು ವೈಯಕ್ತಿಕ ಲಾಭಕ್ಕಿಂತ ಸಮುದಾಯದ ಹಿತಕ್ಕಾಗಿ ಸಂಪೂರ್ಣ ಅಪರಿಗ್ರಹ ಮತ್ತು ಸಮರ್ಪಣೆಯ ಈ ಉನ್ನತ ನೈತಿಕ ನಿಲುವನ್ನು ತಳೆಯುವುದು ಇಂದಿನ ನಾಯಕರು ಪಾಲಿಸಬೇಕಾಗಿದೆ.

ಒಟ್ಟಿನಲ್ಲಿ, ಈ ವಚನವು ಇಂದಿಗೂ ಅತ್ಯಂತ ಪ್ರಸ್ತುತವಾಗಿದೆ, ಏಕೆಂದರೆ ಇದು:

1. ಆಧುನಿಕ ಬಳಕೆ ಸಂಸ್ಕೃತಿ ಮತ್ತು ಸಂಪತ್ತಿನ ಸಂಗ್ರಹದ ಗೀಳನ್ನು ಪ್ರಶ್ನಿಸುತ್ತದೆ.
2. ನಿಸ್ವಾರ್ಥ ದಾನ, ದಾಸೋಹ ಮತ್ತು ಸಮುದಾಯ ಬೆಂಬಲದ ಸಾರ್ವಕಾಲಿಕ ಮೌಲ್ಯವನ್ನು ಎತ್ತಿ ಹಿಡಿಯುತ್ತದೆ.
3. ಸರಳತೆ, ನಂಬಿಕೆ ಮತ್ತು ಭೌತಿಕ ಭದ್ರತೆಯ ಚಿಂತೆಯನ್ನು ಕಡಿಮೆ ಮಾಡಲು ಪ್ರೇರೇಪಿಸುತ್ತದೆ.
4. ಪ್ರಾಮಾಣಿಕತೆ ಮತ್ತು ನಂಬಿದ ತತ್ತ್ವ ಗಳಿಗೆ ಅಚಲವಾದ ಬದ್ಧತೆಯ ಮಹತ್ವವನ್ನು ಒತ್ತಿಹೇಳುತ್ತದೆ.
5. ಆಯ್ದ ನಿಸ್ವಾರ್ಥ ಉದ್ದೇಶಕ್ಕೆ ಏಕಚಿತ್ತದಿಂದ ಸಮರ್ಪಿಸಿಕೊಳ್ಳಲು ಸ್ಫೂರ್ತಿ ನೀಡುತ್ತದೆ.
6. ಸಂಪತ್ತಿನ ವಿಷಯದಲ್ಲಿ ನಾಯಕತ್ವಕ್ಕೆ ಮತ್ತು ವೈಯಕ್ತಿಕ ನಡತೆಗೆ ಉನ್ನತ ನೈತಿಕ ಮಾನದಂಡವನ್ನು ನಿಗದಿಪಡಿಸುತ್ತದೆ.

17. ಆ ನಿಮ್ಮ ಹಾರೆನು, ಮಾನವರ ಬೇಡೆನು. ಆಣೆ ನಿಮ್ಮಾಣೆ, ಕೂಡಲಸಂಗಮದೇವಾ.

ವಚನ:

“ಕಾಯದ ಕಳವಳಕಂಜಿ, `ಕಾಯಯ್ಯಾ' ಎನ್ನೆನು,
ಜೀವನೋಪಾಯಕಂಜಿ `ಈಯಯ್ಯಾ' ಎನ್ನೆನು.
`ಯದ್ ಭಾವಂ ತದ್ ಭವತಿ' ಉರಿ ಬರಲಿ, ಸಿರಿ ಬರಲಿ
ಬೇಕು ಬೇಡೆನ್ನೆನಯ್ಯಾ.
ಆ ನಿಮ್ಮ ಹಾರೆನು, ಮಾನವರ ಬೇಡೆನು.
ಆಣೆ ನಿಮ್ಮಾಣೆ, ಕೂಡಲಸಂಗಮದೇವಾ.”

"ಕಾಯದ ಕಳವಳಕಂಜಿ, ಕಾಯಯ್ಯಾ' ಎನ್ನೆನು" ಎನ್ನುವಾಗ, ದೇಹದ ಬಗೆಗಿನ ಅತಿಯಾದ ಚಿಂತೆಯನ್ನು ತ್ಯಜಿಸಿ, ಆ ದೇವನಲ್ಲಿಯೇ ಶರಣಾಗತಿಯ ಭಾವವನ್ನು ತೋರುತ್ತಾರೆ.

"ಜೀವನೋಪಾಯಕಂಜಿ ಈಯಯ್ಯಾ' ಎನ್ನೆನು" ಎನ್ನುವ ಮೂಲಕ, ಬದುಕಿಗಾಗಿ

ಬೇರೆಯವರನ್ನು ಯಾಚಿಸುವ ಹೀನ ಮನೋಭಾವವನ್ನು ತೊರೆಯುವ ಸಂಕಲ್ಪವನ್ನು ವ್ಯಕ್ತಪಡಿಸುತ್ತಾರೆ.

"ಯದ್ ಭಾವಂ ತದ್ ಭವತಿ" ಎಂಬ ತತ್ತ್ವವನ್ನು ಉಲ್ಲೇಖಿಸಿ, ಬಂದದ್ದೆಲವನ್ನು, ಸಮಚಿತ್ತದಿಂದ ಸ್ವೀಕರಿಸುವ ಮನೋಭಾವವನ್ನು ಬೆಳೆಸಿಕೊಳ್ಳಲು ಕರೆ ನೀಡುತ್ತಾರೆ.

"ಬೇಕು ಬೇಡೆನ್ನೆನಯ್ಯಾ" ಎನ್ನುವ ಮೂಲಕ, ಇಷ್ಟಾನಿಷ್ಟಗಳನ್ನು ಮೀರಿ ನಿಂತ ಸ್ಥಿತಿಯನ್ನು ವಿವರಿಸುತ್ತಾರೆ.

ಕೊನೆಯಲ್ಲಿ, "ಆ ನಿಮ್ಮ ಹಾರೆನು, ಮಾನವರ ಬೇಡೆನು" ಎಂದು ದೃಢವಾಗಿ ಹೇಳುವ ಮೂಲಕ, ಕೇವಲ ಕೂಡಲಸಂಗಮದೇವರನ್ನೇ ಆಶ್ರಯಿಸುವ ಮತ್ತು ಮನುಷ್ಯರನ್ನು ಬೇಡದಿರುವ ನಿರ್ಧಾರವನ್ನು ತಿಳಿಸುತ್ತಾರೆ.

"ಆಣೆ ನಿಮ್ಮಾಣೆ, ಕೂಡಲಸಂಗಮದೇವಾ" ಎಂದು ದೇವರಾಣೆಯಿಟ್ಟು ಹೇಳುವ ಮೂಲಕ, ತಮ್ಮ ಈ ನಿಲುವಿನಲ್ಲಿನ ಅಚಲ ವಿಶ್ವಾಸವನ್ನು ವ್ಯಕ್ತಪಡಿಸುತ್ತಾರೆ.

ಈ ವಚನವು ಅಪ್ಪಟ ಶರಣರ ಬದುಕಿನ ದಾರಿಯನ್ನು ತೋರಿಸುತ್ತದೆ. ಕಾಯಕವೇ ಕೈಲಾಸವೆಂದು ನಂಬಿ, ಅನ್ಯರ ನೆರವನ್ನು ನಿರೀಕ್ಷಿಸದೆ, ಭಗವಂತನಲ್ಲೇ ಎಲ್ಲವನ್ನೂ ಕಾಣುವ ಶ್ರೇಷ್ಠ ತತ್ತ್ವವನ್ನು ಇದು ಪ್ರತಿಪಾದಿಸುತ್ತದೆ.

➔ **"ಕಾಯದ ಕಳವಳಕಂ್ಜಿ, `ಕಾಯಯ್ಯಾ' ಎನ್ನೆನು,":**

ಬಸವಣ್ಣನವರು ಇಲ್ಲಿ ದೇಹಕ್ಕೆ ಸಂಭವಿಸಬಹುದಾದ ನೋವು, ರೋಗ, ವೃದ್ಧಾಪ್ಯ ಅಥವಾ ಸಾವಿನ ಭಯದಿಂದ ('ಕಾಯದ ಕಳವಳ') ನಾನು ವಿಚಲಿತನಾಗುವುದಿಲ್ಲ. ಅಂತಹ ಭಯಕ್ಕೆ ಒಳಗಾಗಿ, 'ಓ ದೇವರೇ, ನನ್ನನ್ನು ಈ ದೈಹಿಕ ಸಂಕಟಗಳಿಂದ ರಕ್ಷಿಸು' ('ಕಾಯಯ್ಯಾ') ಎಂದು ನಾನು ನಿನ್ನನ್ನು ಪ್ರಾರ್ಥಿಸುವುದಿಲ್ಲ.

ದೇಹವು ನಶ್ವರ, ಅದಕ್ಕೆ ಬರುವ ಕಷ್ಟಗಳು ಸಹಜ ಎಂಬ ಅರಿವು ಇಲ್ಲಿ ಸ್ಪಷ್ಟವಾಗಿದೆ. ದೇಹದ ಕಷ್ಟಗಳು ಸಹಜವಾದುವು, ಅವುಗಳಿಗೆ ಅಂಜದೆ ಭಕ್ತಿಯಲ್ಲಿ ನಿಷ್ಠುರವಾಗಿರುವುದನ್ನು ಇದು ಸೂಚಿಸುತ್ತದೆ.

'ಕಾಯದ ಕಳವಳ' ಎಂಬುದು ಕೇವಲ ದೈಹಿಕ ನೋವಿಗೆ ಸೀಮಿತವಾಗಿಲ್ಲ, ಅದು ಅಸ್ತಿತ್ವದ ಆತಂಕವನ್ನೂ (existential anxiety) ಒಳಗೊಳ್ಳುತ್ತದೆ – ಸಾವು, ನಷ್ಟ, ಅನಿಶ್ಚಿತತೆಗಳ ಭಯ. ಇಂತಹ ಮೂಲಭೂತ ಭಯಗಳಿಗೂ ದೇವರಲ್ಲಿ ರಕ್ಷಣೆ ಬೇಡುವುದಿಲ್ಲ ಎನ್ನುವುದು ಸಾಮಾನ್ಯ ಮಾನವ ಪ್ರವೃತ್ತಿಗೆ ವಿರುದ್ಧವಾದ, ಉನ್ನತ ಆಧ್ಯಾತ್ಮಿಕ ಸ್ಥಿತಿಯನ್ನು ಸೂಚಿಸುತ್ತದೆ. ಶರಣರು ದೇಹವನ್ನು ಕೇವಲ ಆತ್ಮದ ಸಾಧನವೆಂದು ಪರಿಗಣಿಸಿದ್ದರು ಮತ್ತು ಅದರ ಮೇಲಿನ ಅತಿಯಾದ ವ್ಯಾಮೋಹವನ್ನು ತಿರಸ್ಕರಿಸಿದ್ದರು.

(ದೇಹದ ಮೇಲಿನ ವ್ಯಾಮೋಹವನ್ನು ತೊರೆದು, ಅದರ ಸುಖ-ದುಃಖಗಳಿಗೆ ಅಂಜುವುದಿಲ್ಲ ಎಂಬ ಭಾವ).

➔ **" ಜೀವನೋಪಾಯಕಂ್ಜಿ `ಈಯಯ್ಯಾ' ಎನ್ನೆನು.":**

ಈ ಸಾಲು ಸ್ವಾವಲಂಬನೆಯ ತತ್ತ್ವ ವನ್ನು ಅತ್ಯಂತ ಬಲವಾಗಿ ಪ್ರತಿಪಾದಿಸುತ್ತದೆ.

ಜೀವನ ನಿರ್ವಹಣೆಗೆ ಬೇಕಾದ ದಾರಿ, ಸಂಪತ್ತು, ಆಹಾರ ಅಥವಾ ಇತರ ಸಂಪನ್ಮೂಲಗಳಿಗಾಗಿ ('ಜೀವನೋಪಾಯ') ನಾನು ಚಿಂತಿತನಾಗುವುದಿಲ್ಲ. ಅದಕ್ಕಾಗಿ ಹೆದರಿ, 'ಓ ದೇವರೇ, ದಯವಿಟ್ಟು ನನಗೆ ಇವುಗಳನ್ನು ಒದಗಿಸು' ('ಈಯಯ್ಯಾ') ಎಂದು ನಾನು ನಿನ್ನನ್ನು ಬೇಡುವುದಿಲ್ಲ.

'ಜೀವನೋಪಾಯ' ಎಂಬುದು ಕೇವಲ ಅನ್ನ, ಬಟ್ಟೆ, ವಸತಿಯಂತಹ ಭೌತಿಕ ಅಗತ್ಯಗಳನ್ನು ಮಾತ್ರವಲ್ಲದೆ, ಸಮಾಜದಲ್ಲಿ ಬದುಕಲು ಬೇಕಾದ ಸ್ಥಾನಮಾನ, ಯಶಸ್ಸು, ಅವಕಾಶಗಳನ್ನೂ ಒಳಗೊಳ್ಳಬಹುದು. ಇವುಗಳಿಗಾಗಿಯೂ ದೇವರನ್ನು ಬೇಡುವುದಿಲ್ಲ

ಎನ್ನುವುದು ಲೌಕಿಕ ಯಶಸ್ಸಿನ ಬಗ್ಗೆ ಶರಣರಿಗಿದ್ದ ಅನಾಸಕ್ತಿಯನ್ನು (detachment) ಮತ್ತು ತಮ್ಮ ಕಾಯಕದ ಮೇಲಿದ್ದ ನಂಬಿಕೆಯನ್ನು ಸೂಚಿಸುತ್ತದೆ.

(ಸ್ವಾಭಿಮಾನ, ಸ್ವಾವಲಂಬನೆ ಮತ್ತು ಇದ್ದುದರಲ್ಲಿ ತೃಪ್ತಿಪಡುವ ಮನೋಭಾವ).

➔ **"`ಯದ್ ಭಾವಂ ತದ್ ಭವತಿ' ಉರಿ ಬರಲಿ, ಸಿರಿ ಬರಲಿ ಬೇಕು ಬೇಡೆನ್ನೆನಯ್ಯಾ":**

ಈ ಸಾಲು ಸ್ಥಿತಪ್ರಜ್ಞತೆ ಅಥವಾ ಸಮಚಿತ್ತತೆಯನ್ನು (equanimity) ಅತ್ಯುತ್ತಮವಾಗಿ ನಿರೂಪಿಸುತ್ತದೆ. ಜೀವನದಲ್ಲಿ ಎದುರಾಗುವ ಸುಖ-ದುಃಖ, ಲಾಭ-ನಷ್ಟ, ಏಳು-ಬೀಳುಗಳನ್ನು ಸಮಾನವಾಗಿ, ನಿರ್ಲಿಪ್ತವಾಗಿ ಸ್ವೀಕರಿಸುವ ಮನೋಭಾವವನ್ನು ಇದು ಒತ್ತಿಹೇಳುತ್ತದೆ.

"ಯದ್ ಭಾವಂ ತದ್ ಭವತಿ" ಎಂಬ ಸಂಸ್ಕೃತ ಸೂಕ್ತಿಯನ್ನು ಬಳಸಿ, ನಮ್ಮ ಭಾವನೆಗಳೇ ನಮ್ಮ ವಾಸ್ತವವನ್ನು ರೂಪಿಸುತ್ತವೆ ಎಂಬುದನ್ನು ಹೇಳುತ್ತಾರೆ. ಇದರ ಆಧಾರದ ಮೇಲೆ, ಜೀವನದಲ್ಲಿ ಕಷ್ಟ (ಉರಿ) ಬರಲಿ ಅಥವಾ ಸುಖ-ಸಮೃದ್ಧಿ (ಸಿರಿ) ಬರಲಿ, ತನಗೆ ಅದು ಬೇಕು ಅಥವಾ ಬೇಡ ಎಂದು ಹೇಳುವುದಿಲ್ಲ ಎನ್ನುತ್ತಾರೆ. ಇದು ಸಂಪೂರ್ಣ ಸಮಚಿತ್ತತೆ ಮತ್ತು ದೈವದ ಇಚ್ಛೆಗೆ ಶರಣಾಗತಿಯ ದ್ಯೋತಕವಾಗಿದೆ. ಜೀವನದಲ್ಲಿ ಎದುರಾಗುವ ಯಾವುದೇ ಪರಿಸ್ಥಿತಿಯನ್ನು ಸಮಾನವಾಗಿ ಸ್ವೀಕರಿಸುವ ಮನೋಭಾವವನ್ನು ಇದು ಪ್ರತಿಬಿಂಬಿಸುತ್ತದೆ.

➔ **"ಆ ನಿಮ್ಮ ಹಾರೆನು, ಮಾನವರ ಬೇಡೆನು":**

ನಾನು ನಿಮ್ಮನ್ನು (ಕೂಡಲಸಂಗಮದೇವರನ್ನು) ಮಾತ್ರ ಆಶ್ರಯಿಸುತೇ_ನೆ/ನಂಬುತೇ_ನೆ ('ಆ ನಿಮ್ಮ ಹಾರೆನು'), ಯಾವುದೇ ಕಾರಣಕ್ಕೂ ಮನುಷ್ಯರನ್ನು ಬೇಡುವುದಿಲ್ಲ / ಅವಲಂಬಿಸುವುದಿಲ್ಲ ('ಮಾನವರ ಬೇಡೆನು').

ಇದು ದೇವರ ಮೇಲಿನ ಸಂಪೂರ್ಣ ಮತ್ತು ಅನನ್ಯವಾದ ಶರಣಾಗತಿಯನ್ನು ಹಾಗೂ ಮಾನವ ಸಹಾಯದ ಮೇಲಿನ ಅವಲಂಬನೆಯ ಸ್ಪಷ್ಟ ನಿರಾಕರಣೆಯನ್ನು ಪ್ರತಿಪಾದಿಸುತ್ತದೆ.

ಶರಣರ ದೃಷ್ಟಿಯಲ್ಲಿ, ಅಂತಿಮ ಆಶ್ರಯ ಮತ್ತು ಶಕ್ತಿಯ ಮೂಲ ಕೇವಲ ದೈವವೇ ಆಗಿತ್ತು. 'ಹಾರೆನು' ಎಂಬ ಪದಕ್ಕೆ ಇಲ್ಲಿ 'ಅವಲಂಬಿಸುವೆನು', 'ನಂಬಿರುವೆನು' ಅಥವಾ 'ಆಶ್ರಯಿಸುವೆನು' ಎಂಬ ಅರ್ಥಗಳಿವೆ. 'ಮಾನವರ ಬೇಡೆನು' ಎಂಬುದು ಕೇವಲ ಭೌತಿಕ

ವಸ್ತುಗಳನ್ನು ಅಥವಾ ಸಹಾಯವನ್ನು ನಿರಾಕರಿಸುವುದಷ್ಟೇ ಅಲ್ಲ, ಮನುಷ್ಯರಿಂದ ಬರುವ ಮನ್ನಣೆ, ಹೊಗಳಿಕೆ, ಸಾಮಾಜಿಕ ಸ್ಥಾನಮಾನ ಅಥವಾ ಅನುಮೋದನೆಯ ನಿರೀಕ್ಷೆಯನ್ನೂ ತಿರಸ್ಕರಿಸುವುದನ್ನು ಸೂಚಿಸುತ್ತದೆ.

➔ **"ಆಣೆ ನಿಮ್ಮಾಣೆ, ಕೂಡಲಸಂಗಮದೇವಾ":**

ಈ ಅಂತಿಮ ಸಾಲು ಬಸವಣ್ಣನವರ ದೃಢ ನಿಶ್ಚಯ ಮತ್ತು ಬದ್ಧತೆಯನ್ನು ಅತ್ಯುನ್ನತ ಮಟ್ಟದಲ್ಲಿ ಸ್ಥಾಪಿಸುತ್ತದೆ. ಇದು ಒಂದು ಗಂಭೀರವಾದ ಪ್ರಮಾಣ ವಚನ. ತಾನು ಮೇಲೆ ಹೇಳಿದ ಎಲ್ಲಾ ತತ್ತ್ವಗಳಿಗೆ – ಅಂದರೆ, ದೈಹಿಕ ಮತ್ತು ಲೌಕಿಕ ಭಯಗಳಿಂದ ಮುಕ್ತನಾಗಿರುವುದು, ಸ್ವಾವಲಂಬಿಯಾಗಿರುವುದು, ಸ್ಥಿತಪ್ರಜ್ಞೆಯನ್ನು ಕಾಪಾಡಿಕೊಳ್ಳುವುದು, ಮತ್ತು ಕೇವಲ ದೈವವನ್ನೇ ನಂಬಿರುವುದು – ಸಂಪೂರ್ಣವಾಗಿ ಬದ್ಧನಾಗಿರುವುದಾಗಿ ದೇವರ ಮೇಲೆ ಆಣೆ ಮಾಡಿ ಹೇಳುತ್ತಿದ್ದಾರೆ.

ವಚನ ಸಾಹಿತ್ಯದಲ್ಲಿ 'ಆಣೆ'ಯ ಬಳಕೆಯು ಸಾಮಾನ್ಯವಾಗಿ ನೈತಿಕ ದೃಢತೆ, ಸತ್ಯಸಂಧತೆ ಮತ್ತು ಬಲವಾದ ಬದ್ಧತೆಯನ್ನು ಸೂಚಿಸುತ್ತದೆ. ಇಲ್ಲಿ 'ನಿಮ್ಮಾಣೆ' ಎಂದು ನೇರವಾಗಿ ದೇವರ ಮೇಲೆ ಆಣೆ ಮಾಡುವುದು, ತನ್ನ ಪ್ರತಿಜ್ಞೆಯ ಪಾಲನೆಗೆ ದೇವರೇ ಸಾಕ್ಷಿ ಮತ್ತು ಆ ಪ್ರತಿಜ್ಞೆಯನ್ನು ಮೀರಿದರೆ ದುಷ್ಟ ಪರಿಣಾಮಗಳನ್ನು ಎದುರಿಸಲು ತಾನು ಸಿದ್ಧ ಎಂಬ ಅಚಲವಾದ ವಿಶ್ವಾಸವನ್ನು ಮತ್ತು ನಿರ್ಭಯತೆಯನ್ನು ತೋರಿಸುತ್ತದೆ.

ತಾತ್ಪರ್ಯ:

ಈ ವಚನವು ಶರಣ ಚಳುವಳಿಯ ಕ್ರಾಂತಿಕಾರಿ ಆರ್ಥಿಕ ಮತ್ತು ಸಾಮಾಜಿಕ ತತ್ತ್ವಗಳನ್ನು (ಕಾಯಕ, ಸಮಾನತೆ) ವೈಯಕ್ತಿಕ ಆಧ್ಯಾತ್ಮಿಕ ನಿಲುವಿನೊಂದಿಗೆ (ನಿರ್ಲಿಪ್ತತೆ, ದೈವನಿಷ್ಠೆ, ಸ್ವಾವಲಂಬನೆ) ಹೇಗೆ ಸಂಯೋಜಿಸುತ್ತದೆ ಎಂಬುದನ್ನು ಅತ್ಯುತ್ತಮವಾಗಿ ತೋರಿಸುತ್ತದೆ. ಯಾಚನೆಯ ನಿರಾಕರಣೆ ಮತ್ತು ಸ್ವಾವಲಂಬನೆಯ ಪ್ರತಿಪಾದನೆಯು ಅಂದಿನ ಶ್ರೇಣೀಕೃತ ಸಮಾಜದಲ್ಲಿ ಬೇಡಿ ಬದುಕುತ್ತಿದ್ದ ಅಥವಾ ಇತರರ ಶ್ರಮವನ್ನು ಅವಲಂಬಿಸಿದ್ದ ವರ್ಗಗಳಿಗೆ ಒಂದು ಸವಾಲಾಗಿತ್ತು.

ಇದು ಪ್ರತಿಯೊಬ್ಬರ ಶ್ರಮಕ್ಕೂ ಗೌರವ ನೀಡುವ ಮತ್ತು ಆರ್ಥಿಕ ಸಮಾನತೆಯನ್ನು ತರುವ ಪ್ರಯತ್ನವಾಗಿತ್ತು. ಅದೇ ರೀತಿ, "ಬೇಕು ಬೇಡೆನ್ನೆನಯ್ಯಾ" ಎಂಬ ನಿರ್ಲಿಪ್ತತೆಯು ಸಂಪತ್ತಿನ ಅನಗತ್ಯ ಸಂಗ್ರಹಣೆ ಮತ್ತು ಅದರಿಂದ ಉಂಟಾಗುವ ಅಸಮಾನತೆಯನ್ನು ವಿರೋಧಿಸುವ ತಾತ್ವಿಕ ನಿಲುವಾಗಿತ್ತು. ಹೀಗೆ, ವೈಯಕ್ತಿಕ ಆಧ್ಯಾತ್ಮಿಕ ನಿಲುವುಗಳು

ಶರಣರ ವಿಶಾಲವಾದ ಸಾಮಾಜಿಕ ಮತ್ತು ಆರ್ಥಿಕ ಸಮಾನತೆಯ ಗುರಿಗಳೊಂದಿಗೆ ಆಳವಾಗಿ ಹೆಣೆದುಕೊಂಡಿದ್ದವು.

ಇಂದಿನ ಯುಗಕ್ಕೆ ಬಸವಣ್ಣನವರ ಈ ವಚನದ ಪ್ರಸ್ತುತತೆ:

ಬಸವಣ್ಣನವರ ಈ ವಚನವು ಕೇವಲ ಧಾರ್ಮಿಕ ಸಂದೇಶವಾಗಿರದೆ, ಇಂದಿನ ಸಮಾಜದಲ್ಲಿ ವ್ಯಕ್ತಿಯು ಎದುರಿಸುವ ಮಾನಸಿಕ, ಸಾಮಾಜಿಕ ಮತ್ತು ಆರ್ಥಿಕ ಸವಾಲುಗಳಿಗೆ ಉತ್ತರಿಸುವ ಜೀವನ ಪಾಠಗಳನ್ನು ಒಳಗೊಂಡಿದೆ. ಅತಿಯಾದ ಆಸೆ, ಭಯ, ಆತಂಕಗಳಿಂದ ಮುಕ್ತರಾಗಿ, ಸಮಚಿತ್ತದಿಂದ, ಸ್ವಾಭಿಮಾನದಿಂದ ಬದುಕುವ ಮಾರ್ಗವನ್ನು ಇದು ತೋರಿಸುತ್ತದೆ.

1. ಭಯ ಮತ್ತು ಆತಂಕಗಳ ನಿರ್ವಹಣೆ:

ಆಧುನಿಕ ಜೀವನದಲ್ಲಿ ದೈಹಿಕ ಆರೋಗ್ಯ, ಆರ್ಥಿಕ ಭದ್ರತೆ, ಉದ್ಯೋಗ, ಸಂಬಂಧಗಳು ಹೀಗೆ ಹಲವಾರು ವಿಷಯಗಳ ಬಗ್ಗೆ ಮನುಷ್ಯನಲ್ಲಿ ನಿರಂತರ ಭಯ ಮತ್ತು ಆತಂಕಗಳಿವೆ. "ಕಾಯದ ಕಳವಳಕಂಜಿ, ಕಾಯಯ್ಯಾ ಎನ್ನೆನು" ಎಂಬ ಮಾತು ದೈಹಿಕ ಅಥವಾ ಲೌಕಿಕ ತೊಂದರೆಗಳಿಗೆ ಅತಿಯಾಗಿ ಹೆದರಿ ದೇವರ ಮುಂದೆ ಅಂಗಲಾಚುವುದನ್ನು ವಿರೋಧಿಸುತ್ತದೆ.

ಬದಲಾಗಿ, ಧೈರ್ಯದಿಂದ ಸವಾಲುಗಳನ್ನು ಎದುರಿಸಲು ಮತ್ತು ಅತಿಯಾದ ಆತಂಕಗಳಿಗೆ ಒಳಗಾಗದಿರಲು ಇದು ಪ್ರೇರೇಪಿಸುತ್ತದೆ. ಇದು ಇಂದಿನ ಒತ್ತಡದ ಬದುಕಿನಲ್ಲಿ ಮಾನಸಿಕ ನೆಮ್ಮದಿ ಕಾಪಾಡಿಕೊಳ್ಳಲು ಸಹಕಾರಿ.

2. ಅತಿಯಾದ ಆಸೆ ಮತ್ತು ಭೋಗವಾದಕ್ಕೆ ತಿರಸ್ಕಾರ:

ಇಂದಿನ ಸಮಾಜದಲ್ಲಿ ಹಣ, ಅಧಿಕಾರ ಮತ್ತು ಭೌತಿಕ ವಸ್ತುಗಳ ಮೇಲಿನ ಆಸೆ ಮಿತಿ ಮೀರಿದೆ. ಜೀವನೋಪಾಯಕ್ಕಾಗಿ ಅಡ್ಡದಾರಿ ಹಿಡಿಯುವ ಅಥವಾ ನಿರಂತರವಾಗಿ "ಇನ್ನಷ್ಟು ಬೇಕು" ಎಂದು ಬಯಸುವ ಪ್ರವೃತ್ತಿ ಹೆಚ್ಚಿದೆ. "ಜೀವನೋಪಾಯಕ್ಕೆ ಈಯಯ್ಯಾ ಎನ್ನೆನು" ಮತ್ತು "ಬೇಕು ಬೇಡೆನ್ನೆನಯ್ಯಾ" ಎಂಬ ನುಡಿಗಳು ಅತಿಯಾದ ಆಸೆಗಳನ್ನು ನಿಯಂತ್ರಿಸುವ, ಸರಳ ಜೀವನವನ್ನು ನಡೆಸುವ ಮತ್ತು ಭೌತಿಕ ವಸ್ತುಗಳ ಮೇಲೆ ಅತಿಯಾದ ಅವಲಂಬನೆ ಬೇಡ ಎಂಬುದನ್ನು ಹೇಳುತ್ತವೆ. ದುರಾಸೆಗೆ ಕಡಿವಾಣ ಹಾಕಿ ಶಾಂತ ಜೀವನ ಮಾರ್ಗ ಕಂಡುಕೊಳ್ಳಬೇಕು.

3. ಫಲಿತಾಂಶಗಳ ಸ್ವೀಕಾರ ಮತ್ತು ಸಮಚಿತ್ತತೆ:

ಜೀವನದಲ್ಲಿ ಯಶಸ್ಸು ಬಂದಾಗ ಹಿಗ್ಗುವುದು ಮತ್ತು ವೈಫಲ್ಯ ಬಂದಾಗ ಕುಗ್ಗುವುದು ಮನುಷ್ಯ ಸಹಜ ಸ್ವಭಾವ. ಆದರೆ ವಚನದ "ಯದ್ ಭಾವಂ ತದ್ ಭವತಿ" ಮತ್ತು "ಉರಿ ಬರಲಿ, ಸಿರಿ ಬರಲಿ ಬೇಕು ಬೇಡೆನ್ನೆನಯ್ಯಾ" ಎಂಬ ಸಾಲುಗಳು ಸುಖ-ದುಃಖ, ಲಾಭ-ನಷ್ಟಗಳನ್ನು ಸಮಾನವಾಗಿ ಸ್ವೀಕರಿಸುವ ಮನೋಭಾವವನ್ನು ಬೆಳೆಸಿಕೊಳ್ಳಲು ಹೇಳುತ್ತವೆ. ನಮ್ಮ ಭಾವನೆಗಳೇ ಪರಿಸ್ಥಿತಿಯನ್ನು ರೂಪಿಸುತ್ತವೆ ಎಂಬುದನ್ನು ಅರಿತು, ಹೊರಗಿನ ಆಗುಹೋಗುಗಳಿಗೆ ಅತಿಯಾಗಿ ಪ್ರತಿಕ್ರಿಯಿಸದೆ ಆಂತರಿಕ ಸಮತೋಲನ ಕಾಯ್ದುಕೊಳ್ಳುವ ಮಹತ್ವವನ್ನು ಇದು ತಿಳಿಸುತ್ತದೆ. ಇದನ್ನು ಇಂದಿನ ಅನಿಶ್ಚಿತ ಬದುಕಿನಲ್ಲಿ ಮಾನಸಿಕ ಸ್ಥಿರತೆಗೆ ಅತ್ಯಗತ್ಯವಾಗಿ ರೂಢಿಸಿಕೊಳ್ಳಬೇಕು.

4. ಸ್ವಾಭಿಮಾನ ಮತ್ತು ಆತ್ಮಗೌರವ:

"ಆ ನಿಮ್ಮ ಹಾರೆನು, ಮಾನವರ ಬೇಡೆನು" ಎಂಬುದು ಅತ್ಯಂತ ಶಕ್ತಿಶಾಲಿ ಸಂದೇಶ. ದೇವರಿಂದಾಗಲೀ ಅಥವಾ ಮನುಷ್ಯರಿಂದಾಗಲೀ ಯಾವುದೇ ಪ್ರತಿಫಲವನ್ನು ಬಯಸದೆ ತನ್ನ ಕರ್ತವ್ಯವನ್ನು ಮಾಡಿಕೊಂಡು ಹೋಗುವ ಸ್ವಾಭಿಮಾನಿ ಜೀವನವನ್ನು ಇದು ಪ್ರತಿಪಾದಿಸುತ್ತದೆ. ಇಂದಿನ ದಿನಗಳಲ್ಲಿ ಸಣ್ಣಪುಟ್ಟ ಸಹಾಯಕ್ಕಾಗಿ ಅಥವಾ ಲಾಭಕ್ಕಾಗಿ ಇನ್ನೊಬ್ಬರನ್ನು ಅತಿ ಹೆಚ್ಚು ಅವಲಂಬಿಸುವ, ಅ flattering ಮಾಡುವ ಪ್ರವೃತ್ತಿ ಇದೆ.

ಅಂತಹ ಸನ್ನಿವೇಶಗಳಲ್ಲಿ ಈ ಮಾತುಗಳು ಆತ್ಮಗೌರವದಿಂದ ಬದುಕಲು ಪ್ರೇರಣೆ ನೀಡುತ್ತವೆ. ಯಾರ ಮುಂದೆಯೂ ತಲೆಬಾಗದೆ ಸ್ವಾಭಿಮಾನದಿಂದ ಬಾಳುವ ಸಂದೇಶವನ್ನು ಇದು ಒಳಗೊಂಡಿದೆ.

5. ನಿಷ್ಕಾಮ ಕರ್ಮದ ಪ್ರಾಮುಖ್ಯತೆ:

ಈ ವಚನದ ಒಟ್ಟಾರೆ ಆಶಯವು ಫಲದ ನಿರೀಕ್ಷೆಯಿಲ್ಲದೆ ಕರ್ತವ್ಯವನ್ನು ನಿರ್ವಹಿಸುವ (ನಿಷ್ಕಾಮ ಕರ್ಮ) ಭಾವಕ್ಕೆ ಹತ್ತಿರವಾಗಿದೆ. ಯಾವುದೇ ಕೆಲಸವನ್ನು ಮಾಡುವಾಗ ಅದರ ಫಲದಿಂದ ಅತಿಯಾಗಿ ವಿಚಲಿತರಾಗದೆ, ನಮ್ಮ ಪ್ರಯತ್ನ ಮತ್ತು ಸಮರ್ಪಣೆಗೆ ಮಾತ್ರ ಗಮನ ಕೊಡುವುದು ಇಂದಿನ ಸ್ಪರ್ಧಾತ್ಮಕ ಜಗತ್ತಿನಲ್ಲಿ ಮುಖ್ಯ.

ಇಂದಿನ ದಿನಗಳಲ್ಲಿ ಜನರು ಪರಾವಲಂಬಿಗಳಾಗಿಬಿಟ್ಟಿದಾರೆ. ಎಲ್ಲವನ್ನೂ ಸರ್ಕಾರಗಳೇ ಮಾಡಬೇಕೆನ್ನುವ ಮನಸ್ಥಿತಿಯಲ್ಲಿದ್ದಾರೆ. ಸರಕಾರಗಳು ತಮ್ಮ ಸ್ವಹಿತಾಸಕ್ತಿಗಾಗಿ ಸರ್ಕಾರದ ಮೂಲ ಧ್ಯೇಯಗಳನ್ನು ಮರೆತು ತುಷ್ಟೀಕರಣದಲ್ಲಿ ನಿರತರಾಗಿದ್ದಾರೆ. ಇದರಿಂದ ಜನರು ಸ್ವಾಭಿಮಾನ ಮತ್ತು ಆತ್ಮಗೌರವದಿಂದ ಬಹುದೂರ ಕ್ರಮಿಸಿದ್ದಾರೆ. ಆದ್ದರಿಂದ ಯಾರನ್ನೂ ಬೇಡೆನೆನ್ನುವ ಕಾಯಕ ಪ್ರೇಮಿಯಾಗಬೇಕು.

18. ಹಲ್ಲು ಹತ್ತಿ ನಾಲಗೆ ಹೊರಳದಿದ್ದಲ್ಲಿ ಮನವೆರಡಾದಡೆ ಆಣೆ, ನಿಮ್ಮಾಣೆ.

ವಚನ:

"ಹಲ್ಲು ಹತ್ತಿ ನಾಲಗೆ ಹೊರಳದಿದ್ದಲ್ಲಿ
ಮನವೆರಡಾದಡೆ ಆಣೆ, ನಿಮ್ಮಾಣೆ.
ಮಾಡುವ ನೇಮಕ್ಕೆ ಛಲವಿಲ್ಲದಿದ್ದಡೆ ಆಣೆ, ನಿಮ್ಮಾಣೆ.
ಕೂಡಲಸಂಗಮದೇವ ಎನ್ನ ಮನವ ನೋಡಲೆಂದಟ್ಟಿದಡೆ
ಪ್ರಸಾದವಲ್ಲದೆ ಕೊಂಡೆನಾದಡೆ ಆಣೆ, ನಿಮ್ಮಾಣೆ!"

ಈ ವಚನವು ಬಸವಣ್ಣನವರ ಅಚಲವಾದ ನಿಷ್ಠೆ, ಪ್ರಾಮಾಣಿಕತೆ ಮತ್ತು ದೃಢ ಸಂಕಲ್ಪದ ಪ್ರತಿಜ್ಞೆಯಾಗಿದೆ. ಅವರು ತಮ್ಮ ದೇವರಾದ ಕೂಡಲಸಂಗಮನ ಮುಂದೆ, ತಾನು ಮನಸ್ಸಿನಲ್ಲಿ, ಮಾತಿನಲ್ಲಿ ಮತ್ತು ನಡತೆಯಲ್ಲಿ ಎಂದಿಗೂ ಅಪ್ರಾಮಾಣಿಕನಾಗಿರುವುದಿಲ್ಲ, ಕೈಗೊಂಡ ವ್ರತ ನಿಯಮಗಳನ್ನು ಛಲದಿಂದ ಪಾಲಿಸುತ್ತೇನೆ ಮತ್ತು ಯಾವುದೇ ಪರೀಕ್ಷೆ ಅಥವಾ ಪ್ರಲೋಭನೆ ಬಂದರೂ ನ್ಯಾಯಯುತವಾದ 'ಪ್ರಸಾದ'ವನ್ನಲ್ಲದೆ ಬೇರಿನ್ನೇನನ್ನೂ ಸ್ವೀಕರಿಸುವುದಿಲ್ಲ ಎಂದು ಬಲವಾಗಿ ಪ್ರಮಾಣ ಮಾಡುತ್ತಾರೆ. ಇದು ಅವರ ಆಧ್ಯಾತ್ಮಿಕ ಬದ್ಧತೆ ಮತ್ತು ನೈತಿಕ ಸ್ಥೈರ್ಯವನ್ನು ತೋರಿಸುತ್ತದೆ.

➔ ಹಲ್ಲು ಹತ್ತಿ ನಾಲಗೆ ಹೊರಳದಿದ್ದಲ್ಲಿ:

ಈ ಸಾಲು ಕೇವಲ ಭೌತಿಕ ನೋವನ್ನು ಸೂಚಿಸುವುದಿಲ್ಲ. ಇದು ನೈತಿಕ ಪರೀಕ್ಷೆಯ ಪರಮಾವಧಿಯನ್ನೂ ಸಂಕೇತಿಸುತ್ತದೆ. ಸತ್ಯವನ್ನು ನುಡಿಯಲು, ತನ್ನ ನಂಬಿಕೆಯನ್ನು ಪ್ರತಿಪಾದಿಸಲು ಅಥವಾ ತನ್ನ ಧರ್ಮಕ್ಕೆ ಬದ್ಧವಾಗಿರಲು ವ್ಯಕ್ತಿಯು ತೀವ್ರವಾದ ಅಡಚಣೆ, ಹಿಂಸೆ ಅಥವಾ ಪ್ರಾಣಾಪಾಯವನ್ನು ಎದುರಿಸಬೇಕಾಗಿ ಬಂದಾಗಲೂ, ಅವನ ಮನಸ್ಸು ವಿಚಲಿತವಾಗಬಾರದು ಎಂಬುದು ಇದರ ಆಂತರಿಕ ತಾತ್ಪರ್ಯ. ಇಂತಹ ಸ್ಥಿತಿಯಲ್ಲಿಯೂ ಮನಸ್ಸು ದ್ವಂದ್ವಕ್ಕೆ ಒಳಗಾಗದೆ, ಏಕನಿಷ್ಠೆಯಿಂದ ಇರಬೇಕೆಂಬುದು ಶರಣರ ನಿಲುವು.

ಇದರರ್ಥವೇನೆಂದರೆ, ಎಂತಹ ಕಠಿಣ ಪರಿಸ್ಥಿತಿಯಲ್ಲಿಯೂ, ದೇಹದ ಕಾರ್ಯಗಳು ನಿಂತರೂ ಸಹ, ಮನಸ್ಸು ಮಾತ್ರ ದೈವದ ಕಡೆಗೆ ಸ್ಥಿರವಾಗಿರಬೇಕು, ಯಾವುದೇ ಕ್ಷಣದಲ್ಲೂ ವಿಚಲಿತವಾಗಬಾರದು. ಭಕ್ತಿಯ ನಿಷ್ಠುರತೆಯನ್ನು ಇದು ಎತ್ತಿ ತೋರಿಸುತ್ತದೆ.

➔ **"ಮನವೆರಡಾದಡೆ ಆಣೆ, ನಿಮ್ಮಾಣೆ."**

ನನ್ನ ಮನಸ್ಸು ದ್ವಂದ್ವಕ್ಕೆ ಒಳಗಾದರೆ (ಮನಸ್ಸು ಎರಡು ಬಗೆಯಾದರೆ), ನನ್ನ ನಿಷ್ಠೆ ಬದಲಾದರೆ, ಅಥವಾ ನಾನು ಕಪಟತನವನ್ನು ತೋರಿದರೆ ಅಂದರೆ ನಾನು ಯೋಚಿಸುವುದೊಂದು ಮಾಡುವುದೊಂದು ಆದರೆ, ಅಥವಾ ನನ್ನಲ್ಲಿ ಪ್ರಾಮಾಣಿಕತೆ ಇಲ್ಲದಿದ್ದರೆ, ನಿನ್ನಾಣೆ (ಕೂಡಲಸಂಗಮನ ಮೇಲೆ ಆಣೆ ಮಾಡಿ ಹೇಳುತ್ತೇನೆ, ನಾನು ಹಾಗೆ ಇರುವುದಿಲ್ಲ).

ಇದು ಬಸವಣ್ಣನವರ ಅಂತರಂಗ ಶುದ್ಧಿಯ ಮತ್ತು ಪ್ರಾಮಾಣಿಕತೆಯ ಪರಮೋಚ್ಚ ಪ್ರತಿಜ್ಞೆಯಾಗಿದೆ. 'ಮನವೆರಡಾಗುವುದು' ಎಂದರೆ ನಂಬಿಕೆ ಮತ್ತು ಆಚರಣೆಯ ನಡುವೆ, ದೇವರು ಮತ್ತು ಲೌಕಿಕತೆಯ ನಡುವೆ, ಸತ್ಯ ಮತ್ತು ಅಸತ್ಯದ ನಡುವೆ ಮನಸ್ಸು ವಿಭಜನೆಗೊಂಡು ಚಂಚಲವಾಗುವುದು. ಬಸವಣ್ಣನವರು ಇಂತಹ ಮಾನಸಿಕ ದ್ವಂದ್ವ ಅಥವಾ ಕಪಟತನವನ್ನು ತಮ್ಮ ಆಧ್ಯಾತ್ಮಿಕ ಪಥದಲ್ಲಿ ದೊಡ್ಡ ಅಪರಾಧವೆಂದು ಪರಿಗಣಿಸುತ್ತಾರೆ. ಎಂತಹ ಸಂಕಷ್ಟ ಬಂದರೂ ಮನಸ್ಸಿನ ಏಕಾಗ್ರತೆ ಮತ್ತು ನಿಷ್ಠೆಯನ್ನು ಕಾಪಾಡಿಕೊಳ್ಳುವೆನೆಂದು ಅವರು ದೇವರ ಮೇಲೆ ಶಪಥ ಮಾಡುತ್ತಾರೆ. ಇದು ಅವರ ಅಚಲವಾದ ಬದ್ಧತೆ ಮತ್ತು ಆತ್ಮವಿಶ್ವಾಸವನ್ನು ತೋರಿಸುತ್ತದೆ.

➔ **"ಮಾಡುವ ನೇಮಕ್ಕೆ ಛಲವಿಲ್ಲದಿದ್ದಡೆ ಆಣೆ, ನಿಮ್ಮಾಣೆ.":**

ನಾನು ಕೈಗೊಂಡ ವ್ರತ ನಿಯಮಗಳನ್ನು (ನೇಮ) ಪಾಲಿಸುವಲ್ಲಿ ನನಗೆ ದೃಢವಾದ ಸಂಕಲ್ಪ (ಛಲ) ಇಲ್ಲದಿದ್ದರೆ, ನಿನ್ನಾಣೆ (ನಾನು ಕೈಗೊಂಡ ಕಾರ್ಯದಲ್ಲಿ ಸ್ಥಿರಚಿತ್ತನಾಗಿರುತ್ತೇನೆ ಎಂದು ಪ್ರಮಾಣ ಮಾಡುತ್ತೇನೆ).

ಶರಣ ಮಾರ್ಗದಲ್ಲಿ "ನೇಮ" ಅಂದರೆ ಆಚಾರ-ವಿಚಾರಗಳು, ವ್ರತಗಳು ಮತ್ತು ಆಧ್ಯಾತ್ಮಿಕ ಅಭ್ಯಾಸಗಳು ಅತ್ಯಂತ ಮುಖ್ಯ. ಈ ನೇಮಗಳನ್ನು ಆಚರಿಸುವಾಗ ಅದರಲ್ಲಿ ದೃಢ ಸಂಕಲ್ಪ (ಛಲ) ಇಲ್ಲದಿದ್ದರೆ ಆ ಆಚರಣೆಗೆ ಅರ್ಥವಿಲ್ಲ.

ಈ ನೇಮಗಳನ್ನು ಪಾಲಿಸಲು ಅಚಲವಾದ ಇಚ್ಛಾಶಕ್ತಿ,ಅತ್ಯಗತ್ಯ. ಬಸವಣ್ಣನವರು ಹೇಳುವಂತೆ, ಕೇವಲ ತೋರಿಕೆಗೆ ಅಥವಾ ಯಾಂತ್ರಿಕವಾಗಿ ನೇಮಗಳನ್ನು ಪಾಲಿಸುವುದರಲ್ಲಿ ಅರ್ಥವಿಲ್ಲ. ಅದಕ್ಕೆ ಬದ್ಧತೆ ಮತ್ತು ದೃಢ ಸಂಕಲ್ಪ ಇರಬೇಕು. ಛಲವಿಲ್ಲದ ನೇಮವು ನಿಷ್ಪ್ರಯೋಜಕ. ಶರಣನಿಗೆ ಪರಧನ, ಪರಸತಿ, ಪರದೈವಗಳನ್ನು ನಿರಾಕರಿಸುವ ಛಲವಿರಬೇಕು. ಅಂತಹ ಛಲ ತನ್ನಲ್ಲಿ ಇಲ್ಲದಿದ್ದರೆ ಅದು ದೇವರಿಗೆ ಮಾಡುವ ದ್ರೋಹವೆಂದು ಬಗೆದು ಆಣೆ ಮಾಡುತ್ತಾರೆ.

→ **"ಕೂಡಲಸಂಗಮದೇವ ಎನ್ನ ಮನವ ನೋಡಲೆಂದಟ್ಟಿದಡೆ ಪ್ರಸಾದವಲ್ಲದೆ ಕೊಂಡೆನಾದಡೆ ಆಣೆ, ನಿಮ್ಮಾಣೆ!":**

ಇದು ವಚನದ ಅತ್ಯಂತ ಶಕ್ತಿಶಾಲಿ ಭಾಗ. ಇಲ್ಲಿ ಬಸವಣ್ಣನವರು ತಮ್ಮ ಭಕ್ತಿಯ ಅಂತಿಮ ಪರೀಕ್ಷೆಯನ್ನು ಹೇಳುತ್ತಾರೆ. ದೇವರು ತನ್ನ ಭಕ್ತರನ್ನು ಪರೀಕ್ಷಿಸುತ್ತಾನೆ ಎಂಬುದು ಅನೇಕ ಧರ್ಮಗಳಲ್ಲಿ ಕಂಡುಬರುವ ನಂಬಿಕೆ. ಶರಣರು ಇದನ್ನು ಸವಾಲಾಗಿ ಸ್ವೀಕರಿಸುತ್ತಿದ್ದರು. ಈ ಪರೀಕ್ಷೆಯು ಕಷ್ಟಗಳ ರೂಪದಲ್ಲಿ, ಆಮಿಷಗಳ ರೂಪದಲ್ಲಿ ಅಥವಾ ಅಸಾಮಾನ್ಯ ಅನುಭವಗಳ ರೂಪದಲ್ಲಿ ಬರಬಹುದು. ಬಸವಣ್ಣನವರು ಇಲ್ಲಿ, ದೇವರು ತನ್ನ ಮನಸ್ಸಿನ ದೃಢತೆಯನ್ನು ಪರೀಕ್ಷಿಸಲು ಯಾವುದೇ ಸಂದರ್ಭವನ್ನು ಕಳುಹಿಸಿದರೂ, ತಾನು ವಿಚಲಿತನಾಗುವುದಿಲ್ಲ ಎಂದು ಹೇಳಲು ಹೇಳುತ್ತಿದ್ದಾರೆ.

ಒಂದು ವೇಳೆ ಕೂಡಲಸಂಗಮದೇವನೇ ತನ್ನ ಮನಸ್ಸನ್ನು ಪರೀಕ್ಷಿಸಲು (ನೋಡಲೆಂದಟ್ಟಿದಡೆ - ನೋಡಲು ಪ್ರಯತ್ನಿಸಿದರೆ, ಪರೀಕ್ಷಿಸಿದರೆ) ಬಂದು, ದೈವ ಪ್ರಸಾದವನ್ನು ಹೊರತುಪಡಿಸಿ ಬೇರಾವುದನ್ನೇ ನೀಡಿದರೂ ಅದನ್ನು ತಾನು ಸ್ವೀಕರಿಸಿದರೆ (ಕೊಂಡೆನಾದಡೆ), ಅದು ದೈವದ ಮೇಲೆ ಆಣೆ ಎನ್ನುತ್ತಾರೆ. ಅಂದರೆ, ಯಾವುದೇ ಆಮಿಷ, ಪ್ರಲೋಭನೆ ಅಥವಾ ದೈವದ ಪರೀಕ್ಷೆ ಬಂದರೂ, ತಾನು ಕೇವಲ ದೈವದ ಅನುಗ್ರಹ ಅಥವಾ ಪ್ರಸಾದವನ್ನು ಹೊರತುಪಡಿಸಿ ಮತ್ತಾವುದಕ್ಕೂ ಮರುಳಾಗುವುದಿಲ್ಲ ಎಂಬ ದೃಢ ಸಂಕಲ್ಪವಿದು.

ಪ್ರಸಾದಕ್ಕೆ ಇರುವ ಸರ್ವೋಚ್ಚ ಸ್ಥಾನವನ್ನು ಮತ್ತು ಶರಣನಿಗೆ ಪ್ರಸಾದವೇ ಸರ್ವಸ್ವ ಎಂಬುದನ್ನು ಇದು ತಿಳಿಸುತ್ತದೆ. ದೈವದಿಂದ ಬರುವ ಯಾವುದೇ ರೂಪದ (ಕಷ್ಟವಾಗಲಿ, ಸುಖವಾಗಲಿ) ಅನುಭವವನ್ನು ಪ್ರಸಾದವೆಂದು ಸ್ವೀಕರಿಸುವ ಪರಮ ಸ್ಥಿತಿಯನ್ನು ಇದು ಸೂಚಿಸುತ್ತದೆ.

'ಪ್ರಸಾದ' ಶರಣ ತತ್ತ್ವದಲ್ಲಿ ಬಹು ಆಯಾಮಗಳನ್ನು ಹೊಂದಿರುವ ಪರಿಕಲ್ಪನೆ.

ಇದು ಕೇವಲ ದೇವರಿಗೆ ಅರ್ಪಿಸಿದ ಆಹಾರವಲ್ಲ, ಬದಲಾಗಿ ಗುರು, ಲಿಂಗ, ಜಂಗಮರಿಂದ ಬರುವ ಅನುಗ್ರಹ, ಕಾಯಕದಿಂದ ಪ್ರಾಮಾಣಿಕವಾಗಿ ಗಳಿಸಿದ್ದು, ಮತ್ತು ದೈವಾನುಗ್ರಹದಿಂದ ದೊರೆತದ್ದು ಎಲ್ಲವೂ ಪ್ರಸಾದವೇ. ಈ ವಚನದಲ್ಲಿ, 'ಪ್ರಸಾದ' ಎಂದರೆ ದೈವಿಕ ಅನುಮೋದನೆ ಪಡೆದ, ನೈತಿಕವಾಗಿ ಶುದ್ಧವಾದದ್ದು. ಬಸವಣ್ಣನವರು ಹೇಳುವುದೇನೆಂದರೆ, ದೇವರು ಕಳುಹಿಸಿದ ಪರೀಕ್ಷೆಯ ಸಂದರ್ಭದಲ್ಲಿ, ತಾನು ಕೇವಲ ದೈವಿಕ ಅನುಗ್ರಹವನ್ನು ಅಥವಾ ನೈತಿಕವಾಗಿ ಸರಿಯಾದುದನ್ನು ಮಾತ್ರ ಸ್ವೀಕರಿಸುತ್ೇ_ನೆ, ಯಾವುದೇ ಲೌಕಿಕ ಆಮಿಷಗಳಿಗೆ, ಅನೈತಿಕ ಲಾಭಗಳಿಗೆ ಅಥವಾ

ದೈವಸಂಕಲ್ಪಕ್ಕೆ ವಿರುದ್ಧವಾದುದಕ್ಕೆ ಬಲಿಯಾಗುವುದಿಲ್ಲ. ಇದು ಅವರ ಅಪರಿಗ್ರಹ, ಇಂದ್ರಿಯ ನಿಗ್ರಹ ಮತ್ತು ದೈವದ ಮೇಲಿನ ಸಂಪೂರ್ಣ ಅವಲಂಬನೆಯನ್ನು ದೃಢಪಡಿಸುತ್ತದೆ.

ತಾತ್ಪರ್ಯ:

ಈ ವಚನದಲ್ಲಿ ಪ್ರತಿ ನೈತಿಕ ಬದ್ಧತೆಯ ನಂತರ "ಆಣೆ, ನಿಮ್ಮಾಣೆ" ಎಂದು ಪುನರಾವರ್ತನೆಯಾಗುವ ಶಪಥವು ಬಸವಣ್ಣನವರ ನಿಲುವಿನ ಗಂಭೀರತೆ ಮತ್ತು ಅವರ ಬದ್ಧತೆಯ ತೀವ್ರತೆಯನ್ನು ಸೂಚಿಸುತ್ತದೆ. ವಚನ ಸಾಹಿತ್ಯದಲ್ಲಿ 'ವಚನ' ಎಂದರೆ ಕೇವಲ ಮಾತುಗಳಲ್ಲ, ಅದು 'ಪ್ರಮಾಣ', 'ಕೊಟ್ಟ ಮಾತು'. ಆಣೆ ಅಥವಾ ಪ್ರಮಾಣ ಮಾಡುವುದೆಂದರೆ ಆ ಮಾತಿಗೆ, ಆ ಬದ್ಧತೆಗೆ ಪರಮ ಸತ್ಯವಾದ ದೈವವನ್ನೇ ಸಾಕ್ಷಿಯಾಗಿಡುವುದು. ಇದು ಅವರ ಪ್ರಾಮಾಣಿಕತೆಯ ದ್ಯೋತಕವಾಗಿದೆ. ಈ ಶಪಥಗಳು ಕೇವಲ ಅಲಂಕಾರಿಕವಲ್ಲ, ಅವು ಬಸವಣ್ಣನವರ ಅಂತರಂಗದ ದೃಢ ನಿಶ್ಚಯ. ತಾವು ನುಡಿದಂತೆ ನಡೆಯಲು ವಿಫಲವಾದರೆ, ದೇವರೇ ತಮಗೆ ಶಿಕ್ಷೆ ನೀಡಲಿ ಎಂದು ಹೇಳುವ ಮೂಲಕ, ಅವರು ತಮ್ಮ ನೈತಿಕ ಹೊಣೆಗಾರಿಕೆಯನ್ನು ಅತ್ಯುನ್ನತ ಮಟ್ಟದಲ್ಲಿ ಸ್ಥಾಪಿಸುತ್ತಾರೆ.

ಇಂದಿನ ಯುಗಕ್ಕೆ ಬಸವಣ್ಣನವರ ಈ ವಚನದ ಪ್ರಸ್ತುತತೆ:

ಬಸವಣ್ಣನವರ ಈ ವಚನವು ಕೇವಲ ೧೨ನೇ ಶತಮಾನಕ್ಕೆ ಸೀಮಿತವಾಗದೆ, ಇಂದಿನ ಮನುಷ್ಯನ ದೈನಂದಿನ ಜೀವನದಲ್ಲಿ ಎದುರಾಗುವ ಮಾನಸಿಕ ದೌರ್ಬಲ್ಯಗಳು, ಬದ್ಧತೆಯ ಕೊರತೆ ಮತ್ತು ಅನೈತಿಕ ಪ್ರಲೋಭನೆಗಳಿಗೆ ಪರಿಹಾರೋಪಾಯವನ್ನು ಸೂಚಿಸುವ ಮಾರ್ಗದರ್ಶಿ ಸೂತ್ರಗಳಾಗಿವೆ. ದೃಢ ಮನಸ್ಸು, ಅಚಲ ಸಂಕಲ್ಪ ಮತ್ತು ಪ್ರಾಮಾಣಿಕತೆಗೆ ಒತ್ತು ನೀಡುವ ಮೂಲಕ ಸಮಾಜದಲ್ಲಿ ಉತ್ತಮ ವ್ಯಕ್ತಿಗಳ ನಿರ್ಮಾಣಕ್ಕೆ ಇದು ಸದಾ ಪ್ರಸ್ತುತವಾಗಿದೆ.

1. ಸತ್ಯ ಮತ್ತು ಪ್ರಾಮಾಣಿಕತೆಯ ಮಹತ್ವ

"ಹಲ್ಲು ಹತ್ತಿ ನಾಲಗೆ ಹೊರಳದಿದ್ದಲ್ಲಿ ಆಣೆ, ನಿಮ್ಮಾಣೆ" ಎನ್ನುವ ಮೂಲಕ ಬಸವಣ್ಣನವರು ತಮ್ಮ ಮಾತಿನ ಸತ್ಯತೆ ಮತ್ತು ಪ್ರಾಮಾಣಿಕತೆಗೆ ಅತಿ ಹೆಚ್ಚಿನ ಮಹತ್ವ ನೀಡುತ್ತಾರೆ.

ಇಂದಿನ ದಿನಗಳಲ್ಲಿ ಅನಿರೀಕ್ಷಿತ ಸವಾಲುಗಳು (ಆರೋಗ್ಯ ಸಮಸ್ಯೆಗಳು, ಆರ್ಥಿಕ ಮುಗ್ಗಟ್ಟು, ಮಾನಸಿಕ ಯಾತನೆಗಳು) ಎದುರಾದಾಗ ಜನರು ಬೇಗನೆ ಕುಗ್ಗಿ ಹೋಗುತ್ತಾರೆ, ಭರವಸೆ ಕಳೆದುಕೊಳ್ಳುತ್ತಾರೆ ಅಥವಾ ತಪ್ಪು ನಿರ್ಧಾರಗಳನ್ನು ತೆಗೆದುಕೊಳ್ಳುತ್ತಾರೆ. ಈ ವಚನವು ಎಂತಹ ಕಠಿಣ ಪರಿಸ್ಥಿತಿಯಲ್ಲಿಯೂ ಮಾನಸಿಕ ಸ್ಥೈರ್ಯವನ್ನು

ಕಳೆದುಕೊಳ್ಳದೆ, ನಮ್ಮ ನಂಬಿಕೆಗಳು ಮತ್ತು ಮೌಲ್ಯಗಳಿಗೆ ಅಂಟಿಕೊಳ್ಳುವ ಮಹತ್ವವನ್ನು ಒತ್ತಿಹೇಳುತ್ತದೆ. ಇದು ಇಂದಿನ ಅತಿಯಾದ ಆತಂಕ ಮತ್ತು ಖಿನ್ನತೆಯ ಸಮಾಜಕ್ಕೆ ಒಂದು ಚೇತೋಹಾರಿ ಸಂದೇಶ.

2. ದೃಢಸಂಕಲ್ಪ ಮತ್ತು ಛಲದ ಮಹತ್ವ:

"ಮಾಡುವ ನೇಮಕ್ಕೆ ಛಲವಿಲ್ಲದಿದ್ದಡೆ ಆಣೆ, ನಿಮ್ಮಾಣೆ" ಎಂಬುದು ನಾವು ಕೈಗೊಂಡ ಯಾವುದೇ ಕಾರ್ಯ ಅಥವಾ ವ್ರತವನ್ನು ಪೂರ್ಣಗೊಳಿಸುವಲ್ಲಿ ದೃಢವಾದ ಸಂಕಲ್ಪ ಮತ್ತು ಛಲವನ್ನು ಹೊಂದಿರಬೇಕು ಎಂದು ತಿಳಿಸುತ್ತದೆ.

ನಾವು ಕೈಗೆತ್ತಿಕೊಳ್ಳುವ ಕೆಲಸ, ಜವಾಬ್ದಾರಿ ಅಥವಾ ತೆಗೆದುಕೊಳ್ಳುವ ನಿರ್ಣಯಗಳಲ್ಲಿ ಸ್ಥಿರತೆ ಮತ್ತು ದೃಢ ಸಂಕಲ್ಪ (ಛಲ) ಮುಖ್ಯ.

ಇಂದಿನ ವೇಗದ ಜಗತ್ತಿನಲ್ಲಿ ಅನೇಕರು ಸುಲಭವಾಗಿ ವಿಚಲಿತರಾಗುತ್ತಾರೆ, ಬದ್ಧತೆಯನ್ನು ಕಳೆದುಕೊಳ್ಳುತ್ತಾರೆ. ಈ ವಚನವು ಯಾವುದೇ ಕೆಲಸವನ್ನು ಪೂರ್ಣಗೊಳಿಸುವ, ಕೊಟ್ಟ ಮಾತನ್ನು ಉಳಿಸಿಕೊಳ್ಳುವ, ಮತ್ತು ನಮ್ಮ ಗುರಿಗಳ ಕಡೆಗೆ ಸ್ಥಿರವಾಗಿ ಸಾಗುವ ಮಹತ್ವವನ್ನು ನೆನಪಿಸುತ್ತದೆ. ವೃತ್ತಿ ಜೀವನ, ಶಿಕ್ಷಣ, ವೈಯಕ್ತಿಕ ಗುರಿ ಸಾಧನೆ - ಎಲ್ಲದಕ್ಕೂ ಇದು ಅನ್ವಯಿಸುತ್ತದೆ.

3. ಪ್ರಾಮಾಣಿಕತೆ ಮತ್ತು ಲಂಚ-ಮೊಹಕ್ಕೆ ತಿರಸ್ಕಾರ:

"ಕೂಡಲಸಂಗಮದೇವ ಎನ್ನ ಮನವ ನೋಡಲೆಂದಟ್ಟಿದಡೆ ಪ್ರಸಾದವಲ್ಲದೆ ಕೊಂಡೆನಾದಡೆ ಆಣೆ, ನಿಮ್ಮಾಣೆ!" - ಈ ಭಾಗವು ಅತ್ಯಂತ ಆಳವಾದ ಅರ್ಥವನ್ನು ಹೊಂದಿದೆ. ಸ್ವತಃ ದೈವವೇ ಬಂದು ನಮ್ಮ ಮನಸ್ಸನ್ನು ಪರೀಕ್ಷಿಸಿದಾಗ, ದೈವದಿಂದ ಬರುವ ಶುದ್ಧ ಪ್ರಸಾದವನ್ನು ಹೊರತುಪಡಿಸಿ ಬೇರಾವುದೇ ಆಮಿಷವನ್ನು ಸ್ವೀಕರಿಸಿದರೆ ಅದು ದೈವಕ್ಕೆ ಮಾಡಿದ ಅಪಚಾರ ಎಂದರ್ಥ. ಇಂದಿನ ಸಮಾಜದಲ್ಲಿ ಭ್ರಷ್ಟಾಚಾರ, ಲಂಚ, ಅನೈತಿಕ ಗಳಿಕೆಗಳು ಸರ್ವೇ ಸಾಮಾನ್ಯವಾಗಿವೆ. ಸುಲಭವಾಗಿ ಹಣ ಅಥವಾ ಅಧಿಕಾರ ಗಳಿಸಲು ಜನರು ತಮ್ಮ ಪ್ರಾಮಾಣಿಕತೆ ಮತ್ತು ಮೌಲ್ಯಗಳನ್ನು ಬದಿಗೊತ್ತುತ್ತಾರೆ. ಈ ವಚನವು ಅಂತಹ ಎಲ್ಲಾ ಪ್ರಲೋಭನೆಗಳನ್ನು ಮೀರಿ ನಿಲ್ಲಲು, ಕೇವಲ ನ್ಯಾಯಯುತವಾದ ಮತ್ತು ದೈವಾನುಗ್ರಹವೆಂದು ಸ್ವೀಕರಿಸಬಹುದಾದದ್ದಕ್ಕೆ ಮಾತ್ರ ಬೆಲೆ ಕೊಡಲು ಕಲಿಸುತ್ತದೆ. ಯಾವುದೇ ಪರೀಕ್ಷೆ ಬಂದರೂ ನಮ್ಮ ನಿಷ್ಠೆ ಮತ್ತು ಪ್ರಾಮಾಣಿಕತೆಯನ್ನು ಮಾರಿಕೊಳ್ಳಬಾರದು ಎಂಬ ಸಂದೇಶವನ್ನು ಇದು ನೀಡುತ್ತದೆ. ಜೀವನದಲ್ಲಿ ಬರುವ ಕಷ್ಟ-ಸುಖಗಳೆಲ್ಲವನ್ನೂ ದೈವ ಪ್ರಸಾದವೆಂದು ಸ್ವೀಕರಿಸಿ, ಅನ್ಯ ಮಾರ್ಗಗಳಿಗೆ ಮನಸೋಲಬಾರದು ಎಂಬುದನ್ನು ಇದು ತಿಳಿಸುತ್ತದೆ.

19. ತನು ತೆರಳಿದಡೆ, ಭಾವ ಓಸರಿಸಿದಡೆ, ಆಣೆ, ನಿಮ್ಮಾಣೆ, ನಿಮ್ಮ ಪ್ರಮಥರಾಣೆ.

ವಚನ:

"ಧನ ಹೋಯಿತ್ತೆಂದಡೆ, ಮನಸು ಬೆದರಿದಡೆ, ಚಿತ್ತ ಹೆದರಿದಡೆ,
ತನು ತೆರಳಿದಡೆ, ಭಾವ ಓಸರಿಸಿದಡೆ,
ಆಣೆ, ನಿಮ್ಮಾಣೆ, ನಿಮ್ಮ ಪ್ರಮಥರಾಣೆ.
ತನುಮನಧನವನಲ್ಲಾಡಿಸಿ ನೋಡುವ ಒಡೆಯನು ನೀನೆ,
ಹರಣದ ಮೇಲೆತ್ತಡೆ ಕಳವಳವೆ, ಕೂಡಲಸಂಗಮದೇವಾ"

ಈ ವಚನದಲ್ಲಿ ಬಸವಣ್ಣನವರು, ಜೀವನದಲ್ಲಿ ಎದುರಾಗಬಹುದಾದ ಅತ್ಯಂತ ಕಠಿಣ ಪರಿಸ್ಥಿತಿಗಳಾದ ಸಂಪತ್ತಿನ ನಾಶ, ಮನಸ್ಸಿನ ಭಯ, ದೇಹದ ಸಾವು, ಅಥವಾ ಭಕ್ತಿ ಭಾವದ ಕುಂದುವಿಕೆ – ಇವು ಯಾವುವೂ ತನ್ನನ್ನು ವಿಚಲಿತಗೊಳಿಸಲಾರವು ಎಂದು ದೃಢವಾಗಿ ಪ್ರಮಾಣ ಮಾಡುತ್ತಾರೆ. ಎಲ್ಲ ಪರೀಕ್ಷೆಗಳನ್ನೂ ತರುವವನು ಆ ದೇವರೇ ಎಂದು ಅರಿತು, ಸ್ವತಃ ಪ್ರಾಣಕ್ಕೇ ಕುತ್ತು ಬಂದರೂ ಚಿಂತಿಸಬೇಕಾಗಿಲ್ಲ, ಏಕೆಂದರೆ ಎಲ್ಲದರ ಒಡೆಯನು ಆ ಕೂಡಲಸಂಗಮದೇವನೇ ಎಂಬ ಅಚಲವಾದ ನಂಬಿಕೆ ಮತ್ತು ಸಂಪೂರ್ಣ ಶರಣಾಗತಿಯನ್ನು ವ್ಯಕ್ತಪಡಿಸಿದ್ದಾರೆ. ಇದು ದೇವರ ಮೇಲಿನ ಅಪಾರ ಭರವಸೆ ಮತ್ತು ನಿರ್ಭಯತೆಯ ಅತ್ಯುನ್ನತ ಸ್ಥಿತಿಯನ್ನು ತೋರಿಸುತ್ತದೆ.

ಈ ವಚನವು ಭಕ್ತನ ಸ್ಥೈರ್ಯ, ನಿಷ್ಠೆ ಮತ್ತು ಶರಣಾಗತಿಯ ವಿವಿಧ ಹಂತಗಳನ್ನು ಕ್ರಮಾನುಗತವಾಗಿ ಅನಾವರಣಗೊಳಿಸುತ್ತದೆ.

➔ **"ಧನ ಹೋಯಿತ್ತೆಂದಡೆ, ಮನಸು ಬೆದರಿದಡೆ, ಚಿತ್ತ ಹೆದರಿದಡೆ, ಆಣೆ, ನಿಮ್ಮಾಣೆ, ನಿಮ್ಮ ಪ್ರಮಥರಾಣೆ."**

ಈ ಆರಂಭಿಕ ಸಾಲುಗಳು ಮಾನವ ಜೀವನದ ಸಾಮಾನ್ಯ ಆತಂಕಗಳನ್ನು – ಭೌತಿಕ ನಷ್ಟ (ಧನ) ಮತ್ತು ಮಾನಸಿಕ ಅಸ್ಥಿರತೆ (ಮನಸ್ಸು ಮತ್ತು ಚಿತ್ತದ ಭಯ) – ಗುರುತಿಸುತ್ತವೆ. ಧನ (ಹಣ ಅಥವಾ ಸಂಪತ್ತು) ಕಳೆದು ಹೋದಾಗ ಮನಸ್ಸು ಹೆದರಿಕೊಂಡರೆ, ಚಿತ್ತ (ಅಂತರಂಗ) ವಿಚಲಿತವಾದರೆ ತಾನು ದೈವದ ಮೇಲೆ ಆಣೆ ಎಂದು ಹೇಳುತ್ತಾರೆ. ಇದರರ್ಥ, ನಿಜವಾದ ಭಕ್ತನಿಗೆ ಲೌಕಿಕ ಸಂಪತ್ತು ಮುಖ್ಯವಲ್ಲ. ಅದು ಬಂದಾಗ ಹಿಗ್ಗುವುದಾಗಲೀ, ಹೋದಾಗ ಕುಗ್ಗುವುದಾಗಲೀ ಮಾಡಬಾರದು. ಸಂಪತ್ತಿನ ನಷ್ಟದಿಂದ ಮನಸ್ಸಿನ ಶಾಂತಿ ಕದಡಬಾರದು ಎಂಬುದು ಇಲ್ಲಿನ ಆಶಯ.

ಲೌಕಿಕ ನಷ್ಟವು ಮಾನಸಿಕ ಭಯಕ್ಕೆ ಮತ್ತು ಆಂತರಿಕ ಕ್ಷೋಭೆಗೆ ಎಡೆಮಾಡಿಕೊಡಬಹುದು ಎಂಬ ಕಾರಣ-ಕಾರ್ಯ ಸಂಬಂಧವನ್ನು ಗುರುತಿಸಿ, ಈ ಮೂರನ್ನೂ ಒಟ್ಟಿಗೆ ತರುವ ಮೂಲಕ, ಇವುಗಳಾಚೆಗಿನ ಸ್ಥಿತಿಯನ್ನು ತಲುಪುವ ಅಗತ್ಯವನ್ನು ಬಸವಣ್ಣನವರು ಒತ್ತಿಹೇಳುತ್ತಾರೆ.

➔ **"ತನು ತೆರಳಿದಡೆ, ಭಾವ ಒಸರಿಸಿದಡೆ,"**:

ದೇಹದ ನಶ್ವರತೆ ಮತ್ತು ಭಕ್ತಿಯ ಶಾಶ್ವತತೆಯ ನಡುವಿನ ವ್ಯತ್ಯಾಸವನ್ನು ಇಲ್ಲಿ ಸ್ಪಷ್ಟವಾಗಿ ಕಾಣಬಹುದು. 'ತನು ತೆರಳುವುದು' ಮತ್ತು 'ಭಾವ ಒಸರಿಸುವುದು' ಇವೆರಡನ್ನೂ ಒಂದೇ ಪಂಕ್ತಿಯಲ್ಲಿ ತರುವುದು ಒಂದು ಮಹತ್ವದ ತಾತ್ವಿಕ ನಿಲುವನ್ನು ಸೂಚಿಸುತ್ತದೆ. ದೇಹದ ನಷ್ಟವು ಅನಿವಾರ್ಯ ಮತ್ತು ನೈಸರ್ಗಿಕ, ಆದರೆ ಭಕ್ತಿಯ ನಷ್ಟವು ಸ್ವಯಂಕೃತ ಅಪರಾಧ ಮತ್ತು ಆಧ್ಯಾತ್ಮಿಕ ಪತನ. ಹೀಗಾಗಿ, ಭೌತಿಕ ಅಸ್ತಿತ್ವಕ್ಕಿಂತ ಆಧ್ಯಾತ್ಮಿಕ ಬದ್ಧತೆಯೇ ಶ್ರೇಷ್ಠ ಎಂಬ ಶರಣರ ಆದ್ಯತೆ ಇಲ್ಲಿ ವ್ಯಕ್ತವಾಗುತ್ತದೆ.

➔ **"ಆಣೆ, ನಿಮ್ಮಾಣೆ, ನಿಮ್ಮ ಪ್ರಮಥರಾಣೆ."**:

ಇದು ವಚನದ ಅತ್ಯಂತ ಭಾವನಾತ್ಮಕ ಮತ್ತು ದೃಢನಿಶ್ಚಯದ ಭಾಗ.

ಈ ಮೂರು ಸಾಲುಗಳು ಹಿಂದಿನ ಪ್ರತಿಜ್ಞೆಗಳ ದೃಢೀಕರಣಕ್ಕಾಗಿ, ಕೂಡಲಸಂಗಮದೇವನ ಮೇಲೆ ಮತ್ತು ಪ್ರಮಥರ ಮೇಲೆ ಆಣೆ ಇಡುವುದರ

ಮೂಲಕ, ತಾವು ಹೇಳಿದ ಮಾತುಗಳು ಸಂಪೂರ್ಣ ಸತ್ಯ ಮತ್ತು ಈ ನಿಲುವು ಅಚಲ ಎಂಬುದನ್ನು ಬಸವಣ್ಣನವರು ಒತ್ತಿಹೇಳುತ್ತಾರೆ. ಆಣೆಗಳ ಈ ಶ್ರೇಣಿಯು (ತನ್ನ ಮೇಲೆ, ದೇವರ ಮೇಲೆ, ಪ್ರಮಥರ ಮೇಲೆ) ಬದ್ಧತೆಯ ಗಂಭೀರತೆಯನ್ನು ಹಂತಹಂತವಾಗಿ ಹೆಚ್ಚಿಸಿ, ಅದನ್ನು ಮುರಿಯಲಾಗದ ಪವಿತ್ರ ವಚನವನ್ನಾಗಿ ಮಾಡುತ್ತದೆ.ಇಲ್ಲಿ ಬಸವಣ್ಣನವರು, ಮೇಲೆ ಹೇಳಿದ ಯಾವುದೇ ಪರಿಸ್ಥಿತಿ (ಧನಹಾನಿ, ಮನೋಭಯ, ದೇಹನಾಶ) ಎದುರಾದರೂ ತಮ್ಮ ನಿಲುವಿನಿಂದ (ಭಕ್ತಿಯಿಂದ) ವಿಚಲಿತರಾಗುವುದಿಲ್ಲ ಎಂದು ದೃಢೀಕರಿಸಲು ಅತ್ಯಂತ ಪವಿತ್ರವಾದ ಮತ್ತು ಉಲಂಘಿಸಲಾಗದ ಆಣೆಗಳನ್ನು ಹಾಕಿಕೊಳ್ಳುತ್ತಾರೆ.

➔ **"ತನುಮನಧನವನಲ್ಲಾಡಿಸಿ ನೋಡುವ ಒಡೆಯನು ನೀನೆ,":**

ದೇಹ (ತನು), ಮನಸ್ಸು (ಮನ) ಮತ್ತು ಸಂಪತ್ತನ್ನು (ಧನ) ಅಲುಗಾಡಿಸಿ (ಅಲ್ಲಾಡಿಸಿ), ಪರೀಕ್ಷಿಸುವ (ನೋಡುವ) ಒಡೆಯನು ನೀನೇ ಆಗಿದ್ದೀಯ. (ಎಲ್ಲ ಕಷ್ಟಕಾರ್ಪಣ್ಯಗಳು, ಪರೀಕ್ಷೆಗಳು ದೇವರಿಂದಲೇ ಬರುತ್ತವೆ ಎಂಬ ಅರಿವು).

ಈ ಸಾಲು ದೇವನ ಪರೀಕ್ಷೆಯ (Divine Testing) ಪರಿಕಲ್ಪನೆಯನ್ನು ಸ್ಪಷ್ಟವಾಗಿ ಮುಂದಿಡುತ್ತದೆ. ಶರಣರ ದೃಷ್ಟಿಯಲ್ಲಿ, ಜೀವನದಲ್ಲಿ ಎದುರಾಗುವ ಕಷ್ಟಗಳು, ನಷ್ಟಗಳು ಮತ್ತು ಸಂಕಟಗಳು ಕೇವಲ ಆಕಸ್ಮಿಕ ಘಟನೆಗಳಲ್ಲ, ಬದಲಿಗೆ ದೇವರು ಭಕ್ತನ ನಂಬಿಕೆ, ಸ್ಥೈರ್ಯ ಮತ್ತು ನಿಷ್ಠೆಯನ್ನು ಪರೀಕ್ಷಿಸಲು ಒಡ್ಡುವ ಸವಾಲುಗಳು. ದೇವರು ಕೇವಲ ಕರುಣಾಮಯಿ ಮತ್ತು ರಕ್ಷಕನಲ್ಲ, ಆತ ಭಕ್ತನ ಆಧ್ಯಾತ್ಮಿಕ ಪ್ರಗತಿಗಾಗಿ ಅವನನ್ನು ಪರೀಕ್ಷಿಸುವ ಗುರುವೂ ಹೌದು ಎಂಬ ನಂಬಿಕೆ ಇಲ್ಲಿ ವ್ಯಕ್ತವಾಗುತ್ತದೆ. ತಮ್ಮ ಅಸ್ತಿತ್ವದ ಯಾವುದೇ ಭಾಗದ ಮೇಲೆ ತಮಗೆ ಸ್ವಂತ ನಿಯಂತ್ರಣವಿಲ್ಲ, ಎಲ್ಲವೂ ದೇವನ ಅಧೀನ ಎಂದು ಭಾವಿಸುವುದು ಇಲ್ಲಿನ ಮುಖ್ಯ ಅಂಶ. ಇದು ಅಹಂಕಾರವನ್ನು ತೊರೆದು ದೇವರಿಗೆ ಸಂಪೂರ್ಣವಾಗಿ ತಮ್ಮನ್ನು ಒಪ್ಪಿಸಿಕೊಳ್ಳುವ ಭಾವ.

➔ **"ಹರಣದ ಮೇಲೆತ್ತಡೆ ಕಳವಳವೆ, ಕೂಡಲಸಂಗಮದೇವಾ"**:

ಓ ಕೂಡಲಸಂಗಮದೇವ, ನೀನು ನನ್ನ ಪ್ರಾಣವನ್ನೇ (ಹರಣ) ಪರೀಕ್ಷೆಗೆ ಒಡ್ಡಿದರೂ (ಹರಣದ ಮೇಲೆ ಎತ್ತಡೆ - ಪ್ರಾಣದ ಮೇಲೆ ಬಂದರೂ), ನನಗೆ ಚಿಂತೆ (ಕಳವಳ) ಏಕೆ ಇರಬೇಕು? (ಪರೀಕ್ಷಿಸುವವನು ನೀನೇ ಆಗಿರುವಾಗ, ಸಾವು ಬಂದರೂ ಚಿಂತೆಯಿಲ್ಲ ಎಂಬ ಸಂಪೂರ್ಣ ಶರಣಾಗತಿ ಮತ್ತು ನಿರ್ಭಯತೆಯ ಸ್ಥಿತಿ).

ಇದು ವಚನದ ತಾತ್ವಿಕ ಮತ್ತು ಭಾವನಾತ್ಮಕ ಪರಾಕಾಷ್ಠೆ. ಮರಣಭಯವನ್ನು ಸಂಪೂರ್ಣವಾಗಿ ಮೀರಿ ನಿಂತ, ನಿರ್ಭಯತೆಯ ಉತ್ತುಂಗ ಸ್ಥಿತಿಯನ್ನು ಇದು ಚಿತ್ರಿಸುತ್ತದೆ.

ಎಲ್ಲ ರೀತಿಯ ನಷ್ಟಗಳು ಮತ್ತು ಪರೀಕ್ಷೆಗಳನ್ನು ಎದುರಿಸಿದ ನಂತರ, ಅಂತಿಮವಾದ ನಷ್ಟವೆಂದರೆ ಪ್ರಾಣ ಹೋಗುವುದು. ಆದರೆ, ದೇವರನ್ನು ಸಂಪೂರ್ಣವಾಗಿ ನಂಬಿದ, ಅವನ ಪರೀಕ್ಷೆಗಳನ್ನು ಎದುರಿಸಿ ನಿಂತ ಭಕ್ತನಿಗೆ ಆ ಅಂತಿಮ ನಷ್ಟವೂ ಕೂಡ ಚಿಂತೆಯ ವಿಷಯವಲ್ಲ. ಏಕೆಂದರೆ, ಎಲ್ಲವೂ ಆ 'ಒಡೆಯನ' ಲೀಲೆ ಮತ್ತು ಅವನ ಇಚ್ಛೆಯಂತೆ ನಡೆಯುತ್ತದೆ ಎಂಬ ಪರಮ ಶರಣಾಗತಿಯ ಭಾವ ಇಲ್ಲಿ ವ್ಯಕ್ತವಾಗುತ್ತದೆ.

ತಾತ್ಪರ್ಯ:

ಈ ವಚನವು ಭಕ್ತನಿಗೆ ಲೌಕಿಕ ವಸ್ತುಗಳು, ದೇಹ ಮತ್ತು ಸ್ವಂತ ಅಸ್ತಿತ್ವದ ಮೇಲಿನ ಮೋಹವನ್ನು ತ್ಯಜಿಸಿ, ಎಲ್ಲವನ್ನೂ ದೇವರ ಒಡೆತನಕ್ಕೆ ಒಪ್ಪಿಸಿ, ಎಂತಹ ಕಷ್ಟ ಅಥವಾ ಅಂತಿಮ ಕ್ಷಣಗಳಲ್ಲಿಯೂ ವಿಚಲಿತನಾಗದೆ ದೃಢವಾದ ಭಕ್ತಿಯಿಂದ ಇರಬೇಕು ಎಂಬ ಸಂದೇಶವನ್ನು ನೀಡುತ್ತದೆ. ದೇವನೇ ಸರ್ವಶಕ್ತ ಮತ್ತು ಎಲ್ಲದರ ನಿಯಂತ್ರಕ ಎಂಬ ಅರಿವು ಭಕ್ತನಿಗೆ ನಿರ್ಲಿಪ್ತತೆ ಮತ್ತು ಶಾಂತಿಯನ್ನು ನೀಡುತ್ತದೆ ಎಂಬುದನ್ನು ಈ ವಚನ ಸುಂದರವಾಗಿ ಚಿತ್ರಿಸುತ್ತದೆ. ಭಕ್ತನಿಗೆ ನಿರ್ಲಿಪ್ತತೆ ಮತ್ತು ಶಾಂತಿಯನ್ನು ನೀಡುತ್ತದೆ ಎಂಬುದನ್ನು ಈ ವಚನ ಸುಂದರವಾಗಿ ಚಿತ್ರಿಸುತ್ತದೆ.

ಇಂದಿನ ಯುಗಕ್ಕೆ ಬಸವಣ್ಣನವರ ಈ ವಚನದ ಪ್ರಸ್ತುತತೆ :

ಈ ವಚನದ ಸಂದೇಶವು ಕೇವಲ ಧಾರ್ಮಿಕ ಅಥವಾ ಆಧ್ಯಾತ್ಮಿಕ ಅನ್ವೇಷಕರಿಗೆ ಮಾತ್ರ ಸೀಮಿತವಾಗಿಲ್ಲ. ಅದರ ಮೂಲಭೂತ ತತ್ತ್ವಗಳಾದ ಸ್ಥಿತಪ್ರಜ್ಞೆ, ನಿರ್ಭಯತೆ, ಬದ್ಧತೆ, ಅನಾಸಕ್ತಿ ಮತ್ತು ಸ್ವಾವಲಂಬನೆಯನ್ನು ಯಾವುದೇ ವ್ಯಕ್ತಿಯು ತಮ್ಮ ದೈನಂದಿನ ಜೀವನದಲ್ಲಿ, ವೃತ್ತಿಪರ ಸವಾಲುಗಳನ್ನು ಎದುರಿಸುವಾಗ, ವೈಯಕ್ತಿಕ ಸಂಬಂಧಗಳನ್ನು ನಿರ್ವಹಿಸುವಾಗ ಅಳವಡಿಸಿಕೊಳ್ಳಬಹುದು. ಇದು ಕಷ್ಟಗಳನ್ನು ಎದುರಿಸಿ, ಮಾನಸಿಕ ಸ್ಥಿತಿಸ್ಥಾಪಕತ್ವವನ್ನು (resilience) ಬೆಳೆಸಿಕೊಂಡು, ಹೆಚ್ಚು ಸಮತೋಲಿತ ಮತ್ತು ಅರ್ಥಪೂರ್ಣ ಜೀವನವನ್ನು ನಡೆಸಲು ಸಹಾಯ ಮಾಡುತ್ತದೆ. ಆಧುನಿಕ ಜೀವನದ ಅನಿಶ್ಚಿತತೆ, ನಷ್ಟ ಮತ್ತು ಭಯಗಳನ್ನು ಎದುರಿಸಲು ಈ ವಚನವು ಶಕ್ತಿಯುತ ಮಾನಸಿಕ ಮತ್ತು ನೈತಿಕ ಮೌಲ್ಯಗಳನ್ನು ಒದಗಿಸುತ್ತದೆ, ಹೀಗಾಗಿ ಸಾರ್ವಕಾಲಿಕ ಪ್ರಸ್ತುತತೆಯನ್ನು ಹೊಂದಿದೆ.

1. ಅನಿಶ್ಚಿತತೆ ಮತ್ತು ಆತಂಕದ ನಿರ್ವಹಣೆ:

ಇಂದಿನ ವೇಗದ, ಭೌತಿಕವಾದಿ ಮತ್ತು ಸ್ಪರ್ಧಾತ್ಮಕ ಜಗತ್ತಿನಲ್ಲಿ, ಜನರು ಆರ್ಥಿಕ ಅಸ್ಥಿರತೆ, ಉದ್ಯೋಗ ನಷ್ಟದ ಭಯ, ಸಂಬಂಧಗಳ ವೈಫಲ್ಯ, ಆರೋಗ್ಯ ಸಮಸ್ಯೆಗಳು ಮತ್ತು ಅಂತಿಮವಾಗಿ ಸಾವಿನ ಚಿಂತೆಯಿಂದ ನಿರಂತರವಾಗಿ ಬಳಲುತ್ತಿದ್ದಾರೆ. ಮಾನಸಿಕ ಒತ್ತಡ, ಆತಂಕ, ಖಿನ್ನತೆ ಮತ್ತು ಅಭದ್ರತೆಯ ಭಾವನೆಗಳು ಸಮಾಜದಲ್ಲಿ ವ್ಯಾಪಕವಾಗಿವೆ. ಈ ಸಂದರ್ಭಗಳಲ್ಲಿ, "ಧನ ಹೋಯಿತ್ತೆಂದಡೆ, ಮನಸು ಬೆದರಿದಡೆ, ಚಿತ್ತ ಹೆದರಿದಡೆ" ಎಂಬ ಸಾಲುಗಳು ನಾವು ಎದುರಿಸುವ ಆತಂಕ ಮತ್ತು ಭಯವನ್ನು ಪ್ರತಿಬಿಂಬಿಸುತ್ತವೆ. ಈ ವಚನವು ನೀಡುವ ಸ್ಥಿತಪ್ರಜ್ಞೆ (equanimity), ನಿರ್ಭಯತೆ (fearlessness) ಮತ್ತು

ಅನಾಸಕ್ತಿಯ (detachment) ಸಂದೇಶವು ಮಾನಸಿಕ ಶಾಂತಿ ಮತ್ತು ಸ್ಥೈರ್ಯವನ್ನು ಕಂಡುಕೊಳ್ಳುವ ಮೆಟ್ಟಿಲುಗಳನ್ನಾಗಿಸಬೇಕಾಗಿದೆ.

2. ಮಾನಸಿಕ ಸ್ಥೈರ್ಯ ಮತ್ತು ಭಾವನಾತ್ಮಕ ಸಮತೋಲನ:

ಒತ್ತಡ ಮತ್ತು ಆತಂಕಗಳು ಹೆಚ್ಚುತ್ತಿರುವ ಇಂದಿನ ದಿನಗಳಲ್ಲಿ, ನಮ್ಮ ಮನಸ್ಸನ್ನು ನಿಯಂತ್ರಿಸುವುದು ಮತ್ತು ಭಾವನಾತ್ಮಕ ಸಮತೋಲನವನ್ನು ಕಾಪಾಡಿಕೊಳ್ಳುವುದು ಅತ್ಯಗತ್ಯ. ಜೀವನದ ಅನಿಶ್ಚಿತತೆಗಳು ಮತ್ತು ಕಷ್ಟದ ಸಂದರ್ಭಗಳಲ್ಲಿ ನಂಬಿಕೆ ಕಳೆದುಕೊಳ್ಳದೆ, ಧೈರ್ಯದಿಂದ ಮುನ್ನಡೆಯುವ ಮನೋಭಾವವನ್ನು ಬೆಳೆಸಿಕೊಳ್ಳಲು ಈ ವಚನವು ಸ್ಫೂರ್ತಿ ನೀಡುತ್ತದೆ. ಕಷ್ಟಗಳನ್ನು ದೇವನ ಪರೀಕ್ಷೆಗಳೆಂದು ಅಥವಾ ಬೆಳವಣಿಗೆಯ ಅವಕಾಶಗಳೆಂದು ಭಾವಿಸುವ ತಾತ್ವಿಕ ದೃಷ್ಟಿಕೋನವು, ಅವುಗಳನ್ನು ಎದುರಿಸಲು ಬೇಕಾದ ಆಂತರಿಕ ಶಕ್ತಿಯನ್ನು ಒದಗಿಸುತ್ತದೆ.ಬಸವಣ್ಣನವರು ದೇವರಲ್ಲಿ ಶರಣಾಗತಿಯನ್ನು ಹೊಂದುವ ಮೂಲಕ ಆಂತರಿಕ ಶಾಂತಿಯನ್ನು ಕಂಡುಕೊಳ್ಳಲು ಮಾರ್ಗದರ್ಶನ ನೀಡುತ್ತಾರೆ.

3. ಸಂಪೂರ್ಣ ಶರಣಾಗತಿ ಮತ್ತು ವಿಧಿಯ ಅರಿವು:

"ತನುಮನಧನವನಲ್ಲಾಡಿಸಿ ನೋಡುವ ಒಡೆಯನು ನೀನೆ" ಎಂಬ ಕೊನೆಯ ಸಾಲು ನಮ್ಮ ಜೀವನ ಮತ್ತು ನಮ್ಮೆಲ್ಲ ಸಂಪನ್ಮೂಲಗಳು ಮಹಾದಾನಿ ದೇವನ ಅಧೀನದಲ್ಲಿವೆ ಎಂಬುದನ್ನು ಅರಿತುಕೊಳ್ಳಲು ಸಹಾಯ ಮಾಡುತ್ತದೆ. ನಮ್ಮ ಪ್ರಯತ್ನಗಳಿದ್ದರೂ, ಅಂತಿಮ ಫಲಿತಾಂಶವು ದೇವರ ಇಚ್ಛೆಯಂತೆ ನಡೆಯುತ್ತದೆ ಎಂಬ ತಿಳುವಳಿಕೆಯು ಆತಂಕವನ್ನು ಕಡಿಮೆ ಮಾಡುತ್ತದೆ ಮತ್ತು ಶಾಂತಿಯನ್ನು ನೀಡುತ್ತದೆ. "ಹರಣದ ಮೇಲೆತ್ತಡೆ ಕಳವಳವೆ" ಎಂಬ ಪ್ರಶ್ನೆಯು ನಮ್ಮ ಜೀವನದ ನಿಯಂತ್ರಣ ನಮ್ಮದಲ್ಲ ಎಂದು ಅರಿತಾಗ ಚಿಂತಿಸುವುದರಲ್ಲಿ ಅರ್ಥವಿಲ್ಲ ಎಂದು ಮನಗಾಣಿಸುತ್ತದೆ.

20. ಎಲ್ಲಿ ನೋಡಿದಡಲ್ಲಿ ಮನವೆಳಸಿದಡೆ ಆಣೆ, ನಿಮ್ಮಾಣೆ, ನಿಮ್ಮ ಪ್ರಮಥರಾಣೆ

ವಚನ:

"ಎಲ್ಲಿ ನೋಡಿದಡಲ್ಲಿ ಮನವೆಳಸಿದಡೆ
ಆಣೆ, ನಿಮ್ಮಾಣೆ, ನಿಮ್ಮ ಪ್ರಮಥರಾಣೆ.
ಪರವಧುವನು ಮಹಾದೇವಿಯೆಂಬೆ
ಕೂಡಲಸಂಗಮದೇವಾ."

ಈ ವಚನದಲ್ಲಿ ಬಸವಣ್ಣನವರು ಅತ್ಯಂತ ಕಠಿಣವಾದ ನೈತಿಕ ಪ್ರತಿಜ್ಞೆಯನ್ನು ಮಾಡುತ್ತಾರೆ. ತಮ್ಮ ದೃಷ್ಟಿ ಬಿದ್ದಲ್ಲಿ ಮನಸ್ಸು ಚಂಚಲವಾಗಿ ಕಾಮನೆಗಳಿಗೆ ಒಳಗಾಗದಂತೆ ತಡೆಯುತ್ತೇನೆ ಎಂದು ತಮ್ಮ ದೈವವಾದ ಕೂಡಲಸಂಗಮದೇವರ ಮತ್ತು ಅವರ ಪ್ರಮಥರ ಮೇಲೆ ಆಣೆ ಮಾಡುತ್ತಾರೆ. ಇದನ್ನು ಸಾಧಿಸುವ ಮಾರ್ಗವಾಗಿ, ಅವರು ಪರಸ್ತ್ರೀಯರನ್ನು ಕೇವಲ ಸ್ತ್ರೀಯರಾಗಿ ನೋಡದೆ, ಅವರನ್ನು ತಾಯಿಯ ಸ್ವರೂಪವಾದ, ಪೂಜನೀಯಳಾದ ಮಹಾದೇವಿಯೆಂದೇ ಭಾವಿಸುವುದಾಗಿ ಹೇಳುತ್ತಾರೆ. ಇದು ಇಂದ್ರಿಯ ನಿಗ್ರಹ, ಮನಸ್ಸಿನ ನಿಯಂತ್ರಣ ಮತ್ತು ಸ್ತ್ರೀಯರ ಬಗ್ಗೆ ಅತ್ಯಂತ ಉನ್ನತವಾದ ಗೌರವವನ್ನು ತೋರಿಸುತ್ತದೆ. ಕಾಮದಂತಹ ಸಹಜ ಪ್ರವೃತ್ತಿಯನ್ನು ಭಕ್ತಿಯ ಕಡೆಗೆ ತಿರುಗಿಸಿ, ಅದನ್ನು ಗೆಲ್ಲುವ ಉಪಾಯವನ್ನು ಈ ವಚನದಲ್ಲಿ ಕಾಣಬಹುದು.

➔ **"ಎಲ್ಲಿ ನೋಡಿದಡಲ್ಲಿ ಮನವೆಳಸಿದಡೆ"**:

ಈ ಸಾಲು ಮಾನವನ ಮನಸ್ಸಿನ ಸಹಜವಾದ ಚಂಚಲತೆಯನ್ನು ಮತ್ತು ಇಂದ್ರಿಯಗಳ ಸೆಳೆತವನ್ನು ಸೂಚಿಸುತ್ತದೆ. ' ಎಲ್ಲಿ ನೋಡಿದಡಲ್ಲಿ' ಎನ್ನುವುದು ಕೇವಲ ಕಣ್ಣಿನ ದೃಷ್ಟಿಯನ್ನಲ್ಲ, ಮನಸ್ಸು ಗಮನಹರಿಸಿದಲ್ಲೆಲ್ಲಾ ಎಂಬ ವಿಶಾಲವಾದ ಅರ್ಥವನ್ನು ನೀಡುತ್ತದೆ.

ಮನುಷ್ಯನ ಕಣ್ಣು ಕಂಡದ್ದೆಲ್ಲದರ ಕಡೆಗೆ ಮನಸ್ಸು ಹರಿಯುವುದು ಸಹಜ ಸ್ವಭಾವ.

ದೃಷ್ಟಿ ಹೋದಲ್ಲೆಲ್ಲಾ ಮನಸ್ಸು ಆಕರ್ಷಿತಗೊಂಡರೆ, ಲೌಕಿಕ ವಸ್ತುಗಳು, ವ್ಯಕ್ತಿಗಳು ಅಥವಾ ಸನ್ನಿವೇಶಗಳ ಕಡೆಗೆ ಮನಸ್ಸು ಹಂಬಲಿಸಿದರೆ ಅಥವಾ ಆಸೆಪಟ್ಟರೆ, ಮುಖ್ಯವಾಗಿ, ವಿಷಯಾಸಕ್ತಿಗಳ ಕಡೆಗೆ ಮನಸ್ಸು ಸುಲಭವಾಗಿ ಆಕರ್ಷಿತವಾಗುವುದನ್ನು ಇಲ್ಲಿ ಹೇಳಲಾಗಿದೆ. ಶರಣ ಧರ್ಮದಲ್ಲಿ ಇಂದ್ರಿಯ ನಿಗ್ರಹಕ್ಕೆ, ವಿಶೇಷವಾಗಿ ಮನೋನಿಗ್ರಹಕ್ಕೆ, ಅತ್ಯಂತ ಹೆಚ್ಚಿನ ಮಹತ್ವ ನೀಡಲಾಗಿದೆ. ಮನಸ್ಸಿನ ಈ ಬಯಕೆಗಳನ್ನು, ಅವು ಹುಟ್ಟುವ ಹಂತದಲ್ಲಿಯೇ ಹತೋಟಿಯಲ್ಲಿಡಬೇಕಾದ ಅಗತ್ಯವನ್ನು ಈ ಸಾಲು ಒತ್ತಿ ಹೇಳುತ್ತದೆ.

➔ **"ಆಣೆ, ನಿಮ್ಮಾಣೆ, ನಿಮ್ಮ ಪ್ರಮಥರಾಣೆ":**

'ಆಣೆ' ಅಥವಾ 'ಪ್ರಮಾಣ' ಎಂಬುದು ವಚನ ಸಾಹಿತ್ಯದಲ್ಲಿ ಕೇವಲ ಒಂದು ಮಾತಲ್ಲ, ಅದೊಂದು ಅಚಲವಾದ ಬದ್ಧತೆಯ ಸಂಕೇತವಾಗಿದೆ. ದೇವರ ಮೇಲೆ ಮತ್ತು 'ಪ್ರಮಥ'ರ ಮೇಲೆ ಆಣೆ ಇಡುವುದು ಆ ಕಾಲದ ಅತ್ಯುನ್ನತ ಮತ್ತು ಗಂಭೀರವಾದ ಶಪಥವಾಗಿತ್ತು. ಒಂದೇ ಸಾಲಿನಲ್ಲಿ ಮೂರು ಬಾರಿ ಆಣೆಯನ್ನು ಬಳಸಿರುವುದು (ತನ್ನ ಆತ್ಮಸಾಕ್ಷಿಯ ಮೇಲೆ, ದೇವರ ಮೇಲೆ, ಮತ್ತು ಪ್ರಮಥರ ಮೇಲೆ) ವಿಷಯದ ಗಂಭೀರತೆಯನ್ನು ಮತ್ತು ತನ್ನ ಬದ್ಧತೆಯ ಗಾಢತೆಯನ್ನು ಒತ್ತಿಹೇಳುತ್ತದೆ.

ಇದು ಇಂದ್ರಿಯಗಳ ನಿಯಂತ್ರಣ, ವಿಶೇಷವಾಗಿ ಕಣ್ಣುಗಳ ಮೂಲಕ ಮನಸ್ಸು ಕೆರಳುವುದನ್ನು ತಡೆಯುವ ಮಹತ್ವವನ್ನು ಒತ್ತಿಹೇಳುತ್ತದೆ. ಮನಸ್ಸಿನ ಚಂಚಲತೆಯನ್ನು ನಿಯಂತ್ರಿಸುವುದು ಭಕ್ತಿಗೆ ಅತ್ಯಗತ್ಯ ಎಂಬುದನ್ನು ಈ ಆಣೆಗಳು ತಿಳಿಸುತ್ತವೆ.

➔ **"ಪರವಧುವನು ಮಹಾದೇವಿಯೆಂಬೆ ಕೂಡಲಸಂಗಮದೇವಾ."**

ಈ ಸಾಲು ಶರಣರು ಸ್ತ್ರೀಯರಿಗೆ ನೀಡುತ್ತಿದ್ದ ಗೌರವದ ಅತ್ಯುನ್ನತ ಸ್ಥಿತಿಯನ್ನು ಪ್ರತಿಬಿಂಬಿಸುತ್ತದೆ. ಪರಸ್ತ್ರೀಯರಲ್ಲಿ ಕೇವಲ ತಾಯಿ ಅಥವಾ ಸಹೋದರಿಯನ್ನು ಕಾಣುವುದಷ್ಟೇ ಅಲ್ಲದೆ, ಅವರನ್ನು ಸಾಕ್ಷಾತ್ ದೈವಸ್ವರೂಪಿಣಿಯಾದ ಮಹಾದೇವಿಯೆಂದೇ ಭಾವಿಸುವುದು ಅತ್ಯಂತ ಉದಾತ್ತವಾದ ನೈತಿಕ ನಿಲುವಾಗಿದೆ.

'ಮಹಾದೇವಿ' ಎಂಬುದು ಕೇವಲ ಪಾರ್ವತಿಯ ಹೆಸರಲ್ಲ, ಅದು ಸ್ತ್ರೀಶಕ್ತಿಯ, ಮಾತೃತ್ವದ ಮತ್ತು ಪವಿತ್ರತೆಯ ಸಂಕೇತವಾಗಿದೆ.

ಪರಸ್ತ್ರೀಯರಲ್ಲಿ ಈ ದೈವತ್ವವನ್ನು ಕಾಣುವುದರಿಂದ ಮನಸ್ಸು ನಿರ್ಮಲವಾಗುತ್ತದೆ ಮತ್ತು ನೈತಿಕ ಅಧಃಪತನದಿಂದ ರಕ್ಷಣೆ ದೊರೆಯುತ್ತದೆ.

ತಾತ್ಪರ್ಯ:

ಈ ವಚನವು ಮಾನವನ ಮನಸ್ಸಿನ ಚಂಚಲ ಸ್ವಭಾವವನ್ನು ಒಪ್ಪಿಕೊಳ್ಳುವುದರ ಜೊತೆಗೆ, ಅದನ್ನು ನಿಗ್ರಹಿಸುವ ದೃಢ ಸಂಕಲ್ಪವನ್ನು ಸ್ಪಷ್ಟವಾಗಿ ವ್ಯಕ್ತಪಡಿಸುತ್ತದೆ. ಶರಣ ಧರ್ಮದಲ್ಲಿ 'ಅರಿವು' (ಜ್ಞಾನ) ಮತ್ತು 'ಆಚಾರ' (ನಡತೆ) ಎರಡಕ್ಕೂ ಸಮಾನ ಪ್ರಾಮುಖ್ಯತೆಯಿದೆ. ಕೇವಲ ಜ್ಞಾನವಿದ್ದು, ಇಂದ್ರಿಯಗಳನ್ನು ಹತೋಟಿಯಲ್ಲಿಡದಿದ್ದರೆ ಆಧ್ಯಾತ್ಮಿಕ ಸಾಧನೆ ಪೂರ್ಣವಾಗದು. ಈ ವಚನವು ಇಂದ್ರಿಯ ನಿಗ್ರಹದ, ವಿಶೇಷವಾಗಿ ಕಾಮೇಚ್ಛೆಯ ನಿಗ್ರಹದ, ತಾತ್ವಿಕ ಮಹತ್ವವನ್ನು ಸಾರುತ್ತದೆ. ಇದು ಕೇವಲ ವೈರಾಗ್ಯದ ಬೋಧನೆಯಲ್ಲ, ಬದಲಾಗಿ ಸಮಾಜದಲ್ಲಿ, ಗೃಹಸ್ಥಾಶ್ರಮದಲ್ಲಿ ಬದುಕುತ್ತಲೇ ನೈತಿಕವಾಗಿ ಉನ್ನತ ಸ್ಥಿತಿಯನ್ನು ತಲುಪುವ ಮಾರ್ಗವನ್ನು ಸೂಚಿಸುತ್ತದೆ. ಶರಣರು ಸಂಸಾರವನ್ನು ತ್ಯಜಿಸದೆ, ಸಂಸಾರದಲ್ಲಿದ್ದುಕೊಂಡೇ ಆಧ್ಯಾತ್ಮಿಕ ಸಾಧನೆಯನ್ನು ಪ್ರತಿಪಾದಿಸಿದರು. ಸಂಸಾರದಲ್ಲಿರುವಾಗ ಇಂದ್ರಿಯಗಳ, ವಿಶೇಷವಾಗಿ ಕಾಮದ ಸೆಳೆತ ಸಹಜವಾಗಿರುತ್ತದೆ. ಈ ಸೆಳೆತವನ್ನು ನಿಗ್ರಹಿಸುವುದು ಗೃಹಸ್ಥನಿಗೆ ದೊಡ್ಡ ಸವಾಲು. ಈ ವಚನವು ಆ ಸವಾಲನ್ನು ಎದುರಿಸುವ ದೃಢ ನಿಶ್ಚಯವನ್ನು ಮತ್ತು ಅದಕ್ಕೊಂದು ಆಧ್ಯಾತ್ಮಿಕ ಪರಿಹಾರವನ್ನು (ಪರಸ್ತ್ರೀಯರಲ್ಲಿ ದೈವತ್ವ ಕಾಣುವುದು) ಸೂಚಿಸುತ್ತದೆ. ಆದ್ದರಿಂದ, ಇದು ಪುರುಷ ಪ್ರಧಾನ ಮನಃಸ್ಥಿತಿಯ ಮತ್ತು ವಿರಕ್ತಾಶ್ರಮಕ್ಕೆ ನೈತಿಕತೆಗೆ ಒಂದು ಪ್ರಮುಖ ಮಾರ್ಗದರ್ಶನ ನೀಡುತ್ತದೆ.

ಇಂದಿನ ಯುಗಕ್ಕೆ ಬಸವಣ್ಣನವರ ಈ ವಚನದ ಪ್ರಸ್ತುತತೆ:

ಈ ವಚನದ ಸಂದೇಶವು ಕೇವಲ ವೈಯಕ್ತಿಕ ನೈತಿಕತೆಗೆ ಸೀಮಿತವಾಗಿಲ್ಲ, ಅದು ಸಾಮಾಜಿಕ ಸ್ವಾಸ್ಥ್ಯಕ್ಕೆ ಅಡಿಪಾಯ ಹಾಕುತ್ತದೆ. ಪರಸ್ತ್ರೀ ಗೌರವವು ಮಹಿಳೆಯರ ಸುರಕ್ಷತೆ ಮತ್ತು ಸಮಾನತೆಗೆ ಕೊಡುಗೆ ನೀಡಿದರೆ, ಆಸೆಗಳ ನಿಯಂತ್ರಣ ಮತ್ತು ನೈತಿಕ ಬದ್ಧತೆಯು ಭ್ರಷ್ಟಾಚಾರ, ಅಪ್ರಾಮಾಣಿಕತೆ ಮತ್ತು ಸಾಮಾಜಿಕ ಅಶಾಂತಿಯನ್ನು ಕಡಿಮೆ ಮಾಡಲು ಸಹಾಯ ಮಾಡುತ್ತದೆ.

1. ಮಾಧ್ಯಮ ಮತ್ತು ದೃಶ್ಯ ಮಾಯಾಜಾಲದ ಸವಾಲು:

"ಎಲ್ಲಿ ನೋಡಿದಡಲ್ಲಿ ಮನವೆಳಸಿದಡೆ" – ಇಂದಿನ ದಿನಗಳಲ್ಲಿ ದೃಶ್ಯ ಮಾಧ್ಯಮಗಳು (ಟಿವಿ, ಇಂಟರ್ನೆಟ್, ಸಾಮಾಜಿಕ ಜಾಲತಾಣಗಳು, ಜಾಹೀರಾತುಗಳು) ಎಲ್ಲೆಡೆ ವ್ಯಾಪಿಸಿವೆ. ಕಣ್ಣು ಹೋದಲ್ಲೆಲ್ಲಾ ಮನಸ್ಸನ್ನು ಕೆರಳಿಸುವ, ಆಕರ್ಷಿಸುವ ಮತ್ತು ವಿಷಯಾಸಕ್ತಿಗಳನ್ನು ಕೆರಳಿಸುವಂತಹ ದೃಶ್ಯಗಳು ನಮ್ಮನ್ನು ಸುತ್ತುವರೆದಿವೆ. ಇಂತಹ ಸನ್ನಿವೇಶದಲ್ಲಿ ನಮ್ಮ ದೃಷ್ಟಿ ಮತ್ತು ಮನಸ್ಸನ್ನು ಹತೋಟಿಯಲ್ಲಿಡುವುದು ಒಂದು

ದೊಡ್ಡ ಸವಾಲು. ಈ ವಚನವು ಬಾಹ್ಯ ಪ್ರಚೋದನೆಗಳಿಗೆ ಸುಲಭವಾಗಿ ವಶವಾಗದೆ, ಮನಸ್ಸನ್ನು ನಿಯಂತ್ರಿಸುವ ಅಗತ್ಯವನ್ನು ಒತ್ತಿಹೇಳುತ್ತದೆ. ಇದು ಇಂದಿನ ಅತಿಯಾದ ಮಾಹಿತಿ ಮತ್ತು ದೃಶ್ಯಗಳ ಸುಳಿಯಲ್ಲಿ ಸಿಲುಕಿದ ಮನುಷ್ಯನಿಗೆ ಅತ್ಯಂತ ಅವಶ್ಯಕವಾದ ಇಂದ್ರಿಯ ನಿಗ್ರಹದ ಪಾಠವನ್ನು ಹೇಳುತ್ತದೆ.

2. ಸಂಬಂಧಗಳ ನೈತಿಕತೆ ಮತ್ತು ನಿಷ್ಠೆ:

"ಪರವಧುವನು ಮಹಾದೇವಿಯೆಂಬೆ" - ಈ ಸಾಲು ಇಂದಿನ ಸಮಾಜಕ್ಕೆ ಅತ್ಯಂತ ನೇರ ಮತ್ತು ಕಠಿಣ ಸಂದೇಶವನ್ನು ನೀಡುತ್ತದೆ. ಆಧುನಿಕ ಜೀವನಶೈಲಿ, ಬದಲಾಗುತ್ತಿರುವ ಸಂಬಂಧಗಳ ವ್ಯಾಖ್ಯಾನ ಮತ್ತು ವ್ಯಕ್ತಿ ಸ್ವಾತಂತ್ರ್ಯದ ಹೆಸರಿನಲ್ಲಿ ವಿವಾಹೇತರ ಸಂಬಂಧಗಳು ಸಹಜವಾಗುತ್ತಿವೆ. ಇಂತಹ ಸನ್ನಿವೇಶದಲ್ಲಿ ಪರಸ್ತ್ರೀಯರನ್ನು ತಾಯಿಯ ಸಮಾನರಾದ ಉಮಾದೇವಿಯಂತೆ ಕಾಣಬೇಕು ಎಂಬ ಬಸವಣ್ಣನವರ ಸಂದೇಶವು ಸಂಬಂಧಗಳಲ್ಲಿ ನಿಷ್ಠೆ, ಪಾವಿತ್ರ್ಯತೆ ಮತ್ತು ಪರಸ್ಪರ ಗೌರವವನ್ನು ಕಾಪಾಡಿಕೊಳ್ಳುವ ಮಹತ್ವವನ್ನು ಸಾರುತ್ತದೆ. ಇದು ಕೌಟುಂಬಿಕ ಮತ್ತು ಸಾಮಾಜಿಕ ನೆಮ್ಮದಿಗೆ ಅತ್ಯಗತ್ಯವಾದ ಮೌಲ್ಯವನ್ನು ಪುನರುಚ್ಚರಿಸುತ್ತದೆ.

3. **ಮಹಿಳೆಯರ ಬಗೆಗಿನ ಗೌರವ ಮತ್ತು ಸುರಕ್ಷತೆ:**

ಪರಸ್ತ್ರೀಯರನ್ನು ತಾಯಿಯಂತೆ ಕಾಣುವ ಭಾವನೆಯು ಕೇವಲ ವೈಯಕ್ತಿಕ ನೈತಿಕತೆಗೆ ಸೀಮಿತವಲ್ಲ, ಇದು ಸಮಾಜದಲ್ಲಿ ಮಹಿಳೆಯರ ಬಗೆಗಿನ ಗೌರವ ಮತ್ತು ಸುರಕ್ಷತೆಗೆ ನೇರವಾಗಿ ಸಂಬಂಧಿಸಿದೆ. ಇಂದಿಗೂ ಸಮಾಜದಲ್ಲಿ ಮಹಿಳೆಯರ ಮೇಲಿನ ದೌರ್ಜನ್ಯ, ಲೈಂಗಿಕ ಕಿರುಕುಳ ಮತ್ತು ಅಶ್ಲೀಲ ದೃಷ್ಟಿಕೋನ ವ್ಯಾಪಕವಾಗಿದೆ.

ಪರವಧುವನ್ನು (ಮತ್ತು ವಿಶಾಲ ಅರ್ಥದಲ್ಲಿ ಎಲ್ಲಾ ಸ್ತ್ರೀಯರನ್ನು) ಮಾತೃ ಸ್ವರೂಪಿಣಿಯಂತೆ ಕಾಣುವ ಭಾವನೆಯು ಪ್ರತಿ ಮನುಷ್ಯನಲ್ಲಿ ಸ್ತ್ರೀ ಸಂಕುಲದ ಬಗೆಗೆ ಗೌರವ ಮತ್ತು ಪೂಜ್ಯ ಭಾವನೆ ಮೂಡಿಸುತ್ತದೆ. ಇದು ಮಹಿಳೆಯರನ್ನು ಕೇವಲ ಲೈಂಗಿಕ ವಸ್ತುಗಳಾಗಿ ನೋಡುವ ಅಮಾನವೀಯ ಪ್ರವೃತ್ತಿಯನ್ನು ಹೋಗಲಾಡಿಸಲು ಸಹಾಯ ಮಾಡುತ್ತದೆ ಮತ್ತು ಸುರಕ್ಷಿತ ಸಮಾಜ ನಿರ್ಮಾಣಕ್ಕೆ ಅಡಿಪಾಯ ಹಾಕುವತ್ತ ಕಾರ್ಯಪ್ರವೃತ್ತರಾಗಬೇಕು.

21. ಆಶಾಪಾಶ ಎನ್ನಲ್ಲುಳ್ಳಡೆ ಕೂಡಲಸಂಗಾ ನಿಮ್ಮಾಣೆ.

ವಚನ:

"ಹಿಂದೆ ಸಂದ ಭಕ್ತರಂತಾನೊಂದೊಂದ ಬೇಡಿ ಕಾಡುವನಲ್ಲ,
ಹಿಂದೆ ಬೆನ್ನಲಿ ಬಂದು ಬಳಲಿದೆ.
ಇನ್ನೊಂದ ಬೇಡೆನಂಜದಿರಂಜದಿರಯ್ಯಾ,
ಆಶಾಪಾಶ ಎನ್ನಲ್ಲುಳ್ಳಡೆ ಕೂಡಲಸಂಗಾ ನಿಮ್ಮಾಣೆ."

ಈ ವಚನದಲ್ಲಿ ಬಸವಣ್ಣನವರು ತಾವು ಸಾಮಾನ್ಯ ಭಕ್ತರಂತೆ ಲೌಕಿಕ ವಸ್ತುಗಳಿಗಾಗಿ ದೇವರನ್ನು ಬೇಡುವವರಲ್ಲ ಎಂದು ಸ್ಪಷ್ಟಪಡಿಸುತ್ತಾರೆ. ಭಕ್ತಿಯ ಮಾರ್ಗದಲ್ಲಿ ತಾವು ಈ ಹಿಂದೆ ಅನುಭವಿಸಿದ ಕಷ್ಟಗಳನ್ನು ನೆನೆದು, ಈಗ ತಾವು ಸಂಪೂರ್ಣವಾಗಿ ನಿರಾಸಕ್ತರಾಗಿರುವುದಾಗಿಯೂ, ಇನ್ನು ಮುಂದೆ ದೇವರಿಂದ ಏನನ್ನೂ ಬಯಸುವುದಿಲ್ಲವೆಂದೂ ದೃಢವಾಗಿ ಹೇಳುತ್ತಾರೆ. ತಮ್ಮಲ್ಲಿ ಯಾವುದೇ ಆಸೆಗಳ ಬಂಧನ ಉಳಿದಿಲ್ಲ ಎಂದು ದೇವರ ಮೇಲೆ ಮತ್ತು ತಮ್ಮ ಭಕ್ತಿಯ ಮೇಲೆ ಆಣೆ ಮಾಡಿ, ಸಂಪೂರ್ಣ ಶರಣಾಗತಿ ಮತ್ತು ಬಯಕೆಗಳಿಲ್ಲದ ಭಕ್ತಿಯ ಸ್ಥಿತಿಯನ್ನು ತಲುಪಿರುವುದಾಗಿ ಘೋಷಿಸುತ್ತಾರೆ. ಇದು ಬೇಡಿಕೆಗಳ ಆಚೆಗಿನ, ಶುದ್ಧ ಪ್ರೀತಿ ಮತ್ತು ನಂಬಿಕೆಯ ಭಕ್ತಿ ಮಾರ್ಗವನ್ನು ತೋರಿಸುತ್ತದೆ.

➔ **"ಹಿಂದೆ ಸಂದ ಭಕ್ತರಂತಾನೊಂದೊಂದ ಬೇಡಿ ಕಾಡುವನಲ್ಲ,"**:

ಬಸವಣ್ಣನವರು ತಮ್ಮನ್ನು ಹಿಂದಿನ ಕಾಲದ ಭಕ್ತರನ್ನು ಉದಾಹರಿಸುತ್ತಾರೆ.

ಹಿಂದಿನ ಭಕ್ತರು ದೇವರನ್ನು ಒಂದಲ್ಲ ಒಂದು ವಸ್ತುವನ್ನು, ಸೌಕರ್ಯವನ್ನು, ಅಥವಾ ಆಶಯಗಳನ್ನು ಈಡೇರಿಸುವಂತೆ ನಿರಂತರವಾಗಿ ಬೇಡುತ್ತಾ, ಆ ಮೂಲಕ ದೇವರನ್ನು "ಕಾಡುತ್ತಿದ್ದರು" (ಒತ್ತಾಯಿಸುತ್ತಿದ್ದರು/ತೊಂದರೆ ಕೊಡುತ್ತಿದ್ದರು). ಆದರೆ ತಾನು ಅಂತಹ ಭಕ್ತನಲ್ಲ, ಒಂದೊಂದಾಗಿ ಬೇಡಿ ದೇವರನ್ನು ಕಾಡುವುದಿಲ್ಲ ಎಂದು ಬಸವಣ್ಣ ಹೇಳುತ್ತಾರೆ.

ಇದು ಕೇವಲ ಯಾಚನೆಯ ನಿರಾಕರಣೆಯಲ್ಲ, ಬದಲಿಗೆ ದೈವದೊಂದಿಗೆ ಒಂದು ಹೆಚ್ಚು ಪ್ರಬುದ್ಧ, ಗೌರವಯುತ ಸಂಬಂಧವನ್ನು ಸ್ಥಾಪಿಸುವ ಪ್ರಯತ್ನವಾಗಿದೆ.

ಶರಣರು ಪ್ರತಿಪಾದಿಸಿದ ಕೇವಲ ಬಾಹ್ಯ ಆಚರಣೆ ಅಥವಾ ವ್ಯವಹಾರಿಕ ಭಕ್ತಿಯನ್ನು ಮೀರಿ, ಆಂತರಿಕ ಪರಿವರ್ತನೆಗೆ ಒತ್ತು ನೀಡುವ ತತ್ತ್ವಕ್ಕೆ ಇದು ಅನುಗುಣವಾಗಿದೆ.

➔ **"ಹಿಂದೆ ಬೆನ್ನಲಿ ಬಂದು ಬಳಲಿದೆ."**:

"ಹಿಂದೆ (ನಿನ್ನನ್ನು) ಹಿಂಬಾಲಿಸಿ ಬಂದು (ಅಥವಾ ನಿನ್ನ ಮಾರ್ಗದಲ್ಲಿ ನಡೆದು) ದಣಿದಿದ್ದೇನೆ." ಈ ಸಾಲು ಅತ್ಯಂತ ಮಹತ್ವಪೂರ್ಣವಾದುದು. ಬಸವಣ್ಣನವರು ಕೂಡಲಸಂಗಮದೇವನ ಹಾದಿಯಲ್ಲಿ, ಅವನ ಬೆನ್ನ ಹಿಂದೆಯೇ ನಿರಂತರವಾಗಿ, ಎಡೆಬಿಡದೆ ಬಂದು ಈಗ "ಬಳಲಿರುವುದಾಗಿ" ಹೇಳುತ್ತಾರೆ.

ಇಲ್ಲಿ ಬಳಲುವುದು ದೈಹಿಕ ಬಳಲಿಕೆಯಲ್ಲ. ದೇವನ ಅಸ್ತಿತ್ವ ಮತ್ತು ಸ್ವರೂಪವನ್ನು ಅರಿಯಲು, ದೈವದೊಂದಿಗೆ ಒಂದಾಗಲು ತಾವು ಮಾಡಿದ ಅಖಂಡ ಪ್ರಯತ್ನ, ಸಾಧನೆ, ಮತ್ತು ಪ್ರಯಾಣದ ಆಯಾಸವನ್ನು ಇದು ಸೂಚಿಸುತ್ತದೆ.

ಇದು ಹಿಂದಿನ ಆಧ್ಯಾತ್ಮಿಕ ಪಯಣದಲ್ಲಿ ಪಟ್ಟ ಶ್ರಮ, ಎದುರಿಸಿದ ಕಷ್ಟಗಳು ಮತ್ತು ಸಂಘರ್ಷಗಳನ್ನು ಸೂಚಿಸುತ್ತದೆ. ಇದು ದೂರಿಕೆಯ ಮಾತಲ್ಲ, ಬದಲಾಗಿ ತನ್ನ ಈಗಿನ ಸ್ಥಿತಿಗೆ (ಬೇಡಿಕೆಗಳಿಲ್ಲದ ಸ್ಥಿತಿ) ಕಾರಣವಾದ ಹಿನ್ನೆಲೆಯನ್ನು ಸ್ಥಾಪಿಸುವ ವಾಸ್ತವದ ಹೇಳಿಕೆಯಾಗಿದೆ.

➔ **"ಇನ್ನೊಂದ ಬೇಡೆನಂಜದಿರಂಜದಿರಯ್ಯಾ,"**:

ಇದು ವಚನದ ಅತ್ಯಂತ ಗಮನಾರ್ಹ ಮತ್ತು ಕೇಂದ್ರ ಭಾಗ. "ಇನ್ನೊಂದ ಬೇಡೆನು" ಎಂಬುದು ಸಂಪೂರ್ಣ ತೃಪ್ತಿ ಮತ್ತು ಅನಾಸಕ್ತಿಯ (Non-attachment) ಉತ್ತುಂಗ ಸ್ಥಿತಿಯನ್ನು ಸೂಚಿಸುತ್ತದೆ. ಆದರೆ, ಅತ್ಯಂತ ವಿಶಿಷ್ಟವಾದ ಭಾಗವೆಂದರೆ "ಅಂಜದಿರಂಜದಿರಯ್ಯಾ". ಇಲ್ಲಿ ಭಕ್ತನು ತಾನು ಅಂಜುತ್ತಿದ್ದೇನೆ ಎಂದು ಹೇಳುತ್ತಿಲ್ಲ, ಬದಲಿಗೆ ದೇವರಿಗೆ ಧೈರ್ಯ ಹೇಳುತ್ತಿದ್ದಾನೆ! ಇದು ದೈವದೊಂದಿಗಿನ ಅತ್ಯಂತ ಗಾಢವಾದ ಆತ್ಮೀಯತೆ ಮತ್ತು ಪರಸ್ಪರ ತಿಳುವಳಿಕೆಯ ಮಟ್ಟವನ್ನು ಸೂಚಿಸುತ್ತದೆ.

ತಾನು ಸಂಪೂರ್ಣ ತೃಪ್ತಿ ಮತ್ತು ನಿರ್ಲಿಪ್ತತೆಯ ಸ್ಥಿತಿಯನ್ನು ತಲುಪಿರುವುದರಿಂದ, ಅಂತಹ ಆತಂಕಗಳಿಗೆ ಕಾರಣವಿಲ್ಲ ಎಂದು ದೇವರಿಗೆ ಭರವಸೆ ನೀಡುತ್ತಿದ್ದಾರೆ.

ಇದು ಸಾಂಪ್ರದಾಯಿಕ ಭಕ್ತ-ಭಗವಂತ ಸಂಬಂಧದ ಚೌಕಟ್ಟನ್ನು ಮೀರಿದ ಒಂದು ಅನನ್ಯ ಅಭಿವ್ಯಕ್ತಿಯಾಗಿದೆ. ಇದು ಭಕ್ತನ ಆಧ್ಯಾತ್ಮಿಕ ಸ್ವಾವಲಂಬನೆ ಮತ್ತು ದೃಢ ವಿಶ್ವಾಸವನ್ನು ಎತ್ತಿ ತೋರಿಸುತ್ತದೆ, ಅಲ್ಲಿ ಅಗ್ನಿ ಪರೀಕ್ಷೆಗಳಿಗೂ ಅಥವಾ ಕಾಳಜಿಗೂ ಧೈರ್ಯದಿಂದ ಉತ್ತರಿಸುವ ಸಾಮರ್ಥ್ಯವನ್ನು ಭಕ್ತನು ಪಡೆದಿರುತ್ತಾನೆ.

➔ ಆಶಾಪಾಶ ಎನ್ನಲ್ಲುಳ್ಳಡೆ ಕೂಡಲಸಂಗಾ ನಿಮ್ಮಾಣೆ:

ವಚನದ ಅಂತಿಮ ಮತ್ತು ಅತ್ಯಂತ ದೃಢವಾದ ಮಾತುಗಳಿವು. 'ಆಶಾಪಾಶ' ಎಂಬುದು ಕೇವಲ ಆಸೆಯಲ್ಲ, ಅದು ಬಂಧಿಸುವ, ಸಿಲುಕಿಸುವ ಹಗ್ಗದಂತೆ. ಲೌಕಿಕ ಬಯಕೆಗಳು ಮತ್ತು ಭವಿಷ್ಯದ ನಿರೀಕ್ಷೆಗಳಿಂದ ತಾನು ಸಂಪೂರ್ಣವಾಗಿ ಮುಕ್ತನಾಗಿದ್ದೇನೆ ಎಂದು ಬಸವಣ್ಣನವರು ಇಲ್ಲಿ ದೃಢವಾಗಿ ಘೋಷಿಸುತ್ತಿದ್ದಾರೆ. ಇದರರ್ಥ, ತಮ್ಮಲ್ಲಿ ಯಾವುದೇ ರೀತಿಯ ಲೌಕಿಕ ಆಸೆಗಳು ಉಳಿದುಕೊಂಡಿಲ್ಲ, ತಾವು ಸಂಪೂರ್ಣವಾಗಿ ನಿರಾಸಕ್ತರು ಮತ್ತು ಆಶಾಪಾಶಗಳಿಂದ ಮುಕ್ತರಾಗಿದ್ದಾರೆ ಎಂಬುದನ್ನು ದೈವದ ಮೇಲೆ ಆಣೆ ಇಟ್ಟು ಘೋಷಿಸುತ್ತಾರೆ. ಇದು ಭಕ್ತಿಯ ಪರಮಾವಧಿ, ಸಂಪೂರ್ಣ ವೈರಾಗ್ಯ ಮತ್ತು ದೇವನಲ್ಲಿ ಸಂಪೂರ್ಣ ಲೀನವಾಗುವ ಹಂಬಲವನ್ನು ತೋರಿಸುತ್ತದೆ.

ತಾತ್ಪರ್ಯ:

ಬಸವಣ್ಣನವರ "ಹಿಂದೆ ಸಂದ ಭಕ್ತರಂತಾನೊಂದೊಂದ ಬೇಡಿ ಕಾಡುವನಲ್ಲ..." ಎಂಬ ವಚನವು, ಶರಣ ಸಾಹಿತ್ಯದ ವಿಶಿಷ್ಟ ರತ್ನಗಳಲ್ಲಿ ಒಂದಾಗಿದೆ. ಇದು ಸಾಂಪ್ರದಾಯಿಕ ಭಕ್ತಿ ಮಾರ್ಗಗಳ ಯಾಚನಾ ಪ್ರವೃತ್ತಿಯನ್ನು ನಿರಾಕರಿಸಿ, ಅನಾಸಕ್ತಿ, ಆತ್ಮಗೌರವ, ಮತ್ತು ಅಚಲ ನಿಷ್ಠೆಯಂತಹ ಶರಣ ಮೌಲ್ಯಗಳನ್ನು ಪ್ರತಿಪಾದಿಸುತ್ತದೆ. ಹಿಂದಿನ ಹೋರಾಟದ ಅನುಭವದಿಂದ ಪಕ್ವಗೊಂಡು, ಸಂಪೂರ್ಣ ತೃಪ್ತಿಯ ಸ್ಥಿತಿಯನ್ನು ತಲುಪಿ, ಲೌಕಿಕ ಆಶಾಪಾಶಗಳಿಂದ ಮುಕ್ತನಾಗಿ, ದೇವರಿಗೆ ಧೈರ್ಯ ಹೇಳುವ ಮತ್ತು ಆಣೆ ಇಡುವ ಭಕ್ತನ ಚಿತ್ರಣವು ಅತ್ಯಂತ ಅನನ್ಯವಾದುದು. ಈ ವಚನವು ಕಾಯಕದ ಮಹತ್ವ, ಅನಾಸಕ್ತಿಯ ಆದರ್ಶ, ಆತ್ಮಗೌರವದ ಮೌಲ್ಯ ಮತ್ತು ನಡೆ-ನುಡಿಯ ಏಕತೆಯ ಪ್ರಾಮುಖ್ಯತೆಯನ್ನು ಸಾರುತ್ತದೆ. ಇದರ ತೌಲನಿಕ ಅಧ್ಯಯನವು ಬಸವಣ್ಣನವರ ಚಿಂತನೆಗಳ ಆಳ ಮತ್ತು ವಿಕಾಸವನ್ನು ತೋರಿಸುತ್ತದೆ.

ಸಮಕಾಲೀನ ಜಗತ್ತಿನಲ್ಲಿ ಹೆಚ್ಚುತ್ತಿರುವ ಭೌತಿಕ ವ್ಯಾಮೋಹ, ಪರಾವಲಂಬನೆ ಮತ್ತು ಪ್ರಾಮಾಣಿಕತೆಯ ಕೊರತೆಯ ಸಂದರ್ಭದಲ್ಲಿ, ಈ ವಚನದ ಸ್ವಾವಲಂಬನೆ, ತೃಪ್ತಿ, ಬದ್ಧತೆ ಮತ್ತು ಸತ್ಯಸಂಧತೆಯ ಸಂದೇಶವು ಎಂದಿಗಿಂತಲೂ ಹೆಚ್ಚು ಪ್ರಸ್ತುತವಾಗಿದೆ. ಇದು ಕೇವಲ ಧಾರ್ಮಿಕ ಪಠ್ಯವಲ್ಲ, ಬದಲಿಗೆ ಸಾರ್ಥಕ ಮತ್ತು ನೈತಿಕ ಬದುಕಿಗೆ ದಾರಿದೀಪವಾಗಿದೆ.

ಇಂದಿನ ಯುಗಕ್ಕೆ ಬಸವಣ್ಣನವರ ಈ ವಚನದ ಪ್ರಸ್ತುತತೆ:

ಈ ವಚನವು ಇಂದಿನ ಭೌತಿಕ ಜಗತ್ತಿನಲ್ಲಿ ಕಳೆದುಹೋಗುತ್ತಿರುವ ಮನುಷ್ಯನಿಗೆ, ಬೇಡಿಕೆಗಳ ಆಚೆಗಿನ ಭಕ್ತಿಯನ್ನು, ಆಸೆಗಳ ಮೇಲಿನ ನಿಯಂತ್ರಣವನ್ನು ಮತ್ತು ದೇವರ ಮೇಲಿನ ಸರಳ ನಂಬಿಕೆಯನ್ನು ನೆನಪಿಸುತ್ತದೆ. ಇದು ಹೆಚ್ಚು ಶಾಂತಿಯುತ, ತೃಪ್ತಿಕರ ಮತ್ತು ಅರ್ಥಪೂರ್ಣ ಜೀವನವನ್ನು ನಡೆಸಲು ಮಾರ್ಗದರ್ಶನ ನೀಡುವ ಸಾರ್ವಕಾಲಿಕ ಸಂದೇಶವಾಗಿದೆ.

1. **ಬೇಡಿಕೆಗಳ ಭಕ್ತಿಯ ಆಚೆಗಿನ ನಂಬಿಕೆ:**

"ಹಿಂದೆ ಸಂದ ಭಕ್ತರಂತಾನೊಂದೊಂದ ಬೇಡಿ ಕಾಡುವನಲ್ಲ" ಎಂಬ ಮಾತು ಇಂದಿನ ಅನೇಕ ಜನರ ಧಾರ್ಮಿಕ ಆಚರಣೆಗೆ ಕನ್ನಡಿ ಹಿಡಿದಂತಿದೆ. ಬಹಳಷ್ಟು ಜನರು ದೇವಸ್ಥಾನಗಳಿಗೆ ಹೋಗುವುದು, ಪೂಜೆ ಸಲ್ಲಿಸುವುದು ಅಥವಾ ಬೇರೆ ಯಾವುದೇ ಧಾರ್ಮಿಕ ಕಾರ್ಯಗಳನ್ನು ಮಾಡುವುದು ಯಾವುದೋ ಒಂದು ಬೇಡಿಕೆಯನ್ನು ಈಡೇರಿಸಿಕೊಳ್ಳುವ ಉದ್ದೇಶದಿಂದಲೇ ಆಗಿರುತ್ತದೆ. ಇದು ಒಂದು ರೀತಿಯಲ್ಲಿ ದೇವರೊಂದಿಗೆ "ವ್ಯಾಪಾರ" ಮಾಡಿದಂತೆ. ಬಸವಣ್ಣನವರು ಈ ವಚನದಲ್ಲಿ, ಬೇಡಿಕೆಗಳನ್ನು ಮುಂದಿಟ್ಟುಕೊಂಡು ದೇವರನ್ನು ಕಾಡುವುದಕ್ಕಿಂತ ಮೀರಿದ ಭಕ್ತಿಯ ಸ್ಥಿತಿಯನ್ನು ಹೇಳುತ್ತಾರೆ. ಇದು ನಿಜವಾದ ಭಕ್ತಿಯು ನಿರಪೇಕ್ಷವಾಗಿರಬೇಕು, ಯಾವುದೇ ಪ್ರತಿಫಲಾಪೇಕ್ಷೆ ಇಲ್ಲದೆ ಇರಬೇಕು ಎಂಬ ಸಂದೇಶವನ್ನು ನೀಡುತ್ತದೆ. ಇದು ಇಂದಿನ ಸಮಾಜದಲ್ಲಿ ಭಕ್ತಿಯ ನಿಜವಾದ ಅರ್ಥವನ್ನು ಪುನರ್ ವ್ಯಾಖ್ಯಾನಿಸಲು ಸಹಾಯ ಮಾಡುತ್ತದೆ.

2. **ನಿರಂತರ ಪ್ರಯತ್ನ ಮತ್ತು ಸಾಧನೆಯ ಮಹತ್ವ:**

"ಹಿಂದೆ ಬೆನ್ನಲಿ ಬಂದು ಬಳಲಿದೆ" ಎಂಬುದು ದೇವಮಾರ್ಗದ ಹಾದಿಯಲ್ಲಿ ಸಾಗಲು ಬಸವಣ್ಣ ಮಾಡಿದ ನಿರಂತರ ಪ್ರಯತ್ನ ಮತ್ತು ಸಾಧನೆಯನ್ನು ಸೂಚಿಸುತ್ತದೆ. ಇಂದಿನ ಯುವಜನತೆ ಅಥವಾ ಯಾರೇ ಆಗಲಿ ಯಾವುದೇ ಕ್ಷೇತ್ರದಲ್ಲಿ (ವಿದ್ಯೆ, ವೃತ್ತಿ, ಕಲೆ, ಆಧ್ಯಾತ್ಮ) ಯಶಸ್ಸು ಅಥವಾ ಪರಿಪೂರ್ಣತೆಯನ್ನು ಸಾಧಿಸಲು ನಿರಂತರ ಪರಿಶ್ರಮ ಮತ್ತು ಛಲ ಅತ್ಯಗತ್ಯ. ಸುಲಭವಾಗಿ ಮತ್ತು ಬೇಗನೆ ಫಲಿತಾಂಶವನ್ನು ಬಯಸುವ ಇಂದಿನ ಸಂಸ್ಕೃತಿಗೆ ಇದು ಒಂದು ಮಾರ್ಗದರ್ಶನ ನೀಡುತ್ತದೆ. ಯಾವುದೇ ದೊಡ್ಡ ಸಾಧನೆಯ ಹಿಂದೆ ದೀರ್ಘಕಾಲದ ಮತ್ತು ಬಳಲಿಕೆಯ (ಆದರೆ ತೃಪ್ತಿಕರ) ಪಯಣವಿರುತ್ತದೆ ಎಂಬುದನ್ನು ಇದು ನೆನಪಿಸುತ್ತದೆ.

3. ಆಸೆಯ ಬಂಧನದಿಂದ ಮುಕ್ತಿ ಮತ್ತು ಸಂತೃಪ್ತಿ:

"ಇನ್ನೊಂದ ಬೇಡೆನಂಜದಿರಂಜದಿರಯ್ಯಾ, ಆಶಾಪಾಶ ಎನ್ನಲ್ಲುಳ್ಳಡೆ ಕೂಡಲಸಂಗಾ ನಿಮ್ಮಾಣೆ" ಎಂಬ ಸಾಲುಗಳು ಇಂದಿನ ಜಗತ್ತಿನ ಬಹುದೊಡ್ಡ ಸವಾಲಾದ ಆಸೆಗಳ ಬಂಧನ (ಆಶಾಪಾಶ) ಮತ್ತು ನಿರಂತರ ಅತೃಪ್ತಿಗೆ ನೇರವಾಗಿ ಸಂಬಂಧಿಸಿವೆ. ಮಾರುಕಟ್ಟೆ ಮತ್ತು ಜಾಹೀರಾತುಗಳು ನಿರಂತರವಾಗಿ ನಮ್ಮಲ್ಲಿ ಹೊಸ ಹೊಸ ಆಸೆಗಳನ್ನು ಹುಟ್ಟಿಸುತ್ತವೆ, ಹೆಚ್ಚು ಹೆಚ್ಚು ವಸ್ತುಗಳನ್ನು ಕೊಳ್ಳಲು ಪ್ರೇರೇಪಿಸುತ್ತವೆ. ಇದರಿಂದಾಗಿ ಮನುಷ್ಯನು ತಾನು ಹೊಂದಿರುವುದರಲ್ಲಿ ಸಂತೃಪ್ತನಾಗದೆ, ಸದಾ ಏನನ್ನೋ ಕಳೆದುಕೊಂಡಿರುವ ಭಾವನೆಯಲ್ಲಿ ಬಳಲುತ್ತಾನೆ. ಬಸವಣ್ಣನವರು ಆಸೆಗಳ ಬಂಧನದಿಂದ ಸಂಪೂರ್ಣವಾಗಿ ಮುಕ್ತನಾಗಿ, ತನಗೆ ಇನ್ನೇನೂ ಬೇಡ ಎಂಬ ಸ್ಥಿತಿಯನ್ನು ತಲುಪಿದ್ದೇನೆ ಎಂದು ಆಣೆ ಮಾಡುತ್ತಾರೆ. ಇದು ನಮಗೆ ಆಸೆಗಳನ್ನು ನಿಯಂತ್ರಿಸುವ, ಸರಳ ಜೀವನವನ್ನು ಅಳವಡಿಸಿಕೊಳ್ಳುವ ಮತ್ತು ಹೊಂದಿರುವುದರಲ್ಲಿ ಸಂತೃಪ್ತಿ ಹೊಂದುವ ಮಹತ್ವವನ್ನು ಕಲಿಸುತ್ತದೆ. ಅತಿಯಾದ ಆಸೆಗಳೇ ದುಃಖಕ್ಕೆ ಮೂಲ ಎಂಬ ಸತ್ಯವನ್ನು ಇದು ಪುನರುಚ್ಚರಿಸುತ್ತದೆ.

4. ಆಧ್ಯಾತ್ಮಿಕ ಪಕ್ವತೆ ಮತ್ತು ಪ್ರಾಮಾಣಿಕತೆ:

ಈ ವಚನವು ಭಕ್ತಿಯ ಒಂದು ಪಕ್ವವಾದ ಹಂತವನ್ನು ತೋರಿಸುತ್ತದೆ, ಅಲ್ಲಿ ಭಕ್ತನು ಬೇಡುವುದನ್ನು ನಿಲ್ಲಿಸಿ, ತಾನು ಸಾಗಿದ ಹಾದಿಯ ಬಗ್ಗೆ ತೃಪ್ತಿ ಹೊಂದಿ, ಆಸೆಗಳಿಂದ ಮುಕ್ತನಾಗಿರುತ್ತಾನೆ. ಇಂದಿನ ದಿನಗಳಲ್ಲಿ ಆಧ್ಯಾತ್ಮಿಕತೆ ಎಂಬುದು ಒಂದು ತೋರಿಕೆ ಅಥವಾ ಮಾನಸಿಕ ಒತ್ತಡ ನಿವಾರಣೆಯ ಮಾರ್ಗವಾಗಿ ಕಂಡುಬರಬಹುದು.

ಆದರೆ ಬಸವಣ್ಣನವರ ವಚನವು ಆಧ್ಯಾತ್ಮಿಕತೆ ಎಂದರೆ ಆಳವಾದ, ನಿರಂತರವಾದ ಆಂತರಿಕ ಪರಿವರ್ತನೆ ಮತ್ತು ಆಶಾಪಾಶಗಳಿಂದ ಮುಕ್ತಿಯನ್ನು ಸಾಧಿಸುವುದು ಎಂಬುದನ್ನು ತೋರಿಸುತ್ತದೆ. ತಮ್ಮಲ್ಲಿ ಆಸೆಗಳಿದ್ದರೆ ಆಣೆ ಎಂದು ಹೇಳುವ ಮೂಲಕ, ಬಸವಣ್ಣನವರು ತಮ್ಮ ನಿಲುವಿನಲ್ಲಿರುವ ಪ್ರಾಮಾಣಿಕತೆ ಮತ್ತು ಧೈರ್ಯವನ್ನು ಪ್ರದರ್ಶಿಸುತ್ತಾರೆ. ಇದು ನಮ್ಮ ನಂಬಿಕೆಗಳು ಮತ್ತು ಹೇಳಿಕೆಗಳಲ್ಲಿ ಪ್ರಾಮಾಣಿಕರಾಗಿರಲು ಪ್ರೇರೇಪಿಸುತ್ತದೆ.

22. ಎಲೆ ದೇವಾ, ಅನ್ಯಕ್ಕೆ ಆಸೆ ಮಾಡಿದೆನಾದಡೆ ನಿಮ್ಮಾಣೆ, ನಿಮ್ಮ ಪ್ರಮಥರಾಣೆ ಕೂಡಲಸಂಗಮದೇವಾ.

ವಚನ:

"ಗುರುಭಕ್ತಿಯ ಮಾಡಬಹುದಲ್ಲದೆ, ಲಿಂಗಭಕ್ತಿಯ ಮಾಡಬಾರದು.
ಲಿಂಗಭಕ್ತಿಯ ಮಾಡಬಹುದಲ್ಲದೆ, ಜಂಗಮಭಕ್ತಿಯ ಮಾಡಬಾರದು.
ಜಂಗಮಭಕ್ತಿಯ ಮಾಡಬಹುದಲ್ಲದೆ, ಸಮಯಭಕ್ತಿಯ
ಮಾಡಬಾರದು. ಸಮಯಭಕ್ತಿಯ
ಮಾಡಬಹುದಲ್ಲದೆ, ಸಮಯ ಸಂತೋಷವ ಮಾಡಬಾರದು ಇವೆಲ್ಲವನು
ಮಾಡಬಹುದಲ್ಲದೆ, ತನ್ನ ತಾನರಿಯಬಾರದು !
ತನ್ನ ತಾನರಿದೆಹೆನೆಂಬ ಅಹಂಕಾರವುಳ್ಳಡೆ ನಿಮ್ಮವರಿಗೆ ದೂರ.
ಎಲೆ ದೇವಾ, ಅನ್ಯಕ್ಕೆ ಆಸೆ ಮಾಡಿದೆನಾದಡೆ
ನಿಮ್ಮಾಣೆ, ನಿಮ್ಮ ಪ್ರಮಥರಾಣೆ ಕೂಡಲಸಂಗಮದೇವಾ."

ಈ ವಚನವು ಭಕ್ತಿಯ ವಿವಿಧ ಹಂತಗಳನ್ನು ಅನುಕ್ರಮವಾಗಿ ವಿವರಿಸುತ್ತವೆ. ಗುರುಭಕ್ತಿಯು ಮೊದಲ ಹಂತವಾಗಿದ್ದು, ಆಧ್ಯಾತ್ಮಿಕ ಮಾರ್ಗದರ್ಶಿಯನ್ನು ಗೌರವಿಸುವುದು ಮತ್ತು ಅವರ ಬೋಧನೆಗಳನ್ನು ಅನುಸರಿಸುವುದು ಮುಖ್ಯ. ನಂತರ ಲಿಂಗಭಕ್ತಿ ಬರುತ್ತದೆ, ಇದು ಸೃಷ್ಟಿಕರ್ತನ ಆರಾಧನೆ ಮತ್ತು ಅದರ ಮಹತ್ವವನ್ನು ಅರಿತುಕೊಳ್ಳುವುದನ್ನು ಒಳಗೊಂಡಿದೆ. ಜಂಗಮಭಕ್ತಿಯು ಶಿವಶರಣರನ್ನು ಗೌರವಿಸುವುದು ಮತ್ತು ಅವರೊಂದಿಗೆ ಬೆರೆಯುವುದನ್ನು ಸೂಚಿಸುತ್ತದೆ. ಸಮಯಭಕ್ತಿಯು ಆಯಾ ಕಾಲಕ್ಕೆ ವಿಹಿತವಾದ ಆಚರಣೆಗಳನ್ನು ಶ್ರದ್ಧೆಯಿಂದ ಮಾಡುವುದನ್ನು ಒಳಗೊಂಡಿದೆ. ಸಮಯ ಸಂತೋಷವೆಂದರೆ ಆಚರಣೆಗಳನ್ನು ಕೇವಲ ಕರ್ತವ್ಯವೆಂದು ಮಾಡದೆ, ಆನಂದದಿಂದ ಮಾಡುವುದು. ಬಸವಣ್ಣನವರು ಹೇಳುತ್ತಾರೆ, ಈ ಎಲ್ಲಾ ಹಂತಗಳನ್ನು ಕ್ರಮವಾಗಿ ಮಾಡಬಹುದು. ಆದರೆ, "ತನ್ನ ತಾನರಿಯಬಾರದು" ಎಂದರೆ ಆತ್ಮಜ್ಞಾನವಿಲ್ಲದೆ ಈ ಎಲ್ಲಾ ಭಕ್ತಿ ಮಾರ್ಗಗಳನ್ನು ಅನುಸರಿಸಿದರೂ ಅದು ಅಪೂರ್ಣ.

ನಿಜವಾದ ಭಕ್ತಿ ಎಂದರೆ ತನ್ನ ಅಂತರಂಗವನ್ನು ಅರಿತುಕೊಳ್ಳುವುದು, ತನ್ನ ಸ್ವಭಾವವನ್ನು ತಿಳಿದುಕೊಳ್ಳುವುದು ಮತ್ತು ಅಹಂಕಾರವನ್ನು ತ್ಯಜಿಸುವುದು.

→ **"ಗುರುಭಕ್ತಿಯ ಮಾಡಬಹುದಲ್ಲದೆ, ಲಿಂಗಭಕ್ತಿಯ ಮಾಡಬಾರದು."**:

ಗುರುವಿನಲ್ಲಿ ಭಕ್ತಿಯನ್ನು ಇಡಬಹುದು, ಆದರೆ ಲಿಂಗದಲ್ಲಿ ಭಕ್ತಿಯನ್ನು ಇಡಬಾರದು (ಎಂದು ಮೇಲ್ನೋಟಕ್ಕೆ ಅನಿಸಿದರೂ, ಮುಂದಿನ ಸಾಲುಗಳ ಆಧಾರದ ಮೇಲೆ 'ಅಲ್ಲಿಯೇ ನಿಲ್ಲಬಾರದು' ಎಂಬ ಅರ್ಥ ಹೆಚ್ಚು ಸೂಕ್ತ).

ಆಧ್ಯಾತ್ಮಿಕ ಪಯಣವು ಗುರುವಿನ ಮಾರ್ಗದರ್ಶನದಿಂದ ಪ್ರಾರಂಭವಾಗುತ್ತದೆ. 'ಅರಿವೇ ಗುರು' ಎಂಬಂತೆ, ಗುರುವು ಅಜ್ಞಾನವನ್ನು ಕಳೆದು ಜ್ಞಾನದ ದಾರಿ ತೋರುತ್ತಾನೆ. ಗುರುಭಕ್ತಿ ಅತ್ಯವಶ್ಯಕವಾದ ಮೊದಲ ಹೆಜ್ಜೆ. ಆದರೆ, ಸಾಧಕನು ಕೇವಲ ಗುರುವಿನ ಮೇಲಿನ ಅವಲಂಬನೆಯಲ್ಲಿಯೇ ಉಳಿಯಬಾರದು. ಗುರುವಿನ ಮೂಲಕ ಪಡೆದ ಜ್ಞಾನವನ್ನು ಬಳಸಿ, ಮುಂದಿನ ಹಂತವಾದ 'ಲಿಂಗಭಕ್ತಿ'ಯ ಕಡೆಗೆ ಸಾಗಬೇಕು. 'ಮಾಡಬಾರದು' ಎಂಬ ಪದವು ಆ ಹಂತದಲ್ಲಿ ತೃಪ್ತಿಪಟ್ಟು ಸ್ಥಗಿತಗೊಳ್ಳಬಾರದು (ಸಮಯ ಸಂತೋಷ ಪಡಬಾರದು) ಎಂಬ ಎಚ್ಚರಿಕೆಯಾಗಿದೆ.

→ **"ಲಿಂಗಭಕ್ತಿಯ ಮಾಡಬಹುದಲ್ಲದೆ, ಜಂಗಮಭಕ್ತಿಯ ಮಾಡಬಾರದು."**:

ಲಿಂಗದಲ್ಲಿ ಭಕ್ತಿಯನ್ನು ಇಡಬಹುದು, ಆದರೆ ಜಂಗಮದಲ್ಲಿ ಭಕ್ತಿಯನ್ನು ಇಡಬಾರದು (ಅಲ್ಲಿಯೇ ನಿಲ್ಲಬಾರದು).

ಲಿಂಗಭಕ್ತಿ ಎಂದರೆ ಕೇವಲ ಇಷ್ಟಲಿಂಗ ಪೂಜೆಯಲ್ಲ, ಅದು ಆತ್ಮಲಿಂಗದ ಅರಿವು, ತನ್ನೊಳಗಿನ ದೇವಾಂಶದ ಸಾಕ್ಷಾತ್ಕಾರದ ಪ್ರಯತ್ನ. ಇದು ಭಕ್ತಿಯ ಪ್ರಮುಖ ಹಂತ. ಆದರೆ ಕೇವಲ ಲಿಂಗಪೂಜೆಯಲ್ಲಿಯೇ ನಿಂತರೆ ಸಾಲದು, ಚೈತನ್ಯ ಸ್ವರೂಪನಾದ, ನಡೆದಾಡುವ ದೇವರೆಂದೇ ಪರಿಗಣಿಸಲಾಗುವ ಜಂಗಮನಲ್ಲಿ ಭಕ್ತಿಯನ್ನು ತೋರಬೇಕು.

ಸಮಾಜದಲ್ಲಿರುವ ಇತರ ಶರಣರಲ್ಲಿ, ಜಂಗಮರಲ್ಲಿ (ನಡೆಯಾಡುವ ದೇವರು) ಅದೇ ದೇವನ ಅಂಶವನ್ನು ಕಂಡು ಅವರಿಗೆ ಸೇವೆ ಸಲ್ಲಿಸಬೇಕು. ವೈಯಕ್ತಿಕ ಪೂಜೆಯಲ್ಲಿ ಮುಳುಗಿ, ಸಾಮಾಜಿಕ ಹೊಣೆಗಾರಿಕೆಯಾದ ಜಂಗಮ ಸೇವೆಯನ್ನು ಮರೆಯಬಾರದು. ಲಿಂಗಭಕ್ತಿಯು ಜಂಗಮ ಸೇವೆಯಲ್ಲಿ ಪರಿಪೂರ್ಣವಾಗಬೇಕು.

ಲಿಂಗಭಕ್ತಿಯಿಂದ ಜಂಗಮಭಕ್ತಿಯೆಡೆಗೆ ಸಾಗಬೇಕು ಎಂಬುದನ್ನು ಇದು ಹೇಳುತ್ತದೆ. ಜಂಗಮನ ಸೇವೆಯೇ ನಿಜವಾದ ದೇವರಸೇವೆ ಎಂಬುದು ಶರಣ ತತ್ತ್ವ ದ ಪ್ರಮುಖ ಅಂಶ.

➔ **"ಜಂಗಮಭಕ್ತಿಯ ಮಾಡಬಹುದಲ್ಲದೆ, ಸಮಯಭಕ್ತಿಯ ಮಾಡಬಾರದು."**:

ಜಂಗಮದಲ್ಲಿ ಭಕ್ತಿಯನ್ನು ಇಡಬಹುದು, ಆದರೆ ಸಮಯಭಕ್ತಿಯನ್ನು ಮಾಡಬಾರದು (ಅಲ್ಲಿಯೇ ನಿಲ್ಲಬಾರದು).

ಜಂಗಮಭಕ್ತಿಯ ನಂತರದ ಹಂತ ಸಮಯಭಕ್ತಿ. "ಸಮಯ" ಎಂದರೆ ಇಲ್ಲಿ ಶರಣ ಸಮೂಹ, ಅನುಭಾವ ಮಂಟಪ, ಅಥವಾ ವಿಶಾಲ ಅರ್ಥದಲ್ಲಿ ಸಮಾಜ. ಕೇವಲ ವ್ಯಕ್ತಿಗತ ಜಂಗಮರಲ್ಲಿ ಭಕ್ತಿ ತೋರಿದರೆ ಸಾಲದು, ಶರಣ ಸಮೂಹದಲ್ಲಿ, ಪರಸ್ಪರ ಶರಣರಲ್ಲಿ ಮತ್ತು ಸಮಾಜದಲ್ಲಿ ಭಕ್ತಿಯನ್ನು ಕಾಣಬೇಕು, ಅಂದರೆ ಸಮಾಜ ಸೇವೆಯಲ್ಲಿ ತೊಡಗಬೇಕು. ಜಂಗಮಭಕ್ತಿಯಿಂದ ಸಮಯಭಕ್ತಿಯೆಡೆಗೆ ವಿಸ್ತರಿಸಬೇಕು.

➔ **"ಸಮಯಭಕ್ತಿಯ ಮಾಡಬಹುದಲ್ಲದೆ, ಸಮಯ ಸಂತೋಷವ ಮಾಡಬಾರದು"**:

ಧಾರ್ಮಿಕ/ಸಾಮಾಜಿಕ ಆಚರಣೆಗಳನ್ನು (ಸಮಯಭಕ್ತಿ) ಮಾಡಬಹುದು. ಆದರೆ ಅದರಿಂದ ಸಿಗುವ ಲೌಕಿಕ ಸಂತೋಷ, ಸಮಾಜದಲ್ಲಿನ ಸ್ಥಾನಮಾನ, ಹಬ್ಬ ಹರಿದಿನಗಳ ಸಂಭ್ರಮದಲ್ಲೇ (ಸಮಯ ಸಂತೋಷ) ತೃಪ್ತಿಪಟ್ಟುಕೊಳ್ಳಬಾರದು. ಆಚರಣೆಗಳ ಹಿಂದಿನ ಆಧ್ಯಾತ್ಮಿಕ ಗುರಿಯನ್ನು (ಆತ್ಮೋನ್ನತಿ, ಮುಕ್ತಿ) ಮರೆತು ಕೇವಲ ಬಾಹ್ಯ ಸಂತೋಷದಲ್ಲೇ ಮುಳುಗಬಾರದು. ಯಾವುದೇ ಒಂದು ಹಂತವನ್ನು ತಲುಪಿದ ತಕ್ಷಣ 'ನಾನು ಗುರಿ ಮುಟ್ಟಿದೆ' ಎಂದು ಸಂತೃಪ್ತನಾಗುವುದು ಆಧ್ಯಾತ್ಮಿಕ ಜಡತ್ವಕ್ಕೆ ಕಾರಣವಾಗುತ್ತದೆ. ಈ 'ಸಮಯ ಸಂತೋಷ' ಎಂಬುದು ಆತ್ಮತೃಪ್ತಿಯ ಅಪಾಯವನ್ನು ಸೂಚಿಸುತ್ತದೆ.

➔ **"ಇವೆಲ್ಲವನು ಮಾಡಬಹುದಲ್ಲದೆ, ತನ್ನ ತಾನರಿಯಬಾರದು!"**:

ಇದು ವಚನದ ಅತ್ಯಂತ ಗಹನವಾದ ಮತ್ತು ವಿರೋಧಾಭಾಸದಂತೆ ತೋರುವ ಸಾಲು. ಮೇಲಿನ ಎಲ್ಲಾ ಭಕ್ತಿಯ ಹಂತಗಳನ್ನು (ಗುರು, ಲಿಂಗ, ಜಂಗಮ, ಸಮಯ ಭಕ್ತಿ, ಮತ್ತು ಸಮಯ ಸಂತೋಷದಿಂದ ದೂರವಿರುವುದು) ದಾಟಿ ಬಂದರೂ, ಅಂತಿಮವಾಗಿ ಸಾಧಕನು 'ತನ್ನನ್ನು ತಾನು ಅರಿಯಬಾರದು'.

ಇದು ಆತ್ಮಜ್ಞಾನದ ನಿರಾಕರಣೆಯೇ? ಖಂಡಿತ ಅಲ್ಲ. ಶರಣ ತತ್ತ್ವ ದಲ್ಲಿ ಅರಿವಿಗೆ, ಜ್ಞಾನಕ್ಕೆ ಅತ್ಯಂತ ಮಹತ್ವವಿದೆ. ಹಾಗಾದರೆ ಇದರರ್ಥವೇನು?

ಇದು 'ತಾನು ಅರಿತೆ' ಎಂಬ ಅಹಂಕಾರದ ಸ್ಥಿತಿಯನ್ನು ಮೀರಿದ ಸ್ಥಿತಿಯನ್ನು ಸೂಚಿಸುತ್ತದೆ. ಎಲ್ಲಿಯವರೆಗೆ 'ತಾನು' ಅರಿಯುವವನಾಗಿ ಉಳಿಯುತ್ತಾನೋ,

ಅಲ್ಲಿಯವರೆಗೆ ದ್ವೈತ ಭಾವವಿರುತ್ತದೆ. 'ತನ್ನ ತಾನರಿಯಬಾರದು' ಎಂದರೆ, ಅರಿಯುವ 'ತಾನು' ಇಲ್ಲವಾಗಬೇಕು, 'ಅರಿವು' ಮಾತ್ರ ಉಳಿಯಬೇಕು. ಇದು ಅರಿವು ಮತ್ತು ಅರಿಯಲ್ಪಡುವ ವಸ್ತುವಿನ ನಡುವಿನ ಭೇದ ಅಳಿದುಹೋಗುವ ಅದ್ವೈತ ಸ್ಥಿತಿ, ಲಿಂಗಾಂಗ ಸಾಮರಸ್ಯದ ಸ್ಥಿತಿ. 'ತಾನು' ಎಂಬ ಅಹಂಕಾರ ಸಂಪೂರ್ಣವಾಗಿ ಲಯವಾದಾಗ, 'ತಾನು ಅರಿತೆ' ಎಂದು ಹೇಳುವವರು ಯಾರು ಉಳಿಯುತ್ತಾರೆ? ಆ ಸ್ಥಿತಿಯೇ 'ತನ್ನ ತಾನರಿಯಬಾರದು' ಎಂಬುದು.

➔ **"ತನ್ನ ತಾನರಿದೆಹೆನೆಂಬ ಅಹಂಕಾರವುಳ್ಳಡೆ ನಿಮ್ಮವರಿಗೆ ದೂರ."** :

ತನ್ನನ್ನು ತಾನು ಅರಿತುಕೊಂಡಿದ್ದೇನೆ ಎಂಬ ಅಹಂಕಾರವು ಭಕ್ತನಲ್ಲಿ ಬಂದಲ್ಲಿ, ಅಂತಹ ವ್ಯಕ್ತಿಯು ಕೂಡಲಸಂಗಮದೇವರ ನಿಜವಾದ ಶರಣರಿಗೆ ಅಥವಾ ದೇವರಿಗೆ ಬಹಳ ದೂರವಾಗುತ್ತಾನೆ ಎಂದು ಬಸವಣ್ಣನವರು ಗಂಭೀರ ಎಚ್ಚರಿಕೆ ನೀಡುತ್ತಾರೆ. ಅಹಂಕಾರವು ಆಧ್ಯಾತ್ಮಿಕ ಪ್ರಗತಿಗೆ ಮಾರಕ ಎಂಬುದನ್ನು ಇದು ತಿಳಿಸುತ್ತದೆ. ಆತ್ಮಜ್ಞಾನ ಎಂಬುದು ಅತ್ಯಂತ ವಿನೀತ ಭಾವದಿಂದ ಅರಸಬೇಕಾದದ್ದು, ಅಹಂಕಾರದಿಂದ ಪಡೆಯುವಂತದ್ದಲ್ಲ.

ಒಂದು ವೇಳೆ ಸಾಧಕನು 'ನಾನು ಆತ್ಮಜ್ಞಾನ ಪಡೆದೆ, ನನ್ನನ್ನು ನಾನು ಅರಿತೆ' ಎಂಬ ಅಹಂಕಾರವನ್ನು ಬೆಳೆಸಿಕೊಂಡರೆ, ಅದು ಅವನ ಪತನಕ್ಕೆ ಕಾರಣವಾಗುತ್ತದೆ. ಅಹಂಕಾರವು ಶರಣ ತತ್ತ್ವ ಕ್ಕೆ ವಿರುದ್ಧವಾದುದು.

ಜ್ಞಾನವು ವಿನಯವನ್ನು ತರಬೇಕೇ ಹೊರತು ಅಹಂಕಾರವನ್ನಲ್ಲ. ಅಹಂಕಾರವುಳ್ಳವನು ದೈವಾನುಗ್ರಹದಿಂದ ಮತ್ತು ಶರಣರ ಸತಂಸ್ಗದಿಂದ ("ನಿಮ್ಮವರಿಗೆ") ದೂರವಾಗುತ್ತಾನೆ.

➔ **"ಎಲೆ ದೇವಾ, ಅನ್ಯಕ್ಕೆ ಆಸೆ ಮಾಡಿದೆನಾದಡೆ ನಿಮ್ಮಾಣೆ, ನಿಮ್ಮ ಪ್ರಮಥರಾಣೆ ಕೂಡಲಸಂಗಮದೇವಾ."**:

ಇಲ್ಲಿ 'ಅನ್ಯ' ಎಂಬುದು ಬಹಳ ವಿಸ್ತಾರವಾದ ಅರ್ಥವನ್ನು ಹೊಂದಿದೆ. ಇದು ಕೇವಲ ಹೊನ್ನು, ಹೆಣ್ಣು, ಮಣ್ಣು ಎಂಬ ಲೌಕಿಕ ವಸ್ತುಗಳ ಮೇಲಿನ ಆಸೆಯಷ್ಟೇ ಅಲ್ಲ. ದೇವರನ್ನು ಹೊರತುಪಡಿಸಿ ಬೇರೆ ಯಾವುದರ ಮೇಲಿನ ಆಸೆಯಾದರೂ ಅದು 'ಅನ್ಯ'ವೇ. ಅದು ಪದವಿ, ಕೀರ್ತಿ, ಸಿದ್ಧಿಗಳು, ಅಷ್ಟೇ ಏಕೆ, ಮೋಕ್ಷದ ಮೇಲಿನ

ಅತಿಯಾದ ಆಸೆಯೂ ಆಗಿರಬಹುದು. ಶರಣನು ಕೇವಲ ದೈವವನ್ನು ಮಾತ್ರ ಬಯಸಬೇಕು, ಉಳಿದ ಎಲ್ಲದರಿಂದ ನಿರ್ಲಿಪ್ತನಾಗಿರಬೇಕು. ಇದು 'ಪ್ರಸಾದ' ತತ್ತ್ವಕ್ಕೆ

ಅನುಗುಣವಾಗಿದೆ – ಅಂದರೆ, ಅನ್ಯವನ್ನು ನಿರಾಕರಿಸಿ, ದೈವದಿಂದ ಬರುವುದನ್ನು ಮಾತ್ರ ಸ್ವೀಕರಿಸುವುದು.

ಒಂದು ವೇಳೆ ತಾನು 'ಅನ್ಯಕ್ಕೆ ಆಸೆಪಟ್ಟರೆ', ಅದು ಕೂಡಲಸಂಗಮದೇವನಿಗೆ ಮತ್ತು ಅವನ ಪ್ರಮಥರಿಗೆ (ಶಿವಗಣಗಳು ಅಥವಾ ಶ್ರೇಷ್ಠ ಶರಣರು) ಬಗೆದ ದ್ರೋಹಕ್ಕೆ ಸಮ ಎಂದು ಅತ್ಯಂತ ತೀವ್ರವಾದ ಆಣೆಗಳ ಮೂಲಕ ಬಸವಣ್ಣನವರು ತಮ್ಮ ಬದ್ಧತೆಯನ್ನು ಸ್ಥಾಪಿಸುತ್ತಾರೆ. ಈ ಆಣೆಗಳು ಅವರ ಪ್ರಾಮಾಣಿಕತೆ, ನಿಷ್ಠೆ ಮತ್ತು ಆಧ್ಯಾತ್ಮಿಕ ಮಾರ್ಗದ ಕಠೋರತೆಯನ್ನು ಸೂಚಿಸುತ್ತವೆ. 'ಪ್ರಮಥರಾಣೆ' ಎಂಬುದು ಶರಣ ಸಮುದಾಯದ ಸಾಕ್ಷಿತ್ವ ಮತ್ತು ಅವರ ಆದರ್ಶಗಳಿಗೆ ತಾನು ಬದ್ಧನೆಂಬುದರ ದೃಢೀಕರಣವಾಗಿದೆ.

ತಾತ್ಪರ್ಯ:

"ಗುರುಭಕ್ತಿಯ ಮಾಡಬಹುದಲ್ಲದೆ..." ಎಂದು ಪ್ರಾರಂಭವಾಗುವ ಈ ವಚನವು ಬಸವಣ್ಣನವರ ಚಿಂತನೆಯ ಆಳ ಮತ್ತು ಶರಣರ ಆಧ್ಯಾತ್ಮಿಕ ಪಯಣದ ಸಂಕೀರ್ಣತೆಯನ್ನು ಅನಾವರಣಗೊಳಿಸುತ್ತದೆ. ಇದು ಗುರು, ಲಿಂಗ, ಜಂಗಮ, ಮತ್ತು ಸಮಯ ಎಂಬ ಭಕ್ತಿಯ ಪ್ರಗತಿಶೀಲ ಹಂತಗಳನ್ನು ಕೇವಲ ವಿವರಿಸುವುದಲ್ಲದೆ, ಪ್ರತಿ ಹಂತದಲ್ಲೂ ಇರುವ 'ಸಮಯ ಸಂತೋಷ' ಅಥವಾ ಆತ್ಮತೃಪ್ತಿಯ ಅಪಾಯದ ಬಗ್ಗೆ ಎಚ್ಚರಿಸುತ್ತದೆ.

ವಚನದ ಕೇಂದ್ರಬಿಂದುವಾದ "ತನ್ನ ತಾನರಿಯಬಾರದು" ಎಂಬ ಸಾಲು, ಅಹಂಕಾರದ ಸಂಪೂರ್ಣ ವಿಸರ್ಜನೆಯ ಮೂಲಕ ತಲುಪುವ ಅಂತಿಮ ಅದ್ವೈತ ಸ್ಥಿತಿಯನ್ನು ಸೂಚಿಸುತ್ತದೆ. 'ತಾನು ಅರಿತೆ' ಎಂಬ ಅಹಂಕಾರವು ಸಾಧಕನನ್ನು ದೇವರಿಂದ ಮತ್ತು ಶರಣ ಸಮುದಾಯದಿಂದ ದೂರ ಮಾಡುತ್ತದೆ ಎಂಬ ಕಠಿಣ ಎಚ್ಚರಿಕೆಯೂ ಇಲ್ಲಿದೆ. ಕೊನೆಯಲ್ಲಿ, 'ಅನ್ಯಕ್ಕೆ ಆಸೆ' ಪಡದಿರುವ ಪ್ರತಿಜ್ಞೆ ಮತ್ತು ಅದನ್ನು ದೃಢೀಕರಿಸಲು ಬಳಸಲಾದ "ನಿಮ್ಮಾಣೆ, ನಿಮ್ಮ ಪ್ರಮಥರಾಣೆ" ಎಂಬ ತೀವ್ರವಾದ ಆಣೆಗಳು, ಶರಣರ ಅಚಲವಾದ ನೈತಿಕ ಬದ್ಧತೆ ಮತ್ತು ಪ್ರಾಮಾಣಿಕತೆಯನ್ನು ಎತ್ತಿ ತೋರಿಸುತ್ತವೆ.

ಇಂದಿನ ಯುಗಕ್ಕೆ ಬಸವಣ್ಣನವರ ಈ ವಚನದ ಪ್ರಸ್ತುತತೆ:

ಈ ವಚನವು ಧಾರ್ಮಿಕ, ಸಾಮಾಜಿಕ ಮತ್ತು ವೈಯಕ್ತಿಕ ಜೀವನದಲ್ಲಿ ಆಳವಾದ ಪ್ರಾಮಾಣಿಕತೆ, ನಿರಂತರವಾದ ಮುನ್ನಡೆ ಮತ್ತು ವಿನಯವನ್ನು ಕಾಪಾಡಿಕೊಳ್ಳಲು ಮಾರ್ಗದರ್ಶನ ನೀಡುತ್ತದೆ. ಯಾವುದೇ ಹಂತದಲ್ಲೂ ಸಿಲುಕಿಕೊಳ್ಳದೆ, ಯಾವುದೇ ಸಾಧನೆಯ ಬಗ್ಗೆ ಅಹಂಕಾರ ಪಡದೆ, ಅಂತಿಮ ಗುರಿಯಾದ ಪರಿಶುದ್ಧ ಅರಿವಿನ ಕಡೆಗೆ

ಸಾಗುವಂತೆ ಪ್ರೇರೇಪಿಸುವ ಈ ವಚನದ ಸಂದೇಶ ಇಂದಿಗೂ ಅತ್ಯಂತ ಮೌಲ್ಯಯುತವಾಗಿದೆ.

1. ನಿರಂತರ ಪ್ರಗತಿಯ ಮಹತ್ವ:

ಆಧುನಿಕ ಜಗತ್ತು ಸ್ಪರ್ಧಾತ್ಮಕವಾಗಿದೆ. ವೃತ್ತಿ ಜೀವನ, ಶಿಕ್ಷಣ, ಕೌಶಲ್ಯ ಅಭಿವೃದ್ಧಿ, ಅಥವಾ ವೈಯಕ್ತಿಕ ಬೆಳವಣಿಗೆಯ ಯಾವುದೇ ಕ್ಷೇತ್ರದಲ್ಲಿಯೂ ಒಂದು ಹಂತವನ್ನು ತಲುಪಿದ ತಕ್ಷಣ ತೃಪ್ತಿಪಟ್ಟುಕೊಳ್ಳುವುದು ಅಪಾಯಕಾರಿ. ತಂತ್ರಜ್ಞಾನ ಮತ್ತು ಜ್ಞಾನ ನಿರಂತರವಾಗಿ ಬದಲಾಗುತ್ತಿರುವ ಈ ಯುಗದಲ್ಲಿ, "ಸಮಯ ಸಂತೋಷವ ಮಾಡಬಾರದು" ಎಂಬ ವಚನದ ಎಚ್ಚರಿಕೆಯು ನಿರಂತರ ಕಲಿಕೆ, ಹೊಂದಾಣಿಕೆ ಮತ್ತು ಮುನ್ನಡೆಯ ಅಗತ್ಯವನ್ನು ಒತ್ತಿಹೇಳುತ್ತದೆ. ಯಾವುದೇ ಕ್ಷೇತ್ರದಲ್ಲಿ ಯಶಸ್ಸು ಗಳಿಸಿದರೂ, ಅಲ್ಲಿಯೇ ನಿಲ್ಲದೆ ಹೊಸದನ್ನು ಕಲಿಯುವ, ಉತ್ತಮಪಡಿಸಿಕೊಳ್ಳುವ ಮನೋಭಾವವನ್ನು ಇದು ಪ್ರೇರೇಪಿಸುತ್ತದೆ.

2. ಆತ್ಮತೃಪ್ತಿಯ ಅಪಾಯ:

ಯಶಸ್ಸು, ಜ್ಞಾನ ಅಥವಾ ಅಧಿಕಾರವನ್ನು ಗಳಿಸಿದಾಗ ಆತ್ಮತೃಪ್ತಿ (complacency) ಉಂಟಾಗುವುದು ಸಹಜ. ಆದರೆ ಈ ವಚನವು ಅಂತಹ ಆತ್ಮತೃಪ್ತಿಯ ಅಪಾಯದ ಬಗ್ಗೆ ಎಚ್ಚರಿಸುತ್ತದೆ. ಇದು ವ್ಯಕ್ತಿಗತ ಮಟ್ಟದಲ್ಲಿ ಮಾತ್ರವಲ್ಲ, ಸಂಸ್ಥೆಗಳು ಮತ್ತು ಸಮಾಜಗಳಿಗೂ ಅನ್ವಯಿಸುತ್ತದೆ. ಹಿಂದಿನ ಸಾಧನೆಗಳಲ್ಲೇ ತೃಪ್ತಿಪಟ್ಟು, ಭವಿಷ್ಯದ ಸವಾಲುಗಳಿಗೆ ಸಿದ್ಧವಾಗದಿದ್ದರೆ ಪತನ ನಿಶ್ಚಿತ ಎಂಬ ಸಂದೇಶ ಇಲ್ಲಿದೆ.

3. ಅಹಂಕಾರ ತ್ಯಾಗ:

ಆಧುನಿಕ ಸಮಾಜದಲ್ಲಿಯೂ ಅಹಂಕಾರವು ಅನೇಕ ಸಮಸ್ಯೆಗಳ ಮೂಲವಾಗಿದೆ. ಜ್ಞಾನ, ಸಂಪತ್ತು, ಸ್ಥಾನಮಾನ, ಅಥವಾ ಸಾಮಾಜಿಕ ಮಾಧ್ಯಮಗಳಲ್ಲಿನ ಜನಪ್ರಿಯತೆಯಿಂದ ಬರುವ ಅಹಂಕಾರವು ವ್ಯಕ್ತಿಗತ ಸಂಬಂಧಗಳನ್ನು, ಸಾಮಾಜಿಕ ಸಾಮರಸ್ಯವನ್ನು ಮತ್ತು ನೈತಿಕತೆಯನ್ನು ನಾಶಪಡಿಸುತ್ತದೆ. "ತನ್ನ ತಾನರಿದೆಹೆನೆಂಬ ಅಹಂಕಾರವುಳ್ಳಡೆ ನಿಮ್ಮವರಿಗೆ ದೂರ" ಎಂಬ ವಚನದ ಎಚ್ಚರಿಕೆಯು, ವಿನಯ, ಸಹಾನುಭೂತಿ ಮತ್ತು ನಿರಹಂಕಾರದ ಮೌಲ್ಯಗಳನ್ನು ಬೆಳೆಸಿಕೊಳ್ಳುವ ಪ್ರಾಮುಖ್ಯತೆಯನ್ನು ನೆನಪಿಸುತ್ತದೆ. ನಿಜವಾದ ಜ್ಞಾನ ಅಥವಾ ಯಶಸ್ಸು ಅಹಂಕಾರವನ್ನು ಕಡಿಮೆ ಮಾಡಬೇಕೇ ಹೊರತು ಹೆಚ್ಚಿಸಬಾರದು.

4. ಲೌಕಿಕ ಆಸೆಗಳ ನಿರಾಕರಣೆ:

ಇಂದಿನ ಗ್ರಾಹಕ ಸಂಸ್ಕೃತಿ (consumer culture) ಮತ್ತು ಭೌತಿಕವಾದವು (materialism) ನಮ್ಮನ್ನು ನಿರಂತರವಾಗಿ 'ಅನ್ಯ' ವಸ್ತುಗಳ ಆಸೆಗೆ ತಳ್ಳುತ್ತಿವೆ. ಈ ವಚನವು "ಅನ್ಯಕ್ಕೆ ಆಸೆ ಮಾಡದಿರು" ಎಂದು ಹೇಳುವ ಮೂಲಕ, ಸರಳ ಜೀವನ, ಅಗತ್ಯಗಳ ಪೂರೈಕೆ ಮತ್ತು ಅನಗತ್ಯ ಆಸೆಗಳಿಂದ ದೂರವಿರುವ ಮಹತ್ವವನ್ನು ಸಾರುತ್ತದೆ. ಇದು ಕೇವಲ ಆಧ್ಯಾತ್ಮಿಕ ಮಾರ್ಗವಲ್ಲ, ಬದಲಾಗಿ ಮಾನಸಿಕ ಶಾಂತಿ, ಆರ್ಥಿಕ ಸ್ಥಿರತೆ ಮತ್ತು ಪರಿಸರ ಸ್ನೇಹಿ ಸುಸ್ಥಿರ ಜೀವನಶೈಲಿಗೂ ದಾರಿಯಾಗಿದೆ. ನಿರಂತರ ಆಸೆಗಳ ಬೆನ್ನತ್ತುವ ಬದಲು, ಇರುವುದರಲ್ಲಿ ತೃಪ್ತಿಪಟ್ಟು, ನೈತಿಕವಾಗಿ ಬಾಳುವುದರ ಮಹತ್ವವನ್ನು ಇದು ತಿಳಿಸುತ್ತದೆ.

5. ನೈತಿಕ ಬದ್ಧತೆ ಮತ್ತು ಪ್ರಾಮಾಣಿಕತೆ:

ಇಂದಿನ ಸಮಾಜದಲ್ಲಿ ಪ್ರಾಮಾಣಿಕತೆ, ಸತ್ಯಸಂಧತೆ ಮತ್ತು ನೈತಿಕ ಮೌಲ್ಯಗಳು ಕ್ಷೀಣಿಸುತ್ತಿರುವ ಬಗ್ಗೆ ವ್ಯಾಪಕವಾದ ಕಳವಳವಿದೆ. ರಾಜಕೀಯ, ವ್ಯಾಪಾರ, ಮತ್ತು ವೈಯಕ್ತಿಕ ಸಂಬಂಧಗಳಲ್ಲಿಯೂ ಮಾತು ಮತ್ತು ಕೃತಿಯ ನಡುವೆ ಅಂತರ ಹೆಚ್ಚುತ್ತಿದೆ. ಇಂತಹ ಸಂದರ್ಭದಲ್ಲಿ, ಬಸವಣ್ಣನವರು ತಮ್ಮ ವಚನದಲ್ಲಿ ವ್ಯಕ್ತಪಡಿಸುವ ತೀವ್ರವಾದ ನೈತಿಕ ಬದ್ಧತೆ ಮತ್ತು 'ಆಣೆ'ಗಳ ಮೂಲಕ ಸ್ಥಾಪಿಸುವ ಪ್ರಾಮಾಣಿಕತೆಯ ಆದರ್ಶವು ಅತ್ಯಂತ ಪ್ರಸ್ತುತವಾಗಿದೆ. ನಮ್ಮ ಮಾತುಗಳಿಗೆ

ಮತ್ತು ಕೃತ್ಯಗಳಿಗೆ ನಾವೇ ಜವಾಬ್ದಾರರು ಮತ್ತು ನೈತಿಕ ಮೌಲ್ಯಗಳಿಗೆ ಅಚಲವಾದ ಬದ್ಧತೆಯನ್ನು ಹೊಂದಿರಬೇಕು ಎಂಬ ಸಂದೇಶವನ್ನು ಇದು ನೀಡುತ್ತದೆ.

23. ನಿಮ್ಮ ಪುರಾತನರ ಪ್ರಸಾದವಲ್ಲದೆ ಕೊಂಡಡೆ ನಿಮ್ಮಾಣೆ.

ವಚನ:

"ಒಡಲುಗೊಂಡು ಹುಟ್ಟಿದ ಘಟ್ಟಕ್ಕೆ ಅಷ್ಟೋತ್ತರಶತವ್ಯಾಧಿ.
ಅದಕ್ಕೆ ನಾನಾ ಔಷಧಿಯ ತಂದು ಹೊರೆವರು,
ಆ ಪರಿಯ ನಾನದ ಹೊರಿಯೆನು.
ಅದೇನು ಕಾರಣವೆಂದಡೆ :
ಭವರೋಗವೈದ್ಯ, ಭವಹರನೆಂಬ ಬಿರಿದು ನಿಮ್ಮದಾಗಿ.
ಇದು ಕಾರಣ ಕೂಡಲಸಂಗಮದೇವಾ,
ನಿಮ್ಮ ಪುರಾತನರ ಪ್ರಸಾದವಲ್ಲದೆ ಕೊಂಡಡೆ ನಿಮ್ಮಾಣೆ."

ಈ ವಚನದಲ್ಲಿ ಬಸವಣ್ಣನವರು, ಮನುಷ್ಯ ದೇಹಕ್ಕೆ ಬರುವ ಅಸಂಖ್ಯಾತ ರೋಗಗಳಿಗೆ ಜನರು ಲೌಕಿಕ ಔಷಧಿಗಳನ್ನು ಅವಲಂಬಿಸುವುದನ್ನು ಗಮನಿಸಿ, ತಮ್ಮ ದಾರಿ ಬೇರೆಯೆಂದು ಸ್ಪಷ್ಟಪಡಿಸುತ್ತಾರೆ. ತಮ್ಮ ದೃಷ್ಟಿಯಲ್ಲಿ, ಶಾರೀರಿಕ ರೋಗಗಳಿಗಿಂತ ಮೂಲಭೂತವಾದ 'ಭವರೋಗ' (ಸಂಸಾರದ ಬಂಧನ) ದೊಡ್ಡದು, ಮತ್ತು ಆ ರೋಗಕ್ಕೆ ನಿಜವಾದ ವೈದ್ಯ ಕೂಡಲಸಂಗಮದೇವನೇ ಆಗಿದ್ದಾನೆ. ಆದ್ದರಿಂದ, ಕೇವಲ ದೇಹದ ರೋಗಗಳನ್ನು ತಾತ್ಕಾಲಿಕವಾಗಿ ಗುಣಪಡಿಸುವ ಲೌಕಿಕ ಔಷಧಿಗಳ ಮೇಲೆ ಸಂಪೂರ್ಣವಾಗಿ ಅವಲಂಬಿತನಾಗದೆ, ಭವರೋಗವನ್ನೇ ನಾಶಮಾಡುವ ದೇವನ ಕರುಣೆ ('ಪ್ರಸಾದ') ಮತ್ತು ಆತನ ಶ್ರೇಷ್ಠ ಭಕ್ತರು ('ಪುರಾತನರು') ತೋರಿದ ದಾರಿಯನ್ನೇ ಅನುಸರಿಸುವುದಾಗಿ ಪ್ರತಿಜ್ಞೆ ಮಾಡುತ್ತಾರೆ. ಇದು ಲೌಕಿಕ ಚಿಕಿತ್ಸೆಗಳಿಗಿಂತ ಆಧ್ಯಾತ್ಮಿಕ ಚಿಕಿತ್ಸೆಗೆ, ದೇವನ ಕೃಪೆಗೆ ಪ್ರಾಧಾನ್ಯ ನೀಡುವ ಅವರ ಅಚಲ ನಂಬಿಕೆ ಮತ್ತು ಶರಣಾಗತಿಯನ್ನು ತೋರಿಸುತ್ತದೆ.

➔ ಒಡಲುಗೊಂಡು ಹುಟ್ಟಿದ ಘಟ್ಟಕ್ಕೆ ಅಷ್ಟೋತ್ತರ ಶತವ್ಯಾಧಿ:

ಮನುಷ್ಯನು ಭೌತಿಕ ಶರೀರವನ್ನು ಧರಿಸಿ ಈ ಲೋಕದಲ್ಲಿ ಜನಿಸಿದ ಆ ಕ್ಷಣದಿಂದಲೇ, ಅವನು ನೂರಾರು (ಸಾಂಕೇತಿಕವಾಗಿ 108) ಬಗೆಯ ರೋಗಗಳಿಗೆ ಮತ್ತು ದುಃಖಗಳಿಗೆ ತುತ್ತಾಗುತ್ತಾನೆ. ದೇಹವನ್ನು ಹೊಂದುವುದೇ ದುಃಖಕ್ಕೆ ಮೂಲ ಕಾರಣ. 'ಹುಟ್ಟಿದ ಘಟ್ಟಕ್ಕೆ' ಎಂಬ ಪ್ರಯೋಗವು, ಈ ದುಃಖವು ನಂತರ ಬರುವುದಲ್ಲ, ಬದಲಾಗಿ

ಹುಟ್ಟಿನೊಂದಿಗೇ, ದೇಹಧಾರಣೆಯೊಂದಿಗೇ ಅವಿನಾಭಾವವಾಗಿ ಬರುತ್ತದೆ ಎಂಬುದನ್ನು ಒತ್ತಿಹೇಳುತ್ತದೆ. ಶರೀರ ಮತ್ತು ಸಂಕಟಗಳ ನಡುವಿನ ಈ ಅಂತರ್ಗತ ಸಂಬಂಧವು, ಭೌತಿಕತೆಯಾಚೆಗಿನ ಪರಿಹಾರವನ್ನು ಹುಡುಕುವ ಅಗತ್ಯವನ್ನು ಸ್ಥಾಪಿಸುತ್ತದೆ.

(ಶಾರೀರಿಕ ಅಸ್ತಿತ್ವದ ಸಹಜವಾದ ಬಾಧೆಗಳು ಮತ್ತು ನಶ್ವರತೆಯನ್ನು ಒಪ್ಪಿಕೊಳ್ಳುವ ಮಾತು).

➔ **"ಅದಕ್ಕೆ ನಾನಾ ಔಷಧಿಯ ತಂದು ಹೊರೆವರು"**

ಈ ಹಲವಾರು ಶಾರೀರಿಕ ಮತ್ತು ಮಾನಸಿಕ ವ್ಯಾಧಿಗಳಿಗಾಗಿ, ಜನರು ಸಾಮಾನ್ಯವಾಗಿ ವಿವಿಧ ರೀತಿಯ ಔಷಧಿಗಳನ್ನು ಮತ್ತು ಚಿಕಿತ್ಸೆಗಳನ್ನು ತಂದು ಬಳಸುತ್ತಾರೆ. ಸಮಾಜವು ಈ ಭೌತಿಕ ಸಂಕಟಗಳನ್ನು ಲೌಕಿಕ ಪರಿಹಾರಗಳಿಂದ ಎದುರಿಸಲು ಪ್ರಯತ್ನಿಸುತ್ತದೆ. 'ಹೊರೆವರು' ಎಂಬ ಪದಕ್ಕೆ 'ಒದಗಿಸುವುದು' ಎಂಬ ಅರ್ಥದ ಜೊತೆಗೆ 'ಹೊರೆಯಾಗಿಸುವುದು' ಎಂಬ ಅರ್ಥವೂ ಇದೆ. ಇದು ಲೌಕಿಕ ಚಿಕಿತ್ಸೆಗಳು ಗುಣಪಡಿಸುವ ಉದ್ದೇಶ ಹೊಂದಿದ್ದರೂ, ಅವುಗಳ ನಿರಂತರ ಅನ್ವೇಷಣೆಯು ಒಂದು ಹೊರೆಯಾಗಿ ಪರಿಣಮಿಸಬಹುದು, ಮೂಲಭೂತ ಆಧ್ಯಾತ್ಮಿಕ ಅಗತ್ಯದಿಂದ ಗಮನವನ್ನು ಬೇರೆಡೆಗೆ ಸೆಳೆಯಬಹುದು ಎಂಬ ಸೂಕ್ಷ್ಮ ಧ್ವನಿಯನ್ನು ನೀಡುತ್ತದೆ.

(ಸಾಮಾನ್ಯ ಜನರು ಶಾರೀರಿಕ ಕಾಯಿಲೆಗಳಿಗೆ ಲೌಕಿಕ ವೈದ್ಯಕೀಯ ಪರಿಹಾರಗಳನ್ನು ಹುಡುಕುವ ವಾಸ್ತವ).

➔ **"ಆ ಪರಿಯ ನಾನದ ಹೊರಿಯೆನು."**:

ಆದರೆ ಬಸವಣ್ಣನವರು, ಆ ರೀತಿಯ ಹೊರೆಯನ್ನು ಹೊರಲು ಸಿದ್ಧನಿಲ್ಲ; ಆ ಮೂಲಭೂತ ಸಮಸ್ಯೆಗೆ ಲೌಕಿಕ ಔಷಧಿಗಳನ್ನು ಅವಲಂಬಿಸುವ ಸಾಮಾನ್ಯ ಮಾರ್ಗವನ್ನು ನಿರಾಕರಿಸುತ್ತಾರೆ.

ಈ ಸಾಲು ಕೇವಲ ಒಂದು ಆಯ್ಕೆಯಲ್ಲ, ಅದೊಂದು ನಂಬಿಕೆ ಮತ್ತು ಶರಣಾಗತಿಯ ಕ್ರಿಯೆ. 'ನಾನು... ಹೊರಿಯೆನು' ಎಂಬ ದೃಢ ನಿಲುವು, ಸಾಮಾಜಿಕ ರೂಢಿಗೆ ('ಹೊರೆವರು') ಪ್ರಜ್ಞಾಪೂರ್ವಕವಾಗಿ ವ್ಯತಿರಿಕ್ತವಾದ ನಿಲುವನ್ನು ಸೂಚಿಸುತ್ತದೆ. ಇದು ಶರಣಾಗತಿಯ ಮೂಲತತ್ತ್ವ – ಸ್ವಯಂ ಸಾಮರ್ಥ್ಯ ಮತ್ತು ಲೌಕಿಕ ಸಾಧನಗಳಿಂದ ವಿಮುಖನಾಗಿ, ಸಂಪೂರ್ಣವಾಗಿ ದೈವದ ಕಡೆಗೆ ತಿರುಗುವುದು.

➔ **"ಅದೇನು ಕಾರಣವೆಂದಡೆ: ಭವರೋಗವೈದ್ಯ, ಭವಹರನೆಂಬ ಬಿರಿದು ನಿಮ್ಮದಾಗಿ."**:

ಇದಕ್ಕೆ ಕಾರಣವೇನೆಂದರೆ, "ಭವರೋಗ" ಅಂದರೆ ಸಂಸಾರ ಬಂಧನವೆಂಬ ರೋಗ ಅಥವಾ ಹುಟ್ಟು-ಸಾವುಗಳ ಚಕ್ರವೆಂಬ ಮಹಾ ರೋಗಕ್ಕೆ "ವೈದ್ಯ" ಅಂದರೆ ಚಿಕಿತ್ಸಕ ಮತ್ತು "ಭವಹರ" ಅಂದರೆ ಈ ಭವರೋಗವನ್ನು ಹೋಗಲಾಡಿಸುವವನು ಎಂಬ ಬಿರುದು (ಹೆಸರು/ಗುಣವಾಚಕ) ದೇವನಾದ ಕೂಡಲಸಂಗಮದೇವನಿಗೆ ಮಾತ್ರ ಸೇರಿದ್ದು. ದೇಹದ ರೋಗಗಳಿಗಿಂತಲೂ ದೊಡ್ಡದು ಸಂಸಾರ ಚಕ್ರದ ರೋಗ, ಮತ್ತು ಅದನ್ನು ಗುಣಪಡಿಸುವ ಶಕ್ತಿ ದೇವರಿಗೆ ಮಾತ್ರ ಇದೆ ಎಂಬುದು ಇಲ್ಲಿನ ಆಳವಾದ ಭಾವ. ಲೌಕಿಕ ವೈದ್ಯರು ದೇಹದ ರೋಗಗಳಿಗೆ ಚಿಕಿತ್ಸೆ ನೀಡಬಹುದು, ಆದರೆ ಆತ್ಮದ ರೋಗಕ್ಕೆ ಅಥವಾ ಸಂಸಾರ ಬಂಧನಕ್ಕೆ ಅವರ ಬಳಿ ಔಷಧಿ ಇಲ್ಲ.

➔ **"ಇದು ಕಾರಣ ಕೂಡಲಸಂಗಮದೇವಾ, ನಿಮ್ಮ ಪುರಾತನರ ಪ್ರಸಾದವಲ್ಲದೆ ಕೊಂಡಡೆ ನಿಮ್ಮಾಣೆ."**:

ಭವರೋಗಕ್ಕೆ ನೀನೇ ನಿಜವಾದ ವೈದ್ಯನಾಗಿರುವುದರಿಂದ, ತಾನು ಕೇವಲ ನಿನ್ನ "ಪುರಾತನರ" (ಹಿಂದಿನ ಶರಣರು, ಅನುಭಾವಿಗಳು) ಮೂಲಕ ಬಂದ "ಪ್ರಸಾದವನ್ನು" ಹೊರತುಪಡಿಸಿ (ಅಂದರೆ ದೇವರಿಂದ ಅನುಗ್ರಹ, ಜ್ಞಾನ ಅಥವಾ ದೈವದಿಂದ ಒದಗಿದ ಏನನ್ನಾದರೂ ಹೊರತುಪಡಿಸಿ) ಬೇರಾವುದನ್ನೂ ಸ್ವೀಕರಿಸುವುದಿಲ್ಲ ಎಂದು ಬಸವಣ್ಣ ಕೂಡಲಸಂಗಮದೇವನ ಮೇಲೆ ಆಣೆ ಮಾಡುತ್ತಾರೆ.

ಇಲ್ಲಿ ಪ್ರಸಾದವೆಂದರೆ ಲೌಕಿಕ ವಸ್ತುಗಳಲ್ಲ, ಅದು ಆಧ್ಯಾತ್ಮಿಕ ಅನುಭೂತಿ, ದೈವಾನುಗ್ರಹ ಅಥವಾ ಶರಣ ಪರಂಪರೆಯಿಂದ ಬಂದ ಜ್ಞಾನ. ದೈವದ ಹೊರತಾಗಿ ಬೇರಾವುದರಲ್ಲಿಯೂ ತನಗೆ ನಂಬಿಕೆ ಅಥವಾ ಆಸೆ ಇಲ್ಲ, ಮತ್ತು ತಾನು ಹಿಡಿದ ದೈವ ಮಾರ್ಗವನ್ನು ಎಂದಿಗೂ ಬಿಡುವುದಿಲ್ಲ ಎಂಬುದನ್ನು ಈ ಆಣೆ ದೃಢಪಡಿಸುತ್ತದೆ.

ತಾತ್ಪರ್ಯ:

"ಒಡಲುಗೊಂಡು ಹುಟ್ಟಿದ ಘಟ್ಟಕ್ಕೆ..." ಎಂಬ ಈ ವಚನವು ಬಸವಣ್ಣನವರ ಶರಣಾಗತಿ ತತ್ತ್ವದ ಶಕ್ತಿಯುತ ಅಭಿವ್ಯಕ್ತಿಯಾಗಿದೆ. ದೇಹಧಾರಣೆಯೊಂದಿಗೆ ಬರುವ ಅನಿವಾರ್ಯ ಸಂಕಟಗಳು ('ಅಪ್ಪೋತ್ತರಶತವ್ಯಾಧಿ') ಒಂದು ಕಡೆಯಾದರೆ, ಅಸ್ತಿತ್ವದ ಮೂಲಭೂತ ರೋಗವಾದ 'ಭವರೋಗ'ವೇ ಬೇರೆ. ಲೌಕಿಕ ಔಷಧಿಗಳು ('ನಾನಾ ಔಷಧಿ') ಮೊದಲನೆಯದಕ್ಕೆ ತಾತ್ಕಾಲಿಕ ಪರಿಹಾರ ನೀಡಬಹುದಾದರೂ, ಎರಡನೆಯದಕ್ಕೆ ಅವು

ನಿಷ್ಪ್ರಯೋಜಕ. 'ಭವರೋಗವೈದ್ಯ'ನಾದ ಕೂಡಲಸಂಗಮದೇವನೊಬ್ಬನೇ ಅದನ್ನು ಗುಣಪಡಿಸಬಲ್ಲನು, ಅದೂ ಶರಣರ ಪರಂಪರೆಯ ಮೂಲಕ ಲಭ್ಯವಾಗುವ 'ಪ್ರಸಾದ'ದಿಂದ ಮಾತ್ರ. ಈ ಮಾರ್ಗಕ್ಕೆ ಸಂಪೂರ್ಣವಾಗಿ ಶರಣಾಗುವುದಾಗಿ, ಬೇರಾವುದೇ ಲೌಕಿಕ ಪರಿಹಾರವನ್ನು ಅವಲಂಬಿಸುವುದಿಲ್ಲವೆಂದು ಭಕ್ತನು 'ನಿರ್ಮ್ಮಾಣ' ಎಂದು ಪ್ರತಿಜ್ಞೆ ಮಾಡುತ್ತಾನೆ.

ಇಂದಿನ ಯುಗಕ್ಕೆ ಬಸವಣ್ಣನವರ ಈ ವಚನದ ಪ್ರಸ್ತುತತೆ:

ಬಸವಣ್ಣನವರ ಈ ವಚನವು ಮನುಷ್ಯ ಅತಿಕ್ರಮಿಸಬೇಕಾದ ದೈಹಿಕ ಮತ್ತು ಲೌಕಿಕ ಮಿತಿಗಳನ್ನು ಗುರುತಿಸುತ್ತದೆ. ಭವರೋಗವೇ ನಿಜವಾದ ರೋಗ ಮತ್ತು ದೇವರೇ ಅದಕ್ಕೆ ಪರಿಹಾರ ಎಂಬುದು ಇದರ ಕೇಂದ್ರ ಸಂದೇಶ. ಇಂದಿಗೂ ದೈಹಿಕ ಮತ್ತು ಮಾನಸಿಕ ಯಾತನೆಗಳಿಗೆ ಒಳಗಾಗುವ ಮನುಷ್ಯನಿಗೆ ಆಧ್ಯಾತ್ಮಿಕತೆಯ ಆಶ್ರಯ ಮತ್ತು ದೇವರೇ ಮೇಲಿನ ನಂಬಿಕೆಯಿಂದ ಮಾತ್ರ ಶಾಶ್ವತ ಶಾಂತಿ ಮತ್ತು ಭವರೋಗದಿಂದ ಮುಕ್ತಿ ಸಾಧ್ಯ ಎಂಬುದನ್ನು ಈ ವಚನ ಸಾರಿ ಹೇಳುತ್ತದೆ. ಲೌಕಿಕ ಆಸೆಗಳನ್ನು ಬಿಟ್ಟು ದೇವರ ಪ್ರಸಾದಕ್ಕೆ ಶರಣಾಗುವುದೇ ನಿಜವಾದ ಮುಕ್ತಿಯ ಮಾರ್ಗ ಎಂಬ ಸಂದೇಶವನ್ನು ಇದು ನೀಡುತ್ತದೆ.

1. ದೇಹ ಮತ್ತು ಮನಸ್ಸಿನ ಆರೋಗ್ಯ:

ಇಂದಿನ ದಿನಗಳಲ್ಲಿ ದೈಹಿಕ ಆರೋಗ್ಯಕ್ಕೆ ಅತಿಯಾದ ಮಹತ್ವ ನೀಡಲಾಗುತ್ತದೆ, ಇದು ಅಗತ್ಯವೂ ಹೌದು. ಆದರೆ ದೇಹಕ್ಕೆ ಬರುವ ರೋಗಗಳಿಗೆ ಮಾತ್ರ ಗಮನ ನೀಡಿ, ಮನುಷ್ಯನ ಮನಸ್ಸು ಮತ್ತು ಆತ್ಮಕ್ಕೆ ಇರುವ ಆಳವಾದ ಅಶಾಂತಿ, ಅತೃಪ್ತಿ ಅಥವಾ 'ಭವ ರೋಗ' ವನ್ನು ಕಡೆಗಣಿಸಲಾಗುತ್ತದೆ. ಮಾನಸಿಕ ಒತ್ತಡ, ಖಿನ್ನತೆ, ಸಂಬಂಧಗಳ ಬಿಕ್ಕಟ್ಟು, ಅಸ್ತಿತ್ವವಾದದ ಪ್ರಶ್ನೆಗಳು ಇವೆಲ್ಲವೂ ಆಧುನಿಕ ಭವರೋಗಗಳೇ.

ವಚನವು ದೈಹಿಕ ಆರೋಗ್ಯದ ಜೊತೆಗೆ ಆಂತರಿಕ ಶಾಂತಿ ಮತ್ತು ಆಧ್ಯಾತ್ಮಿಕ ನೆಮ್ಮದಿಯ ಕಡೆಗೆ ಗಮನ ಹರಿಸಲು ಪ್ರೇರೇಪಿಸುತ್ತದೆ. ಲೌಕಿಕ ಚಿಕಿತ್ಸೆಗಳು ದೇಹಕ್ಕೆ ಸೀಮಿತವಾಗಿದ್ದರೆ, ನೆಮ್ಮದಿ ಮತ್ತು ತೃಪ್ತಿಗಾಗಿ ಆಧ್ಯಾತ್ಮಿಕ ಮಾರ್ಗ ಅಗತ್ಯ ಎಂಬುದನ್ನು ಇದು ಸೂಚಿಸುತ್ತದೆ.

2. ಅತಿಯಾದ ವೈದ್ಯಕೀಯ ಅವಲಂಬನೆ:

ಆಧುನಿಕ ವೈದ್ಯಕೀಯ ವಿಜ್ಞಾನ ಆವಿಷ್ಕಾರಗಳಿಂದ ಅಪಾರವಾಗಿ ಬೆಳೆದಿದೆ, ಇದು ಶ್ಲಾಘನೀಯ. ಆದರೆ ಕೆಲವು ಬಾರಿ ಜನರು ಸಣ್ಣಪುಟ್ಟ ಸಮಸ್ಯೆಗಳಿಗೂ ಅತಿಯಾಗಿ ವೈದ್ಯಕೀಯ ಅವಲಂಬನೆಗೆ ಒಳಗಾಗುತ್ತಾರೆ. ವಚನವು ಔಷಧಿಗಳ "ಹೊರೆ" ಯನ್ನು ಹೊರುವುದಿಲ್ಲ ಎಂದು ಹೇಳುವ ಮೂಲಕ, ಅನಗತ್ಯ ಅಥವಾ ಅತಿಯಾದ ವೈದ್ಯಕೀಯ

ಅವಲಂಬನೆಯಿಂದ ಹೊರಬಂದು, ದೇಹದ ಸಹಜ ಗುಣಪಡಿಸುವ ಶಕ್ತಿ ಮತ್ತು ದೇವಾನುಗ್ರಹದ ಮೇಲೆ ನಂಬಿಕೆ ಇಡುವಂತೆ ಪರೋಕ್ಷವಾಗಿ ಸೂಚಿಸುತ್ತದೆ. (ಆದರೆ ಇದರರ್ಥ ವೈದ್ಯಕೀಯ ಸಹಾಯ ಪಡೆಯಬಾರದೆಂದಲ್ಲ, ಬದಲಿಗೆ ಅದರ ಮೇಲಿನ ಅತಿಯಾದ ಮೋಹವನ್ನು ಕಡೆಗಣಿಸಬೇಕು ಎಂಬುದು).

3. ಆಧ್ಯಾತ್ಮಿಕ ಪರಿಹಾರದ ಮಹತ್ವ:

ಭವರೋಗಕ್ಕೆ ದೈವವೇ ವೈದ್ಯ ಎಂಬುದು ಇಂದಿಗೂ ಸತ್ಯ. ಜೀವನದ ಮೂಲಭೂತ ಅತೃಪ್ತಿ, ಭಯ, ಮತ್ತು ಸಾವಿನ ಬಗೆಗಿನ ಆತಂಕಗಳಿಗೆ ವೈದ್ಯಕೀಯ ವಿಜ್ಞಾನದಲ್ಲಿ ಉತ್ತರವಿಲ್ಲ. ಆಧ್ಯಾತ್ಮಿಕತೆ, ನಂಬಿಕೆ ಮತ್ತು ಶರಣಾಗತಿ ಈ ಆಳವಾದ ಸಮಸ್ಯೆಗಳಿಗೆ ಪರಿಹಾರ ನೀಡಲು ಸಹಾಯ ಮಾಡುತ್ತದೆ. ವಚನವು ಲೌಕಿಕ ಸಮಸ್ಯೆಗಳಿಗಿಂತ ಮಿಗಿಲಾದ ಆಧ್ಯಾತ್ಮಿಕ ಸಮಸ್ಯೆಗಳಿಗೆ ದೈವವೇ ಅಂತಿಮ ಆಶ್ರಯ ಎಂಬುದನ್ನು ನೆನಪಿಸುತ್ತದೆ.

4. ಪರಂಪರೆ ಮತ್ತು ಪ್ರಸಾದ:

"ಪುರಾತನರ ಪ್ರಸಾದವಲ್ಲದೆ ಕೊಂಡಡೆ ನಿಮ್ಮಾಣೆ" ಎಂಬುದು ಆಧ್ಯಾತ್ಮಿಕ ಮಾರ್ಗದಲ್ಲಿ ಪರಂಪರೆ, ಗುರುಹಿರಿಯರ ಮಾರ್ಗದರ್ಶನ ಮತ್ತು ಅವರಿಂದ ಬಂದ ಜ್ಞಾನ ಅಥವಾ ಅನುಭವದ ಮಹತ್ವವನ್ನು ಒತ್ತಿಹೇಳುತ್ತದೆ.

ಇಂದಿನ ದಿನಗಳಲ್ಲಿ ಜನರು ಆಧ್ಯಾತ್ಮಿಕ ವಿಷಯಗಳಲ್ಲಿ ವೈಯಕ್ತಿಕ ಪ್ರಯೋಗಗಳಿಗೆ ಹೆಚ್ಚು ಒತ್ತು ನೀಡುತ್ತಾರೆ, ಇದು ಉತ್ತಮವಾದರೂ, ಹಿಂದಿನ ಅನುಭಾವಿಗಳ ಜ್ಞಾನ ಮತ್ತು ಮಾರ್ಗದರ್ಶನವನ್ನು ಕಡೆಗಣಿಸಬಾರದು ಎಂಬುದನ್ನು ಈ ಸಾಲು ಸೂಚಿಸುತ್ತದೆ. ನಿಜವಾದ 'ಪ್ರಸಾದ' ಅಥವಾ ಅನುಗ್ರಹವು ಸರಿಯಾದ ಪರಂಪರೆ ಮತ್ತು ಗುರುಗಳಿಂದ ಬರುತ್ತದೆ ಎಂಬುದು ಇಲ್ಲಿನ ಆಶಯ.

24. ನೀ ಕೊಟ್ಟ ದ್ರವ್ಯವ ನಿಮಗಲ್ಲದೆ ಮತ್ತೊಂದಕ್ಕೆ ಮಾಡೆನು, ನಿಮ್ಮಾಣೆ ಕೂಡಲಸಂಗಮದೇವಾ.

ವಚನ:

“ನಾನು ಆರಂಭವ ಮಾಡುವೆನಯ್ಯಾ, ಗುರುಪೂಜೆಗೆಂದು,
ನಾನು ಬೆವಹಾರವ ಮಾಡುವೆನಯ್ಯಾ, ಲಿಂಗಾರ್ಚನೆಗೆಂದು,
ನಾನು ಪರಸೇವೆಯ ಮಾಡುವೆನಯ್ಯಾ, ಜಂಗಮದಾಸೋಹಕ್ಕೆಂದು.
ನಾನಾವಾವ ಕರ್ಮಂಗಳ ಮಾಡಿದಡೆಯು
ಆ ಕರ್ಮಫಲಭೋಗವ ನೀ ಕೊಡುವೆ ಎಂಬುದ ನಾನು ಬಲ್ಲೆನು.
ನೀ ಕೊಟ್ಟ ದ್ರವ್ಯವ ನಿಮಗಲ್ಲದೆ ಮತ್ತೊಂದಕ್ಕೆ ಮಾಡೆನು,
ನಿಮ್ಮ ಸೊಮ್ಮಿಂಗೆ ಸಲಿಸುವೆನು.
ನಿಮ್ಮಾಣೆ ಕೂಡಲಸಂಗಮದೇವಾ.”

ಈ ವಚನವು ಬಸವಣ್ಣನವರ 'ಕಾಯಕವೇ ಕೈಲಾಸ' ಮತ್ತು 'ದಾಸೋಹ' ತತ್ತ್ವಗಳ ಸಾರವಾಗಿದೆ. ಅವರು ತಮ್ಮ ಪ್ರತಿಯೊಂದು ಲೌಕಿಕ ಚಟುವಟಿಕೆಯನ್ನೂ - ಅದು ಕೆಲಸದ ಆರಂಭವಿರಲಿ, ವೃತ್ತಿ/ವ್ಯವಹಾರವಿರಲಿ, ಅಥವಾ ಇತರರಿಗೆ ಮಾಡುವ ಸೇವೆಯಿರಲಿ - ಆಧ್ಯಾತ್ಮಿಕ ಗುರಿಗಳಿಗೆ (ಗುರು, ಲಿಂಗ, ಜಂಗಮ ಸೇವೆಗೆ) ಸಮರ್ಪಿಸುತ್ತಾರೆ. ತಾವು ಮಾಡುವ ಕರ್ಮಗಳ ಫಲವನ್ನು ಕೊಡುವವನು ಭಗವಂತನೇ ಎಂದು ಅರಿತು, ಆ ಫಲವಾಗಿ ಬಂದ ಸಂಪತ್ತನ್ನು ತಮ್ಮ ಸ್ವಂತ ಸುಖಕ್ಕೆ ಬಳಸದೆ, ಅದನ್ನು ದೇವರ ಕಾರ್ಯಕ್ಕೆ, ಸಮಾಜದ ಒಳಿತಿಗೇ ಮರಳಿ ಅರ್ಪಿಸುವುದಾಗಿ ಪ್ರಮಾಣ ಮಾಡುತ್ತಾರೆ. ಇದು ಫಲಾಪೇಕ್ಷೆಯಿಲ್ಲದೆ ಕರ್ತವ್ಯವನ್ನು ನಿರ್ವಹಿಸುವ (ನಿಷ್ಕಾಮ ಕರ್ಮ) ಮತ್ತು ಗಳಿಸಿದ್ದನ್ನು ಸಮಾಜಕ್ಕೆ ಮರಳಿಸುವ (ದಾಸೋಹ) ಶ್ರೇಷ್ಠ ಆದರ್ಶವಾಗಿದೆ.

➔ **"ನಾನು ಆರಂಭವ ಮಾಡುವೆನಯ್ಯಾ, ಗುರುಪೂಜೆಗೆಂದು,"**:

'ಆರಂಭ' ಎಂಬ ಪದವು ಇಲ್ಲಿ ಪ್ರಾಥಮಿಕವಾಗಿ ಕೃಷಿಯನ್ನು ಸೂಚಿಸುತ್ತದೆ, ಅದು ಅಂದಿನ ಪ್ರಮುಖ ಕಾಯಕವಾಗಿತ್ತು. ಆದರೆ ವಿಶಾಲಾರ್ಥದಲ್ಲಿ, ಇದು ಯಾವುದೇ ಕೆಲಸದ ಪ್ರಾರಂಭವನ್ನು ಅಥವಾ ಹೊಸ ಉದ್ಯಮವನ್ನು ಸೂಚಿಸುತ್ತದೆ. ಬಸವಣ್ಣನವರು ತಮ್ಮ ಮೂಲಭೂತವಾದ ಜೀವನೋಪಾಯದ ಕೆಲಸವನ್ನು ಅಥವಾ ಯಾವುದೇ ಹೊಸ ಕಾರ್ಯವನ್ನು ಗುರುವಿನ ಪೂಜೆಗಾಗಿ ಸಮರ್ಪಿಸುವುದಾಗಿ ಹೇಳುತ್ತಾರೆ. ಶರಣ ಮಾರ್ಗದಲ್ಲಿ ಗುರುವು ಆಧ್ಯಾತ್ಮಿಕ ಜ್ಞಾನ ಮತ್ತು ಮಾರ್ಗದರ್ಶನದ ಮೂಲ. ಗುರುಪೂಜೆಯನ್ನು ಮೊದಲ ಸ್ಥಾನದಲ್ಲಿರಿಸಿರುವುದು, ಗುರುವಿನ ಮಹತ್ವವನ್ನು ಎತ್ತಿ ತೋರಿಸುತ್ತದೆ.

➔ **"ನಾನು ಬೆವಹಾರವ ಮಾಡುವೆನಯ್ಯಾ, ಲಿಂಗಾರ್ಚನೆಗೆಂದು,"**:

'ಬೆವಹಾರ' (ವ್ಯವಹಾರ) ಎಂದರೆ ವ್ಯಾಪಾರ, ವಾಣಿಜ್ಯ ಅಥವಾ ಯಾವುದೇ ಲೌಕಿಕ ವೃತ್ತಿ ಅಥವಾ ವಹಿವಾಟು. ಈ ಸಾಲು ಸಮರ್ಪಣಾ ತತ್ತ್ವವನ್ನು ಆರ್ಥಿಕ ಕ್ಷೇತ್ರಕ್ಕೂ ವಿಸ್ತರಿಸುತ್ತದೆ.

ಜೀವನ ನಿರ್ವಹಣೆಗಾಗಿ ಅಥವಾ ವೃತ್ತಿಪರವಾಗಿ ಮಾಡುವ ಎಲ್ಲಾ ವ್ಯವಹಾರಗಳನ್ನು ಲಿಂಗವನ್ನು ಅರ್ಚಿಸುವ ಕ್ರಿಯೆಗೆ ಸಮೀಕರಿಸುತ್ತಾರೆ. ತಮ್ಮ ಕಾಯಕವೇ ಲಿಂಗಪೂಜೆ ಎಂದು ಭಾವಿಸುತ್ತಾರೆ. ತಾವು ಮಾಡುವ ಪ್ರತಿಯೊಂದು ಕೆಲಸವೂ ದೇವರಿಗೆ ಸಮರ್ಪಿತವಾದದ್ದು ಎಂಬ ಭಾವ ಇಲ್ಲಿ ವ್ಯಕ್ತವಾಗುತ್ತದೆ. ಕಾಯಕದಲ್ಲಿಯೇ ಕೈಲಾಸವನ್ನು ಕಾಣುವ ತತ್ತ್ವದ ಅಡಿಪಾಯ ಇಲ್ಲಿದೆ. ಮಾಡುವ ಕೆಲಸವು ಕೇವಲ ಲಾಭಕ್ಕಾಗಿ ಅಲ್ಲ, ಬದಲಾಗಿ ಅದು ಇಷ್ಟಲಿಂಗದ ಪೂಜೆಯ ಒಂದು ಭಾಗವಾಗಿದೆ. ಇಷ್ಟಲಿಂಗವು ಪರಮಾತ್ಮನ ವೈಯಕ್ತಿಕ ಸಂಕೇತವಾಗಿದ್ದು, ವಿಶ್ವಚೇತನವನ್ನು ಪ್ರತಿನಿಧಿಸುತ್ತದೆ.

➔ **"ನಾನು ಪರಸೇವೆಯ ಮಾಡುವೆನಯ್ಯಾ, ಜಂಗಮದಾಸೋಹಕ್ಕೆಂದು."**:

'ಪರಸೇವೆ' ಎಂದರೆ ಇತರರಿಗೆ ಸೇವೆ ಸಲ್ಲಿಸುವುದು, ಇದು ಉದ್ಯೋಗ ಅಥವಾ ಸಮಾಜ ಸೇವೆಯನ್ನು ಒಳಗೊಳ್ಳಬಹುದು. ಈ ಸೇವೆಯನ್ನು 'ಜಂಗಮ ದಾಸೋಹ'ಕ್ಕಾಗಿ ಸಮರ್ಪಿಸಲಾಗಿದೆ. 'ಜಂಗಮ' ಎಂದರೆ ಶರಣರ ಸಮೂಹ, ದೇವರ ಚಲಿಸುವ ದೇಹಾಲಯಗಳು, ಮತ್ತು ವಿಸ್ತೃತಾರ್ಥದಲ್ಲಿ ಇಡೀ ಸಮಾಜವೇ ಆಗಿದೆ. 'ದಾಸೋಹ' ಎಂದರೆ ತನ್ನ ದುಡಿಮೆಯ ಫಲವನ್ನು ಸಮುದಾಯದೊಂದಿಗೆ ಹಂಚಿಕೊಳ್ಳುವ ತತ್ತ್ವ. ಈ ಸಾಲು ವೈಯಕ್ತಿಕ ಕೆಲಸವನ್ನು ನೇರವಾಗಿ ಸಾಮಾಜಿಕ ಹೊಣೆಗಾರಿಕೆ ಮತ್ತು ಸಮುದಾಯದ ಕಲ್ಯಾಣಕ್ಕೆ ಜೋಡಿಸುತ್ತದೆ.

ಇದು ವೈಯಕ್ತಿಕ ಆಧ್ಯಾತ್ಮಿಕ ಬೆಳವಣಿಗೆಯನ್ನು ಸಾಮಾಜಿಕ ಕೊಡುಗೆಯೊಂದಿಗೆ ಸಂಯೋಜಿಸುವ ಲಿಂಗಾಯತ ಆದರ್ಶವನ್ನು ಪ್ರತಿಬಿಂಬಿಸುತ್ತದೆ, ವ್ಯಕ್ತಿಯು ಅಂಗದಿಂದ (ಸ್ವಯಂ) ಲಿಂಗಕ್ಕೆ (ದೈವಿಕ) ಮತ್ತು ನಂತರ ಜಂಗಮಕ್ಕೆ (ಸಮುದಾಯ) ಸಾಗುವ ಪಥವನ್ನು ತೋರಿಸುತ್ತದೆ, ಇದು ಬಸವಣ್ಣನವರ ಸಂಸ್ಥಾಪಿತ ಜೀವನದಲ್ಲಿ ಹಾಸುಹೊಕ್ಕಾಗಿತ್ತು. ಈ ರಚನೆಯು ಎಲ್ಲಾ ರೀತಿಯ ಕೆಲಸಗಳನ್ನು ಸಂಪೂರ್ಣ ಆಧ್ಯಾತ್ಮಿಕ ಪರಿಸರ ವ್ಯವಸ್ಥೆಯೊಳಗೆ ಪವಿತ್ರ ಕರ್ತವ್ಯವಾಗಿ ಉನ್ನತೀಕರಿಸುತ್ತದೆ.

➔ **"ನಾನಾವಾವ ಕರ್ಮಂಗಳ ಮಾಡಿದಡೆಯು ಆ ಕರ್ಮಫಲಭೋಗವ ನೀ ಕೊಡುವೆ ಎಂಬುದ ನಾನು ಬಲ್ಲೆನು."**:

ತಾವು ಯಾವುದೇ ರೀತಿಯ ಕೆಲಸ ಕಾರ್ಯಗಳನ್ನು ಮಾಡಿದರೂ (ನಾನಾವಾವ ಕರ್ಮಂಗಳ), ಆ ಕೆಲಸದ ಫಲವನ್ನು, ಅಂದರೆ ಅದರಿಂದ ಬರುವ ಪ್ರತಿಫಲವನ್ನು, ದೈವವೇ ನೀಡುತ್ತದೆ ಎಂಬ ಸ್ಪಷ್ಟ ಅರಿವು ತನಗಿದೆ ಎಂದು ಬಸವಣ್ಣ ಹೇಳುತ್ತಾರೆ. ಕಾಯಕದ ಫಲದ ಮೇಲೆ ತನಗೆ ಹಕ್ಕಿಲ್ಲ, ಅದು ದೇವರಿಂದ ಬರುವುದು ಎಂಬ ಶರಣಾಗತಿಯ ಭಾವ ಇಲ್ಲಿದೆ.

ಇದು ಕರ್ಮ ಸಿದ್ಧಾಂತದಲ್ಲಿ ಶರಣರ ನಂಬಿಕೆಯನ್ನು ವ್ಯಕ್ತಪಡಿಸುತ್ತದೆ, ಆದರೆ ಒಂದು ಪ್ರಮುಖ ಮಾರ್ಪಾಡಿನೊಂದಿಗೆ. ಕರ್ಮಗಳಿಗೆ ಫಲಗಳುಂಟು ('ಕರ್ಮಫಲಭೋಗ' - ಕರ್ಮದ ಫಲ/ಪರಿಣಾಮಗಳ ಅನುಭವ), ಆದರೆ ಆ ಫಲಗಳನ್ನು ಅಂತಿಮವಾಗಿ ನೀಡುವವನು ದೇವರು (ಕೂಡಲಸಂಗಮದೇವ).

ಇದು ಅದೃಷ್ಟವಾದವಲ್ಲ, ಬದಲಾಗಿ ದೇವನ ನಿಯಂತ್ರಣವನ್ನು ಒಪ್ಪಿಕೊಳ್ಳುವ ಶರಣಾಗತಿಯಾಗಿದೆ. ಇದು ಫಲಿತಾಂಶಗಳ ಬಗ್ಗೆ ಚಿಂತಿಸದೆ, ಮಾಡುವ ಕ್ರಿಯೆಯ ಶುದ್ಧತೆಯ ಮೇಲೆ ಗಮನ ಕೇಂದ್ರೀಕರಿಸಲು ಪ್ರೇರೇಪಿಸುತ್ತದೆ.

➔ **"ನೀ ಕೊಟ್ಟ ದ್ರವ್ಯವ ನಿಮಗಲ್ಲದೆ ಮತ್ತೊಂದಕ್ಕೆ ಮಾಡೆನು, ನಿಮ್ಮ ಸೊಮ್ಮಿಂಗೆ ಸಲಿಸುವೆನು."**:

ದುಡಿಮೆಯ ಫಲವಾದ 'ದ್ರವ್ಯ' (ಸಂಪತ್ತು, ಸಂಪನ್ಮೂಲಗಳು) ದೇವರ ಕೊಡುಗೆಯೆಂದು ('ನೀ ಕೊಟ್ಟ') ಪರಿಗಣಿಸಲಾಗುತ್ತದೆ. ಆದ್ದರಿಂದ, ಅದು ದೇವರಿಗೆ ಸೇರಿದ್ದು ('ನಿಮ್ಮ ಸೊಮ್ಮು' - ನಿನ್ನ ಆಸ್ತಿ/ಖಜಾನೆ). ಶರಣನು ಕೇವಲ ಅದರ ಧರ್ಮದರ್ಶಿಯಾಗಿರುತ್ತಾನೆ, ಮಾಲೀಕನಲ್ಲ. ಈ ಸಂಪತ್ತನ್ನು ದೇವನ ಮೂಲಕ್ಕೆ, ಮುಖ್ಯವಾಗಿ ದಾಸೋಹದ (ಗುರು, ಲಿಂಗ, ಜಂಗಮರ ಸೇವೆ) ಮೂಲಕ ಮರಳಿ ಅರ್ಪಿಸಬೇಕು. ಅದನ್ನು ಸ್ವಾರ್ಥಕ್ಕಾಗಿ ಬಳಸುವುದು ('ಮತ್ತೊಂದಕ್ಕೆ ಮಾಡೆನು') ಈ ನಂಬಿಕೆಯ ಉಲ್ಲಂಘನೆಯಾಗುತ್ತದೆ.

➔ **"ನಿಮ್ಮಾಣೆ ಕೂಡಲಸಂಗಮದೇವಾ."**:

ಈ ಎಲ್ಲ ಮಾತುಗಳು ಸತ್ಯ ಎಂದು ಕೂಡಲಸಂಗಮದೇವನ ಮೇಲೆ ಆಣೆ ಇಟ್ಟು ದೃಢಪಡಿಸುತ್ತಾರೆ. ಇದು ಅವರ ಪ್ರತಿಜ್ಞೆಯ ಪ್ರಾಮಾಣಿಕತೆ ಮತ್ತು ದೇವರ ಮೇಲಿನ ಅಚಲ ನಂಬಿಕೆಯನ್ನು ತೋರಿಸುತ್ತದೆ.

'ನಿಮ್ಮಾಣೆ' ಎಂಬುದು ಒಂದು ಗಂಭೀರವಾದ ಪ್ರತಿಜ್ಞೆ, ಇದು ಸಂಪೂರ್ಣ ಬದ್ಧತೆ ಮತ್ತು ಅಚಲವಾದ ಸಂಕಲ್ಪವನ್ನು ಸೂಚಿಸುತ್ತದೆ.

ತಾತ್ಪರ್ಯ:

ಈ ವಚನವು ಕಾಯಕವನ್ನು ವ್ಯಕ್ತಿ (ಅಂಗ), ದೇವರ (ಲಿಂಗ) ಮತ್ತು ಸಮಾಜ (ಜಂಗಮ) ವನ್ನು ಸಂಪರ್ಕಿಸುವ ಕೇಂದ್ರ ಅಕ್ಷವಾಗಿ ಹೇಗೆ ಕಾರ್ಯನಿರ್ವಹಿಸುತ್ತದೆ ಎಂಬುದನ್ನು ಪ್ರದರ್ಶಿಸುತ್ತದೆ. ವ್ಯಕ್ತಿಯು ಕಾಯಕವನ್ನು ನಿರ್ವಹಿಸುತ್ತಾನೆ.

ಕಾಯಕದ ಹಿಂದಿನ ಉದ್ದೇಶವು ಗುರು (ಜ್ಞಾನ), ಲಿಂಗ (ಭಕ್ತಿ), ಮತ್ತು ಜಂಗಮ (ಸೇವೆ) ಕಡೆಗೆ ನಿರ್ದೇಶಿಸಲ್ಪಡುತ್ತದೆ. ಕಾಯಕದ ಫಲಗಳನ್ನು ದೇವರ ಕೊಡುಗೆಯೆಂದು ಒಪ್ಪಿಕೊಂಡು, ದಾಸೋಹದ ಮೂಲಕ ಸಮುದಾಯಕ್ಕೆ (ಜಂಗಮ) ಹಿಂತಿರುಗಿಸಲಾಗುತ್ತದೆ. ಇದು ಒಂದು ಸದ್ಗುಣ ಚಕ್ರವನ್ನು ಸೃಷ್ಟಿಸುತ್ತದೆ, ಅಲ್ಲಿ ಕೆಲಸವು ದೂರದ ಶ್ರಮವಲ್ಲ, ಬದಲಾಗಿ ಜೀವನದ ಆಧ್ಯಾತ್ಮಿಕ, ವೈಯಕ್ತಿಕ ಮತ್ತು ಸಾಮಾಜಿಕ ಆಯಾಮಗಳನ್ನು ಸಂಯೋಜಿಸುವ ಅರ್ಥಪೂರ್ಣ ಚಟುವಟಿಕೆಯಾಗಿದೆ, ಇದು ಶರಣ ತತ್ತ್ವ ಶಾಸ್ತ್ರದ ಮೂಲ ಗುರಿಯನ್ನು ಪೂರೈಸುತ್ತದೆ.

ಇಂದಿನ ಯುಗಕ್ಕೆ ಬಸವಣ್ಣನವರ ಈ ವಚನದ ಪ್ರಸ್ತುತತೆ:

ಕೆಲಸದಲ್ಲಿನ ನೀತಿ, ಸಾಮಾಜಿಕ ನ್ಯಾಯ, ಸಂಪತ್ತಿನ ವಿತರಣೆ ಮತ್ತು ದೈನಂದಿನ ಜೀವನದಲ್ಲಿ ಅರ್ಥವನ್ನು ಕಂಡುಕೊಳ್ಳುವ ಕುರಿತಾದ ಸಮಕಾಲೀನ ಚರ್ಚೆಗಳಲ್ಲಿ ವಚನದ ನಿರಂತರ ಪ್ರಸ್ತುತತೆಯನ್ನು ಗಮನಿಸಬಹುದು. ಈ ತತ್ತ್ವ ಗಳು ಕಾಲಾತೀತ ಮಾರ್ಗದರ್ಶನವನ್ನು ನೀಡುತ್ತವೆ.

1. ಕಾಯಕಕ್ಕೆ (ಕೆಲಸಕ್ಕೆ) ಗೌರವ ಮತ್ತು ಅರ್ಥ ನೀಡುವುದು:

ಇಂದಿನ ಸ್ಪರ್ಧಾತ್ಮಕ ಜಗತ್ತಿನಲ್ಲಿ ಅನೇಕರು ತಮ್ಮ ವೃತ್ತಿ ಅಥವಾ ಕೆಲಸವನ್ನು ಕೇವಲ ಹಣ ಸಂಪಾದನೆಯ ಮಾರ್ಗವಾಗಿ ನೋಡುತ್ತಾರೆ. ಈ ವಚನವು ನಾವು ಮಾಡುವ ಯಾವುದೇ ಕೆಲಸವನ್ನು (ಕಾಯಕ, ಬೆವಹಾರ) ಒಂದು ಪೂಜ್ಯ ಭಾವನೆಯಿಂದ, ಉನ್ನತವಾದ ನೈತಿಕ ಉದ್ದೇಶಕ್ಕಾಗಿ (ಲಿಂಗಾರ್ಚನೆ) ಮಾಡಬೇಕೆಂದು ಪ್ರೇರೇಪಿಸುತ್ತದೆ. ಇಂತ ಕೆಲಸದಿಂದ ಬರುವ ತೃಪ್ತಿ, ಪ್ರಾಮಾಣಿಕತೆ ಮತ್ತು ಘನತೆಯನ್ನು ಅನುಭವಿಸಬೇಕು.

2. ಸಂಪತ್ತಿನ ಜವಾಬ್ದಾರಿಯುತ ಬಳಕೆ:

ಗಳಿಸಿದ ಸಂಪತ್ತನ್ನು (ನೀ ಕೊಟ್ಟ ದ್ರವ್ಯ) ಕೇವಲ ವೈಯಕ್ತಿಕ ಸುಖಭೋಗಗಳಿಗೆ (ಮತ್ತೊಂದಕ್ಕೆ ಮಾಡೆನು) ಸೀಮಿತಗೊಳಿಸದೆ, ಅದನ್ನು ಸಮಾಜದ ಒಳಿತಿಗಾಗಿ, ದಾನ-ಧರ್ಮಕ್ಕಾಗಿ, ಮತ್ತು ಜಂಗಮರ ಸೇವೆಗಾಗಿ (ನಿಮ್ಮ ಸೊಮ್ಮಿಂಗೆ ಸಲಿಸುವೆನು, ಜಂಗಮದಾಸೋಹ) ಬಳಸಬೇಕೆಂಬ ಬಲವಾದ ನೈತಿಕ ಸಂದೇಶವನ್ನು ಇದು ನೀಡುತ್ತದೆ. ಇಂದಿನ ಆರ್ಥಿಕ ಅಸಮಾನತೆಯ ಕಾಲದಲ್ಲಿ ಇದು ಅತ್ಯಂತ ಮುಖ್ಯವಾದ ಆದರ್ಶವಾಗಿದೆ. ಆದಾಗ್ಯೂ ಪರಾವಲಂಬಿಗಳು ಹೆಚ್ಚಾಗದಂತೆ ನಿಗಾವಹಿಸಬೇಕು.

3. ಜೀವನದಲ್ಲಿ ಸಮಗ್ರತೆ (Integration):

ನಮ್ಮ ದೈನಂದಿನ ಲೌಕಿಕ ಜೀವನ (ಕೆಲಸ, ವ್ಯವಹಾರ) ಮತ್ತು ನಮ್ಮ ಆಧ್ಯಾತ್ಮಿಕ ಅಥವಾ ನೈತಿಕ ಮೌಲ್ಯಗಳನ್ನು ಬೇರೆ ಬೇರೆಯಾಗಿ ನೋಡುವ ಅಗತ್ಯವಿಲ್ಲ. ಈ ವಚನವು ನಮ್ಮ ಎಲ್ಲಾ ಚಟುವಟಿಕೆಗಳನ್ನು ಉನ್ನತ ಮೌಲ್ಯಗಳಿಗೆ ಸಮರ್ಪಿಸುವ ಮೂಲಕ ಒಂದು ಅರ್ಥಪೂರ್ಣ ಮತ್ತು ಸಮಗ್ರ ಜೀವನವನ್ನು ನಡೆಸಬೇಕು.

4. ಫಲಿತಾಂಶಗಳ ಬಗ್ಗೆ ಸಮಚಿತ್ತತೆ:

ಕೆಲಸದ ಫಲಿತಾಂಶವನ್ನು (ಕರ್ಮಫಲ) ಕೊಡುವವನು ಭಗವಂತ (ನೀ ಕೊಡುವೆ) ಎಂಬ ಅರಿವು, ಯಶಸ್ಸು ಅಥವಾ ವೈಫಲ್ಯಗಳ ಬಗ್ಗೆ ಅತಿಯಾದ ಆತಂಕ ಅಥವಾ ಹೆಮ್ಮೆ ಪಡುವುದನ್ನು ಕಡಿಮೆ ಮಾಡಲು ಸಹಾಯ ಮಾಡುತ್ತದೆ. ಇದು ನಮ್ಮ ಪ್ರಯತ್ನದ ಮೇಲೆ ಗಮನ ಕೇಂದ್ರೀಕರಿಸಿ, ಫಲಿತಾಂಶವನ್ನು ಸ್ವೀಕರಿಸುವ ಮನೋಭಾವವನ್ನು ಬೆಳೆಸುತ್ತದೆ.

5. ನಿಸ್ವಾರ್ಥ ಸೇವಾ ಮನೋಭಾವ:

ನಮ್ಮ ಕೆಲಸ ಮತ್ತು ಸೇವೆಯನ್ನು ಕೇವಲ ಸ್ವಾರ್ಥಕ್ಕಾಗಿ ಮಾಡದೆ, ಅದನ್ನು ಗುರು, ಲಿಂಗ, ಜಂಗಮಕ್ಕೆ (ಅಂದರೆ ಜ್ಞಾನ, ಅಂತರಂಗದ ಶುದ್ಧಿ, ಸಮಾಜಕ್ಕೆ) ಅರ್ಪಿಸುವ ಮನೋಭಾವವು (ಗುರುಪೂಜೆ, ಲಿಂಗಾರ್ಚನೆ, ಜಂಗಮದಾಸೋಹ) ನಿಸ್ವಾರ್ಥತೆ ಮತ್ತು ಸೇವಾ ಪ್ರವೃತ್ತಿಯನ್ನು ಬೆಳೆಸುತ್ತದೆ.

25. ಸಯದಾನ ಸವೆಯಿತ್ತೆಂದು ಬೆದರಿದೆನಾದಡೆ, ನಿಮ್ಮಾಣೆ, ನಿಮ್ಮ ಪ್ರಮಥರಾಣೆ.

ವಚನ:

"ಸಯದಾನ ಸವೆಯಿತ್ತೆಂದು ಬೆದರಿದೆನಾದಡೆ
ನಿಮ್ಮಾಣೆ, ನಿಮ್ಮ ಪ್ರಮಥರಾಣೆ.
ಪಡಿಪದಾರ್ಥಂಗಳು ಅವಸರಕ್ಕೆ ಒದಗದೆ ಇದ್ದಲ್ಲಿ
ಮನವಳುಕಿ ಬೆದರಿದೆನಾದಡೆ ನಿಮ್ಮ ಭಕ್ತರಿಗೆ ಸಲ್ಲೆನು,
ಒಡವೆ ಸವೆದಡೆ ಒಡಲನೆ ಸಲಿಸುವೆನು.
ಕಡೆಮುಟ್ಟ ಪೂರೈಸದಿದ್ದೆನಾದಡೆ
ಮಡಿವಾಳ ಮಾಚಿತಂದೆಯ ಪಾದಸಾಕ್ಷಿಯಾಗಿ
ಕೂಡಲಸಂಗಮದೇವರಿಗೆ ದೂರವಹೆನು."

ಈ ವಚನವು ದಾಸೋಹ ತತ್ತ್ವಕ್ಕೆ ಬಸವಣ್ಣನವರು ನೀಡಿದ್ದ ಪರಮೋಚ್ಚ ಪ್ರಾಧಾನ್ಯತೆ ಮತ್ತು ಅದಕ್ಕಾಗಿ ಅವರು ಹೊಂದಿದ್ದ ಅಚಲವಾದ ನಿಷ್ಠೆಯನ್ನು ತೋರಿಸುತ್ತದೆ. ದಾಸೋಹಕ್ಕೆ ಇಟ್ಟ ವಸ್ತುಗಳು ಖಾಲಿಯಾದರೂ, ಅಗತ್ಯ ವಸ್ತುಗಳು ಸಿಗದಿದ್ದರೂ ತಾನು ಭಯಪಡುವುದಿಲ್ಲ, ಒಂದು ವೇಳೆ ಭಯಪಟ್ಟರೆ ತಾನು ಶಿವಭಕ್ತನೆನಿಸಿಕೊಳ್ಳಲು ಯೋಗ್ಯನಲ್ಲ ಎನ್ನುತ್ತಾರೆ. ತಮ್ಮೆಲ್ಲ ಸಂಪತ್ತು ಖಾಲಿಯಾದರೂ, ತಮ್ಮ ದೇಹವನ್ನೇ ಸವೆಸಿ, ಕಾಯಕದ ಮೂಲಕವಾದರೂ ದಾಸೋಹವನ್ನು ಮುಂದುವರೆಸುವುದಾಗಿ ಪ್ರತಿಜ್ಞೆ ಮಾಡುತ್ತಾರೆ. ಈ ಪ್ರತಿಜ್ಞೆಯನ್ನು ಕೊನೆತನಕ ಪಾಲಿಸದಿದ್ದರೆ, ಶ್ರೇಷ್ಠ ಶರಣ ಮಡಿವಾಳ ಮಾಚಿದೇವರ ಪಾದಸಾಕ್ಷಿಯಾಗಿ, ತಾನು ಕೂಡಲಸಂಗಮದೇವನಿಗೇ ದೂರವಾಗುತ್ತೇನೆ ಎಂದು ಅತ್ಯಂತ ಕಠಿಣವಾದ ಪ್ರಮಾಣ ಮಾಡುತ್ತಾರೆ. ಇದು ಸೇವೆಗಾಗಿ ಸಂಪೂರ್ಣ ಸಮರ್ಪಣೆ, ನಿರ್ಭಯತೆ ಮತ್ತು ಅಚಲವಾದ ನಂಬಿಕೆಯ ಪ್ರತೀಕವಾಗಿದೆ.

➔ **"ಸಯದಾನ ಸವೆಯಿತ್ತೆಂದು ಬೆದರಿದೆನಾದಡೆ ನಿಮ್ಮಾಣೆ, ನಿಮ್ಮ ಪ್ರಮಥರಾಣೆ."**

ಈ ಮೊದಲ ಸಾಲು ವಚನದ ಕೇಂದ್ರ ವಿಷಯವನ್ನು ಸ್ಥಾಪಿಸುತ್ತದೆ - ಭೌತಿಕ ಕೊರತೆಯನ್ನು ಅಚಲವಾದ ನಂಬಿಕೆಯಿಂದ ಎದುರಿಸುವುದು. ತಕ್ಷಣವೇ ಆಣೆಗಳನ್ನು ಬಳಸಿರುವುದು ವಚನಕಾರನ ದೃಢ ನಿಶ್ಚಯ ಮತ್ತು ವಿಷಯದ ಗಂಭೀರತೆಯನ್ನು ಒತ್ತಿಹೇಳುತ್ತದೆ.

"ಸಯದಾನ" ಎಂದರೆ ಸಂಗ್ರಹಿಸಿದ ಧನ, ಸಂಪತ್ತು ಅಥವಾ ಒಡವೆಗಳು. ಅವು "ಸವೆಯಿತು" ಅಂದರೆ ಖರ್ಚಾಗಿ ಹೋದವು ಅಥವಾ ನಾಶವಾದವು ಎಂದು ತಿಳಿದು ನಾನು ಹೆದರಿಕೊಂಡರೆ, ಅದು ಕೂಡಲಸಂಗಮದೇವನ ಮೇಲೆ ಮತ್ತು ಅವನ ಪ್ರೀತಿಯ ಭಕ್ತರಾದ ಪ್ರಮಥರ ಮೇಲೆ ಆಣೆ ಎಂದು ಬಸವಣ್ಣ ಪ್ರತಿಜ್ಞೆ ಮಾಡುತ್ತಾರೆ. ಇದರರ್ಥ, ನಿಜವಾದ ಶರಣನು ಭೌತಿಕ ಸಂಪತ್ತಿನ ನಷ್ಟಕ್ಕೆ ಎಂದಿಗೂ ಹೆದರುವುದಿಲ್ಲ. ಸಂಪತ್ತು ಅಶಾಶ್ವತ ಮತ್ತು ಅಮುಖ್ಯ ಎಂಬ ಅರಿವು ಭಕ್ತನಿಗಿರುತ್ತದೆ. ಅದರ ನಷ್ಟವು ಅವರ ದೈವಭಕ್ತಿಯ ಮೇಲೆ ಪರಿಣಾಮ ಬೀರಬಾರದು ಎಂಬುದನ್ನು ಇದು ಹೇಳುತ್ತದೆ.

➔ **"ಪಡಿಪದಾರ್ಥಂಗಳು ಅವಸರಕ್ಕೆ ಒದಗದೆ ಇದ್ದಲ್ಲಿ ಮನವಳುಕಿ ಬೆದರಿದೆನಾದಡೆ ನಿಮ್ಮ ಭಕ್ತರಿಗೆ ಸಲ್ಲೆನು,"**:

"ಪಡಿಪದಾರ್ಥಂಗಳು" ಎಂದರೆ ದಿನನಿತ್ಯದ ಜೀವನಕ್ಕೆ ಬೇಕಾಗುವ ಆಹಾರ, ಬಟ್ಟೆ ಮುಂತಾದ ಅಗತ್ಯ ವಸ್ತುಗಳು. ಅವುಗಳು ಅಗತ್ಯವಿದ್ದಾಗ, ಅಂದರೆ ಕಷ್ಟಕಾಲದಲ್ಲಿ, ಸಿಗದೆ ಹೋದರೆ (ಒದಗದೆ ಇದ್ದಲ್ಲಿ) ನನ್ನ ಮನಸ್ಸು ಕುಗ್ಗಿ, ಹೆದರಿಕೊಂಡರೆ, ನಾನು ಕೂಡಲಸಂಗಮದೇವನ ನಿಜವಾದ ಭಕ್ತನಲ್ಲ (ನಿಮ್ಮ ಭಕ್ತರಿಗೆ ಸಲ್ಲೆನು) ಎಂದು ಬಸವಣ್ಣ ಹೇಳುತ್ತಾರೆ. ಇದು ಕೇವಲ ಸಂಪತ್ತಿನ ನಷ್ಟಕ್ಕಲ್ಲದೆ, ಬದುಕಿನ ಮೂಲಭೂತ ಅಗತ್ಯಗಳು ಸಿಗದಂತಹ ಕಡುಬಡತನ ಅಥವಾ ಅಭಾವ ಪರಿಸ್ಥಿತಿಯಲ್ಲಿಯೂ ಮನಸ್ಸು ಧೃತಿಗೆಡಬಾರದು, ಅಂಜಿಕೆಯಾಗಬಾರದು ಎಂಬುದನ್ನು ಒತ್ತಿಹೇಳುತ್ತದೆ. ಎಂತಹ ಕಠಿಣ ಸನ್ನಿವೇಶದಲ್ಲಿಯೂ ದೈವದ ಮೇಲಿನ ನಂಬಿಕೆ ಮತ್ತು ಆಂತರಿಕ ಸ್ಥೈರ್ಯ ಅಲುಗಾಡಬಾರದು ಎಂಬುದು ಇಲ್ಲಿನ ಸಂದೇಶ.

➔ **"ಒಡವೆ ಸವೆದಡೆ ಒಡಲನೆ ಸಲಿಸುವೆನು."**:

ಒಂದು ವೇಳೆ ನನ್ನಲ್ಲಿದ್ದ ಎಲ್ಲಾ ಒಡವೆ, ಸಂಪತ್ತು, ಭೌತಿಕ ಆಸ್ತಿ ಸಂಪೂರ್ಣವಾಗಿ ಸವೆದು ಹೋದರೆ, ಆಗ ನಾನು ನನ್ನ ದೇಹವನ್ನೇ (ಒಡಲನೆ) ಸವೆಸುತ್ತೇನೆ ಅಥವಾ ದಂಡಿಸುತ್ತೇನೆ ಎಂದು ಹೇಳುತ್ತಾರೆ. ಇದು ಭೌತಿಕ ಆಸ್ತಿಯ ಮೇಲಿನ ಸಂಪೂರ್ಣ ನಿರ್ಲಿಪ್ತತೆಯನ್ನು ತೋರಿಸುತ್ತದೆ. ಬದುಕಲು ಸಂಪತ್ತೇ ಮುಖ್ಯ ಎಂಬ ಭಾವನೆಗಿಂತ, ದೈಹಿಕ ಕಷ್ಟಗಳನ್ನು ಸಹಿಸಿಯಾದರೂ, ಅಥವಾ ತಮ್ಮ ದೇಹವನ್ನು ದೇವನಿಗೆ ಸಮರ್ಪಣಾ ಭಾವದಿಂದ ಸವೆಸಿಯಾದರೂ ಭಕ್ತಿ ಮಾರ್ಗದಲ್ಲಿ ಮುಂದುವರಿಯುವ ದೃಢ ಸಂಕಲ್ಪವಿದು. ಲೌಕಿಕ ಆಧಾರಗಳು ಇಲ್ಲದಿದ್ದಾಗಲೂ ತಮ್ಮ ಅಸ್ತಿತ್ವವನ್ನು ದೇವರಿಗಾಗಿ ಉಳಿಸಿಕೊಳ್ಳುವ ತೀವ್ರ ಹಂಬಲ ಇಲ್ಲಿದೆ.

➔ **"ಕಡೆಮುಟ್ಟ ಪೂರೈಸದಿದ್ದೆನಾದಡೆ ಮಡಿವಾಳ ಮಾಚಿತಂದೆಯ ಪಾದಸಾಕ್ಷಿಯಾಗಿ ಕೂಡಲಸಂಗಮದೇವರಿಗೆ ದೂರವಹೆನು."**:

ತಾವು ಹೇಳಿದ ಈ ಎಲ್ಲಾ ಪ್ರತಿಜ್ಞೆಗಳು ಮತ್ತು ತಮ್ಮ ನಿರಪೇಕ್ಷ ನಿಷ್ಠೆಯನ್ನು ತಮ್ಮ ಜೀವನದ ಕೊನೆಯವರೆಗೂ (ಕಡೆಮುಟ್ಟ) ಪೂರೈಸದೆ ಹೋದರೆ, ಅಂದರೆ ತಮ್ಮ ಸಂಕಲ್ಪದಿಂದ ವಿಮುಖರಾದರೆ, "ಮಡಿವಾಳ ಮಾಚಿತಂದೆ"ಯ ಪಾದಗಳೇ ಸಾಕ್ಷಿಯಾಗಿ (ಮಾಚಿದೇವರು ತಮ್ಮ ನಿಷ್ಠುರ ಭಕ್ತಿ ಮತ್ತು ಶುದ್ಧಾಚಾರಕ್ಕೆ ಹೆಸರಾದವರು), ತಾವು ಕೂಡಲಸಂಗಮದೇವನಿಂದ ದೂರವಾಗುವುದಾಗಿ ಹೇಳುತ್ತಾರೆ. ತಮ್ಮ ನಿಷ್ಠೆಗೆ ಮತ್ತೊಬ್ಬ ಶ್ರೇಷ್ಠ ಶರಣನನ್ನು ಸಾಕ್ಷಿಯಾಗಿ ಕರೆಯುವುದು ಶರಣ ಪರಂಪರೆ ಮತ್ತು ಇತರ ಅನುಭಾವಿಗಳ ಬಗೆಗೆ ತಮಗಿರುವ ಅಗಾಧ ಗೌರವವನ್ನು ಮತ್ತು ತಮ್ಮ ನಡೆ ಶರಣ ಸಮೂಹಕ್ಕೆ ಮಾದರಿಯಾಗಿರಬೇಕು ಎಂಬ ಅರಿವನ್ನು ತೋರಿಸುತ್ತದೆ.

ತಾತ್ಪರ್ಯ:

ಈ ವಚನವು ಭೌತಿಕ ಭದ್ರತೆಗಿಂತ ನಂಬಿಕೆಯ ಶ್ರೇಷ್ಠತೆಯನ್ನು ಸಾರುವ ಒಂದು ರಾಜಿರಹಿತ ಹೇಳಿಕೆಯಾಗಿದೆ. ದಾಸ್ತಾನು, ಅಗತ್ಯ ವಸ್ತುಗಳು ಮತ್ತು ಸಂಪತ್ತಿನ ಸಂಪೂರ್ಣ ನಷ್ಟವೂ ಸಹ ನಿಜವಾದ ಭಕ್ತನಲ್ಲಿ ಭಯವನ್ನು ಉಂಟುಮಾಡಬಾರದು ಎಂದು ಬಸವಣ್ಣನವರು ಹೇಳುತ್ತಿದ್ದಾರೆ . ಈ ಬದ್ಧತೆಯು ತನ್ನ ಸ್ವಂತ ದೇಹವನ್ನು ಅರ್ಪಿಸುವವರೆಗೂ ವಿಸ್ತರಿಸುತ್ತದೆ ಮತ್ತು ದೇವರು, ದೈವಿಕ ಗಣಗಳು, ಶರಣ ಸಮುದಾಯ ಮತ್ತು ನಿರ್ದಿಷ್ಟ ಗೌರವಾನ್ವಿತ ಸಮಕಾಲೀನರನ್ನು ಆವಾಹಿಸುವ ಗಂಭೀರ ಪ್ರತಿಜ್ಞೆಗಳಿಂದ ಮುದ್ರಿತವಾಗಿದೆ, ವೈಫಲ್ಯಕ್ಕೆ ಅಂತಿಮ ಪರಿಣಾಮವಾಗಿ ಆಧ್ಯಾತ್ಮಿಕ ಬೇರ್ಪಡುವಿಕೆಯನ್ನು ನಿಗದಿಪಡಿಸುತ್ತದೆ.

ಈ ವಚನವು ಭೌತಿಕ ಅಭಾವದ ಸಂದರ್ಭದಲ್ಲಿ ಮಾನಸಿಕ ಸ್ಥೈರ್ಯವನ್ನು ಕಾಪಾಡಿಕೊಳ್ಳುವ ಮತ್ತು ಆಧ್ಯಾತ್ಮಿಕ ಮೌಲ್ಯಗಳನ್ನು ಸರ್ವೋಚ್ಚವೆಂದು ಪರಿಗಣಿಸುವ ಸಾರ್ವಕಾಲಿಕ ಸಂದೇಶವನ್ನು ನೀಡುತ್ತದೆ.

ಇಂದಿನ ಯುಗಕ್ಕೆ ಬಸವಣ್ಣನವರ ಈ ವಚನದ ಪ್ರಸ್ತುತತೆ:

ಈ ವಚನವು ನಮ್ಮ ಆದರ್ಶಗಳು ಮತ್ತು ಸೇವಾ ಮನೋಭಾವಕ್ಕೆ ನಾವು ಎಷ್ಟು ಆಳವಾಗಿ ಬದ್ಧರಾಗಿರಬೇಕು, ಅಭಾವ ಅಥವಾ ಕಷ್ಟಗಳಿಗೆ ಹೆದರದೆ ಹೇಗೆ ಮುಂದುವರೆಯಬೇಕು ಮತ್ತು ನಮ್ಮ ಮಾತು ಹಾಗೂ ನಡೆಯಲ್ಲಿ ಹೇಗೆ ಪ್ರಾಮಾಣಿಕತೆ ಹಾಗೂ ದೃಢತೆಯನ್ನು ಕಾಪಾಡಿಕೊಳ್ಳಬೇಕು.

1. ಆರ್ಥಿಕ ಅಸ್ಥಿರತೆ ಮತ್ತು ಮಾನಸಿಕ ಧೈರ್ಯ:

ಆರ್ಥಿಕ ಏರಿಳಿತಗಳು, ಉದ್ಯೋಗದ ಅಭದ್ರತೆ ಮತ್ತು ಭೌತಿಕ ನಷ್ಟದ ಭಯ ಇಂದಿನ ಸಾಮಾನ್ಯ ಸಮಸ್ಯೆಗಳು. ಸಂಪತ್ತು ಕಳೆದು ಹೋದಾಗ ಅಥವಾ ಅಗತ್ಯ ವಸ್ತುಗಳು ಸಿಗದಿದ್ದಾಗ ಮನಸ್ಸು ಕುಗ್ಗುವುದು ಸಹಜ. ಆದರೆ ವಚನವು ಇಂತಹ ಬಾಹ್ಯ ಕಾರಣಗಳಿಂದ ವಿಚಲಿತರಾಗದೆ ಆಂತರಿಕ ಧೈರ್ಯ ಮತ್ತು ಮಾನಸಿಕ ಸ್ಥೈರ್ಯವನ್ನು ಕಾಯ್ದುಕೊಳ್ಳಬೇಕು.

2. ವಸ್ತು ವ್ಯಾಮೋಹದಿಂದ ಬಿಡುಗಡೆ:

ಅತಿಯಾದ ಬಳಕೆದಾರ ಸಂಸ್ಕೃತಿ ಮತ್ತು ವಸ್ತುಗಳ ಸಂಗ್ರಹಕ್ಕೆ ಒತ್ತು ನೀಡುವ ಇಂದಿನ ಕಾಲದಲ್ಲಿ, ಸಂಪತ್ತು ಸವೆದಾಗ ಹೆದರದಿರುವುದು ಮತ್ತು ಕೇವಲ ಒಡಲನ್ನು ಸಲಹುವುದಾಗಿ ಹೇಳುವುದು ಭೌತಿಕ ವಸ್ತುಗಳ ಮೇಲಿನ ವ್ಯಾಮೋಹವನ್ನು ಕಡಿಮೆ ಮಾಡಿಕೊಳ್ಳುವಂತೆ ಸೂಚಿಸುತ್ತದೆ. ನಿಜವಾದ ನೆಮ್ಮದಿ ವಸ್ತುಗಳಲ್ಲಿಲ್ಲ, ಆಂತರಿಕ ಸ್ಥಿತಿಯಲ್ಲಿದೆ ಎಂಬುದನ್ನು ಅರಿಯಬೇಕು.

3. ಸಂಕಷ್ಟದಲ್ಲಿಯೂ ನಿಷ್ಠೆ:

ಜೀವನದಲ್ಲಿ ಕಷ್ಟಗಳು ಬಂದಾಗ ತಾವು ನಂಬಿದ ಆದರ್ಶಗಳು, ಮೌಲ್ಯಗಳು ಅಥವಾ ದೈವವನ್ನು ಬಿಟ್ಟುಬಿಡುವ ಪ್ರವೃತ್ತಿ ಇರುತ್ತದೆ. ವಚನದಿಂದ ಎಂತಹ ಕಷ್ಟಕಾಲದಲ್ಲಿಯೂ ತಮ್ಮ ನಿಷ್ಠೆಯಿಂದ ಅಲುಗಾಡದೆ, ಅಂತಿಮ ಕ್ಷಣದವರೆಗೂ ತಾವು ಹಿಡಿದ ದಾರಿಯಲ್ಲಿ ಮುಂದುವರಿಯುವಂತೆ ಪ್ರೇರಣೆ ಪಡೆದುಕೊಳ್ಳಬೇಕು.

4. ನೈತಿಕ ಹೊಣೆಗಾರಿಕೆ ಮತ್ತು ಆದರ್ಶ:

ಮಡಿವಾಳ ಮಾಚಿದೇವರಂತಹ ಶ್ರೇಷ್ಠ ಶರಣರನ್ನು ಸಾಕ್ಷಿಯಾಗಿ ಕರೆಯುವುದು ತಮ್ಮ ನಡವಳಿಕೆಗೆ ಸಮಾಜದ ಮತ್ತು ಆದರ್ಶ ವ್ಯಕ್ತಿಗಳ ಮುಂದೆ ತಾವು ಜವಾಬ್ದಾರರು ಎಂಬುದನ್ನು ತೋರಿಸುತ್ತದೆ. ಇಂದಿಗೂ ನಾವು ನಮ್ಮ ಜೀವನದಲ್ಲಿ ನೈತಿಕ ಮೌಲ್ಯಗಳನ್ನು ಎತ್ತಿಹಿಡಿಯುವಾಗ ಇತರ ಮಹಾನ್ ವ್ಯಕ್ತಿಗಳು ಅಥವಾ ನಮ್ಮ ಆದರ್ಶಗಳನ್ನು ನೆನಪಿಸಿಕೊಂಡು ಮುಂದುವರಿಯಬೇಕು.

26. ಮನಭೀತಿ ಮನಶಂಕೆಗೊಂಡೆನಾದಡೆ ನಿಮ್ಮಾಣೆ, ನಿಮ್ಮ ಪುರಾತನರಾಣೆ.

ವಚನ:

"ಕಳಹೋದಡೆ ಕನ್ನದುಳಿಯ ಹಿಡಿವೆ,
ಬಂದಿವಿಡಿದಡೆ ನಿಮ್ಮಿಂದ ಮುಂದೆ ನಡೆವೆನು.
ಮನಭೀತಿ ಮನಶಂಕೆಗೊಂಡೆನಾದಡೆ
ನಿಮ್ಮಾಣೆ, ನಿಮ್ಮ ಪುರಾತನರಾಣೆ.
ಆಳ್ದರ ನಡೆ ಸದಾಚಾರವೆನ್ನದಿರ್ದಡೆ,
ಕಟ್ಟಾಳು ಶಿಷ್ಟತನಕ್ಕೆ ಹೋಹ ಕಷ್ಟವ ನೋಡಾ,
ಕೂಡಲಸಂಗಮದೇವಾ."

ಈ ವಚನವು ಮೊದಲ ನೋಟಕ್ಕೆ ವಿಚಿತ್ರವೆನಿಸುವ ಪ್ರತಿಕ್ರಿಯೆಗಳನ್ನು (ಕಳ್ಳತನವಾದರೆ ಕನ್ನ ಹಾಕುವ ಉಳಿ ಹಿಡಿಯುವುದು, ಬಂಧನವಾದರೆ ಬಂಧಿಸಿದವರಿಗಿಂತ ಮುಂದೆ ಹೋಗುವುದು) ಮುಂದಿಡುತ್ತದೆ. ಇದು ಓದುಗರಲ್ಲಿ ಹಲವು ಪ್ರಶ್ನೆಗಳನ್ನು ಹುಟ್ಟುಹಾಕುತ್ತದೆ. ಇದರ ಅಕ್ಷರಶಃ ಅರ್ಥವೇನು? ಇದರ ಹಿಂದಿರುವ ತಾತ್ವಿಕ ಅಥವಾ ಸಾಂಕೇತಿಕ ಆಶಯಗಳೇನು? ಬಸವಣ್ಣನವರ ಒಟ್ಟಾರೆ ಚಿಂತನೆ ಮತ್ತು ಶರಣರ ಹೋರಾಟದ ಹಿನ್ನೆಲೆಯಲ್ಲಿ ಈ ವಚನವನ್ನು ಹೇಗೆ ಅರ್ಥೈಸಿಕೊಳ್ಳಬೇಕು? ಇವೇ ಮೊದಲಾದ ಪ್ರಶ್ನೆಗಳನ್ನು ಇಲ್ಲಿ ಆಳವಾಗಿ ವಿಶ್ಲೇಷಿಸಲಾಗುತ್ತದೆ.

ಈ ವಚನವು ಕಷ್ಟಕಾರ್ಪಣ್ಯಗಳು, ಸೋಲು, ಬಂಧನಗಳು ಎದುರಾದಾಗಲೂ ಒಬ್ಬ ನಿಷ್ಠಾವಂತ ಭಕ್ತನು (ಕಟ್ಟಾಳು) ಹೇಗೆ ಅಚಲವಾದ ಧೈರ್ಯ, ನಿರ್ಭಯತೆ ಮತ್ತು ಮುನ್ನುಗ್ಗುವ ಮನೋಭಾವವನ್ನು ಹೊಂದಿರಬೇಕು ಎಂಬುದನ್ನು ಚಿತ್ರಿಸುತ್ತದೆ. ಸೋತಾಗ ಹತಾಶನಾಗದೆ, ಬಂಧನದಲ್ಲಿದ್ದಾಗಲೂ ಮಾನಸಿಕವಾಗಿ ಕುಗ್ಗದೆ, ದೇವರ ಕಡೆಗೆ ಸಾಗುವೆನೆಂಬ ದೃಢ ನಿರ್ಧಾರವನ್ನು ಬಸವಣ್ಣನವರು ವ್ಯಕ್ತಪಡಿಸುತ್ತಾರೆ. ಭಯ ಮತ್ತು ಸಂಶಯಗಳಿಗೆ ತಮ್ಮ ಮನಸ್ಸಿನಲ್ಲಿ ಜಾಗವಿಲ್ಲವೆಂದು ಪ್ರಮಾಣ ಮಾಡುತ್ತಾರೆ.

ತಮ್ಮ ಇಂತಹ ಅಸಾಮಾನ್ಯ ನಿಷ್ಠೆಯ ಮಾರ್ಗವನ್ನು ಲೋಕವು ಸದಾಚಾರವೆಂದು ತಿಳಿಯದಿದ್ದರೂ, ತಾವು ಧರ್ಮಕ್ಕಾಗಿ (ಶಿಷ್ಟತನಕ್ಕೆ) ಪಡುವ ಕಷ್ಟವನ್ನು ದೇವರು ಅರಿಯುತ್ತಾನೆ ಎಂಬ ನಂಬಿಕೆಯನ್ನು ವ್ಯಕ್ತಪಡಿಸುತ್ತಾರೆ. ಇದು ಅಚಲವಾದ ನಂಬಿಕೆ, ನಿರ್ಭಯತೆ, ಮತ್ತು ಲೋಕದ ಟೀಕೆಗಳಿಗೆ ಅಂಜದೆ ತಮ್ಮ ಮಾರ್ಗದಲ್ಲಿ ಸಾಗುವ ಧೀಮಂತಿಕೆಯ ಪ್ರತೀಕವಾಗಿದೆ.

➔ "**ಕಳಹೋದಡೆ ಕನ್ನದುಳಿಯ ಹಿಡಿವೆ,**":

"ಕಳಹೋದಡೆ" ಎಂದರೆ ಏನಾದರೂ ಕಳ್ಳತನವಾದರೆ ಅಥವಾ ನಷ್ಟವಾದರೆ. "ಕನ್ನದುಳಿ" ಎಂದರೆ ಕನ್ನ ಹಾಕಲು ಬಳಸುವ ಉಳಿ. ಇಲ್ಲಿ ಇದರ ನೇರ ಅರ್ಥವನ್ನು ತೆಗೆದುಕೊಳ್ಳುವುದಕ್ಕಿಂತ ಸಾಂಕೇತಿಕ ಅರ್ಥ ಮುಖ್ಯ. ಇದರ ಸಂಭಾವ್ಯ ಸಾಂಕೇತಿಕ ಅರ್ಥಗಳನ್ನು ಮುಂದಿನ ವಿಭಾಗದಲ್ಲಿ ಚರ್ಚಿಸಲಾಗುವುದು. ತನಗೆ ಏನಾದರೂ ನಷ್ಟವಾದರೆ ಅಥವಾ ಅನ್ಯಾಯವಾದರೆ, ತಾನು ಧೃತಿಗೆಡದೆ, ಹೋರಾಡ ಬೇಕಾದರೆ ಅಸಾಮಾನ್ಯ ಅಥವಾ ದಿಟ್ಟ ಮಾರ್ಗವನ್ನೂ ಹಿಡಿಯಲು ಸಿದ್ಧ ಎಂಬುದನ್ನು ಇದು ಸೂಚಿಸಬಹುದು. ಲೌಕಿಕ ನಷ್ಟಗಳಿಗೆ ಕೊರಗದೆ ಪರಿಹಾರಕ್ಕಾಗಿ ಮುಂದಾಗುವ ಛಲವನ್ನು ಇದು ತೋರಿಸುತ್ತದೆ. (ಕೆಲವು ವ್ಯಾಖ್ಯಾನಗಳ ಪ್ರಕಾರ, ಶಿವಭಕ್ತರು ಕಳವು ಮಾಡಿದರೂ ಅವರನ್ನು ರಕ್ಷಿಸಲು ತಾನು ಕನ್ನದುಳಿಯ ಹಿಡಿದು ಜೊತೆಯಾಗುವೆ ಎಂಬ ತೀವ್ರ ನಿಷ್ಠೆಯನ್ನು ಇದು ಸೂಚಿಸಬಹುದು, ಆದರೆ ಇದು ವಿವಾದಾತ್ಮಕ ವ್ಯಾಖ್ಯಾನವಾಗಿದೆ).

➔ "**ಬಂದಿವಿಡಿದಡೆ ನಿಮ್ಮಿಂದ ಮುಂದೆ ನಡೆವೆನು.**":

ಒಂದು ವೇಳೆ ನನ್ನನ್ನು ಬಂಧಿಸಿದರೆ ಅಥವಾ ಸೆರೆಹಿಡಿದರೆ, ನಾನು ಹೆದರಿ ಹಿಂದೆ ಸರಿಯದೆ, "ನಿಮ್ಮಿಂದ ಮುಂದೆ" ಅಂದರೆ ದೈವದ ಶಕ್ತಿಯಿಂದ ಅಥವಾ ದೇವರ ಮಾರ್ಗದಲ್ಲಿ ಇನ್ನಷ್ಟು ದೃಢವಾಗಿ ಮುಂದೆ ಸಾಗುತ್ತೇನೆ ಎಂದು ಹೇಳುತ್ತಾರೆ. ಲೌಕಿಕ ಬಂಧನಗಳು ಅಥವಾ ಸಂಕಷ್ಟಗಳು ತನ್ನ ಆಧ್ಯಾತ್ಮಿಕ ಪಯಣಕ್ಕೆ ಅಡ್ಡಿಯಾಗುವುದಿಲ್ಲ, ಬದಲಾಗಿ ದೇವರ ಕಡೆಗೆ ಇನ್ನಷ್ಟು ವೇಗವಾಗಿ ಸಾಗಲು ಅವು ಪ್ರೇರಣೆಯಾಗುತ್ತವೆ ಎಂಬ ಭಾವ ಇಲ್ಲಿದೆ.

➔ **"ಮನಭೀತಿ ಮನಶಂಕೆಗೊಂಡೆನಾದಡೆ ನಿಮ್ಮಾಣೆ, ನಿಮ್ಮ ಪುರಾತನರಾಣೆ."**:

ಈ ವಚನದ ಅತ್ಯಂತ ಪ್ರಮುಖ ಭಾಗವಿದು. ಒಂದು ವೇಳೆ ಈ ಕಷ್ಟಗಳನ್ನು ಎದುರಿಸುವಾಗ ನನ್ನ ಮನಸ್ಸಿನಲ್ಲಿ ಭಯ ಅಥವಾ ಸಂದೇಹ (ಮನಭೀತಿ, ಮನಶಂಕೆ) ಮೂಡಿದರೆ, ಅದು ಕೂಡಲಸಂಗಮದೇವನ ಮೇಲೆ ಮತ್ತು ಹಿಂದಿನ ಶ್ರೇಷ್ಠ ಶರಣರಾದ "ಪುರಾತನರ" ಮೇಲೆ ಆಣೆ ಎಂದು ಹೇಳುತ್ತಾರೆ. ಇದರರ್ಥ, ನಿಜವಾದ ಭಕ್ತನಿಗೆ ಭಯ ಅಥವಾ ಸಂದೇಹ ಇರಬಾರದು. ಕಷ್ಟ ಬಂದಾಗ ಅಂಜುವುದು ಅಥವಾ ದೈವದ ಬಗ್ಗೆ ಸಂಶಯಪಡುವುದು ಭಕ್ತಿಗೆ ಅಪಚಾರ. ಅಂತಹ ದೌರ್ಬಲ್ಯ ತನಗೆ ಬಂದಲ್ಲಿ ಅದು ಅಕ್ಷಮ್ಯ ಎಂದು ಆಣೆ ಮಾಡುತ್ತಾರೆ.

➔ **"ಆಳ್ದರ ನಡೆ ಸದಾಚಾರವೆನ್ನದಿರ್ದಡೆ, ಕಟ್ಟಾಳು ಶಿಷ್ಟತನಕ್ಕೆ ಹೋಹ ಕಷ್ಟವ ನೋಡಾ, ಕೂಡಲಸಂಗಮದೇವಾ."**:

ಇದು ವಚನದ ಅತ್ಯಂತ ಮಹತ್ವದ ಪ್ರತಿಪಾದನೆಗಳಲ್ಲಿ ಒಂದಾಗಿದೆ. ಇದು ಸದಾಚಾರವನ್ನು ವ್ಯಕ್ತಿಯ ಹುಟ್ಟು, ಜಾತಿ ಅಥವಾ ಬಾಹ್ಯ ಆಚರಣೆಗಳಿಂದ ಬೇರ್ಪಡಿಸಿ, ಅವನ ಆಂತರಿಕ ನಿಷ್ಠೆ ಮತ್ತು ನೈತಿಕ ನಡವಳಿಕೆಗೆ ಜೋಡಿಸುತ್ತದೆ.

ದೇವರಲ್ಲಿ ನಿಷ್ಠೆಯಿಟ್ಟು, ಸೇವಾ ಮನೋಭಾವದಿಂದ ಬಾಳುವ ಭಕ್ತನ (ಆಳ್ದ) ನಡತೆಯೇ ನಿಜವಾದ ಸದಾಚಾರ ಎಂದು ಒಪ್ಪಿಕೊಳ್ಳದಿದ್ದರೆ, ಆಗ ಒಬ್ಬ ನಿಷ್ಠಾವಂತ ಭಕ್ತನು ಶಿಸ್ತಿನಿಂದ, ಸದಾಚಾರದಿಂದ ಬದುಕಲು ಎಷ್ಟು ಕಷ್ಟಪಡಬೇಕಾಗುತ್ತದೆ ಎಂಬುದನ್ನು ಗಮನಿಸು ಕೂಡಲಸಂಗಮದೇವ.

'ಸದಾಚಾರ' ಎಂದರೆ ಶ್ರೇಷ್ಠವಾದ ಆಚಾರ, ನೈತಿಕ ನಡವಳಿಕೆ. ಈ ಸಮೀಕರಣವು ಹೇಳುವುದೇನೆಂದರೆ, ಒಬ್ಬ ವ್ಯಕ್ತಿಯ ಆಚಾರ-ವಿಚಾರಗಳ ಶ್ರೇಷ್ಠತೆಯು ಅವನ ಹುಟ್ಟು, ಜಾತಿ, ಕುಲ, ಅಥವಾ ಅವನು ಮಾಡುವ ಶಾಸ್ತ್ರೋಕ್ತ ಕರ್ಮಗಳಿಂದ ನಿರ್ಧಾರವಾಗುವುದಿಲ್ಲ. ಬದಲಾಗಿ, ಅವನ ನಿಷ್ಠೆ, ನೈತಿಕ ನಡತೆ, ಮತ್ತು ದೇವಕೇಂದ್ರಿತ ಜೀವನದಿಂದ ನಿರ್ಧಾರವಾಗುತ್ತದೆ.ನಿಜವಾದ ಭಕ್ತನಿಗೆ ಸದಾಚಾರ, ಶಿಸ್ತು ಮತ್ತು ನೈತಿಕ ನಡೆ ಅತ್ಯಗತ್ಯ.

ಈ ಗುಣಗಳನ್ನು ಬೆಳೆಸಿಕೊಳ್ಳುವುದು ಸುಲಭವಲ್ಲ, ವಿಶೇಷವಾಗಿ ಸ್ವಭಾವತಃ ಚಂಚಲ ಅಥವಾ ಅಶಿಸ್ತಿನ ವ್ಯಕ್ತಿಗೆ ಅದು ಇನ್ನೂ ಕಷ್ಟಕರ ಎಂಬ ಅರಿವು ಇಲ್ಲಿದೆ. ಭಕ್ತನ ನಡೆತೆಯೇ ಅವನ ಭಕ್ತಿಗೆ ಸಾಕ್ಷಿ ಎಂಬ ಭಾವ ಇಲ್ಲಿದೆ.

ಇದು ಶರಣ ಮಾರ್ಗವು ಹೂವಿನ ಹಾದಿಯಲ್ಲ, ಅದರಲ್ಲಿ ಸವಾಲುಗಳಿವೆ, ಸಂಕಷ್ಟಗಳಿವೆ ಎಂಬ ವಾಸ್ತವಿಕ ಅರಿವನ್ನು ತೋರಿಸುತ್ತದೆ. ಸಮಾಜದ ವಿರೋಧ, ಆಂತರಿಕ ತುಮುಲಗಳು ಈ ಕಷ್ಟಕ್ಕೆ ಕಾರಣವಾಗಿರಬಹುದು.

ತಾತ್ಪರ್ಯ:

"ಕಳಹೋದಡೆ ಕನ್ನದುಳಿಯ ಹಿಡಿವೆ..." ಎಂದು ಆರಂಭವಾಗುವ ಬಸವಣ್ಣನವರ ಈ ವಚನವು ಶರಣರ ಅಚಲವಾದ ನಂಬಿಕೆ, ಅಸಾಧಾರಣ ಧೈರ್ಯ ಮತ್ತು ಲೌಕಿಕ ಸಂಕಷ್ಟಗಳನ್ನು ಎದುರಿಸುವ ವಿಶಿಷ್ಟ ಆಧ್ಯಾತ್ಮಿಕ ನಿಲುವಿನ ಶಕ್ತಿಶಾಲಿ ಅಭಿವ್ಯಕ್ತಿಯಾಗಿದೆ. ಲೌಕಿಕ ನಷ್ಟ (ಕಳವು) ಅಥವಾ ಬಂಧನಕ್ಕೆ ಒಳಗಾದಾಗಲೂ ಭಯ-ಸಂದೇಹಗಳಿಗೆ ಎಡೆಯಿಲ್ಲದೆ, ವಿಚಿತ್ರವೆನಿಸುವ ರೀತಿಯಲ್ಲಿ ಪ್ರತಿರೋಧ ತೋರುತ್ತಾ (ಕನ್ನದುಳಿ ಹಿಡಿಯುವುದು, ಮುಂದೆ ನಡೆಯುವುದು), ದೇವರಲ್ಲಿ ಮತ್ತು ಶರಣ ಪರಂಪರೆಯಲ್ಲಿ (ಪುರಾತನರಲ್ಲಿ) ಸಂಪೂರ್ಣ ಬದ್ಧತೆಯನ್ನು ಪ್ರತಿಜ್ಞಾಪೂರ್ವಕವಾಗಿ ಘೋಷಿಸುವ ವಚನವಿದು. ಅಷ್ಟೇ ಅಲ್ಲ, ಇದು ಸಮಾಜದ ಕೆಳಸ್ತರದವನಾದರೂ, ನಿಷ್ಠಾವಂತನಾದ ಭಕ್ತನ ('ಆಳ್ದ') ನೈತಿಕ ನಡತೆಯೇ ('ನಡೆ') ನಿಜವಾದ ಸದಾಚಾರವೆಂದು ಕ್ರಾಂತಿಕಾರಕವಾಗಿ ಪ್ರತಿಪಾದಿಸುತ್ತದೆ. ಜೊತೆಗೆ, ಈ ಸದಾಚಾರದ ಮಾರ್ಗದಲ್ಲಿ ನಡೆಯುವ ನಿಷ್ಠಾವಂತ ಭಕ್ತನು ('ಕಟ್ಟಾಳು') ಎದುರಿಸಬೇಕಾದ ಕಷ್ಟಗಳ ವಾಸ್ತವಿಕ ಚಿತ್ರಣವನ್ನೂ ನೀಡುತ್ತದೆ.

ಇಂದಿನ ಯುಗಕ್ಕೆ ಬಸವಣ್ಣನವರ ಈ ವಚನದ ಪ್ರಸ್ತುತತೆ:

ಈ ವಚನವು ಇಂದಿನ ಸವಾಲುಗಳನ್ನು ಎದುರಿಸಲು ಬೇಕಾದ ಧೈರ್ಯ, ಸ್ಥಿತಪ್ರಜ್ಞತೆ, ನಮ್ಮ ಸರಿ ದಾರಿಯಲ್ಲಿನ ನಂಬಿಕೆ, ಮತ್ತು ಎಂತಹ ವಿರೋಧ ಅಥವಾ ಕಷ್ಟ ಬಂದರೂ ನಮ್ಮ ಆದರ್ಶಗಳಿಗೆ ಬದ್ಧರಾಗಿರುವ ಮನೋಭಾವವನ್ನು ಬೆಳೆಸಿಕೊಳ್ಳಲು ನಮಗೆ ಸ್ಫೂರ್ತಿ ನೀಡುತ್ತದೆ.

1. ನಷ್ಟ ಮತ್ತು ಕಷ್ಟಕಾಲದಲ್ಲಿ ಧೈರ್ಯ:

"ಕಳಹೋದಡೆ ಕನ್ನದುಳಿಯ ಹಿಡಿವೆ, ಬಂದಿವಿಡಿದಡೆ ನಿಮ್ಮಿಂದ ಮುಂದೆ ನಡೆವೆನು" ಎಂಬ ಸಾಲುಗಳು ಜೀವನದಲ್ಲಿ ಎದುರಾಗುವ ನಷ್ಟಗಳು (ಭೌತಿಕ ಅಥವಾ ಅಮೂರ್ತ), ಅಡೆತಡೆಗಳು ಅಥವಾ ಬಂಧನಗಳಿಗೆ ಹೆದರಿ ಕುಗ್ಗಬಾರದು ಎಂಬ ಪ್ರಬಲ ಸಂದೇಶವನ್ನು ನೀಡುತ್ತವೆ. ಇಂದಿನ ವೇಗದ ಮತ್ತು ಅನಿಶ್ಚಿತ ಜಗತ್ತಿನಲ್ಲಿ ಉದ್ಯೋಗ ನಷ್ಟ, ಆರ್ಥಿಕ ಸಂಕಷ್ಟ, ಸಂಬಂಧಗಳಲ್ಲಿ ವೈಫಲ್ಯ ಅಥವಾ ವೈಯಕ್ತಿಕ ಗುರಿಗಳ ಸಾಧನೆಯಲ್ಲಿ ಹಿನ್ನಡೆ

ಸಾಮಾನ್ಯ. ಇಂತಹ ಸಮಯದಲ್ಲಿ ಧೃತಿಗೆಡದೆ, ಪರಿಹಾರಕ್ಕಾಗಿ ದಿಟ್ಟ ಹೆಜ್ಜೆ ಇಡಲು, ಅಗತ್ಯವಿದ್ದರೆ ಅಸಾಮಾನ್ಯ ಮಾರ್ಗಗಳನ್ನು ಅನುಸರಿಸಲು ಮತ್ತು ಕಷ್ಟಗಳು ಎದುರಾದಾಗ ಇನ್ನಷ್ಟು ಬಲವಾಗಿ ಮುಂದೆ ಸಾಗಲು ಈ ವಚನವು ಪ್ರೇರಣೆ ನೀಡುತ್ತದೆ. ಸಮಸ್ಯೆಗಳಿಗೆ ಹೆದರಿ ನಿಷ್ಕ್ರಿಯರಾಗುವುದಕ್ಕಿಂತ ಕಾರ್ಯೋನ್ಮುಖರಾಗಲು ಇದು ಕರೆಯುತ್ತದೆ.

2. ಮಾನಸಿಕ ಭಯ ಮತ್ತು ಸಂದೇಹಗಳ ನಿರ್ವಹಣೆ:

"ಮನಭೀತಿ ಮನಶಂಕೆಗೊಂಡೆನಾದಡೆ ನಿಮ್ಮಾಣೆ, ನಿಮ್ಮ ಪುರಾತನರಾಣೆ" - ಆಧುನಿಕ ಜೀವನದ ಬಹುದೊಡ್ಡ ಸವಾಲುಗಳೆಂದರೆ ಆತಂಕ, ಒತ್ತಡ, ಭಯ ಮತ್ತು ಆತ್ಮವಿಶ್ವಾಸದ ಕೊರತೆ. ಯಶಸ್ಸು ಸಿಗುತ್ತದೋ ಇಲ್ಲವೋ ಎಂಬ ಸಂದೇಹ, ವಿಫಲರಾಗುತ್ತೇನೆ ಎಂಬ ಭಯ ಅನೇಕರನ್ನು ಕಾಡುತ್ತದೆ. ಬಸವಣ್ಣನವರು ಮನಸ್ಸಿನಲ್ಲಿ ಭಯ ಅಥವಾ ಸಂದೇಹ ಮೂಡುವುದೇ ದೇವನಿಗೆ ಮಾಡುವ ಅಪಚಾರ ಎಂಬುದನ್ನು ನಂಬಬೇಕು.

ಇದು ಬಾಹ್ಯ ಪರಿಸ್ಥಿತಿ ಏನೇ ಇದ್ದರೂ ಆಂತರಿಕವಾಗಿ ಬಲಿಷ್ಠರಾಗಿರಬೇಕು, ಮನಸ್ಸಿನಲ್ಲಿ ನಂಬಿಕೆ ಮತ್ತು ಧೈರ್ಯವನ್ನು ಕಳೆದುಕೊಳ್ಳಬಾರದು ಎಂಬ ಸಂದೇಶವನ್ನು ನೀಡುತ್ತದೆ. ಇದು ಮಾನಸಿಕ ಆರೋಗ್ಯ ಮತ್ತು ಸ್ಥಿರತೆಗೆ ಹೆಚ್ಚಿನ ಒತ್ತು ನೀಡಿ ಶಾಂತ ಜೀವನ ನಡೆಸಬೇಕು.

3. ನೈತಿಕತೆ ಮತ್ತು ಸದಾಚಾರದ ಮಹತ್ವ:

"ಆಳ್ವರ ನಡೆ ಸದಾಚಾರವೆನ್ನದಿರ್ದಡೆ" ಎಂಬುದು ಒಬ್ಬ ಭಕ್ತನ (ಅಥವಾ ದೇವರ ಮಾರ್ಗದಲ್ಲಿ ನಡೆಯುವವನ) ನಡವಳಿಕೆ ಸದಾ ನೈತಿಕವಾಗಿರಬೇಕು, ಸರಿ ಆಚರಣೆಗಳಿಂದ ಕೂಡಿರಬೇಕು ಎಂಬುದನ್ನು ಸೂಚಿಸುತ್ತದೆ. ಇಂದಿನ ಸಮಾಜದಲ್ಲಿ ನೈತಿಕ ಅಧಃಪತನ, ಭ್ರಷ್ಟಾಚಾರ ಮತ್ತು ಸುಲಭದ ಹಾದಿ ಹಿಡಿಯುವ ಪ್ರವೃತ್ತಿ ಹೆಚ್ಚಾಗಿದೆ. ನಾವು ನಮ್ಮ ವೃತ್ತಿ, ಕೌಟುಂಬಿಕ ಅಥವಾ ಸಾಮಾಜಿಕ ಜೀವನದಲ್ಲಿ ನೈತಿಕ ಮೌಲ್ಯಗಳನ್ನು ಎತ್ತಿಹಿಡಿಯುವುದು ಎಷ್ಟು ಮುಖ್ಯ ಎಂಬುದನ್ನು ಈ ಸಾಲು ನೆನಪಿಸುತ್ತದೆ. ನಮ್ಮ ನಡತೆಯೇ ನಾವು ನಂಬಿದ ತತ್ತ್ವ ಗಳಿಗೆ ಸಾಕ್ಷಿ ಎಂಬುದು ಇದರ ಆಶಯ.

4. ಶಿಸ್ತು ಮತ್ತು ಸಚ್ಚಾರಿತ್ರ್ಯದ ಸಾಧನೆ:

ಇಂದಿನ ದಿನಗಳಲ್ಲಿ ಕೆಟ್ಟ ಅಭ್ಯಾಸಗಳಿಗೆ ಸುಲಭವಾಗಿ ವಶವಾಗುವ, ಶಿಸ್ತು ಅಳವಡಿಸಿಕೊಳ್ಳಲು ಕಷ್ಟಪಡುವ ಅನೇಕರನ್ನು ನಾವು ನೋಡುತ್ತೇವೆ. ಈ ಸಾಲು ಸಚ್ಚಾರಿತ್ರ್ಯ ಅಥವಾ ಒಳ್ಳೆಯ ಗುಣಗಳನ್ನು ಬೆಳೆಸಿಕೊಳ್ಳುವುದು ಸುಲಭವಲ್ಲ, ಅದಕ್ಕೆ ನಿರಂತರ ಪ್ರಯತ್ನ, ಆತ್ಮ ನಿಗ್ರಹ ಬೇಕು ಎಂಬುದನ್ನು ಸೂಚಿಸುತ್ತದೆ. ಆದರೂ ಅದು ಸಾಧ್ಯ ಎಂಬುದನ್ನು ಇತರ ಶರಣರ ಜೀವನದಿಂದ ತಿಳಿಯಬಹುದು. ಇದು ನಮ್ಮ ನ್ಯೂನತೆಗಳನ್ನು ಅರಿತು ಅವುಗಳನ್ನು ತಿದ್ದಿಕೊಳ್ಳಲು ಶ್ರಮಿಸಬೇಕು.

ಮುಗಿಸುವ ಮುನ್ನ ಮೆಲಕು ಹಾಕೋಣ ಮನದಲ್ಲಿ

ಭಕ್ತನೆನಿಸುವೆನಯ್ಯಾ ಮೆಲ್ಲಮೆಲ್ಲನೆ,
ಯುಕ್ತನೆನಿಸುವೆನಯ್ಯಾ ಮೆಲ್ಲಮೆಲ್ಲನೆ,
ಸಾರಿ ಶರಣನೆನಿಸುವೆನಯ್ಯಾ ಮೆಲ್ಲಮೆಲ್ಲನೆ,
ಎಡಹುಗುಳಿಗಳ ದಾಂಟಿ ಬರಬರ ಲಿಂಗೈಕ್ಯನೆನಿಸುವೆನಯ್ಯಾ.
ಕೂಡಲಸಂಗಮದೇವಾ, **ನಿಮ್ಮಿಂದಧಿಕನೆನಿಸುವೆನಯ್ಯಾ.**

ಎಂಥ ಭಾಷೆಗಳಿವು, ಬಸವನ ಭಾಷೆಗಳು !

ಒಂದೊಂದು ಭಾಷೆಯೂ ಅವರ ಉಜ್ವಲ ವ್ಯಕ್ತಿತ್ವದ ಅಮೃತ ಮಯೋಮುಕವಾಗಿದೆ.

"ನಿಮ್ಮಿಂದಧಿಕನೆನಿಸುವೆನಯ್ಯಾ!" ಎಂಥ ಆತ್ಮವಿಶ್ವಾಸವಿದು !

'ನಿಮ್ಮಿಂದಧಿಕನೆನಿಸುವೆನಯ್ಯ!' ಒಮ್ಮೆಗೆ ಅಲ್ಲ - ಮೆಲ್ಲ ಮೆಲ್ಲನೆ !

ಬಿರುಗಾಳಿಗೆ ಅರಳುವದಿಲ್ಲ ಬಳ್ಳಿಯ ಮೊಗ್ಗು; ಬರಿ ಆವೇಶಕ್ಕೆ ಅರಳುವದಿಲ್ಲ ಆತ್ಮಕಮಲ! ಮೆಲ್ಲ ಮೆಲ್ಲನೆ ಮಂದಾನಿಲ ಮತ್ತೆ ಮತ್ತೆ ಮುತ್ತಿಟ್ಟ ಮೇಲೆ ಮೊಗ್ಗೆ ಅರಳುತ್ತದೆ; ಮೆಲ್ಲ ಮೆಲ್ಲನೆ ಸದ್ದಿಲ್ಲದ ಸತತ ಸಾಧನೆ ಮಾಡಿದರೆ ಆತ್ಮದ ಅರವಿಂದ ಅರಳುತ್ತದೆ.

ಸಹಾಯಕ ಸಾಹಿತ್ಯ ಸೂಚಿ :

1. https://vachana.taralabalu.in/
2. https://www.lingayatreligion.com/
3. https://archive.org/stream/basavannanavara_vachanasamputa001/basavannanavara_vachanasamputa001_djvu.txt
4. https://archive.org/stream/Kannada_Nighantu/djvu.txt
5. https://www.prajavani.net/op-ed/editorial/basavanna-cultural-hero-of-karnataka-editorial-2650139
6. https://www.researchgate.net/publication/347411961_vacana_sahitya_maru_odu
7. https://archive.org/details/HyDZ_basava-sahitya-darpan-part-1-by-s.-r-gunchal-series-no.-1-kannada-book-basava-samiti-samshodhan/page/n11/mode/2up
8. https://archive.org/details/dli.pvn.vachana_sahitya_ondu_samskrutika_adhyayana
9. **VACHANA SAHITYA: by *Chidananda Murthy M*, published by Sapna Book House (P) Ltd., Bangalore.**